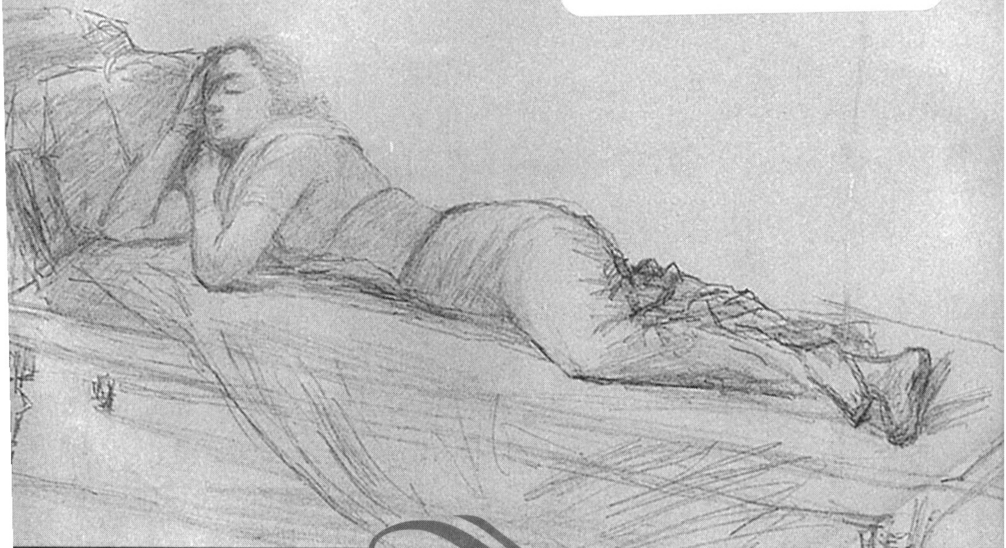

राजा रवि वर्मा

रणजित देसाई

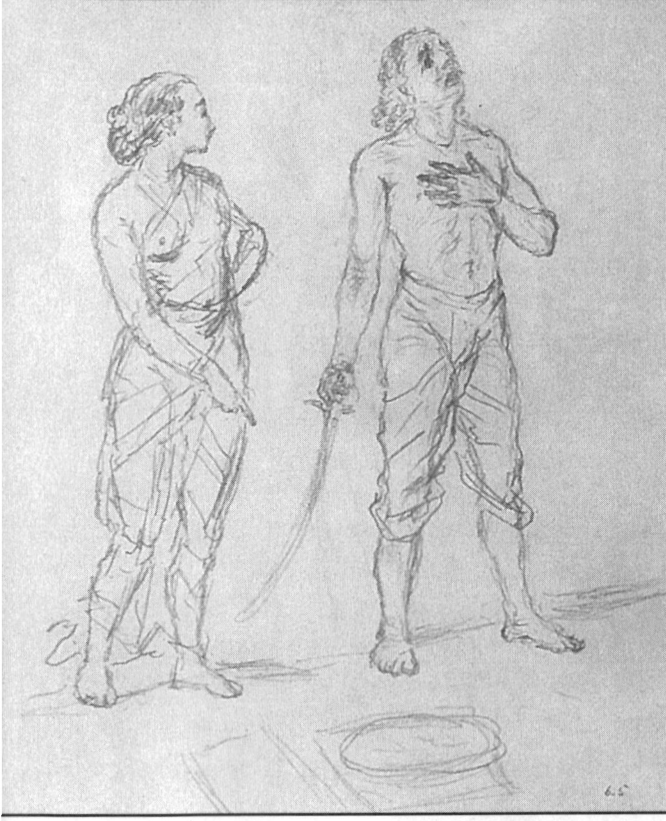

प्रकाशनकाल:
८ एप्रिल, १९८४ /
९ मे, १९८६ /
३ मार्च, १९९३ /
८ ऑक्टोबर, १९९९ /
मार्च, २००४ /
सप्टेंबर, २००७ /
मे, २००९ /
सप्टेंबर, २०११ /
नोव्हेंबर, २०१२ /
मार्च, २०१४ /
ऑगस्ट, २०१५ /
जुलै, २०१७ /
नोव्हेंबर, २०२० /
पुनर्मुद्रण : मार्च, २०२५

मुद्रक
पार्कसन्स ग्राफिक्स

Raja Ravi Varma
by RANJEET DESAI

राजा रवि वर्मा
रणजित देसाई / कादंबरी

संस्थापक :
सुनील अनिल मेहता

प्रकाशक :
मेहता पब्लिशिंग हाऊस प्रा. लि.,
१९४१, सदाशिव पेठ,
माडीवाले कॉलनी, पुणे – ४११०३०
✆ +91 020-24476924 / 24460313
Mob. No. 9545000513
E-mail : production@mehtapublishinghouse.com
E-mail : author@mehtapublishinghouse.com
Website : www.mehtapublishinghouse.com

मांडणी :
चंद्रमोहन कुलकर्णी

मुखपृष्ठावरील चित्र :
राजा रवि वर्मा यांनी
१८९४ साली
चितारलेला प्रसंग : 'सैरंध्री'
कॅनव्हासवर तैलरंग
आकार : २७.६ X ३९.६ इंच

किंमत : ₹ ४९५

P Book ISBN 9788177664515
E Book ISBN 9788184988208

E Books Available :
amazonkindle | Apple Books | Goo Boo

ही कादंबरी हिंदी, इंग्लिश आणि मल्याळम भाषे
भाषांतरित झाली आहे.

माझ्या मुलींना

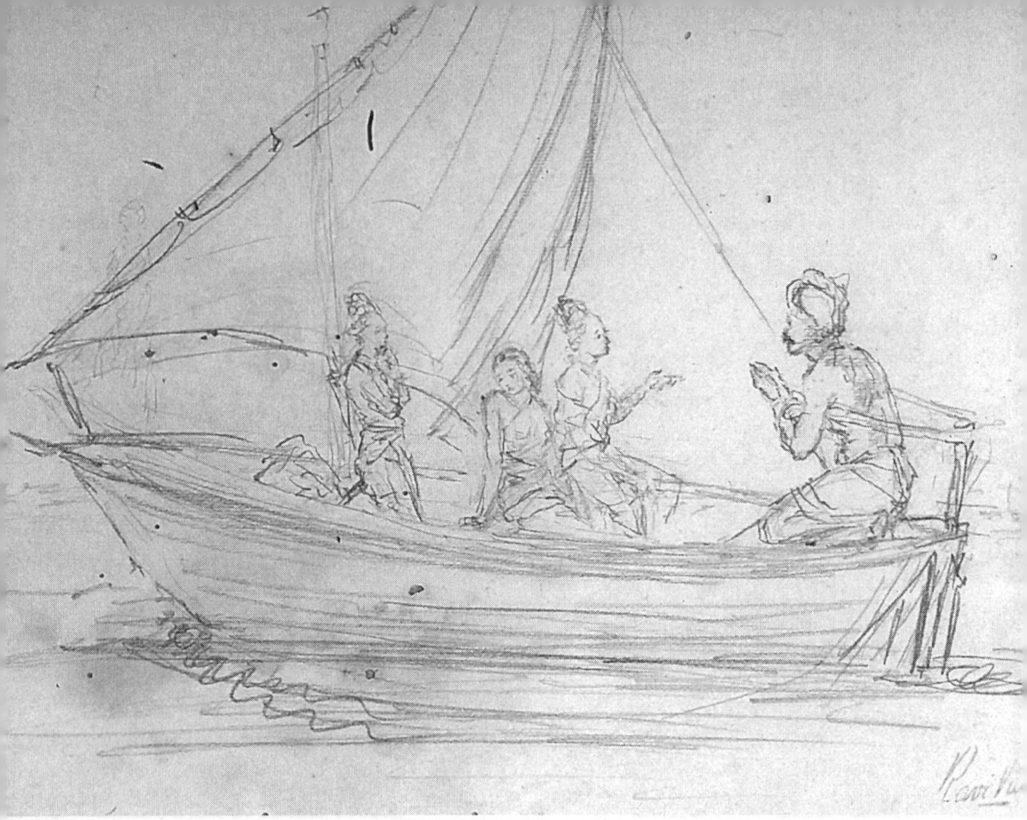

मला वाटतं ...

राधेय कादंबरी प्रसिद्ध झाली. आणि एकदा कोल्हापूरच्या गोकुळ हॉटेलमध्ये मी आणि रा. ज. देशमुख उतरलो होतो. रा. ज. देशमुखांना रस्त्यावरून जाणारे रॉय किणीकर दिसले. त्यांना त्यांनी खोलीवर बोलावून घेतले. रॉय किणीकर हा कलावंत मनाचा, प्रगाढबुद्धीचा माणूस. त्याच्या स्वभावाला व्यवहाराचे गणित कधी मानवलेच नाही. कलंदरपणा त्याच्या अंगात भिनला होता. माझ्या संगीतावरच्या कथा त्यांना फार आवडायच्या. मला पाहताच ते म्हणाले—

"रणजित, तुला मी एक विषय सांगतो. त्यावर तू कादंबरी लिही."

मी विचारले, "विषय कोणता ?"

ते म्हणाले, "राजा रवि वर्मा."

माझे कान टवकारले गेले.

दरवर्षी मी बडोद्याला जात असे. बडोद्याला गेलो की, त्या

रॉय किणीकर बोलत होते. आपल्या मनातला रवि वर्मा सांगत होते. ते मोठे कल्पक. त्यांनी रवि वर्म्याची सुरेख कहाणी बांधली होती. तल्लीन होऊन आम्ही दोघेही ती कथा ऐकत होतो. मध्येच रॉय किणीकर उठले. ते म्हणाले, ''खाली जाऊन सिगरेट घेऊन येतो.''

रॉय किणीकर खाली गेले. गेले ते गायब !

मी सगळीकडे फोन केले. पण या माणसाचा पत्ता नाही.

चित्रकलेबद्दल माझ्या मनात प्रथमपासून आवड. बाबूराव पेंटर, बाबा गजबर, बाळ गजबर, चंद्रकांत मांढरे यांच्याबरोबर मी दिवस काढलेले. रवींद्र मेस्त्री, शामकांत जाधव हे तर माझे निकटचे मित्र. कोल्हापूरला या सर्वांच्या संगतीत मी वाढलो. 'मुला रोज,' 'लस्ट फॉर लाईफ'' यांसारखी पुस्तके माझ्या आयुष्याचे धन बनलेली. आणि त्यावर रॉय किणीकरांनी एक ठिणगी टाकली.

मी रवि वर्म्याच्या विचाराने पछाडलो गेलो. रॉय किणीकरांना परत गाठण्यासाठी माझे मित्र राम कुलकर्णी यांची गाडी घेऊन त्यांच्या शोधार्थ बाहेर पडलो. पुण्याला गेलो. गाठ पडली नाही. तसाच मुंबईला गेलो. मुंबईला त्यांच्या मुलीच्या घरी ते जेवायला येतील म्हणून वाट बघत बसलो. दोन-अडीच वाजता ते आले. विचारले—

''अहो किणीकर, आम्ही तुमची हॉटेलवर वाट बघत बसलो आणि तुम्ही गेला कुठे?''

ते निर्विकारपणे म्हणाले, ''सिगारेट आणायला म्हणून स्टँडवर गेलो. तिथे पुण्याची बस पकडली.''

मी थक्क होऊन ते बोलणे ऐकत होतो. विचारले,

''मी रवि वर्मा लिहावे अशी तुमची इच्छा आहे ना?''

ते म्हणाले, ''जरूर ! तो विषय तुमचाच आहे.''

त्यानंतर आम्ही हॉटेलवर भेटलो. खूप बोललो. नंतर ते कोवाडलाही आले. तसे पाहिले तर, किणीकर हे मोठे कल्पक. त्यांनी कल्पिलेली रवि वर्म्याची कथा स्वतंत्रपणे बांधली होती. पुढे जेव्हा मी रवि वर्म्याच्या चरित्राचा अभ्यास करू लागलो त्यावेळी, ती फक्त कल्पनारंजित कथा आहे हे माझ्या ध्यानी आले. विषय तर मोहवणारा होता. तो सोडायला मन तयार नव्हते.

आणि मग त्यासाठी बेंगलोर, म्हैसूर, केरळ, मावेलीकिरा, कन्याकुमारी ही सारी स्थळे पालथी घातली ! एवढेच नव्हे तर, युरोपमध्येसुद्धा प्रवास करून आलो. ज्या चित्रकारांचा रवि वर्म्याच्या मनावर पगडा पडला होता, त्या चित्रकारांचीही चित्रे मी पाहून आलो. ती भव्य राजदालने, ती उत्तुंग प्रार्थना मंदिरे, छतापर्यंत चितारलेली त्यांतील चित्रे... हे सारे पाहून आलो. सगळी म्युझियम्स बघितली.

औंध म्युझियममध्ये दोन चित्रे होती. ती पाहिली. सालारजंग म्युझियममध्ये दोन पेंटिंग्ज आहेत असे कळले. ती पहायला गेलो. दिल्लीपासून कन्याकुमारीपर्यंत सारा प्रवास घडला. वर्मा घराण्याच्या नातेवाईकांच्या भेटी घेतल्या. त्यांत श्री. एम. जयचंद्रन्, ए. टी. मथाई, केरल वर्मा ही माणसे भेटली. मावेलीकिरा, किलिमानूर इथल्या परिसरात राजा रवि वर्म्याचे जेथे वास्तव्य घडले ती ठिकाणे पाहिली.

पण फारसे काही पदरात पडले नाही; 'पदरात पडले नाही' हे म्हणणे चुकीचे आहे. तो केरळचा भाग, किलिमानूर, त्रिवेंद्रम, त्रिवेंद्रमचे ते मंदिर, तो राजवाडा यांनी मला खूप सांगितले, कित्येकदा माणसे जे बोलत नाहीत ते तिथल्या वास्तू सांगत जातात; याचा अनुभव मी अनेकदा घेतला आहे. यावेळीही तोच अनुभव मी अनुभवला.

बेंगलोरला रवि वर्म्याची पणती जगद्विख्यात चित्रकार रुक्मिणी वर्मा राहतात. त्यांना भेटलो. त्या माझ्याशी पुष्कळ मोकळेपणाने बोलल्या.

मी हा सारा उपद्व्याप करून घरी आलो. आणि त्यावेळेला मला संदर्भ-ग्रंथांची उणीव भासू लागली. ती पुरविण्यासाठी मुंबईचे वसंत कर्णिक आणि शंकर विश्वनाथ जोशी हे दोघे धावले. बडोद्याचे वसंत लेले यांनीही मदत केली. या सर्वांनी रवि वर्म्याची सर्व उपलब्ध माहिती मला पुरवली. ते संदर्भ-ग्रंथ मला फार उपयोगी पडले. काका फणसळकरांचेही बहुमोल सहाय्य मला लाभले.

त्यानंतर मुंबईला रवि वर्म्याचे वास्तव्यस्थान हुडकण्यासाठी धडपडलो. अनेक चित्रकारांना भेटलो. उल्लेख करायचाच झाला तर, हळदणकरांचा करावा लागेल. एवढेच नव्हे तर, अंबिकाबाई धुरंदर यांचाही आवर्जून उल्लेख करावा लागेल. या सर्व मंडळींनी मला अत्यंत अगत्याने वागवले. माझी अडचण समजून घेतली. जेवढी मदत करता येईल तेवढी केली.

अजय पालेकर, बॅ. शरद पालव, डॉ. डी. व्ही. नेने, जी. के. हळदीपूरकर या सर्व मंडळींनी मला हवी ती माहिती मिळवून देण्यासाठी अपार कष्ट घेतले.

ही कादंबरी एका चित्रकाराची. त्यासाठी हवी ती माहिती गोळा करणे मला आवश्यक होते. त्यासाठी आंतरराष्ट्रीय कीर्तीचे चित्रकार गोपाळ देऊसकर यांना मी भेटलो. त्यांचे माझ्यावर पुत्रवत् प्रेम. माझ्या आग्रहाखातर ते माझ्या गावी आले. मोकळेपणाने बोलले. त्यांचे आशीर्वाद लाभले. म्हणूनच कदाचित या कादंबरीला यश लाभले असेल.

घरचे कलावंत काही कमी नव्हते. रवींद्र मेस्त्री हा मित्र-सोबती. फटकळपणे सांगण्यात ह्याचा हात कोणी धरणार नाही.

हे जरी झाले तरी, अशा कामाला घरचा उबारा लागतो. घरातली मदत फार

मोठी असते. सौ. माधवी हिची साथ मला या कार्यामध्ये नेहमीच होते.

स्नेह्यांची तर मला कधीच कमतरता भासली नाही. बापूसाहेब करमरकर, राजाभाऊ मराठे, दौलत मुतकेकर, शरद दळवी यांच्यासारखे अनेक स्नेही-सोबती मला लाभले. सुरेश नाईक यांच्यासारखा एक गुणी विद्वान माणूस माझ्या आयुष्यात आला. सर्वांनीच मला खूप आधार दिला. आणि त्याचमुळे ही कादंबरी मी पुरी करू शकलो.

रणजित देसाई आणि शंकर कुलकर्णी हे नाव अत्यंत संलग्न राहिलेले. किंबहुना शंकर नाही तिथे रणजित नाही असे ठरलेले. तो माझा मित्र शंकर कुलकर्णी आज आजारी आहे. पण तो आजारी असला तरी, त्याची आठवण जात नाही. तो या कादंबरीमध्ये सहभागी व्हायला हवा.

वास्तविक पहाता, अशा कादंबऱ्या सत्यावरच आधारलेल्या असाव्यात हा माझा आजवरचा अट्टाहास. स्वामी, श्रीमान योगी, राधेय हे त्या ऐतिहासिक सत्यांशीच जखडलेले होते. पण जेव्हा एका कलावंताचे चरित्र आपण लिहायला घेतो, तेव्हा नुसत्या सत्याचाच आधार घेऊन चालत नाही. तेथे कलावंताच्या कल्पकतेचाही आधार घ्यावा लागतो हे माझ्या ध्यानी आले. त्यामुळे ह्या कादंबरीमध्ये सत्याबरोबरच कल्पकतेचा आधार मला शोधावा लागला. यातल्या साऱ्याच व्यक्तिरेखा वास्तवातल्या नाहीत. काही कल्पनेतून साकारलेल्या आहेत. याची नोंद वाचकांनी घ्यावी.

एवढेच सांगावेसे वाटते-आजवर भारतीय साहित्यात चित्रकाराच्या जीवनावर कोणीही काही लिहिले नाही. पण ज्यांनी भारतीय चित्रकलेला एक वेगळे वळण लावले त्या चित्रकाराच्या जीवनावर कादंबरी लिहिण्याचा मी प्रयत्न केला. त्यामध्ये पाच वर्षे खर्ची पडली. पण एका चांगल्या कामासाठी पाच वर्षे गेली याचे मला समाधान आहे.

आयुष्य नेहमी जातच असते. पण ते कोणत्या मोलाने जाते याला महत्त्व असते.

ही कादंबरी पुरी झाली. पाच वर्षे यामध्ये गेली. पण हे करीत असता, एका माणसाचा उल्लेख केला नाही तर अवाजवी ठरेल. त्याचे नाव आहे पांडुरंग कुंभार. तो मुलासारखा वाढला. तो आता लेखकही बनला आहे. पण त्याचे सहाय्य नसते तर, ही कादंबरी पुरी होऊ शकली नसती हे मला स्पष्टपणे सांगायला हवे.

ही कादंबरी मेहता पब्लिशिंग हाऊसचे अनिल मेहता प्रकाशित करीत आहेत. अनिल मेहता हे मला मुलासमान. त्यांनी अंगिकारलेल्या प्रकाशन व्यवसायाला माझ्या सर्व शुभेच्छा.

रणजित देसाई

१९८४

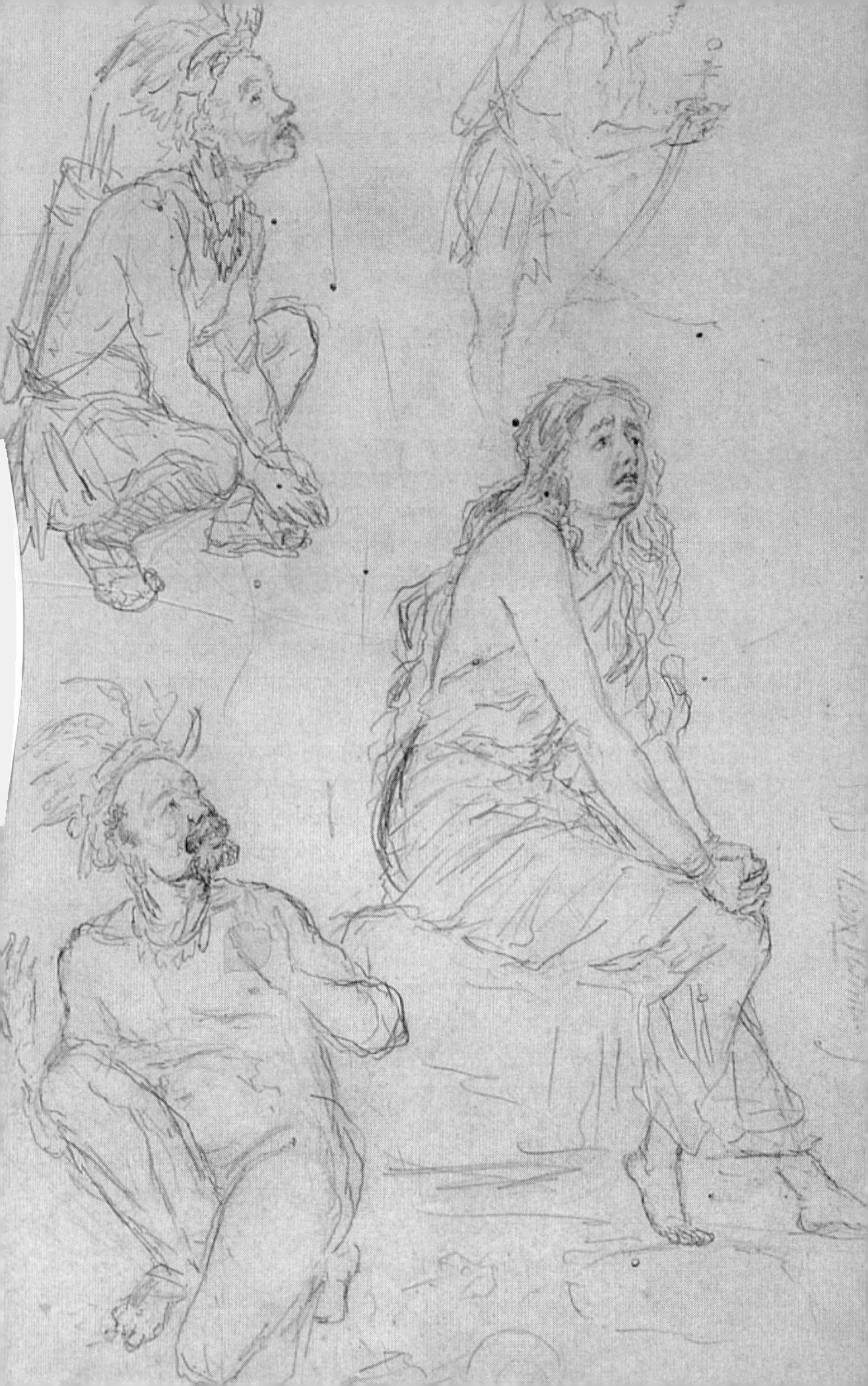

|| || || || || || || || || || || || || || || || || || ||

सकाळच्या कोवळ्या किरणांत किलीमानूरचं वर्मा घराण्याचं राजघर तळपत होतं. तटांनी बंदिस्त झालेल्या चौथऱ्याच्या उंचवट्यावर ती वास्तू उभारलेली होती. मुख्य राजवाड्यासमोरच्या प्रशस्त मोकळ्या जागेत एक भव्य पिंपळवृक्ष सदैव सळसळत असे. त्याचा मोठा पार आणि सदैव स्वच्छ राखलं जाणारं भोवतालचं अंगण सर्वांचं लक्ष वेधून घेत असे. वाड्याच्या कमानीतून आत प्रवेश केला की, मोठ्या अंगलटीनं बांधलेला, चौफेर अनेक चौकांनी सजलेला तो राजवाडा नजरेत भरत असे. खास वाड्याचं प्रथम जोतं चढण्याआधी वाड्याच्या प्रथम अंगणात डाव्या बाजूला बांधलेल्या चिरेबंद विहीरीकडे लक्ष जाई. तिथं पाणी उपसा करणाऱ्या दासदासींचं दर्शन घडे. वाड्याच्या वावरात अनेक दास-दासींची वर्दळ असूनही त्या वाड्यावर शांतता नांदत होती.

वाड्याचे धनी राजा राज वर्मा आपली पूजा-अर्चा आटोपून आपल्या निवासाकडे गेले होते. चैतन्यशास्त्री मुलांचं वेदपठण घेऊन मोकळे झाले होते. पाकगृहात न्याहारीची तयारी पूर्ण होत आली होती. पाकगृहाच्या समोरचा सोपा सारवून स्वच्छ केला होता. त्याच वेळी वाड्याचा खास सेवक पाचन वाड्यातून

मधल्या चौकात आला. काळ्याशार वर्णाचा, विशीतला पाचन राज वर्म्यांचा खास सेवक होता. त्याच्या कमरेला श्वेत धोतरी नेसलेली होती. कपाळी भस्माचे पट्टे ओढलेली पाचनची उग्र मूर्ती मधल्या चौकात आली आणि त्याचे पाय जागच्या जागी खिळले. त्याचे डोळे विस्फारले गेले. चौकात उभ्या असलेल्या घराण्याच्या देवळाकडे त्याचं लक्ष खिळलं होतं. चुन्यानं रंगवलेल्या पांढऱ्या शुभ्र देवालयावर रवि वर्मा आणि त्याची बहीण मंगला ही दोन भांवडं कोळशानं रेघोट्या मारीत होती. उभारल्या जागी पाचन ते दृश्य पाहात होता.

पाचन आपल्याकडे पाहात आहे याचं दोघांनाही भान नव्हतं. रवि वर्मा चित्र काढण्यात रंगला होता. मंगला ते कौतुकानं पाहात होती. दोघांच्या अंगात फक्त धोतऱ्या होत्या. रवि वर्मा उत्साहानं म्हणाला,

"आता तुला घोडा काढून दाखवतो."

विस्फारित नेत्रांनी मंगला उद्‌गारली, "घोडा?"

तिच्या प्रश्नाला उत्तर न देता रवि वर्मानं समोरच्या भिंतीकडे पाहात सांगितलं, "नवा कोळसा दे."

खाली पडलेल्या कोळशांतून एक कोळसा उचलून मंगलानं रवीच्या हातात दिला. हेरून ठेवलेल्या जागेवर रवीनं तो कोळसा टेकला आणि दुसऱ्याच क्षणी कोळसा फेकून देत तो संतापानं ओरडला —

"गाढवे ! कोळशाची राख फुंकायची तुला कळत नाही?"

भावाच्या त्या संतापानं बिथरलेली मंगला उद्‌गारली,

"जा ! मला नको तो घोडा."

रागाच्या भरात मंगला उठली. तिनं आपली धोतरी झटकली. कोळशानं काळे झालेले हात ती पांढऱ्या धोतरीवर नकळत पुसत होती. तिचा चेहरा गोरामोरा झाला होता. पण रवि पडलेल्या कोळशांतून चांगला टोकदार कोळसा निवडण्यात गर्क झाला होता. मंगलानं संतापानं रवीकडे पाहिलं आणि ती वाड्यात जाण्यासाठी वळली.

वळली हे खरं ! पण तिचं पाऊल जागचं हललं नाही. संतापयुक्त नजरेनं पाहाणाऱ्या पाचनचं तिला दर्शन घडलं.

पाचन म्हणजे राज वर्म्यांचा खास सेवक. राज वर्म्यांच्या दराऱ्याइतकाच त्यांचा दरारा मुलांना वाटे. पाचनला पाहताच मंगला भयभीत झाली. ती उद्‌गारली,

"दादा !"

रवीनं मागं वळून पाहिलं. पाचन आपले डोळे गरगरा फिरवीत त्या मंदिराच्या भिंतीकडे पाहत होता. तो ओरडला,

"आय्योऽयो स्वामी ! परवाच रंगवलेलं देऊळ कोळशानं काळं केलंत. किती वेळा नको सांगितलं तर तुम्ही ऐकत नाही. थोरल्या स्वामींनी बघितलं तर काय म्हणतील?"

''काय म्हणतील?'' रवीनं धिटाईनं विचारलं.

''काय म्हणतील!'' पाचनचा संताप वाढला, ''अस्सा जातो आणि स्वामींच्या कानावर घालतो. मग समजेल काय म्हणतील ते.''

पाचनच्या त्या उद्‌गारांनी रवीच्या पोटात गोळा उठला. पण ती भीती चेहऱ्यावर न दाखवता तो उसन्या अवसानानं म्हणाला,

''अरे जा ! सांग जा मामांना ! मी भितो का काय !''

भावाचं ते धैर्य पाहून मंगला खुदकन् हसली. ते हसणं पाहून पाचन आणखी संतप्त झाला. आपले विचकलेले दात दाखवत तो म्हणाला,

''ठीक आहे. अस्सा जातो आणि स्वामींना सांगतो. बघा काय होतंय ते.'' आणि एवढं बोलून पाचन तरातरा पावलं टाकीत निघून गेला.

पाचन निघून गेला आणि दोन्ही मुलांच्या मनातली धिटाई नाहीशी झाली. मामांचा तापट स्वभाव आणि दरारा त्यांना माहीत होता. मंगला रडकुंडीला आली. ती उभ्या जागी कळवळली,

''दादा ! आत्ता रे?''

रवि वर्म्यानं आपल्या हातातील कोळसा फेकला आणि मंगलेचा हात धरून तो म्हणाला,

''चल.''

दोघं वाड्याच्या प्रवेशद्वाराच्या दिशेनं धावत सुटले.

☯

राज वर्मा आपल्या निवासात चटईवर बसले होते. गौर कांतीचे, भेदक डोळ्यांचे राज वर्मा यांच्यासमोर अनेक मातीचे परळ मांडले होते. त्यांमध्ये नानाविध रंग दिसत होते. नाना वनस्पती, नाना रंगांची माती यांच्यापासून तयार केलेले ते रंग होते. एका मातीच्या परळातील रंग ते खलत होते. पाण्यात मिसळलेला रंग एकजीव करीत असता त्यांच्या कानावर शब्द आले—

''स्वामी !''

राज वर्मांनी त्रासिकपणे मान वर केली. दारी पाचन आदबीनं उभा होता. त्याला पाहून त्यांच्या पिंगट डोळ्यांत क्रोधाची छटा उमटली होती. राज वर्मांनी कठोर आवाजात विचारलं,

''काय झालं?''

हात जोडत पाचन म्हणाला, ''स्वामी, आता हे मला सोसवत नाही.''

''अरे, पण काय झालं ते तरी सांगशील का नाही? बोल.''

''महाराज, आपल्या वाड्याचं देऊळ परवाच रंगवलं होतं. ते देऊळ येऊन बघा. कोळशानं सारं काळं केलं, एवढंच नव्हे तर, आपल्या देवस्थान देवळाची

तीच तऱ्हा झाली आहे.''

"देऊळ काळं केलं?'' राज वर्मा उद्गारले, "कुणी केलं हे?''

"मी तक्रार करणार नव्हतो सरकार. सांगून बघितलं पण ऐकेनात. मी बोलून चालून नोकर. उद्या आपणच, का सांगितलं नाही म्हणून मला बोल लावाल. म्हणून आपल्या कानावर घातलं. तो गुन्हा असला तर मला क्षमा करा.''

एवढं बोलून पाचन धावला. आणि त्यानं बसलेल्या राज वर्म्यांच्या पायांवर डोकं टेकलं. पाचनच्या वटवटीनं राज वर्मा वैतागले होते. त्यांना काही अर्थबोध होत नव्हता. पाचनला उठवत राज वर्मा म्हणाले,

"अरे, पण कुणी केलं ते तरी सांगशील?''

पंचानं आपले डोळे टिपत पाचन म्हणाला, "कोच्चू आणि मंगलाताई-''

"कोण ! रवि आणि मंगला? त्यांनी हे केलं ?''

"जी !''

राज वर्मांचा संताप प्रकटला, "चला. बघू काय केलंय ते.''

राज वर्म्यांनी आपल्या अंगावर उपरणं घेतलं. पाचन पुढे चालत होता. राज वर्मा मागून चालत होते. देवळापाशी येताच देवळाच्या भिंतीकडे बोट दाखवत तो म्हणाला,

"स्वामी, बघा ! शिंपल्यांच्या चुन्यानं रंगवलेल्या देवळाची काय वाट लागली.''

पण पाचनच्या बोलण्याकडे राज वर्मांचं लक्ष नव्हतं. देवळावर चितारलेली मांजरं, कुत्री, हत्ती, घोडा ते पाहत होते. बारकाईनं निरखीत होते.

पाचनच्या बोलण्याकडे राज वर्मांचं लक्ष नव्हतं. पाचन सांगत होता-

"दहा वेळा सांगितलं; पण कोणी ऐकेना. शेवटी नाइलाज झाला म्हणून आपल्या कानावर घालावं लागलं.''

देवळाच्या भिंतीवरच्या चित्रांवरून दृष्टी न हलवता हात उंचावून राज वर्मांनी पाचनचं बोलणं थांबवलं. एकाग्र चित्तानं ते रेखाटणं पाहात होते.

...सात वर्षांच्या मुलाच्या हातून ही चित्रं काढली जातात !

कुठं शिकला हा ?

कोणी शिकवली ?

तसं पाहिलं तर तुला तरी कोणी चित्रकला शिकवली होती?

मग तू चित्रकार कसा झालास?

निदान अलागिरी नायडू या दरबारच्या चित्रकारानं तुला जलरंगांचं ज्ञान दिलं होतं ना !

असेल ! पण एवढी प्रमाणबद्धता या रेखाटणात आली कोठून !...

चित्रं पाहाता असता राज वर्मा स्वत:शीच हसले.

...रवीची आई उमांबा ही कलावंत आहे. तिनंच तुताल नृत्यासाठी पार्वती -

स्वयंवर रचलं होतं ना !

आणि बाप इझ्झूमावील साक्षात संस्कृत पंडित.

या आई-बापांच्या पोटी उपजलेली मुलं ज्ञानी निपजली तर त्यात आश्चर्य कसलं !...

☯

आपल्याच विचारात गुंग झालेले राज वर्मा प्रत्येक चित्र पाहात पुढे सरकत होते. ती त्यांची अवस्था पाहून पाचन चाचरला.

"स्वामी ! आपण रागवाल म्हणून ही गोष्ट आपल्या कानावर घातली."

पाचनच्या बोलण्यानं राज वर्मा सावध झाले. पाचनकडे न पाहता म्हणाले,

"पाचन, कोच्चूच्या आईला मी बोलावलंय म्हणून सांग."

त्या आज्ञेनं पाचन घाबरला. तो धीर करून म्हणाला,

"स्वामी, कोच्चूला ताकीद द्या. पण मारू नका."

राज वर्मा हसले. ते म्हणाले,

"काळजी करू नको. कोच्चूच्या आईला बोलावून घेऊन ये."

पाचन वाड्यात धावला. काही वेळानं तो उमांबासह बाहेर आला. उमांबाला आपल्या भावाचा शीघ्रकोपी स्वभाव माहीत होता. तिच्या चेहऱ्यावर भीती तरळत होती.

राज वर्मा भिंतीवरील रेखाटणं पाहण्यात गुंतले होते.

त्या दोघांना पाहताच राज वर्मा चेहऱ्यावरचे कोणतेच भाव न दाखवता म्हणाले,

"उमा, बघ तुझ्या पोरांनी काय केलंय ते !"

उमांबा आश्चर्यचकित नजरेनं देवळाकडे पाहत होती. काय बोलावं हे तिला समजत नव्हतं. ती नकळत उद्गारली,

"असं काही करतील असं वाटलं नव्हतं."

"दुसरं काय करणार?" त्याच तटस्थतेनं राज वर्मा म्हणाले, "तुझी पुराणकथा, बापाचे वेद आणि माझी चित्रकला यांत वाढलेली मुलं दुसरं काय करणार?"

भावाच्या त्या बोलण्यानं उमांबा आणखीन भयभीत झाली. ती म्हणाली,

"मी सांगते त्यांना."

"काय? चित्रं काढू नको म्हणून?" राज वर्मा म्हणाले, "उमा, बघ, या कोवळ्या वयात या पोरानं केवढी सुरेख चित्रं रेखाटली आहेत. सर्व जनावरांत घोडा हे चित्र महाकठीण ! पण त्यानं रेखाटलेला हा घोडा बघ, केवढा प्रमाणबद्ध आहे. नाही उमा, ही मुलं खरी कलावंत आहेत. त्यांचं कौतुक व्हायला पाहिजे."

राज वर्म्यांच्या त्या बोलानं उमाची भीती सरली. तिनं हसत विचारलं,

"पण हा शिकला कुठं?"

"कुठं !" राज वर्मा म्हणाले, "उमा, शिकायला बुद्धी आणि उघडे डोळे असावे लागतात. आपल्या पागेतली घोडी, पिलखान्यातले हत्ती तो नित्य पाहतो ना!"

"पण ती दोघं आहेत कुठं?"

"पाचन !" राज वर्मा म्हणाले, "त्या दोघांना बोलावून आण."

पाचन सारा वाडा धुंडाळून आला पण रवि वर्मा आणि मंगला यांचा कुठेच पत्ता नव्हता. तो तसाच मुख्य वाड्याचा जोता उतरून अंगणात आला. अंगणाच्या बाजूला असलेल्या विहिरीवर दासी तेवी पाणी ओढीत होती. तेवी वीसबावीस वर्षांची होती. सावळी असली तरी, केरळ-स्त्रीचं सौंदर्य तिला लाभलं होतं. केरळच्या पद्धतीनुसार तिनं फक्त धोतरी परिधान केली होती. वरचा सर्व भाग उघडा होता. तेवी दिसताच पाचननं हाक मारली -

"तेवीऽ"

भरलेली बादली कट्ट्यावर ठेवत तेवीनं मागं पाहिलं.

"तेवी, कोच्चू आणि मंगलाबाईला कुठं पाहिलंस?"

काही न बोलता तेवीनं वाड्याच्या कमानीकडे बोट दाखवलं.

"हज्जारदा सांगितलं. तंबाखू खाऊन काम करत जाऊ नका म्हणून! तोंड उघडेल कशाला !" म्हणत आपल्या खांद्यावरचा पंचा झटकत, पाचन तरातरा पावलं टाकीत वाड्याच्या कमानीकडे गेला.

तेवी पाचनकडे पाहून हसली आणि भरलेली बादली तोलीत ती वाड्याकडे चालू लागली.

वाड्याच्या प्रवेशद्वारातील कमानीच्या पायरीवर उभा राहून पाचन पाहत होता. वाड्यासमोरचं प्रशस्त आवार मोकळं होतं. उजव्या हाताच्या पिंपळपारावर कोणी दिसत नव्हतं. त्याच वेळी रखवालदार चल्लापा येताना दिसला. पाचननं हाक मारली.

"चल्लाप्पा!"

चल्लाप्पा धावत आला. त्यानं विचारलं,

"काय रे पाचन?"

"अरे चल्लाप्पा, आपले धाकले धनी...."

पण ते वाक्य पाचनला पुरं करावं लागलं नाही. चल्लप्पानं सामोरे बोट दाखवलं. पाचनची नजर तिकडे वळली. वाड्याच्या समोरच्या आवारापलीकडं भाताचं हिरवं शिवार पसरलं होतं. त्या शिवाराच्या मधून एक बांध गेला होता. त्या बांधाच्या पलीकडे नारळीची गर्द राई पसरली होती. नारळीच्या झावळ्या कोवळ्या उन्हात तळपत होत्या. त्या नारळीबनात असलेलं, चुन्यानं रंगवलेलं देवीचं देऊळ लक्ष वेधून घेत होतं. पाचन तसाच वळला. तो वाड्याच्या देवळाजवळ आला. राज वर्मा अजूनही मुलांनी काढलेली चित्रं पाहत होते.

"स्वामी!"

राज वर्मांनी मागं वळून पाचनकडं पाहिलं. त्यांनी विचारलं,

"मुलं आली?"

नकारार्थी मान हलवत पाचननं सांगितलं, "स्वामी, धाकले धनी बहुधा देवीच्या देवळाकडे गेले असावेत."

"त्यांनी न्याहरी केली?"

"जी, नाही."

"चल पाचन, आपण देवळाकडे जाऊ." राज वर्मा म्हणाले.

"आपण न्याहरी करून जावं." उमांबा म्हणाली.

राज वर्मा हसले. आपल्या बहिणीकडे पाहत ते म्हणाले,

"मुलं उपाशी आहेत. या पाचनच्या संतापामुळं भ्यालेली आहेत. तू काळजी करू नको. मी एवढ्यात मुलांना घेऊन येतो. चल पाचन."

"छत्री आणू?" पाचननं विचारलं.

"नको."

कमरेला पांढरीशुभ्र जरीकाठी धोतरी आणि खांद्यावर उपरणं घेतलेले राज वर्मा देवळाकडे जायला निघाले. गौर वर्णाचे, सडसडीत अंगलटीचे, उंचेपुरे राज वर्मा होते. विरळ भुवयांखालील डोळ्यांत एक वेगळीच जरब नांदत होती. ओठावरून खाली झुकलेल्या मिश्यांमुळे त्यांच्या चेहऱ्यावर उग्रता आली होती. आपल्या गळ्यातील जानवं नीट करून राज वर्मा चालू लागले.

सेवकांची धावपळ उडाली. मागं पुढं सेवक जात होते. राजवाड्याचं जोतं उतरून खाली येताच एका सेवकानं पादत्राणं सामोरी ठेवली. ती पायांत चढवून राज वर्मा वाड्याच्या पायऱ्या उतरले.

पहाटे नित्यपूजा आटोपल्यानंतर राज वर्मा देवळाकडे जात असत. त्या वेळी बांधावरून जाताना हिरव्यागार भाताची वाऱ्यावर डोलणारी शेतं त्यांचं लक्ष वेधून घेत. बांध संपला की, दूरवर पसरलेल्या नारळीच्या बनातून जाताना देऊळ केव्हा आलं हेही त्यांना कळत नसे. पण आज दुसऱ्या खेपेला त्याच वाटेवरून जात असता त्यांचं लक्ष कुठंही जात नव्हतं.

देवीच्या देवळाच्या पायऱ्या चढून त्यांनी मंदिर-प्राकारात प्रवेश केला. प्राकाराच्या मध्यभागी देवीचं देऊळ होतं. चारी बाजूंनी असलेल्या ओवऱ्यांनी प्राकार बंदिस्त होता. दुसऱ्यांदा मालक आलेले पाहताच पुजारी आश्चर्यचकित झाला. त्यानं राज वर्म्यांना वंदन केलं. देवीला दंडवत घालून राज वर्मा उठले आणि देवळाबाहेर आले. पाठोपाठ पुजारी चालत होता. मंदिराभोवती फिरत असता राज वर्मा मंदिराच्या भोवती भिंतीवर रेखाटलेली चित्रं पाहत होते. त्यांच्या चेहऱ्यावर स्मित उमटलं होतं. त्या चित्रांकडे बोट दाखवीत राज वर्म्यांनी विचारलं,

"हे कोणी केलं?"

राज वर्म्यांचा संताप केवढा उग्र असतो हे पुजाऱ्यानं पाहिलं होतं. भीतीनं थरथरत तो म्हणाला,

"धाकटे धनी ... त्यांनी केलं. मी आपल्या कानावर हे घालणार होतो..."

"कुठं आहेत मुलं?"

"मघा इथं दिसली होती." पुजाऱ्यानं सांगितलं.

राज वर्म्यांची नजर देवळाच्या आवारात फिरत होती. सर्वत्र शांतता पसरली होती. आकाशात ऊन चढत होतं. त्या उन्हात देवळाचा प्राकार उजळला होता. पण कुठंच कुणी दिसत नव्हतं. त्या शांततेचा भंग करीत राज वर्म्यांची हाक उमटली —

"रविऽऽ अरे कोच्चू ऽऽ"

तो आवाज देवळाच्या प्राकारात घुमला. देवळाच्या मागच्या ओवरीत लपलेली मुलं आधीच भीतीनं थरथरत होती. मामांच्या त्या हाकेनं तर, मंगला रडू लागली. परत तीच हाक आली,

"कोच्चू ऽऽ चटकन् इकडे या."

रवि वर्म्यानं एकवार मंगलाकडे पाहिलं. आपल्या नाकावरून आडवं बोट फिरवून तो म्हणाला,

"चल. मामा बोलावत आहेत."

आपलं नाक पालथ्या हातानं पुसत मंगला म्हणाली,

"मी नाही. तू जा."

रवि वर्मासुद्धा मनातून पुरा घाबरलेला होता. रागानं तो म्हणाला,

"तू बैस इथंच रडत. मी जातो."

रवि वर्मा उठलेला पाहताच मंगला उठली. तिनं रवि वर्म्यांचं बोट धरलं. भीती-पावलांनी दोघं बाहेर आली. ओवरीबाहेर पडलेल्या त्या दोघांना पाहताच पुजारी म्हणाला,

"महाराज ऽऽ"

राज वर्म्यांची नजर येणाऱ्या दोन्ही मुलांच्याकडे गेली.

मामांचं दर्शन घडताच रवि वर्म्याचं उरलंसुरलं बळ नाहीसं झालं. मंगलाचं बोट सोडून तो धावला आणि त्यानं मामांच्या पायांवर मस्तक टेकलं. मागून आलेली मंगला मामांच्या धोतरीला बिलगून मुसमुसत होती.

राज वर्म्यांनी प्रेमभरानं रवि वर्म्याला उठवलं आणि जवळ घेतलं. भावना - विवश झालेला राज वर्मा म्हणाले,

"अरे पोरांनो, रडता कशाला?"

रवि वर्म्याच्या डोळ्यांत पाणी नव्हतं: पण त्या डोळ्यांत एक वेगळीच व्याकुळता सामावली होती. तो म्हणाला,

"परत मी नाही करणार."

राज वर्मा हसले. रवीच्या पाठीवर थोपटत ते म्हणाले,

"अरे कोच्चू ! हे तू करणार नाहीस, तर दुसरं कोण करणार? चला मुलांनो, वाड्यात सर्वजण आपल्या न्याहरीची वाट पाहात असतील."

मामांच्या शब्दांनी चकित झालेली दोन्ही मुलं क्षणात आनंदली. देवळाच्या दारात येताच राज वर्म्यांनी देवळाचे पुजारी आणि पाचनला सांगितलं—

"ही देवळावरची चित्रं पुसू नका. कुणी त्याला हात लावत नाही याची दक्षता घ्या."

उन्हं चढली होती. नारळीच्या झावळ्या सळसळत होत्या. त्यातून डोकावणारी केळीचीं झाडं आपल्या लांबझोक पानांनी लक्ष वेधून घेत होती. भाताची शेतं आपल्या हिरव्या रंगात वाऱ्यावर डुलत होती, शेतांमधल्या बांधांवर मखमली रंगाची पायघडी अंथरली होती. ते पाहत राज वर्मा दोन्ही मुलांच्यासह नोकरांच्या समवेत वाड्याची वाट चालत होते.

☯

राज वर्म्यांच्यासह येताना रवि वर्मा आणि मंगला पिवळ्या लोंबांनी दुतर्फा सजलेल्या भातांची शेतं पाहत होती. त्या शेतांवर उडणारे पाखरांचे थवे न्याहाळत होती. बांध सरत आला आणि रवि वर्म्यांचं लक्ष सामोरा गेलं. राजवाड्यासमोर विस्तीर्ण आवार होतं. त्या आवारात एका बाजूला भव्य पिंपळ-वृक्ष सळसळत होता. त्या वृक्षाला तसाच प्रशस्त, गोल पिंपळपार बांधला होता. पांढऱ्याखड चुन्यानं रंगवलेली वाड्याची कमान आणि त्या कमानीपर्यंत जाणाऱ्या पायऱ्या रवि वर्मा निरखीत असता मंगला म्हणाली,

"दादा, ते बघ !"

साऱ्यांची दृष्टी तिकडे वळली. पिंपळापाराच्या पाठीमागून घंटानाद ऐकू येत होता. पारामागच्या रस्त्यावरून गळ्यात बांधलेल्या घंटांचे आवाज करीत येणारे, राखाडी रंगाचे तीन हत्ती साऱ्यांच्या नजरेत आले. पुढे चालणाऱ्या मोठ्या हत्तीच्या पाठोपाठ दुसरा हत्ती झुलत चालत होता. त्या हत्तिणीचं शेपूट धरून तिचं पिल्लू चालत होतं. त्या हत्तींना पाहताच रवि व मंगला पुढं धावली. पुढच्या हत्तीवर बसलेला माहूत राज वर्मा आणि मुलांना पाहून हत्तीच्या सोंडेवरून खाली उतरला. 'गजेंद्र' म्हणून हाक मारून रवि वर्मा त्या पुढच्या हत्तीजवळ गेला. तो त्याच्या सोंडेवरून हात फिरवीत होता. मंगला मागच्या हत्तिणीला बिलगली होती. राज वर्मांनी विचारलं,

"अंघोळ झाली?"

माहूत कासम म्हणाला, "जी."

माहुतानं कमरेचं वस्त्र परिधान केलं होतं. ते भिजलं होतं, केस ओले झाले होते. त्याकडे रवि वर्म्याचं लक्ष जाताच कासम म्हणाला,

"सरकार, हा गजेंद्र शांत आहे. पण ती काशी महा दंगेखोर आहे."

"काय झालं?"

"कितीही हाका मारल्या तरी पाण्यातून बाहेर येत नाही. मन मानेल तशी कालव्यात डुंबत असते. रागावायला गेलं की, सोंडेनं माझ्यावरच पाणी उडवते."

मंगला आणि रवि वर्मा ते ऐकून खळखळून हसले. मागून आलेले राज वर्मा म्हणाले,

"चला मुलांनो, न्याहरीसाठी सारे तिष्ठत असतील."

रवि वर्मा म्हणाला, "कासम, संध्याकाळी आम्ही पारावर आलो की, धाकट्या राणीला घेऊन ये. आम्ही तिच्याशी खेळू. आणि हे बघ, उद्या ह्यांना स्नानाला घेऊन जाताना आम्हांला बोलाव. आम्हांला ती गंमत पाहायची आहे."

राज वर्मा मुलांच्यासह वाड्यात आले. हातपाय धुतले. स्वयंपाकघराशेजारी असलेल्या प्रशस्त सोप्यात, सारवलेल्या जमिनीवर न्याहरीची पंगत मांडली होती. धुतलेली केळीची लांबझोक पानं मांडली होती. राज वर्मा, रवि वर्म्यांचे वडील इझूमावील, रवि, मंगला हे सारे पंगतीमध्ये मानाप्रमाणं बसले. ब्राह्मण नोकर व्यंकू वाफा निघणाऱ्या इडल्या घेऊन बाहेर आला. इडल्यापाठोपाठ ताजं लोणी वाढलं गेलं.

राज वर्मांनी डोळे मिटून हात जोडले. रवीच्या वडिलांनी आणि मुलांनी त्यांचं अनुकरण केलं. इझूमावील हे संस्कृत पंडित. त्यांनी मंत्र म्हटले. ती अन्नपूजा संपताच उमांबा सांबाराचं भांडं घेऊन पंगतीत अवतरली.

दाराच्या बाजूला उभी असलेली राज वर्म्यांची वयोवृद्ध आत्या लक्ष्मीबाई न्याहरीची व्यवस्था पाहात होती. त्याच वेळी तिला उद्देशून बोललेले राज वर्म्यांचे शब्द तिच्या कानावर आले.

"वलीअम्मा ! आपला कोच्चू मोठा चित्रकार होणार बघ ! खरं ना रवी?"

मामांच्या त्या प्रशंसेनं रवि वर्म्याची तहानभूक हरली. त्यानं मंगलाकडे पाहिलं. मंगला खुदकन् हसली.

मोठी मंडळी पंगत आटोपून बाहेर पडताच दोन्ही मुलांना कंठ फुटला. रवि वर्मा म्हणाला,

"रडूबाई कुठली ! मी सांगितलं नव्हतं; मामा काही करणार नाहीत म्हणून !"

"तर ! तर !" मंगला उसळली. "मार बसला असता म्हणजे कळलं असतं."

त्या बोलण्यानं उमांबा मनापासून हसली.

दुसऱ्या दिवशी राज वर्मा आपल्या रंगशाळेत गेले आणि काही वेळानं त्यांनी रवि वर्म्याला बोलावणं पाठविलं. जेव्हा रवि वर्मा त्या दालनात आला, तेव्हा राजा राज वर्मा चटईवर बसले होते. त्यांच्यासमोर मातीचे लहानमोठे परळ मांडले होते. ते परळ अनेक रंगांनी युक्त होते. खारीच्या शेपट्यांच्या नाजुक केसांनी बद्ध झालेले लहानमोठे कुंचले एका बाजूला व्यवस्थितपणे मांडले होते. रवि वर्म्याची चाहूल लागताच राज वर्मा म्हणाले,

''ये कोच्चू.''

वाड्यात राहूनही रवि कधी मामांच्या रंगशाळेत गेला नव्हता. त्यांच्या रंगशाळेत पाचनखेरीज अन्य कुणाला प्रवेश मिळत नसे.

रवि वर्मा मामांच्या शेजारी जाऊन उभा राहिला. समोर मांडलेल्या परळांतील काही परळ उचलून राज वर्मा बाजूला ठेवत होते. त्यानंतर त्यांनी काही कुंचले उचलून निवडलेल्या परळाशेजारी ठेवले. त्यांनी आपलं भिंतीतलं कपाट उघडलं. त्यामध्ये राज वर्मांनी काढलेल्या चित्रांची चवड लावली होती. त्यांतील काही चित्रं त्यांनी निवडली आणि ती रवि वर्म्यांच्या हाती देत ते म्हणाले,

''या चित्रांच्या मागची बाजू कोरी आहे. ते बाजूला दिलेले रंग तुला दिलेले आहेत. कोपऱ्यातल्या परळात घोळलेले कोळसे आहेत. आजपासून तू इथं केव्हाही ये. तुझ्या मनाला येईल ती चित्रं काढीत जा.''

रवि वर्म्याचे डोळे विस्फारले होते. मन आनंदानं भरून गेलं होतं. तो एकदम गुडघ्यावर बसला. आणि त्यानं आपलं मस्तक राज वर्म्यांच्या पायांवर ठेवलं.

बालवयातच रवि वर्म्याला आलेली समज पाहून राज वर्मा आनंदित झाले. रवि वर्माला उठवून प्रेमभरानं जवळ घेत ते म्हणाले,

''रवि, माणसाला नुसतं शिकवून काही येत नसतं. काही गुण उपजतच असावे लागतात. मी तुला रंग कसे करायचे ते शिकवीन. पानं, फुलं, मुळ्या, रासायनिक द्रव्यं, अनेक जातींची, रंगांची माती यापासून हे रंग तयार होतात. पण आपल्याला हवा त्या जातीचा रंग कलावंतानंच शोधायचा असतो. त्याला नुसते डोळे चालत नाहीत. तिथं दृष्टीची गरज असते.''

''दृष्टी?'' रवि वर्मा नकळत उद्‌गारला.

''हो ! डोळ्यांना फक्त दिसतं. दिसणारं दृष्टीला समजतं. तुला चित्रं काढायची मी परवानगी दिली. पण त्याला काही अटी आहेत. त्या तुला पाळाव्याच लागतील. आहे कबूल?''

रवि वर्मा म्हणाला, ''हो.''

''पहिली अट —पाठशाळा, वेदाध्ययन चुकवायचं नाही.''

''नाही चुकवणार.''

''यापुढे कुठल्याही भिंतीवर रेघोट्या मारायच्या नाहीत!''

आलेलं हसू लपवत रवि वर्मा म्हणाला, "नाही मारणार."

"आणि रात्री नृत्यशाळेत नृत्याचे धडे देतील ते श्रमपूर्वक बसवायचे. समजलं?"

"हो!"

"यातली एखादी अट जरी मोडली, तरी तुझी चित्रकला बंद होईल."

तेवढं बोलून राज वर्मा बाहेर गेले. अधीर झालेल्या रवि वर्म्यानं चटईवर बैठक मांडली. मामांनी दिलेल्या रंगसाहित्याकडे तो पाहात होता. राज वर्मांनी दिलेल्या चित्रांपैकी एक चित्र त्यानं उचललं. ते एक निसर्गचित्र होतं. पण त्याकडे लक्ष न देता त्यानं मागची बाजू पाहिली. ती बाजू कोरी होती. तो कोरा कागद सामोरा ठेवून तो ओणवा झाला. क्षणभर सारे परळ व त्यांतले रंग त्यानं निरखले. आणि बारीक टोकाचा कुंचला उचलून, भगव्या रंगाच्या परळात बुडवून कागदावर हळुवारपणे टेकवला. कुंचल्याचा कागदावरचा मुलायम स्पर्श त्याच्या हाताला जाणवत होता. हात वळण घेत होता. कुंचला कागदावरून फिरत होता. आणि काही वेळात कोऱ्या कागदावर भगव्या रंगाचं एक सुरेख पान साकार झालं.

स्वतःच रंगवलेल्या त्या पहिल्या चित्राकडे पाहून रवि वर्मा भान विसरला होता.

☯

सकाळी वेदाध्ययन, न्याहरी आटोपल्यानंतर रवि वर्मा आपल्या मामांच्या-सह रंगशाळेत जाई. नानाविध रंगांच्या सहवासात त्याचं मन गुंतून जाई. मामांनी सांगितलेले रंग घोटण्यात त्याला अपूर्व आनंद वाटत असे. राज वर्मा ध्यानासाठी गेले की, तो आणि मंगला चित्रं काढीत बसत. राज वर्मा ही चित्रं बारकाईनं बघत. पण काही बोलत नसत.

सायंकाळी राज वर्मा रवि वर्म्याला घेऊन पारावर जात. असलेल्या माणसांच्यासह राज वर्मा वार्तालाप करीत असता, पागेतील घोडे आणून रवि वर्म्याला ते रपेटीसाठी पाठवीत असत. रात्री कीर्तन-मंडपात उमांबा कीर्तन करी. त्यानंतर नृत्यशाळेत नृत्य होई. त्यामध्ये रवि वर्म्याला भाग घ्यावा लागे. यामध्ये चार वर्षं कशी उलटली हेही कळलं नाही.

एके दिवशी राज वर्मा रवि वर्म्याची काही चित्रं घेऊन उमांबाकडे आले. तेथे रवि वर्म्याचे वडील इझूमावीलही होते. आणलेली चित्रं उमांबाला दाखवीत राज वर्मा म्हणाले,

"बघ उमा, मुलाची चित्रं बघ. एवढ्या कोवळ्या वयात ही सफाई ! ही रंगसंगती जमणं कठीण. तुझा मुलगा गुणी आहे. तो मोठा चित्रकार होईल, त्याला तशी संधी मिळायला हवी."

ते भाषण ऐकून शेजारी उभ्या असलेल्या इझूमावीलचे डोळे गरगरले. राज वर्म्यांच्याकडे चाललेलं शिक्षण त्यांना पसंत नव्हतं. पण राज वर्म्यांचा विरुद्ध

बोलण्याची त्यांची ताकद नव्हती. पण आता त्यांचा संयम सुटला. त्यांनी विचारलं,

"आणि आपल्या म्हणण्याप्रमाणे चित्रकार झाला तर काय होईल?"

"काय होणार नाही?" राज वर्म्यांनी उलट विचारलं.

"पुष्कळ होईल!" इझूमावील म्हणाले, "त्याचं वेदपठण बंद पडेल. आचारसंहिता राहणार नाही. दिनचर्या बुडेल. जीवनाला अर्थ राहणार नाही."

आजवर राज वर्म्यांच्या सांगण्याला कधी त्या घरात उलट उत्तर लाभलं नव्हतं. उमांबा आपल्या पतीच्या धारिष्ट्यानं चकित झाली होती. राज वर्म्यांचा संताप उफाळला होता. शक्यतो आपला संताप आवरत ते म्हणाले,

"आपण वेदोक्त पंडित आहात हे आम्ही जाणतो. दशग्रंथी आहात हेही आम्हांला माहीत आहे. त्याबद्दल आम्हाला आदरही वाटतो. आपली दिनचर्या आदर्श आहे याचा आम्हाला अभिमान आहे. पण एकच विचारावंसं वाटतं, त्या ज्ञानाचा, त्या आचारसंहितेचा आपल्या जीवनात कितपत उपयोग झाला?"

"आपल्याला काय म्हणायचं आहे?"इझूमावीलनी विचारलं.

"हे पाहा, मोकळ्या वेळेसारखा माणसाचा वैरी नाही. दिवसाचे चोवीस तास तशा अवस्थेत काढणं जमत नाही. आणि तशा तऱ्हेने उभं आयुष्य ढकलणं तर अशक्य ! त्याचमुळं माणसं व्यसनी बनतात, स्वच्छंदी बनतात."

"आम्ही स्वच्छंदी?"

"गैरसमज होतो. मी तुम्हांला म्हणालो नाही. आणि जरी तसं समजलंत तरीही काही बिघडत नाही. तुमचं वेदपठण, शास्त्रपठण, धर्माचरण, जप, पूजा या साऱ्या गोष्टी तुम्ही वेळ जाण्याचं साधन, एक छंद म्हणूनच स्वीकारल्यात, हे तुमच्या ध्यानी येत नाही. त्याऐवजी केलेल्या अभ्यासावर एखादा ग्रंथ लिहिण्याचा संकल्प तुम्ही सोडला असतात तर फार बरं झालं असतं."

"ग्रंथ !... ग्रंथ लिहीणं इतकं का सोपं आहे?" इझूमावीलनी विचारलं.

"तेच म्हणतो मी ! ग्रंथ लिहीणं इतकं सोपं नाही. जे आपण वाचतो त्याचा अर्थ जाणून घ्यावा लागतो, त्यावर चिंतन करावं लागतं, मनन करावं लागतं. त्यातूनच दृष्टान्त घडतो. आणि नवा अर्थ, नवं रूप त्या ज्ञानाला प्राप्त होतं: त्याच वेळी ग्रंथ निर्माण होतो. पण ते तुम्हांला जमणार नाही. ग्रंथ लिहायचा झाला तर स्वतंत्र विचार करावा लागतो. भाष्य करण्याचं सामर्थ्य असावं लागतं. अंधश्रद्धेनं घोकत गेलेल्या जीवनात ते सामर्थ्य येणार कोठून?"

"हे तुम्ही मला ऐकवता?"

"मुळीच नाही ! एका विद्वान पंडितासमोर मी माझे विचार मांडतो आहे. त्यात काही गल्लत असेल तर त्याचा विचार तुम्ही करा. मला सांगा." उमांबाकडे वळत ते म्हणाले, "ही आमची उमा, कथा-कीर्तनात रमते. सारे धर्मोपचार पाळते. पण जेव्हा नृत्यशाळेसाठी गरज भासली, तेव्हा हिनेच तुलाल नृत्यासाठी पार्वती-

स्वयंवर रचलं ना? ती बुद्धी हिला लाभली कोठून?''

राज वर्म्यांचं उत्तर ऐकून इझूमावीलना काय बोलावं ते सुचलं नाही. राज वर्म्यांची नजर परत उमांबाकडे वळली. त्यांनी सांगितलं,

''उमा, त्रिवेंद्रमच्या महाराजांचं मला बोलावणं आलं आहे. मी चार दिवसांत त्यांच्या भेटीसाठी जाणार आहे. आमच्या घराण्यातला चांगला मुलगा असला तर तोही घेऊन यावा असं त्यांनी सुचवलं आहे. त्यासाठी माझ्याबरोबर कोच्चूला घेऊन जाण्याचा माझा विचार आहे. हा विचार पटला तर हो म्हणा. माझी त्याबद्दल सक्ती नाही.''

''पण त्याला इथंच शिकता येणार नाही का?''

''नाही उमांबा ! मी माझ्या मर्यादा जाणतो. या परळातले रंग आयुष्यभर जरी तो घोटत राहिला, तरी श्रेष्ठ चित्रकार तो बनणार नाही. डबक्यातले मासे डबक्यातच राहतात. ते कधी मोठे होत नाहीत. पण जे नदीच्या उलट प्रवाहाशी झुंजत जीवन वाढवतात आणि केव्हातरी त्याच नदीतून जात सागराच्या लाटांशी झुंजतात तेच मासे मोठे होतात. माझा विचार पटला तर हो म्हणा. माझी सक्ती मुळीच नाही.''

त्यावर उमांबा काही बोलली नाही. राज वर्म्यांची विनंतीसुद्धा आज्ञा म्हणूनच पाळली जाते हे सर्वांना माहीत होतं.

राज वर्म्यांच्या देखरेखीखाली रवि वर्म्यासाठी नवे कपडे शिवले जात होते. रवि वर्म्याच्या प्रवासाची तयारी उमांबा करीत होती.

एके दिवशी सायंकाळच्या वेळी रवि वर्म्याला त्याची आई म्हणाली,

''कोच्चू, तू उद्या मामांच्याबरोबर त्रिवेंद्रमला जाणार आहेस. तुझ्या मामांनी तसं सांगितलं आहे.''

''त्रिवेंद्रमला?''

''हो, महाराजांच्या भेटीसाठी ते तुला नेत आहेत. तिथे चांगला वाग.''

बोलताना उमांबाच्या डोळ्यांत पाणी तरळत होतं. ते आवरत ती म्हणाली,

''तुला जायला आवडेल?''

''हो!'' रवि वर्मा आनंदानं म्हणाला.

''तुला आमची आठवण यायची नाही?'' उमांबाच्या डोळ्यांतून आवरलेले अश्रू निखळले. ते पाहताच रवि वर्मा आईच्या उघड्या छातीला बिलगला.

रात्रभर रवि वर्म्याच्या डोळ्यासमोर तो राजप्रासाद, तो राजा दिसत होता. कल्पनेचा खेळ चालू होता.

भल्या पहाटे उमांबानं रवि वर्म्याला उठवलं. स्नान आटोपून राज वर्मा आणि रवि वर्म्यानी न्याहरी केली. रवि वर्म्याची निघण्याची तयारी झाली. पाचन, चेतू, सारे सेवक प्रवासाचं सर्व सामान पलित्याच्या उजेडात वाड्याबाहेर नेत होते. आणि त्याचवेळी राज वर्म्यांची हाक उमटली—

"कोच्चू ऽऽ "

रवि वर्म्यानं वडिलांच्या पायावर मस्तक टेकलं. रवीला आशीर्वाद देऊन त्याचे वडील मागं सरले. त्यानंतर रवि वर्म्यानं उमांबाच्या पायांवर मस्तक टेकलं. त्याला उठवत, उराशी कवटाळत ती तशीच उभी राहिली. त्याच वेळी परत हाक आली—

"कोच्चू ऽऽ"

उमांबानं झटकन् रवीच्या कपाळाचं चुंबन घेतलं. ती भरल्या आवाजानं म्हणाली,

"जा कोच्चू! सांभाळून राहा."

वाड्याच्या चौथऱ्यावर शाल पांघरलेले राज वर्मा उभे होते. उमांबानं त्यांना वंदन केलं. राज वर्मा रवि वर्म्यासह वाड्याबाहेर आले. वाड्याच्या समोरच्या आवारात झुली घातलेल्या, सवारीनं सजलेल्या बैलगाड्या उभा होत्या. राज वर्मा रवि वर्म्यासह गाडीत बसले. गाड्या चालू लागल्या. बैलांच्या घुंगुरांचा आवाज येत होता. तक्क्याच्या बैठकीनं सज्ज झालेल्या त्या गाडीत रवि वर्मा बसल्या जागी डुलक्या घेत होता.

पूर्वेला नुकतंच उजाडू लागलं होतं.

☯

त्रिवेंद्रम ! त्रावणकोरची राजधानी. आपल्या मामांच्या बरोबर त्या शहरात रवि वर्म्यानं प्रवेश केला. बैलगाडीच्या सवारीतून दिसणारं ते शहर रवि वर्मा आसुसलेल्या नजरेनं पाहात होता. राजप्रासादाच्या विस्तीर्ण आवारात किलीमानूर घराण्याच्या मदातू मदहोम या हवेलीत राज वर्म्यांसह रवि वर्म्याचा निवास होता.

दुसऱ्या दिवशी त्रावणकोरचे राजे आईल्यम तिरुनाल यांचं बोलावणं आलं. रवि वर्म्यांसह राज वर्मा वाड्यामध्ये गेले. त्यांच्या खास महालात राज वर्म्यांनं प्रवेश केला. आईल्यम तिरुनाल उभे होते.

मागे परतवलेले केस, गोल चेहरा, आणि भावुक डोळे असलेले आईल्यम तिरुनाल रवि वर्मा व राज वर्मा यांचेकडे पाहात होते. त्याच्या अंगावर असलेल्या अंगरख्यावर गळ्याशी टपोऱ्या मोत्यांचा कंठा, एवढंच राजचिन्ह दिसत होतं. चेहऱ्यावर प्रसन्न स्मित झळकत होतं. राज वर्मानं नम्र भावानं वंदन केलं. रवि वर्मानं त्यांचं अनुकरण केलं. आईल्यम तिरुनाल म्हणाले,

"राज वर्मा, आमच्या विनंतीला मान देऊन आपण आलात हे ठीक केलंत." रवि वर्म्यांकडे पाहात त्यांनी विचारलं, "हा मुलगा कोण?"

राज वर्मा म्हणाले, "महाराज, हा माझ्या बहिणीचा मुलगा, रवि वर्मा. याला

आपल्या दर्शनासाठी आणलं आहे."

जेव्हा राज वर्मा हे सांगत होते, तेव्हा पडद्याआडून अनेक राजस्त्रिया त्या दोघांना निरखीत होत्या.

चार दिवस असेच गेले. एके दिवशी राज वर्म्यांना महाराजांनी बोलावलं. राज वर्मा एकटेच राजेसाहेबांच्या भेटीला गेले. आईल्यम तिरुनालांची मुद्रा खिन्न होती. ते म्हणाले,

"राज वर्मा, आपल्या रवि वर्म्याशी आमच्या घराण्याची सोयरीक व्हावी असं आमच्या मनात होतं. मला सांगताना संकोच होतो आहे; ही सोयरीक जुळली असती तर मला आनंद झाला असता."

"महाराज, आपण कसलाही संकोच न बाळगता बोलावं." राज वर्मा म्हणाले.

"ठीक आहे. मी स्पष्टपणे सांगतो. राग मानू नका. हा मुलगा सावळा आहे म्हणून आमच्या घराण्याच्या राजस्त्रियांनी त्याला नाकारलं आहे. तो निर्णय ऐकून मलाही खेद झाला. तो मुलगा चाणाक्ष आहे. तो सावळा असला तरी रूपसंपन्न आहे. पण ते कोणाच्या ध्यानी येत नाही."

त्याच वेळी राज वर्मा म्हणाले, "महाराज, काही नातं जोडावं म्हणून या मुलाला आपणाकडे आणलं नाही. पण हा मुलगा गुणसंपन्न आहे; त्याचे उपजत गुण वाया जाऊ नयेत म्हणून मी त्याला आपल्या दर्शनार्थ आणलं आहे."

"कसले गुण?"

राज वर्म्यांनी बरोबर आणलेली तीन जलरंगातील चित्रं राजेसाहेबांच्या हाती दिली. ती चित्रं पाहात असता राजेसाहेब आश्चर्यानं उद्‌गारले,

"ही चित्रं त्या मुलानं काढली?"

राज वर्मा म्हणाले,

"जी; आपण चित्रकलेचे भोक्ते आहात. या मुलाला मी फारसं शिकवू शकणार नाही. जेवढं मला येत होतं ते त्यानं आत्मसात केलं आहे. रवि वर्मा आपल्या नजरेखाली राहिला तर त्याच्या कलागुणांचं सार्थक होईल."

क्षणभर आईल्यम तिरुनालनी विचार केला आणि ते म्हणाले,

"राज वर्मा ! तुम्ही त्या मुलाची चिंता करू नका. तो आमच्याजवळ राहील. आमचे राजप्रासादाचे चित्रकार त्याला शिकवतील. आमच्या ग्रंथालयात चित्रकलेवरची अनेक पुस्तकं आहेत. ती त्याला हवी तेव्हा उपलब्ध होतील, आपण निश्चिंत राहा."

राजाच्या त्या बोलण्यानं राज वर्मा सुखावले आणि समाधानानं त्यांनी आईल्यम महाराजांचा निरोप घेतला.

राजवाड्याच्या प्रशस्त आवारात असलेल्या हवेलीत रवि वर्मा आपल्या मामांच्यासह राहात होता. तिथली सर्व व्यवस्था लावून, एके दिवशी राज वर्मा परत किलीमानूरला गेले.

बैठ्या अंगलटीनं सजलेल्या अनेक दालनांनी व्यापलेल्या त्या भव्य राजवाड्याची दोन दालनं रवि वर्म्याला देण्यात आली होती. त्या मोठ्या दालनांतून फिरत असताना रवि वर्म्याला एकाकीपण तीव्रतेनं भासत असे.

रात्रीच्या वेळी तो झोपायला जाई, तेव्हा त्याला किलीमानूरची आठवण दाटून येई. तो पिंपळपार, त्यासमोरचं अंगण, तो तबेल्यातून उठणारा आवाज वाड्यात प्रवेश करताच विहिरीवर चाललेली दासदासींची धावपळ, पहाटेचं स्नान, वडिलांच्या हाताखाली वेदपठण, त्या सारवलेल्या जमिनीवर मांडलेली लांबझोक केळीची पानं, त्यावरची न्याहरी, मंगलाचा खोडकर स्वभाव, सायंकाळी आईचं कीर्तन, नृत्यशाळेतला पदन्यास... हे सारं त्याला आठवत असे. आणि त्रिवेंद्रमच्या वाड्यातला शिस्तीचा कारभार त्याला असह्य होत असे.

विरंगुळा एकच होता. दोनप्रहरी किंवा सायंकाळच्या वेळी तो राजवाड्या-शेजारच्या पद्मनाभस्वामी मंदिराकडे जात असे. त्या मंदिराची आकाशात चढलेली, नक्षीकामानं सजलेली सातमजली गोपुरं तो थक्क होऊन पाहात असे. मंदिराच्या आत कोरलेल्या मूर्ती तो आश्चर्यचकित नजरेनं तासन्तास पाहात असे. शेकडो भव्य स्तंभांनी तोललेला प्रदक्षिणा मार्ग आणि त्या स्तंभांवरच्या पणती घेतलेल्या ललनांच्या सुबक मूर्ती त्याचं लक्ष खिळवून ठेवत.

ती शिल्पं पाहून थक्क होऊन तो जेव्हा बाहेर येत असे, तेव्हा मंदिराच्या बाजूला असलेल्या, घाटांनी बद्ध झालेल्या विस्तीर्ण जलाशयावर त्याचं लक्ष जाई. अनेक सायंकाळी त्या निळ्यागर्द पाण्यावर उमटलेले संध्यारंग पाहात त्यानं दिवस काढले होते.

त्रिवेंद्रमच्या राजवाड्यामध्ये वास्तव करीत असता, तसं पाहिलं तर रवि वर्मा एकाकी नव्हता. राजभवनातला राजचित्रकार रामस्वामी नायकर. त्याला महाराजांनी रवि वर्म्याला चित्रकला शिकवण्याबद्दल आज्ञा केली होती. पण रवि वर्म्याच्या हातची सफाई बघून तो दिवसेंदिवस रवि वर्म्यावर नाराज होत होता. बळूचे तयार केलेले रंग घेऊन तो सकाळी महालात येत असे. ते रंग कसे तयार करतात याबद्दल अवाक्षरही बोलत नसे. पण जेव्हा नायकर नसे, तेव्हा नायकरचा शिष्य आर्मुखम् पिलाई रवि वर्म्याला साहाय्य करीत असे. आर्मुखम् पिलाईबरोबर रवि वर्म्याच्याच वयाचा एक मुलगा येत असे. त्याचं नाव होतं रामय्या. तो कौतुकानं ह्या साऱ्या गोष्टी पाहात असे. रामय्या आणि रवि वर्मा यांचा स्नेह जमायला फार वेळ लागला नाही. अधिकाराचा दुरावा केव्हा नाहीसा झाला हेही त्यांना कळलं नाही. रामय्या रवि वर्माला कोच्चू म्हणून हाक मारू लागला. सायंकाळच्या वेळी पद्मनाभस्वामी

मंदिराशेजारच्या सरोवराशेजारी दोघं गप्पा मारीत बसत. एकदा रवि वर्मा म्हणाला,

"तू वेदाध्ययन करतोस?"

"नाही."

"चित्रं काढतोस?"

"नाही."

"मग काय करतोस?"

"काही नाही."

"काही नाही?"

"अरे कोच्चू, प्रत्येक माणसानं काही तरी केलंच पाहिजे असं कुणी सांगितलंय?"

"अरे पण, जगणार कसा तू?"

"या देशात अनेक भिकारी आहेत. संन्यासी आहेत. साधू आहेत. ते काय करून जगतात?"

ते रामय्याचं वाक्य ऐकून रवि वर्मा चकित झाला. तो म्हणाला,

"काय बोलतोस !"

"अरे कोच्चू, कोणी नाही काळजी केली, तर तुझ्यासारखा मित्र करेल ना ! मग चिंता कसली?"

ते ऐकून रवि वर्म्याला काय बोलावं ते सुचत नव्हतं. त्याच्या गोंधळलेल्या मुद्रेकडे पाहून रामय्या हसला आणि त्या मोठ्या हसण्यानं रवि वर्मा त्यात सामील झाला. रामय्याच्या खांद्यावर हात ठेवून रवि वर्मा उठला.

आता जलाशय मागे पडला होता. नजरेत येत होती ती आकाशात चढलेली पद्मनाभस्वामी मंदिराची सात मजली गोपुरं.

☯

सकाळच्या सूर्यकिरणांमध्ये राजप्रासादाच्या आवारातील मदातु मदहोम या आपल्या निवासाच्या द्वारी रवि वर्मा नुकताच घोड्यावरून रपेट करून आला होता. तो पायउतार होताच, दाराशी उभ्या असलेल्या रामय्याचं त्याला दर्शन घडलं. पण नेहमीसारखा रामय्याचा चेहरा हसरा नव्हता. तो रवि वर्म्याला म्हणाला,

"कोच्चू, स्वामी नायकर आलेले आहेत. ते संतापलेले आहेत."

"का? कशासाठी?" बेफिकीरीनं रवि वर्मा म्हणाला.

"तुला वेळ झाला म्हणून."

रामय्याच्या बोलण्याकडे लक्ष न देता त्याच्या खांद्यावर हात ठेवून रवि वर्मा वर आला.

"अरे, आज रपेटीला मजा आली. रामय्या, तू पण घोड्यावर बसायला शीक ना !

"नको रे बाबा ! दोन पायानं चालतान दहा वेळा ठेचकाळतो. घोड्याचे चार पाय आणि माझे दोन. सहा पायांवर पळताना माझं काय होईल? ते तुम्हीच करू जाणे !"

रवि वर्मा खळखळून हसला. तो म्हणाला,

"रामय्या, अरे, जरा कुठं तरी धीटपणानं वागायला शीक."

रामय्या काही बोलला नाही. दोघांनी हवेलीत प्रवेश केला.

आतल्या महालात नायकर परळामध्ये रंग घोटत होता. उघडाबोडका, उग्र चेहऱ्याचा, कपाळी भस्माचे पट्टे लावलेला, कमरेला धोतरी गुंडाळलेल्या नायकरनं आपली दृष्टी रवि वर्मा आणि रामय्यावर खिळवली. आपलं काम थांबवून तो म्हणाला,

"आलात?"

रवि वर्मा म्हणाला, "हो."

"अजून रंग खलून व्हायचे आहेत. तेव्हा, थोड्या वेळानं आलात तरी चालेल."

रवि वर्म्यानं हसून म्हटलं, "मग आम्ही इथंच बसतो."

आणि निश्चयपूर्वक चित्रकार नायकर म्हणाला,

"ते चालणार नाही. तुम्ही जा. सर्व तयारी झाल्यानंतर आपल्याला बोलवीन."

रवि वर्म्यानं हसून एकवार रामय्याकडे पाहिलं आणि दोघेही आतल्या महालात गेले. आतल्या महालात जाताच रवि वर्म्यानं रामय्याला सांगितलं,

"हा नायकर स्वत:ला कोण समजतो? माझ्या मामांच्या घरी रंग कसे बनवावेत हे मामांनी मला शिकवलं आहे. त्या राज वर्म्यांच्या नखाची सर ह्या नायकरला येणार नाही. राजदरबारी हत्ती पोसले जातात. पण सुवर्णअंबारी तोलण्याची ताकद फारच थोड्या हत्तींच्या ठिकाणी असते. थांब रामय्या, मी एवढ्यात येतो."

आणि असं म्हणून तो मागील दारातून बाहेर पडला.

राजप्रासादाच्या आत त्यानं प्रवेश केला. राणी लक्ष्मीबाईंच्या महालासमोर तो येऊन उभा राहिला. दासी उभी होती. तिच्याकरवी त्यानं निरोप पाठवला. लक्ष्मीबाईंनी त्याला आत बोलावलं. लक्ष्मीबाईंनी विचारलं,

"काय रे कोच्चू?"

"राणीसाहेब, मला काही रंग हवेत. त्यासाठी पैशांची गरज आहे. मामांच्या कडून पैसे आले की, मी ते तुम्हाला देईन."

केस विंचरणाऱ्या लक्ष्मीबाई उठल्या. त्यांचे काळेभोर केस गुडघ्यापर्यत आले होते. काळ्याभोर डोळ्यांत वात्सल्य सामावलं होतं. रवि वर्म्याजवळ येत त्या म्हणाल्या,

"कोच्चू, एवढा संकोच कसला?"

आणि अलमारीवरचा आपला बटवा उघडून त्यातले दहा सुरती रुपये त्यांनी रवि वर्म्याच्या हाती ठेवले. रवि वर्म्यानं राणी लक्ष्मीबाईंच्या पायांवर मस्तक ठेवलं. त्याला उठवत, त्याच्या पाठीवरून हात फिरवत त्या म्हणाल्या,

"अरे कोच्चू ! इथं तुझे आई-वडील नाहीत. मामा नाहीत. पण ती सर्व जागा मी आणि भावानं घेतली आहे; हे विसरू नको. काही अडी-अडचण आली तर सांगत जा. परतफेडीची भाषा यापुढं करू नको; समजलं?"

रवि वर्मा दहा रुपये घेऊन आपल्या निवासस्थानी आला. त्याला पाहताच नायकर म्हणाला,

"मी तुमचीच वाट पाहतोय. लौकर या."

"आलोच !" म्हणत रवि वर्मा आपल्या अंतर्गृहात गेला. तेथे रामय्या बसला होता. त्याच्या हातात नगदी दहा रुपये त्यानं दिले. आपल्याला हवे ते रंग, बळू यांची यादीही दिली. रामय्याच्या चेहऱ्यावर मिस्किल हास्य उमटलं. रवि वर्म्यानं विचारलं,

"का हसलास?"

रामय्या काही बोलला नाही.

"नाही रामय्या. मला किती रंग बनविता येतात ते एकदा नायकरला दाखवायला हवं. पेरू, आंबा, पानांची चित्रं... ही चित्रं काढण्यासाठी मी जन्मलो नाही हे त्या नायकरला एकदा समजायला हवं. तू दोनप्रहरी ये. हे सगळं साहित्य घेऊन ये. लौकर ये. आपण हे रंग घोटून तयार करू. हे रंग तयार करणं हे त्या नायकरच्या बापालाही जमणार नाही. कारण ते मी माझ्या मामांच्याकडून शिकलो आहे."

दोनप्रहरच्या वेळी रामय्या सर्व साहित्य घेऊन आला. त्यामध्ये सोनकाब, हुरमंज, नाना वनस्पती आणि अनेक रंगांच्या पुड्या होत्या. नाना मातीचे परळ रवि वर्म्यानं आधीच स्वच्छ करून ठेवले होते. त्यात रविवर्मा रंग घोटत होता. त्याच्या मदतीला रामय्याही होता.

आणि सायंकाळच्या वेळी नायकरनं महालात प्रवेश केला. विस्फारित नेत्रांनी तो महालातील परळांच्याकडे पाहात होता. रवि वर्म्याच्या चेहऱ्यावर एक स्मित प्रकटलं होतं. खांद्यावर पंचा, गळ्यात जानवं, कमरेला शुभ्र धोतरी परिधान केलेल्या त्या नायकरच्या कपाळावरच्या आठ्या भस्माच्या पट्ट्यात विरल्या होत्या. आपले गरगरीत डोळे फिरवीत तो उफाळला,

"हे कोणी केलं?"

रवि वर्मा शांतपणे म्हणाला, "मी केलं."

"चित्रकलेतलं तुम्हाला काय कळतं? रंग करणं इतकं सोपं नसतं."

आणि संतापाच्या भरात लाथेनं एक रंगपरळ त्यानं लाथाडला. तो परळ फुटला होता. ते रंग सारवलेल्या जमिनीवर विरत होते. त्या कृतीनं संतापलेला रवि वर्मा उफळला,

"स्वतःला चित्रकार म्हणवता आणि रंग लाथाडता? तुम्हाला आठवत नसेल; पण मी एका थोर चित्रकाराचा भाचा आहे. त्यांचं नाव आहे राज वर्मा. आणि ज्यांच्यामुळं तुम्ही मला शिकवीत आहात, ते आहेत राजे आईल्यम तिरूनाल.

त्यांचे तुम्ही आश्रित आहात. दोघांचेही तुम्ही आश्रित आहात. तुमच्याजवळ शिकवण्याजोगं काहीही नाही हे मी ओळखलं आहे. तुमच्याकडून काहीही मिळालं नाही. किंबहुना तुमच्याकडून काय घेऊ नये एवढंच मी शिकलो आहे. मला तुमच्याकडून काहीही नको आहे. कृपा करून चालते व्हा.''

त्या बोलांनी नायकरचं सारं बळ सरलं. त्याला आपल्या परिस्थितीची जाणीव झाली. तो म्हणाला,

''पण महाराज–''

''मी महाराज केव्हापासून झालो? चार परळांतले रंग घोटताना ते कुणाला समजू नयेत म्हणून विद्या लपवणारे तुम्ही. मला महाराज म्हणता कशाला? नायकर, मी तुम्हाला सांगतो, माझ्या जीवनात जर कधी प्रसिद्धी, कीर्ती मिळाली, तर तुम्हाला जरूर मी गुरू मानीन. पण ते गुरू कसा असावा यासाठी नव्हे, तर तो गुरू कसा नसावा यासाठी. मी जरूर तुमची आठवण काढीन.''

रवि वर्म्याचं ते उग्र रूप पाहून नायकर स्तिमित झाला होता. आपल्या खांद्यावरचं उपरणं सावरून तो जायला निघाला. तरुण वयाचा, संतापलेला रवि वर्मा म्हणाला,

''नायकर, थांबा.''

नायकर वळला. त्या फुटलेल्या परळाकडे बोट दाखवत रवि वर्मा म्हणाला,

''नायकर, तो फुटलेला परळ घेऊन चला.''

नायकरला काय बोलावं हे सुचत नव्हतं. नकळत तो परळ उचलण्यासाठी वाकला. त्याच वेळी त्याच्या कानावर शब्द आले,

''तुम्ही राजदरबारचे चित्रकार. तुम्ही आमच्यासाठी राजाज्ञेनं जो वेळ खर्च केलात त्याची बिदागी आम्ही जरूर देऊ. कारण... कलेपेक्षा राजदरबारची नोकरी आणि मिळणारी बिदागी याला तुमचं महत्त्व मोठं आहे हे मी जाणतो.''

नायकर खालच्या मानेनं निघून गेला.

तारुण्यात पदार्पण केलेला रवि वर्मा रामय्याकडे पाहात खिन्नपणे म्हणाला,

''रामय्या, चार चित्रं काढली, चार शिल्पं खोदली म्हणून ही माणसं स्वतःला किती श्रेष्ठ समजतात रे ! ह्या परमेश्वरानं हा निसर्ग केवढा नाना रंगांनी नटवला आहे. प्रत्येक दिवसाचं रूप वेगळं. प्रत्येक दिवसाचा ढंग वेगळा आहे, हे या लोकांच्या ध्यानी येतच नाही. मग ह्या लोकांची मिजास, हा गौरव, हा थाट... कशासाठी करतात ही माणसं?''

रामय्या त्यावर काही बोलला नाही. उद्विग्न झालेला, कोवळ्या वयाचा रवि वर्मा म्हणाला, ''रामय्या, तू का बोलत नाहीस ?''

रामय्या निर्विकारपणे म्हणाला, ''मला यातलं काहीही कळलेलं नाही.''

त्यावर दोघंही खळखळून हसले. आणि महालातून बाहेर पडले.

सकाळच्या वेळी कपाळी भस्म लावलेला रवि वर्मा आपल्या महालातून बाहेर पडला. त्याच वेळी रामय्या सामोरा आला. तो म्हणाला,

"कोच्चू, राजवाड्यातून निरोप आला आहे तुला राजेसाहेबांनी मंदिरामध्ये बोलावलं आहे."

"मला?"

"हो. तुला !"

" ठीक आहे. चल, आपण मंदिराकडे जाऊ."

दोघं मंदिराकडे निघाले. मंदिराच्या विस्तीर्ण पायऱ्या चढून ते वर गेले. राजमंडळींसाठी एक खास दार राखून ठेवण्यात आलं होतं. तेथे दोघं उभे राहिले. काही वेळाच्या प्रतीक्षेनंतर ते द्वार उघडलं गेलं. आणि गौर वर्णाचे, गोलस चेहऱ्याचे आईल्यम तिरुनाल त्या द्वारातून प्रगटले. पूजासाहित्य घेतलेले सेवक त्यांच्यामागं आदबीनं उभे होते. रवि वर्म्याकडे पाहून त्यांनी स्मितहास्य केलं. आणि काही न बोलण्याची खूण करून त्यांनी आपलं बोट ओठावर ठेवलं. त्यांच्यासह सारे गाभाऱ्यात गेले. शय्येवर पहुडलेल्या विष्णूची पूजा राजेसाहेबांनी केली. ती पूजा संपताच त्यांनी आपल्या पाठीमागच्या सेवकाकडे पाहिलं. सेवकानं आणलेली रंगपेटी रवि वर्म्याच्या हाती देत राजे आईल्यम म्हणाले–

"कोच्चू, कालचा प्रकार माझ्या कानी आला आहे. तू केलंस ते योग्यच आहे. त्यासाठी माझ्या संग्रहातील जलरंगाची पेटी आज मी तुझ्या स्वाधीन करीत आहे. यापुढे तुला परळ घोटण्याची काही गरज नाही. कलावंताला नुसतं ज्ञान असून चालत नाही. त्याला आत्मविश्वास असावा लागतो. तू जो आत्मविश्वास प्रगट केलास त्याचा मला आनंद आहे. कोच्चू, हाच आत्मविश्वास बाळगून केव्हातरी मोठा हो. एवढा मोठा हो की, त्याच्या पुढे त्रिवेंद्रमची छत्रचामरेसुद्धा फिकी पडावीत."

शुभ्र धोतरी परिधान केलेल्या रवि वर्म्याला काही कळत नव्हतं. हातातल्या रंगपेटीपेक्षाही त्या राजाचं रूप त्याला अनेक पटीनं मोहवत होतं. खांद्यावरचं उपरणं काढून त्यानं जमिनीवर टाकलं. आपलं जानवं त्यानं आपल्या मनगटावर घेतलं. आणि आईल्यम तिरुनालांच्या पायांवर मस्तक टेकवलं.

त्या अश्रूभरित नेत्रांच्या रवि वर्म्याला उठवत राजे तिरुनाल म्हणाले,

"बेटा कोच्चू ! एक लक्षात ठेव; उपकारकर्ता म्हणून तू कोणाच्याही चरणाला स्पर्श करू नको. जे मोठे असतील, ज्यांच्याबद्दल आदर असेल त्यांच्यापुढे नम्र व्हायला लाजू नको. मी तुझ्यासाठी मद्रासहून तैलरंग मागवले आहेत. ते येतील त्यावेळी मी तुला ते देईन. तोवर तुझी चित्रकला वाढत राहो, एवढीच माझी इच्छा आहे. तुला काही कमतरता पडली तर मला सांग. मी ती दूर करीन. समजलं?"

श्रद्धापूर्ण रवि वर्म्यानं राजे आईल्यम तिरुनालांचा निरोप घेतला.

या पहुडलेल्या नारायणापेक्षाही आईल्यम तिरुनालांचं रूप त्या कलावंत मनाला मोठं वाटत होतं.

एके दिवशी आईल्यम तिरुनाल यांनी रवि वर्म्याला बोलावणं पाठवलं. रवि वर्मा जेव्हा आईल्यम तिरुनाल यांच्या महाली आला, तेव्हा तेथे उभ्या असलेल्या एका गोऱ्या साहेबाला त्यानं पाहिलं. राजेसाहेबांनी आपल्याला का बोलवावं ह्या संभ्रमात रवि वर्मा असता, राजेसाहेब त्या गोऱ्या साहेबाला म्हणाले,

"मिस्टर ब्रूक ! हा रवि वर्मा. आमच्या नात्यातलाच हा मुलगा आहे. चित्रकलेची त्याला आवड आहे. आपण त्याला शिकवावं ही आमची इच्छा आहे."

ब्रूकसाहेब मान तुकवून म्हणाले, "क्षमा असावी महाराज. मी एक चित्रकार आहे. शिक्षक नाही. मला शिकवणं जमणार नाही."

ब्रूकसाहेबाच्या त्या बोलण्यानं राजेसाहेबांच्या मुखावर एक मंद स्मित प्रगटलं. ते म्हणाले,

"ठीक आहे. आम्ही तो आग्रह धरीत नाही. पण जेव्हा आपण आमच्या राजघराण्याच्या व्यक्तींची चित्रं काढाल, तेव्हा या मुलाला ती पाहण्याची संधी द्यावी."

ती विनंती ऐकून ब्रूकसाहेबाचा चेहरा चिंताक्रांत झाला. तो धीर करून म्हणाला,

"महाराज, मी जेव्हा काम करीत असतो, तेव्हा तेथे कोणी परकी व्यक्ती हजर असली तर माझं लक्ष विचलित होतं. त्यामुळं मी आपली आज्ञा मान्य करू शकत नाही."

हे बोलत असता ब्रूकची नजर कोवळ्या वयाच्या रवि वर्म्यावर खिळली होती. ब्रूकचं बोलणं ऐकून राजेसाहेबांचं स्मित नाहीसं झालं. त्यांचा चेहरा कठोर बनला. ते म्हणाले,

"ब्रूकसाहेब, आमची एवढी सामान्य विनंती मान्य करता येत नसेल तर, तुमच्या चित्रांची आम्हाला गरज नाही. एक पंधरा-सोळा वर्षांचा मुलगा आपल्या रंगशाळेत उभा राहिला तर आपलं लक्ष विचलित होतं, यावर आमचा विश्वास बसत नाही. आपण आमच्या दिवाणसाहेबांना भेटा. ते आपल्या प्रवासाची व्यवस्था करतील."

अनपेक्षित आलेल्या या आज्ञेनं ब्रूकसाहेब चपापले. क्षणभर काय बोलावं हे त्यांना सुचेना. स्वत:ला सावरत ते म्हणाले,

"क्षमा असावी महाराज. आपला गैरसमज होतो आहे. आपली आज्ञा असेल तर, या मुलाला माझ्या रंगशाळेत येण्याची परवानगी देईन."

आईल्यम तिरुनालांच्या चेहऱ्यावर पुन्हा स्मित प्रकटलं. ते म्हणाले,

"तुम्ही आमची विनंती मान्य केलीत, त्याबद्दल मी तुमचा अत्यंत आभारी आहे."

ब्रूकसाहेब निघून गेले. राजेसाहेबांनी रवि वर्म्याच्या खांद्यावर हात ठेवला.

"रवी, चंचुप्रवेश करून दिला आहे. आता पुढं काय करायचं ते तू बघ. ब्रूक हा निष्णात चित्रकार आहे. तो काय करतो हे पाहूनसुद्धा तुला खूप शिकता येईल."

एवढं बोलून राजेसाहेबांनी रवि वर्म्याचा निरोप घेतला.

☯

दुसऱ्या दिवसापासून ब्रूकच्या ठरल्या वेळेप्रमाणं रवि वर्मा त्या दालनात जात असे. ज्यांचं चित्र काढायचं असेल त्या राजघराण्यातल्या व्यक्तीला वंदन करून, रवि वर्मा एका बाजूला उभा राहात असे. ती चित्रं काढीत असता ब्रूकनं कधीही रवि वर्म्याच्या अस्तित्वाची जाणीव ठेवली नाही. नाना रंगांच्या तबकांमध्ये ठेवलेल्या नाना रंगांच्या ट्युबा हातातल्या कमलाकृती रंगतबकात तो ओतत असे. त्यांचं मिश्रण आपल्या रुपेरी चमच्यानं करीत असे. खाली ठेवलेल्या तरईमध्ये नानाविध आकारांचे कुंचले ठेवलेले असत. आधीच रेखाटन केलेल्या व्यक्तिचित्रावर हवा तो कुंचला उचलून, हवा तो रंग मिसळून, ब्रूक समोरच्या चित्रसोपानावरील फलकावर रंगाचे फराटे मारीत असे. रवि वर्मा ते सारं थक्क होऊन पाहात असे.

☯

एके दिवशी राजेसाहेबांनी रवि वर्म्याला बोलावून घेतलं आणि विचारलं,

"सध्या ब्रूकसाहेब कोणतं चित्र काढीत आहेत ?"

रवि वर्म्यानं उत्तर दिलं, "मला माहीत नाही."

आईल्यम तिरुनाल रवि वर्म्याकडे क्षणभर पाहात राहिले. रवि वर्म्यावर नजर रोखत त्यांनी विचारलं,

"माहीत नाही ? मग तिथं जाऊन करतोस काय?" शांत नजरेनं रवि वर्मा उत्तरला, "मी फक्त त्यांचा रंगतबक पाहतो."

"रंगतबक ?"

"जी!" रवि वर्मा धिटाईनं म्हणाला, "ते रंग कसे मिसळतात इकडंच माझं लक्ष असतं."

रवि वर्म्याच्या त्या धिटाईच्या बोलांनी आईल्यम तिरुनाल क्षणभर अवाक् झाले. दुसऱ्याच क्षणी त्यांच्या मुखावर प्रसन्न स्मित प्रकटलं. पुढं होऊन त्यांनी रवि वर्म्याच्या पाठीवरून हात फिरवला आणि समाधानानं ते म्हणाले,

"कोच्चू! तुझे मामा राज वर्मा तुला इथं ठेवताना म्हणाले होते-ह्या मुलाचे गुण वाया जाऊ नयेत. जे उपजत असतात ते कुणी नष्ट करून पाहिलं तरी नष्ट होत नाहीत. जे उपजत आहे ते कधी स्वस्थ बसू देत नाही. राज वर्म्यांचे आशीर्वाद आणि तुझी शिकण्याची प्रबळ इच्छा निश्चितपणे तुला यशच देईल. मी काय म्हणतो हे

कदाचित आज तुझ्या ध्यानी येणार नाही. तू मोठा झालास की, तुला जरूर माझ्या बोलण्याचा अर्थ कळेल. कोच्चू, खूप मोठा हो.''

आईल्यम तिरुनालच्या त्या बोलांनी रवि वर्म्याला काय बोलावं हे कळत नव्हतं. भारावलेला रवि वर्मा आईल्यम तिरुनालांच्या चरणांकडे नजर लावून उभा होता.

दुसऱ्या दिवशी रंगशाळेत ब्रूक राजकन्येचं चित्र काढीत होता. अचानक महाराज येत असल्याची वर्दी आली. आणि पाठोपाठ राजे आईल्यम तिरुनाल महालात आले. चित्रासाठी बसलेली राजकन्या व ब्रूकसाहेब, आपापल्या पद्धतींनुसार राजेसाहेबांना वंदन करते झाले. एका कोपऱ्यात उभा असलेला रवि वर्मा पुढं झाला. त्यानं राजेसाहेबांच्या पायाला हात लावून वंदन केलं. आईल्यम तिरुनालांचं लक्ष ब्रूक काढीत असलेल्या चित्राकडे गेलं. ते म्हणाले,

''व्वा! सुरेख!''

आणि त्याचबरोबर त्यांचं लक्ष ब्रूकच्या हातातील कमलाकृती रंगतबकाकडे गेलं. ते तबक हाती घेत राजेसाहेब निरखीत होते. तो हात तसाच खेळवत राजेसाहेब म्हणाले,

''ब्रूकसाहेब, आम्ही आपल्या कामात व्यत्यय आणतो आहोत त्याबद्दल राग मानू नका. उद्या आमच्या राजवाड्यामध्ये मेजवानी आहे. त्या प्रसंगी आपण आमचे सन्माननीय पाहुणे म्हणून हजर राहावं असं वाटतं. ते वैयक्तिक आमंत्रण देण्यासाठीच आम्ही इथं आलो.''

ब्रूक मान तुकवून म्हणाला, ''मी आपला आभारी आहे.''

आईल्यम तिरुनालांच्या चेहऱ्यावर वेगळंच स्मित प्रगटलं होतं. रवि वर्म्याकडे पाहात ते म्हणाले,

''साहेब, हा मुलगा तुमच्याजवळ उभा राहतो, पण तुम्ही कुणाचं चित्र काढता हे मुळीच पाहात नाही. आणि ते पाहात नसेल तर तो चित्रकार होणार कसा?''

ब्रूक म्हणाला, ''महाराज, आम्ही समजलो नाही.''

''आम्ही या रवीला विचारलं की, तुम्ही कुणाचं चित्र काढता? तर त्यानं उत्तर दिलं— मला माहीत नाही.''

ब्रूकचा चेहरा गंभीर झाला. त्यानं सरळ विचारलं,

''मग तो काय पाहात होता ?''

आपल्या हातातला रंगतबक दाखवत राजे आईल्यम तिरुनाल म्हणाले,

''हे तबक तो पाहात होता. या तबकावरती तुम्ही रंग कसे मिसळता ते तो पाहात होता.''

''तो असं म्हणाला?''

ब्रूकसाहेबांची क्रोधयुक्त नजर रवि वर्म्यावर वळली होती. तो म्हणाला,

''माफ करा राजेसाहेब. उद्यापासून या मुलाला माझ्या स्टुडिओमध्ये प्रवेश

करता येणार नाही.''

ब्रूकच्या त्या उत्तरानं राजेसाहेब नाराज झाले नाहीत. उलट त्या अपेक्षित उत्तरानं अधिक प्रसन्न झाले. त्यांनी संमतिदर्शक मान डोलावली आणि ब्रूकचा निरोप घेतला.

जाताना त्यांच्याबरोबर रवि वर्माही होता.

काही दिवस उलटले असतील आणि एके दिवशी खुद्द राजेसाहेब सायंकाळच्या वेळी रवि वर्म्याच्या दालनात आले. त्यांच्या पाठोपाठ दोन सेवक होते. मद्रासहून आलेल्या तैलरंगांच्या ट्यूबा, रंगसाहित्य एका तबकात होतं. एका नोकराच्या खांद्यावर रंगफलक लावण्यासाठी आणलेला चित्रसोपान होता. त्याचबरोबर पटाच्या चौकटी, सुरेख पटांच्या सुरळ्या सेवकांनी सामोऱ्या ठेवल्या होत्या. राजेसाहेब म्हणाले,

''रवी, हे साहित्य तुझ्यासाठी मद्रासहून मागवलं होतं. आजच सकाळी ते माझ्या हाती आलं. मला चित्रकलेची आवड आहे. पण त्यातलं फारसं ज्ञान नाही. पण ब्रूकसारख्या चित्रकारानं तुला रंगशाळेत येण्यास मनाई केली, यावरून तुला या कलेचं काहीतरी उपजत ज्ञान आहे असं मला वाटलं.''

रवि वर्म्याच्या तरुण मनाला काय बोलावं हे सुचत नव्हतं. राजेसाहेब निघून जाताच रवि वर्मा वळला. अधिऱ्या मनानं त्यानं ठेवलेल्या तबकाकडे पाहिलं. नाना रंगांच्या ट्युबा त्यात दिसत होत्या... त्याला आठवत होता तो ब्रूक.

विस्फारित नेत्रांनी आणि थरथरत्या हातानं त्यानं स्पर्श करून त्या तशाच तबकात ठेवल्या. तो उठला. त्याचं लक्ष त्या चित्रसोपानाकडे गेलं. तीन पायाचा, त्याच्या उंचीपेक्षा किंचित उंच असा तो चित्रसोपान त्यानं उभा केला. बाजूला ठेवलेल्या फलकांतून एक फलक काढून त्यानं चित्रसोपानावर लावला. त्या कोऱ्या फलकाकडे क्षणभर तो तसाच बघत राहिला. पिवळसर झाक असलेला तो कोरा फलक पाहात असता त्याचे डोळे विस्फारित झाले होते.

''किती सुरेख!'' तो पुटपुटला.

त्यानं रंगतबक डाव्या हाती घेतलं. त्या रंगतबकाच्या मध्यभागी असलेल्या गोल छिद्रामध्ये त्यानं आपल्या डाव्या हाताचा अंगठा अडकवला. आता ते रंगतबक त्याचा तळहात आणि चारी बोटं यांवर विसावलं होतं.

पिवळ्या कमलाकृती तबकाकडे तो पाहात होता. त्यानं तांबूस रंगाची ट्यूब उचलली. तिचं टोपण काढलं आणि उजव्या हातानं त्या ट्यूबला दाब दिला. त्या ट्यूबमधून लोण्यासारखा मऊ, तांबूस रंग रंगतबकावर उतरत होता. हवा तेवढा रंग घेऊन त्यानं त्या रंगात पांढरा रंग मिसळला. आणि चमचा घेऊन रंगतबकात तो मिश्रण करू लागला. मनासारखा भगवा रंग होताच त्यानं कुंचला निवडला आणि फलकावर मारलेल्या कोळशाच्या आकाराकृतीत तो रंग भरू लागला. काही वेळातच

त्या फलकावर भगव्या रंगानं सजलेलं, निळ्या शिरांनी नटलेलं एक पान साकार झालं.

पाठीमागं उभा असलेला रामय्या म्हणाला,

"कोच्चू, सुरेख पान काढलंस. पण नुसतं पानच काढणार का?"

रवि वर्मा म्हणाला, "नुसतं पानच नाही. केव्हातरी पाना-फुलांनी बहरलेला वृक्षसुद्धा ह्या फलकावर अवतरेल."

आता रवि वर्म्यांचं फिरणं, एकाकीपण संपलं होतं. दिवसभर त्याचा सप्तरंगांशी चाळा सुरू झाला होता.

☯

एके दिवशी सकाळच्या वेळी रवि वर्म्यानं एक मोठा फलक चित्रसोपानावर लावला होता. त्या फलकाकडे पाहात तो विचार करीत होता. त्याच वेळी राणी लक्ष्मीबाई दालनात आल्या. त्या म्हणाल्या, "रवी, न्याहरीची वेळ टळून गेली."

त्या वाक्यानं रवि वर्मा भानावर आला. आपल्या कावऱ्याबावऱ्या नजरेनं राणीसाहेबांच्याकडे पाहत त्यानं विचारलं, "राजेसाहेब रागावले?"

लक्ष्मीबाई हसल्या. त्या म्हणाल्या,

"आता हे नेहमीचंच आहे. ते म्हणाले—तो आपल्या कामात असेल. त्याच्या कामात व्यत्यय आणू नका. त्यांची न्याहरी झाली. मला राहवलं नाही, म्हणून मी आले. तुझी न्याहरी येथे पाठवू का?"

त्या वाक्यानं रवि वर्मा ओशाळला. क्षणभर त्याला आपल्या आईची आठवण झाली. तो म्हणाला,

"नको राणीसाहेब. मी मुदपाकखान्यात..."

हसतमुखानं राणीसाहेब वळल्या. त्याच वेळी रवि वर्म्यानं धिटाईनं हाक मारली, "राणीसाहेब, एक विनंती आहे."

राणीसाहेब वळल्या. त्यांनी विचारलं, "काय?"

चित्रसोपानावर नवीन चढवलेल्या भव्य पटाकडे बोट दाखवत रवि वर्मा म्हणाला, "आपली आज्ञा असेल, अनुमती असेल तर मला आपलं चित्र काढायचं आहे."

राणीसाहेब हसल्या. म्हणाल्या, "माझं?"

"हो!" रविवर्मा म्हणाला, "ज्यांनी मला आश्रय दिला, वाढवलं, त्या अन्नपूर्णेचं चित्र प्रथम काढावं असं मला वाटतं."

रवि वर्म्याची ती विनंती ऐकून लक्ष्मीबाईंना काय बोलावं ते सुचलं नाही. आईल्यम तिरुनाल हे जरी राणी लक्ष्मीबाईंचे थोरले बंधू असले तरी, मातृकुल पद्धतीनुसार लक्ष्मीबाईच राणी होत्या. हा अधिकाराचा प्रश्न सोडला, तरी आपल्या भावाचं रवि वर्म्यावरचं उत्कट प्रेम त्यांना माहीत होतं. थोडा वेळ विचार करून लक्ष्मीबाई म्हणाल्या,

"ठीक आहे रवी, उद्यापासून मी तुझ्या चित्रासाठी येत जाईन. न्याहरी आटोपली की, नंतरची वेळ मला मोकळीच असते. ती वेळ तुला देत जाईन. पण एक अट आहे. उद्यापासून न्याहरीची वेळ चुकवायची नाही. आणि ही गोष्ट राजेसाहेबांच्या कानावर घालायची नाही. समजलं?"

रवि वर्म्यानं होकार दिला आणि तो राणी लक्ष्मीबाईंच्या पाठोपाठ बाहेर पडला.

दुसऱ्या दिवसापासून न्याहरी झाली की, रवि वर्मा आपल्या महालात येत असे. आणि थोड्याच वेळात राणी लक्ष्मीबाई महालात येत असत. त्यांनी दक्षिणी पद्धतीचं शुभ्र वस्त्र परिधान केलेलं असे. लांबसडक काळेभोर केस, कानातलं माणकांचं आभूषण, गळ्यातला माणकांचा पल्लेदार चंद्रहार, दंडावर शोभणारे रत्नजडित बाजूबंद, मनगटातील रत्नजडित सुवर्णकंकणं आणि बोटांत हिऱ्याच्या अंगठ्या. पण या वस्त्रालंकारांपेक्षाही रवि वर्म्याला त्यांच्या डोळ्यांतले भाव अधिक आकर्षित करीत असत.

महालाच्या निळ्या पडद्याच्या पार्श्वभूमीवर ठेवलेल्या मंचकावरच्या फुलदाणीशेजारी उभ्या राहिलेल्या त्या राणीचं रूप, भान विसरून रवि वर्मा रेखाटत होता.

आठ दिवसांमध्ये ते चित्र पुरं झालं. आणि एके दिवशी राजेसाहेबांना रवि वर्म्यानं आपल्या दालनात बोलावलं. चित्रसोपानावर एक कपडा झाकला होता. रवि वर्मा म्हणाला,

"महाराज, आपण ते चित्र पाहा."

आईल्यम तिरुनालनी अधिऱ्या मनानं त्या चित्रावरचं झाकण दूर केलं. राणी लक्ष्मीबाईंचं चित्र ते एकटक नजरेनं पाहात होते. ते उद्गारले,

"रवी, तू हे काढलंस?"

रवि वर्मा काही बोलला नाही.

राजेसाहेबांनी आपल्या सेवकांना हाक मारली. सेवक आले. राजेसाहेब म्हणाले,

"राणीसाहेबांना सांगा की, आम्ही इथं बोलावलं आहे म्हणून."

थोड्याच वेळात राणीसाहेब आल्या. त्यांच्या चेहऱ्यावर एक अनोखी भीती, आश्चर्य प्रकटलं होतं. राजेसाहेब म्हणाले,

"राणीसाहेब, आम्ही तुम्हाला अनेक वेळा विनंती केली होती. पण त्या ब्रूककडून तुमचं चित्र काढून घ्यायला तुम्ही नकार दिला होतात, हेही आम्हाला आठवतं. आणि आम्हाला माहीत नसता, आमच्या अपरोक्ष तुम्ही ह्या रवीच्या विनंतीला मान दिलात. तुम्हाला कदाचित तो बालहट्ट वाटला असेल. पण ते चित्र पाहा. त्या ब्रूकपेक्षा कुठल्याही प्रकारे कमी दर्जाचं नाही. तुमच्या बहिणीसाठी म्हणून आम्ही हा मुलगा निवडला. पण त्याच्या सावळ्या रंगामुळं तुम्हाला तो मान्य झाला

नाही. माणसं नुसती रूपानं संपन्न असून चालत नाहीत. ती गुणानंही संपन्न असावी लागतात. तुमची बहीण राजघराण्यात जन्मली. पण ती रूपसंपन्न नाही याचा तुम्ही कधी विचार केलात? हा मुलगा सावळा असला तरी, त्या कृष्णाचं सावळं रूप घेऊन आला आहे. तो रूपसंपन्न आहे, तितकाच गुणसंपन्न आहे. ह्या मुलाचा तुम्ही विचार केलात तर फार बरं होईल असं मला वाटतं.''

राणीसाहेब हसून म्हणाल्या, ''मी आपल्या आज्ञेबाहेर थोडीच आहे?''

आईल्यम तिरुनाल समाधानानं म्हणाले, ''मी उद्याच ह्याच्या मामांना बोलावणं पाठवतो.''

☯

राज वर्मा यांना त्रिवेंद्रमचं तातडीचं बोलावणं का यावं हे कळत नव्हतं. पद्मनाभन् मंदिरामध्ये त्यांनी दर्शन घेतलं आणि लगतच्या राजवाड्यामध्ये ते प्रवेश करते झाले. आईल्यम तिरुनाल यांना जेव्हा राज वर्मा आल्याची बातमी कळली, तेव्हा त्यांनी मोठ्या आनंदानं त्यांचं स्वागत केलं. क्षेम-कुशल विचारलं, प्रवासाचा वृत्तान्त विचारला.

दोनप्रहरी भोजनानंतर ते दोघेच एकांतामध्ये असताना राजेसाहेब म्हणाले,

''राज वर्मा, तुम्हाला तातडीनं का बोलावून घेतलं माहीत आहे?''

राज वर्म्यांनी नकारार्थी मान हलवली.

राज वर्म्यांच्यावर दृष्टी खिळवीत राजेसाहेब म्हणाले, ''राणीसाहेबांची बहीण पुरुतार्थी हिचा विवाह करण्याचं आमच्या मनात आलं आहे. ती मुलगी मावेलिकिरा गावीच राहते. रवि वर्म्याबरोबर हा विवाह पक्का करावा अशी आमची इच्छा आहे. आमची मागणी तुम्ही मान्य करावी ही आमची तुम्हाला विनंती आहे.''

क्षणभर आईल्यम तिरुनाल काय बोलतात यावर राज वर्म्यांचा विश्वास बसेना. आजवर त्रिवेंद्रमच्या राजघराण्याशी वर्मा घराण्याचे अनेक संबंध जोडले गेले होते. रवि वर्म्याची निवड त्या घराण्यात होणार होती हेही त्यांना कळलं होतं. पण काही कारणास्तव तो बेत ढासळला होता. आणि नंतर तेच नातं जोडण्याचा प्रस्ताव पुढे मांडला जात होता.

राज वर्म्यांच्या गंभीर मुद्रेकडे पाहून राजे आईल्यम तिरुनाल अस्वस्थ झाले. त्यांच्या मनात किंचित संतापही आला. पण तो न दर्शविता त्यांनी विचारलं,

''राज वर्मा तुम्ही बोलत का नाही?''

भानावर येऊन राज वर्मा म्हणाले, ''महाराज, आपली आज्ञा शिरसावंद्य!''

राजेसाहेबांच्या चेहऱ्यावर समाधान प्रकटलं.

...आणि एका मुहूर्तावर रवि वर्म्याचा विवाह संपन्न झाला.

☯

मावेलिकिराला जाण्याची सर्व सिद्धता झाली होती. अस्वस्थ झालेला रवि वर्मा आपल्याच विचारांत बसला होता. राहून राहून त्याला त्रिवेंद्रमचे दिवस आठवत होते. राजेसाहेबांच्या आणि राणीसाहेबांच्या आठवणी मनातून जात नव्हत्या. मिटल्या डोळ्यांनी हे सारं पाहात असता त्याच्या कानावर हाक आली,

"कोच्चू!"

रवि वर्म्यानं डोळे उघडले. समोर पाचन उभा होता. रवि वर्म्यानं विचारलं,

"काय पाचन?"

"थोरले धनी तुमची आठवण काढतात."

"हो!" रवि वर्मा उठत म्हणाला, "आम्ही येणारच होतो तिकडे आता." पाचननं हसत विचारलं, "मग कशात अडलं होतं?"

"काय?" रवि वर्म्यानं पाचनकडे पाहात विचारलं, "काय म्हटलंस?"

एकेक शब्द उच्चारत पाचन म्हणाला, "कशात...अडलं...होतं?"

त्रस्तपणे रवि वर्मा उद्गारला, "पाचन!"

पण तिकडे लक्ष न देता पाचन म्हणाला, "कोच्चू, आता तुम्ही मावेलिकिराला चालला. आम्हाला विसरू नका."

नि:श्वास सोडून रवि वर्मा म्हणाला, "खरंच पाचन, मावेलिकिराला माझं चित्त रमेल असं वाटत नाही."

पाचन एकदम हसला.

"अजून लहान आहात."

रवि वर्माकडे पाहून मान हलवीत पाचन म्हणाला,

"हा पाचन काय म्हणाला होता असं म्हणाल. एकदा संसाराला लागा. मग कुठलं किलिमानूर आणि कोण पाचन हेही ध्यानात राह्यचं नाही. मुलाबाळांतनं विचार करायला सवड मिळाली तर, साऱ्या मागच्या आठवणी. बघाल म्हणे! तुम्ही विसराल. पण हा पाचन विसरणार नाही. केव्हातरी मीच आठवण करून देईन, आजच्या माझ्या बोलण्याची."

रवि वर्मा काही बोलला नाही. पाचन गालात हसत म्हणाला,

"चला. थोरले धनी वाट पाहात असतील."

पाचनच्या पाठोपाठ रवि वर्मा राज वर्मांच्या महालात आला. रवि वर्माला पाहताच राज वर्मा म्हणाले,

"ये कोच्चू!"

रवि वर्मा पुढे झाला. त्यानं राज वर्म्यांना वंदन केलं. आणि काही न बोलता उभा राहिला. रवि वर्म्याच्या हाताला धरून त्याला आपल्या जवळ बसवत राज वर्म्यांनी विचारलं,

"झाली तयारी?"

"जी."

"कोच्चू!" राज वर्म्यांनी विचारलं, "तुझं रंगसाहित्य... सारं बरोबर घेतलंस ना?"

"जी; पण..."

"बोल कोच्चू. मनात काही असेल तर मोकळेपणानं मला सांग. तू आता मावेलिकिराला राहणार आहेस."

"मामा!" रवि वर्मा खाली मानेनं म्हणाला, "माझं मन तिथं रमेल असं वाटत नाही."

राज वर्मा खळखळून हसले. रवि वर्माच्या पाठीवरून हात फिरवत ते म्हणाले,

"कोच्चू, असले विचार मनातून काढून टाक. ही आपली परंपरा आहे. पुरूच्या घरी आता तुला आयुष्य काढायचं आहे. लक्षात घे कोच्चू. तुझे वडील ह्या घरात राहिले. त्यांचं मन रमलं होतं, असं का तुला वाटतं? पण त्यांनी पोथ्या-पुराणांत आपलं मन गुंतवलंच ना!" आणि मान हलवीत राज वर्मा म्हणाले, "नाही कोच्चू, असले अस्वस्थतेचे विचार मनात घेऊन तू त्या घरात प्रवेश करू नको. परमेश्वरानं तुला लाख मोलाचं देणं दिलं आहे. त्या परमेश्वरी देण्यात तुझं मन रमवलंस, तर तुला कसलीही आठवण होणार नाही याची मला खात्री आहे. माणूस जन्माला येतो, जगभर फिरतो. आपलं एकाकीपण नाहीसं करण्यासाठी संसार, आप्तस्वकीय, मित्र यांचा गोतावळा उभा करतो. पण हे सारं करूनही अखेर तो एकाकीच असतो. शेवटी तो जगतो ते स्वत:साठीच. माझंच बघ ना! माझा विवाह झाला. पण मी संसारात रमू शकलो नाही. चित्रकलेची आवड होती. पण माझ्या आयुष्यात ती पुरी करायला साधना फार अपुरी पडली. शेवटी हे एकाकीपण संपवायला मी तपश्चर्येकडे वळलो. तुझ्या नशिबानं मात्र चित्रकलेची सारी साधनं उपलब्ध आहेत. त्यात तुझं मन गुंतव. शेवटी तीच तुला उपयोगी पडेल. जा कोच्चू, निर्भय मनानं जा. सुखानं संसार कर."

किलिमानूरच्या वाड्यासमोर सवारी घातलेल्या दोन बैलगाड्या उभ्या होत्या. गाडीत रवि वर्म्याची पत्नी पुरुतार्थी आपल्या दासींच्यासह बसली होती. पाठीमागच्या गाडीत सामान भरलं होतं. पाच-सहा घोडेस्वार गाड्यांच्या शेजारी होते. खोगीर चढवलेल्या पांढऱ्याशुभ्र घोड्यावर रवि वर्मा स्वार झाला आणि तो कबिला मावेलिकिरीच्या दिशेनं जाऊ लागला.

किलिमानूरच्या कमानीत उभ्या असलेल्या राज वर्म्यांच्याकडे रवि वर्मा बराच लांब जाईपर्यंत सारखा वळून पाहत होता.

किलिमानूर आणि मावेलिकिरा यांमध्ये फारसं अंतर नव्हतं. मावेलिकिराचा वाडा प्रशस्त होता. वाड्याच्या चारी बाजूंनी नारळीकेळींची दाट राई होती. नारळींच्या

सळसळणाऱ्या झावळ्या आकाशात चढल्या होत्या. त्या गर्द राईत एखाद्या विसावलेल्या कासवाप्रमाणं मावेलिकिराचा वाडा शोभत होता.

नवविवाहित रवि वर्मा आपल्या पत्नीसह मावेलिकिराला पोहोचला. नवदांपत्याचं स्वागत राजघराण्याला शोभेल अशा पद्धतीनं केलं गेलं. त्या साऱ्या औपचारिक विधीमध्ये रवि वर्म्याचा जीव गुदमरला होता. नवीन जोडलेल्या नात्यामध्ये जी माणसं भेटत होती, ओळख करून देत होती त्यात रवि वर्म्याचं मन रमत नव्हतं.

मावेलिकिरा हे किलिमानूर इतकंच निसर्गरम्य गाव होतं. तो वाडाही तेवढाच प्रशस्त होता. पण त्या जागेत रवि वर्म्याला परकेपण भासत होतं.

रात्र झाली. भोजन आटोपलं. आणि रवि वर्मा त्याच्यासाठी खास तयार केलेल्या शय्यागृहात आला. उंच समयांच्या ज्योतींमुळं ते शय्यागृह प्रकाशमान झालं होतं. अधिऱ्या मनानं तो पत्नीची वाट पाहत होता. जन्मजात असलेला चित्रकार, त्याच्या मनात अनेक स्वप्नं तरळत होती...लज्जांकित झालेली आपली पत्नी शय्यागृहात येईल. आपल्याला पाहाताच तिची पावलं दाराशीच थबकतील. आपण तिच्या जवळ जाऊ. प्रेमभरानं तिचा हात हाती घेऊन तिला शय्यागृहात घेऊन येऊ. अभय देणारा हात तिच्या पाठीवर विसावेल. आणि उजव्या हातानं ते नाजुक, सुकुमार मुखकमल उंचावलं जाईल. ते गहिरे डोळे एकमेकांना भिडतील आणि त्या थरथरणाऱ्या ओठांना आपल्या ओठांचा स्पर्श होताच ती विश्वासानं आपल्या खांद्यावर मान टेकील. आपल्या बाहुंच्या मिठीमध्ये ती केव्हा सामावेल हेही तिला कळणार नाही. कालिदास, भवभूती यांची सारी काव्यं त्याच्यासमोर साकार झाली होती.

त्या खोलीतला प्रकाश तो पाहत होता. आणि त्या प्रकाशानं उजळलेलं शय्यागृह पाहून त्याच्या चेहऱ्यावर त्या एकांतवासामध्येसुद्धा एक हास्य उमटलं. आठवला तो मेघदूत !

नीवीबन्धोच्छ्वसितशिथिलं यत्र बिम्बाधराणां
क्षौमं रागादनिभृतकरेष्वाक्षिपत्सु प्रियेषु।
अर्चिस्तुङ्गानभिमुखमपि प्राप्य रत्नप्रदीपान्
ऱ्हीमूढानां भवति विफलप्रेरणा चूर्णमुष्टि:॥

...रत्नराशींच्या प्रकाशाने महाल प्रज्वलित झाला होता.

प्रणयातुर झालेल्या प्रियकरानं पत्नीच्या निरीला हात घातला. आणि ती निरी सैल होताच लज्जांकित झालेली प्रेयसी महालातल्या उजेडाकडे पाहू लागली. त्या रत्नराशींच्या उजेडानं लज्जांकित प्रेयसी हाताला येतील तेवढी उटणी रत्नराशींवर फेकीत होती. पण त्या रत्नराशी विझण्याऐवजी त्याचा परिणाम उलटाच झाला. त्या उटण्याच्या आघातानं त्या रत्नराशी घरंगळू लागल्या आणि पूर्वी होता

त्याहीपेक्षा अधिक प्रकाश त्या महालात फाकला...

या स्वप्नामध्ये मग्न झालेल्या रवि वर्म्याच्या कानावर काकणांचा आवाज आला. रेशमी वस्त्रांच्या सळसळीनं तो पुरा भानावर आला. जलपात्र घेऊन आलेल्या लज्जांकित पुरुतार्थीनं ते पात्र मंचकावर ठेवलं. तेवत्या ज्योतींच्या उजेडामध्ये तिचं अस्पष्ट रूप रवि वर्म्याला दिसत होतं. ती राजकन्या होती. पण कलावंताच्या मनातलं लावण्य तिथं दिसत नव्हतं. तारुण्यसुलभ जे लावण्य त्या वस्त्राआड दडलं होतं, ते पाहायला, स्पर्शण्याला, त्याचं मन अधिर झालं होतं. पण या पुरातन संस्कृतीमध्ये वाढलेल्या राजकुलातल्या त्या युवतीला, आपल्या पत्नीला विवस्त्र कशी करावी आणि समयांच्या तेवत्या ज्योतींच्या साक्षीनं तिला एकशय्येची सोबतीण कशी करावी हे त्याला कळत नव्हतं.

पण त्याबाबत त्याला फार काळ विचार करण्याची उसंत मिळाली नाही. समयांच्या ज्योती शांत केल्या गेल्या.

आणि त्याच काळोखात रवि वर्म्यानं आपल्या पत्नीला स्पर्श केला.

त्या अंधारात तिच्या कटिप्रदेशावरून त्याचे हात तिच्या वक्षस्थळाकडे सरकत होते. त्या स्पर्शामुळं त्याच्या मनात एका रूपवतीचं लावण्य साकारत होतं. तिच्या तोंडून प्रकटलेला एक हुंकार, तिच्या पायांची थरथर, त्याला जाणवली.

आणि भावनावेग असह्य होऊन तो तिच्यासह पलंगावर कोसळला.

नेहमी माणसाला उजेडच सोबत करतो असं नव्हे.

कैक वेळेला त्या अंधाराची सोबतसुद्धा उजेडापेक्षा मोठी असते.

अंगप्रत्यंगाची जाणीव, ते स्पर्श!

केवढे बोलके!

हे जर चितारायचं झालं, तर ते बळ कुठल्या कलावंताला आणि कुठल्या कुंचल्यात असेल!

मावेलिकिराला रवि वर्म्याचे दिवस जात होते. त्यानं आपल्याबरोबर त्रिवेंद्रमहून येताना रंगसाहित्य आणलं होतं. मातृकुलपद्धतीनुसार आता यापुढचे दिवस त्याला आपल्या पत्नीच्या घरी घालवावे लागणार होते. या विवाहामुळं जणू त्याचा किलिमानूरचा संबंध कायमचा दुरावला होता. ही भावना त्याच्या मनात सलत होती. रूढीनुसार मावेलिकिरा आता त्याचं घर बनलं होतं. त्याचा चित्रकलेचा नाद मावेलिकिरा घराण्याच्या प्रतिष्ठेला पसंत नव्हता.

एके दिवशी त्यानं पुरुतार्थीला एक विनंती केली.

"हे बघ, माझं एक ऐकशील?"

तिनं विचारलं,

"काय?"

मला तुझं चित्र काढायचं आहे."

"तेवढी सुंदर नाही मी."

रवि वर्मा हसून म्हणाला,

"ते ठरविण्याचा अधिकार तुला नाही. माझ्या दृष्टीला तू सुंदर दिसतेस."

रवि वर्म्याचा अपेक्षाभंग झाला. पुरुतार्थीच्या चेहऱ्यावरचे सारे कोमल भाव पालटले होते. ती तुटकपणे म्हणाली,

"असल्या थिल्लर गोष्टी ह्या घरात चालत नाहीत."

आणि रवि वर्म्याच्या राग-लोभाची पर्वा न करता ती महालाबाहेर निघून गेली.

वरून शांत दिसणाऱ्या रवि वर्म्याचं कलावंताचं मन दुखावलं होतं. पण त्यानं आपल्या मनातली वेदना बोलून दाखवली नाही. मनात कल्पिलेली स्वप्नं साकार करण्याचा प्रयत्न करीत तो आपला वेळ घालवत होता.

रवि वर्मा पहाटे उठून स्नान-संध्या, पूजा आटोपून वाड्याबाहेर पडे. नारळी-केळीच्या बागांतून तो फिरत असे. भल्या सकाळी केळीच्या हिरव्या पानांवरून ठिबकणारं दव तो पाहात असे. सूर्योदयानंतर तो वाड्यात परत येई. सर्वांबरोबर न्याहरी करी. त्या वाड्यात रवि वर्म्यासारखे अनेक विवाहित पुरुष होते. निष्क्रियपणे दिवसरात्र घालवणाऱ्या त्या मंडळींना पाहून त्याला उबग येई. मावेलिकिराच्या एका वर्षांच्या वास्तव्यात फक्त एक-दोन वेळाच रवि वर्मा किलिमानूरला जाऊन आला होता.

एकदा तो पुरुतार्थीला म्हणाला,

"पुरू, ह्या महालात प्रकाश फार कमी आहे. मला एखादी जास्त प्रकाशाची जागा मिळाली तर फार बरं होईल."

"पण मी म्हणते, चित्रं काढली नाहीत म्हणून काय बिघडणार आहे? इथं दोन वेळा वेळेवर जेवण मिळतं. मनाजोगे कपडेलत्ते मिळतात. भरपूर आराम मिळतो. एवढं सुख मिळत असता..."

"सुख!" रवि वर्मा खिन्नपणे हसला. "नाही, पुरू, तुला ते कळायचं नाही."

"नाही कळलं तर नाही कळू दे..." आणि पुरुतार्थी मोठ्यानं हसली.

"का हसलीस?" रवि वर्म्यानं विचारलं,

"तुम्हांला माझा सहवास आवडत नाही हे मला माहीत आहे."

"असं मी कधी म्हटलं?"

"म्हणायला कशाला हवं? तुम्हांला स्वतंत्र खोली हवी ना! काळजी करू नका. ती सोय मी करीन."

वाड्याच्या पाठीमागं एक दुर्लक्षित खोली होती. दासींच्या मदतीनं त्या खोलीची साफसफाई चालू झाली. एक दासी म्हणाली,

"बाईसाहेब, मी म्हणते, चित्रं काढून का पोट भरणार आहे? आणि त्याची

गरजच काय? आपले पुरुष का कामं करतात? वर्षातून एकदा केव्हातरी बायकोला कपडे पुरविले की, काम झालं. आराम करायचं सोडून हे धंदे कशाला?''

पुरु स्वत:वरती संतापली होती. त्या दासीच्या बोलण्यानं त्यात भर पडली. ती म्हणाली,

''न बोलता सांगितलेलं काम कर.''

खोली स्वच्छ झाली. आणि रवि वर्म्याचं रंगसाहित्य खोलीत आणलं गेलं. विश्रांतीसाठी एक पलंगही त्या खोलीत लावला गेला. खोली लहान असली तरी, ती रवि वर्म्याला पूर्वीच्या जागेपेक्षा आवडली होती. जागा निवांत होती. खोलीत प्रकाश भरपूर होता. खिडकीतून नारळीच्या बागा दिसत होत्या.

पुरुतार्थीच्या नाराजीकडे लक्ष न देता रवि वर्मा चित्रकलेत रमला होता.

सकाळच्या वेळी आपली न्याहरी आटोपून रवि वर्मा आपल्या खोलीत आला. खोलीच्या दाराशीच त्याची पावलं थांबली. खोलीतल्या चित्रसोपानावर लावलेल्या एका अपुऱ्या चित्राकडे एक तरुणी पाहात होती. थोडा वेळ रवि वर्मा थांबला, तरी त्या तरुणीला त्याची चाहूल लागली नाही. खोलीत प्रवेश करीत रवि वर्मा म्हणाला,

''कोण?''

त्या शब्दांनी दचकलेली ती तरुणी वळली. विस्फारित नेत्रांनी ती रवि वर्म्याकडे पाहात होती. नाजूक बांध्याची, सुंदर चेहऱ्याची ती तरुणी होती. मस्तकावर बांधलेल्या केसांमध्ये गुलाबी फुलांचा गजरा माळला होता. त्या फुलांइतकेच तिचे ओठ गुलाबी होते. नाजूक नासिकेच्या वर काळ्याभोर डोळ्यांत एक भीती तरळली होती. कमरेच्या शुभ्र वस्त्राचा एक पदर डाव्या खांद्यावरून उजव्या कटिप्रदेशावर खोचला असला तरी, तिच्या वक्षस्थळाचा बहर जाणवत होता. ती तरुणी भानावर आली. रवि वर्म्याची नजर टाळत ती चाचरत म्हणाली,

''मी...मी सफाईला आले होते.''

''दररोज तूच येतेस?''

''हो.''

''तुला माझं चित्र आवडलं?''

तिनं होकारार्थी मान हलवली. चित्राकडे बोट दाखवत तिनं विचारलं,

'हे पद्मनाभन्चं देऊळ ना?''

''हो! तू पाहिलंस?''

''एकदा बाईसाहेबांच्याबरोबर त्रिवेंद्रमला गेले होते.''

''तुझं नाव?''

''कामिनी.''

''तुझ्या रूपाइतकंच नाव छान आहे.''

ती हसली.

"जाते मी."

त्या दिवसानंतर रवि वर्म्याला कामिनीला पाहण्याचा छंदच लागला. एक दिवस धीर धरून तो म्हणाला,

"कामिनी, माझं एक काम करशील?"

पायाशी खिळलेली नजर वर न करता कामिनी म्हणाली,

"आज्ञा करावी महाराज."

"मला तुझं चित्र काढायचं आहे. जेव्हा तुला सवड मिळेल तेव्हा येत जा. येशील ना?"

तेवढ्याच धीटपणानं ती म्हणाली,

"हो."

☯

चार दिवसांतच तिची रूपरेषा रवि वर्म्यानं काळ्या कोळशानं पुरी केली. त्यानंतर तो त्यावर रंग भरू लागला. चित्रसोपानावर असलेल्या त्या छोट्या फलकावरचं चित्र पुरं झालं. कामिनी पुढं येऊन कौतुकानं आपलं चित्र पाहात होती. रवि वर्म्याचं लक्ष तिच्या उघड्या पाठीवर स्थिरावलं होतं. कंप पावणारा त्याचा हात पुढं झाला. आणि तो तिच्या पाठीवर विसावला. कामिनीनं मागं वळून पाहिलं. पण त्या नजरेत भीती नव्हती. त्या जागी एक स्मित प्रगटलं होतं. गुलाबी ओठ विलग झाले होते, रवि वर्म्यानं भावनावेगानं कामिनीला जवळ घेतलं. तिची हनुवटी उंचावत त्या सुकुमार ओठांवर त्यानं आपले ओठ टेकले.

भानावर आलेली कामिनी दूर होत म्हणाली, "चित्र पुरं झालं ना?"

रवि वर्मा हसून म्हणाला, "मुळीच नाही. हा तर नुसता नमुना आहे. मोठं चित्र रंगवायला घेईन तेव्हा तुझी गरज भासेल."

खट्याळपणे हसत कामिनी म्हणाली, "हे खरं?"

"हो!"

रवि वर्मा पुढे झालेला पाहताच कामिनी वळली. आणि आपल्या पायांतल्या नूपुरांचा आवाज करीत क्षणात निघून गेली.

☯

रवि वर्म्यानं मोठ्या फलकावर कामिनीचं चित्र घेतलं. तिचा चेहरा पूर्ण झाला होता. कामिनी दोनप्रहरच्या वेळी रवि वर्म्याच्या खोलीत येत असे. कामिनीच्या सहवासात रवि वर्म्याचं मन प्रसन्न झालं होतं. त्याचं एकाकीपण संपलं होतं.

एके दिवशी रवि वर्मा सकाळची न्याहरी आटोपून आपल्या खोलीत आला. चित्रसोपानावर लावलेल्या कामिनीच्या चित्रावर एक तलम वस्त्र सोडलं होतं. रवि

वर्मा आपल्याच विचारांत पलंगावर बसला. तो विचारात मग्न असता दाराशी पावलं वाजली. दारातून पुरुतार्थी प्रवेश करती झाली.

''पुरू, आज सकाळीच बरं?'' रवि वर्म्यानं विचारलं.

पुरुतार्थीचा चेहरा नेहमीपेक्षा गंभीर होता. ती म्हणाली,

''एक विचारायला आले होते.''

''काय?'' रवि वर्म्यानं हसून विचारलं.

''आपलं मन इथं रमलं ना?''

''हो!''

''रमणारच!'' पुरु एकदम म्हणाली.

त्या बोलण्यानं रवि वर्मा सावध झाला. तो म्हणाला,

''काय म्हणायचं आहे तुला?''

काही उत्तर न देता पुरुतार्थी सरळ चित्रसोपानाजवळ गेली आणि तिनं चित्रसोपानावर लावलेलं आच्छादन दूर केलं. त्या कामिनीच्या अपूर्ण चित्राकडे पाहात ती म्हणाली,

''हे कामिनीचं चित्र ना?''

''हो!''

''केव्हा चित्र काढलंत?''

''तिला वेळ मिळेल तेव्हा.''

पुरुतार्थीचं सारं रूप पालटलं. तिचं सावळं रूप संतापानं बेभान बनलं होतं. तिच्या नासिका स्फुरण पावत होत्या.

''तुम्हाला माहीत आहे, कामिनी कोण आहे ती?''

रवि वर्मा काही बोलला नाही.

''तुम्हाला माहीत नसेल. पण ती नायर स्त्री आहे.''

''म्हणून काय झालं! तिचं चित्र काढू नये?''

पुरुतार्थीच्या कपाळी आठ्या पडल्या. ती रवी वर्म्याच्या नजरेला नजर देत म्हणाली,

''तुम्हाला कुलाचार नसेल, पण तिला आहे. एका नायर घराण्यातल्या कुलसंपन्न कुटुंबातील ती बालिका आहे. तिचं अडाणीपण असेल. पण तिच्या अल्लडपणाचा तुम्ही असा उपयोग करून घ्यायला नको होता.''

''कसला उपयोग?''

''हे तुमचं चित्र काढणं नुसता बहाणा आहे. त्यापेक्षा तिचं रूप तुम्हाला अधिक प्रिय आहे, हे तुम्ही नाकारता?''

''पुरु, दुर्दैवानं ह्या गोष्टी तुला जन्मात कळणार नाहीत. मला त्याबद्दल कीव वाटते. तो तुला परमेश्वरी शाप आहे. सौंदर्यदृष्टी कळायलासुद्धा परमेश्वरी वरदान असावं लागतं.''

"बस्स झालं! ती पुराणातली भाकडकथा मला ऐकवू नका. मीही एक स्त्री आहे. हे नुसतं चित्र नाही. त्या कामिनीच्या चेहऱ्यावरचे भाव बघा."

"कसले भाव?" रवि वर्मा उद्गारला.

छद्मीपणानं हसत संतप्त पुरुतार्थी म्हणाली,

"मला अधिक बोलायची इच्छा नाही. मी मावेलिकिराला जन्मले आहे, एवढंच मला माहीत आहे."

"काय बोलतेस?"

तेवढ्याच संतापानं ती म्हणाली, "मला विचारता? मावेलिकिरा म्हणजे किलिमानूर नव्हे. मावेलिकिरा ही राजघराण्यातील प्रतिष्ठा समजली जाते. त्रिवेंद्रमच्या राजघराण्याशी जी नाती जोडली जातात ती याच घराण्याशी. या घराण्यात कुलवंताशी सलगी करणारी माणसं...."

रवि वर्म्याचा संयम टळला होता.

"बस्स करा! तुम्ही आणि तुमचं ते राजघराणं. त्याची प्रतिष्ठा तुम्ही सांभाळा. मला त्याचं काडीमात्र सोयर-सुतक नाही. मी काही तुम्हाला मागणी घातली नव्हती. राजे आईल्यम तिरुनाल यांनी आपली सोयरीक जमवली. त्यांनी ती का जमवली ते त्यांना विचारा. मला विचारू नका."

"राजेसाहेबांनी सोयरीक जमवली हा प्रश्न इथं काढण्याची काही गरज नव्हती. तो दैवाचा भाग होता. त्याला फक्त राजेसाहेब कारण झाले." पुरु छद्मीपणानं हसत म्हणाली, "पण संतापून बोललं म्हणजे सारं लपलं जाईल अशी तुमची कल्पना असेल तर ती विसरा. मी फसणार नाही. पण एक सांगते; परत ह्या गोष्टी माझ्या घरात चालल्या तर मी खपवून घेणार नाही."

रवि वर्मा आपला संताप आवरत म्हणाला,

"पुरु, ह्या घरात आपले स्वभाव जमतील असं वाटत नाही. तुमच्या दृष्टीनं मी सामान्य असेन. तरी मी कुठंही मानानं जगेन. "

"कुठं जाणार?"

"हवं तिथं जाईन."

"ती तुमची मर्जी. पण यापुढं कामिनीला भेटू नका."

"नाही भेटणार."

आणि एवढं बोलून रवि वर्मा वळला. पुरुतार्थीकडे पाठ करून उभा राहिला. पुरुतार्थी खोलीतून बाहेर गेल्याची जाणीव होऊनही रवि वर्मा वळला नाही. उभ्या जागी तो मनाशी निर्णय घेत होता.

दुसऱ्या दिवशी सकाळी रवि वर्मा आपल्या सामानाची बांधाबांध करीत होता.

पाठीमागे त्याची पत्नी येऊन उभी राहिल्याची त्याला जाणीव होत होती.

"खरंच आपण जाणार?"

"हो." रवि वर्मा वळून म्हणाला.

"कुठं? त्रिवेंद्रमला?"

"कदाचित जाईन."

"परत केव्हा येणार?"

"जेव्हा तुम्हाला गरज भासेल तेव्हा."

"म्हणजे?"

"पुरु, मी संतापानं इथून निघून जात नाही. पण आश्रितासारखं जीवन जगणं मला जमणार नाही. माझा पिंड कलावंताचा आहे. ज्या दिवशी कलावंत पतीची तुला ओळख होईल त्या दिवशी मी जरूर परत येईन. आश्रित म्हणून नव्हे, तुझा पती म्हणून."

आणि भर दुपारच्या वेळेला पत्नीच्या डोळ्यांतले अश्रू न पाहता रवि वर्मा बैलगाडीनं आपल्या सामानासह किलिमानूरच्या वाटेला लागला.

दोनप्रहर टळत आली होती. किलिमानूरच्या वाड्यात शांतता नांदत होती. वाड्याच्या दुसऱ्या चौकात, सोप्यामध्ये उमांबा, मंगला, वलीअम्मा धान्य निवडीत होत्या. तेवी मंगलाच्या मुलाला खेळवत होती. वाड्याच्या पुढच्या कमानीत, पायरीवर पाचन मोकळ्या झालेल्या शिवारातल्या खाचरांकडे पाहात बिडीचे झुरके घेत निवांत बसला होता. घुंगुरांच्या आवाजानं तो सावध झाला. सवारी बांधलेल्या दोन गाड्या वाड्याकडे येत होत्या. पाचनने हातातील बिडी फेकली, आणि तो उभा राहिला. पहिल्या बैलगाडीत गाडीवानापाठीमागे घातलेल्या बैठकीवर बसलेला रवि वर्मा त्याच्या ध्यानी आला. पाचन हास्यवदनानं वळला आणि धावत तो वाड्यात गेला. उमांबा, मंगला जिथं बसल्या होत्या तिथं तो गेला आणि म्हणाला,

"धाकले धनी आले."

"कोण! कोच्चू?"

पाचननं होकारार्थी मान हलवली. मंगलानं आपल्या मुलाला उचललं. उमांबा पण उठली. मंगला मुलाला घेऊन जेव्हा प्रवेशद्वारापाशी पोहोचली, तेव्हा पाचन दाराशी आलेल्या बैलगाडीपाशी पोहोचला होता. वाड्याच्या उजव्या बाजूला असलेल्या बागेतून कासम आणि सेवक बाहेर आले होते. थांबलेल्या बैलगाडीतून रवि वर्मा खाली उतरला होता. पाचनसह साऱ्यांनी रवि वर्म्याचे पाय शिवले. रवि वर्म्यानं पाचनला विचारलं,

"पाचन, सारं ठीक आहे ना?"

“जी ! पाचन म्हणाला.

“कासम, आमचा गजेंद्र काय म्हणतो?”

“जी! मजेत आहे.”

रवि वर्म्यानं साऱ्यांची चौकशी केली आणि तो पाचनला म्हणाला,

“पाचन, सारं सामान नीट उतरून घ्या. माझं रंगसामान व्यवस्थित उतरून घे.”

“जी.” पाचन म्हणाला. आणि सेवकांसह तो सोडलेल्या बैलगाडीकडे वळला.

रवि वर्मा वाड्याच्या प्रवेशद्वारापाशी आला. आणि त्याची नजर तिथं मुलाला घेऊन उभ्या असलेल्या मंगलाकडे गेली. मंगला रवि वर्म्याकडे बघत हसत म्हणाली–

“आधी कळवलं नाही येणार म्हणून?”

“अचानक ठरलं !” रवि वर्मा म्हणाला, आणि प्रवेशद्वाराच्या कठड्यावर ठेवलेल्या पाण्याच्या घंगाळ्यातील तपेली त्यानं घेतली. पायांवर पाणी घेऊन सेवकानं दिलेल्या पंचानं त्यानं पाय पुसले. पंचा नोकराकडे देत रवि वर्मा पुढे झाला आणि त्यानं मंगलाच्या कडेवरील मुलाला घेतलं. मुलाच्या दोन्ही काखेत हात घालून त्या मुलाला त्यानं आपल्या डोक्याच्या वर उचललं. वर मान करून तो त्या मुलाकडे बघून मोठ्यानं हसला. गंमतीनं हसणाऱ्या त्या मुलाचं कौतुक करीत मंगलाला तो म्हणाला,

“चला.”

रवि वर्मा मंगलासह चौक ओलांडून आत आला. आतल्या दारात उमांबा उभी होती. रवि वर्मानं मुलाला मंगलाकडे दिलं आणि पुढं होऊन त्यानं उमांबाला वंदन केलं. आशीर्वाद देत उमांबा म्हणाली,

“एकटाच आलास?”

“जी.” रवि वर्मा म्हणाला.

रवि वर्मा राज वर्मांच्या निवासात गेला. राज वर्मा काहीतरी वाचत बसले होते. रवि वर्माला पाहताच ते आनंदित झाले. आणि उठत ते म्हणाले,

“कोण? कोच्चू ! केव्हा आलास?”

“आत्ता हेच!”

रवि वर्मा पुढे झाला त्यानं राज वर्मांच्या पायांवर मस्तक ठेवलं. प्रेमभरानं त्याला उठवत राज वर्मा म्हणाले,

“बरा आहेस ना?”

“जी!”

“ठीक! सर्वांना भेटून ये.”

रवि वर्मा तेथून बाहेर पडला तो, आपले वडील इझूमाविल यांच्या खोलीत आला. उग्र चेहऱ्याचे इझूमाविल कुठली तरी संस्कृत पोथी वाचत होते. त्यांनी वळून

रवि वर्म्याकडे पाहिलं, आणि तोंडावर बोट ठेवत न बोलण्याची खूण केली. रवि वर्म्यानं दुरूनच त्यांना नमस्कार केला, आणि एका संकटातून सुटल्याच्या आनंदात तो वडिलांच्या खोलीतून बाहेर पडला.

मावेलिकिराहून आलेलं सारं सामान नीट लावून घेण्यात चार दिवस कसे गेले हे रवि वर्म्याला कळलं नाही. आपल्या खोलीत रवि वर्म्यानं चित्रसोपान उभा केला.

एक दिवस दुपारी उमांबा रवि वर्म्याच्या खोलीत अचानक आली. रवि वर्मा उभा राहिला. त्याच्या खोलीतल्या साऱ्या सामानावर नजर फिरवून उमांबा म्हणाली,

"सारं सामान आलं?"

"जी!"

"पुरु कशी आहे?"

"ठीक आहे."

"मुलं?"

"बरी आहेत."

त्या तुटक उत्तरांनी उमांबा क्षणभर विचारात पडली. नंतर तिनं रवि वर्म्याकडे पाहात विचारलं,

"किती रोडावलास! बरं नव्हतं का?"

तिची नजर टाळीत रवि वर्मा म्हणाला,

"काही नाही. बरं आहे."

निःश्वास सोडून उमांबा खोलीबाहेर गेली.

चार दिवस असेच गेले. आणि एके दिवशी उमांबा धीर करून राज वर्म्यांच्याकडे गेली. राज वर्मा जप करीत बसले होते. उमांबाकडे हसून पाहात त्यांनी विचारलं,

" काय झालं?"

"कोच्चू आला आहे."

"मला माहीत आहे."

"सडा आलेला नाही."

"मग?"

"आपलं सर्व सामान घेऊन आला आहे."

"मग काय झालं?"

"त्याला मावेलिकिरा मानवलेलं दिसत नाही. खूप रोडावलाय."

"ते माझ्या लक्षात आलेलं आहे. मी त्याची चौकशी करीन."

त्या रात्री राज वर्म्यांनी आपल्या खोलीत रवि वर्म्याला बोलावून घेतलं. बराच वेळेपर्यंत ते दोघे बोलत होते.

रवि वर्मा मावेलिकिराहून आल्यापासून त्याचं मन मोकळं झालं होतं. घरच्या वातावरणात तो रमला होता. आपल्या बालमित्रांच्यासह फिरायला जाणं, घोड्यावरून रपेट करणं हे त्याला आवडत होतं. एके दिवशी तो सकाळी कासमबरोबर हत्ती घेऊन गेला होता. या दोनतीन वर्षांत राणी खूप मोठी झाली होती. आपल्या आईबरोबर हूडपणा करीत, कान फडकावीत खेळकरपणे जाणाऱ्या राणीचं रूप त्याला मोहवत होतं. कालव्याजवळ येताच कासमच्या आज्ञेची वाट न पाहता तिघंही कालव्यात शिरली. कासम तक्रारीच्या सुरात म्हणाला,

"पाहिलंत मालक. नेहमी ही असंच करतात."

रवि वर्मा काही बोलला नाही. तो नुसता हसला. तो काठावर बसला. कासम पाण्यात उतरला, आणि तो हत्तींना खरारा करू लागला. हे पाहण्यात रवि वर्मा गर्क झाला असताना त्याच्या कानावर हाक आली,

"छोटे धनी, रामराम !"

रवि वर्म्यानं पाहिलं तो, एक नाव डुलत येत होती. नावेच्या मध्याभागावर नारळीच्या झावळ्यांचं बसकं आच्छादन होतं. नावेच्या पाठीमागे नावकरी उभा होता. त्यानंच ती साद दिली होती. त्या वंदनाचा स्वीकार करीत रवि वर्मा उठला. तो म्हणाला,

"थांब रे. मी पण येतो."

नाव अलगद काठाला लागली. रवि वर्मा तोल सांभाळून नावेच्या अग्रभागी उभा राहिला. वाकून त्यानं दुसरी डोलकाठी हाती घेतली, आणि कासमला तो म्हणाला,

"कासम, आम्ही येवढ्यात येतो रे."

डोलकाठी टेकून रवि वर्मानं नावेला गती दिली.

बऱ्याच दिवसांनंतर रवि वर्मा नावेत बसला होता. कालव्याच्या पाण्याला तशी फारशी गती नव्हती. दोन्ही बाजूंनी कालव्यावर झुकलेल्या गर्द नारळ-राईतून उठणारे पक्ष्यांचे आवाज ऐकत, नाव चालवीत रवि वर्मा जात होता. बरंच अंतर गेल्यानंतर वर आलेल्या सूर्याची जाणीव होऊन रवि वर्म्यानं नाव वळवली. विरोधी प्रवाहाला तोंड देत रवि वर्मा ताकदीनं नाव चालवत होता. वर चढलेल्या सूर्याचे किरण जलप्रवाहावर चकाकत होते. त्या वातावरणानं रवि वर्मा प्रसन्न बनला होता. मुक्कामावर येताच त्याचं लक्ष सूर्यकिरणांत उभ्या असलेल्या तिन्ही हत्तींच्याकडे गेलं. नावेतून रवि वर्मा उतरला. नावकऱ्याला तो म्हणाला,

"संध्याकाळी वाड्यावर ये."

आणि तो गजेंद्राच्या जवळ गेला. गजेंद्रानं आपल्या सोंडेनं त्याचे हात हुंगले. आपल्या सोंडेची मिठी त्याच्या हाताला घातली. गजेंद्रासह रवि वर्मा वाड्याकडे चालू लागला.

रवि वर्मा वाड्यामध्ये आला. पाय धुऊन तो आपल्या खोलीकडे गेला. खोलीच्या खिडकीशेजारी चित्रसोपान लावलेला होता. त्यावर एक छोटा रंगफलक दिसत होता. रवि वर्मा प्रसन्नतेनं त्या फलकाशी गेला. त्याच्या मनात नुसती प्रसन्नताच होती. काय काढावं हे त्याला सुचत नव्हतं. तशा स्थितीतच त्यानं अणिदार टोकाची कोळशाची कांडी उचलली. त्या कांडीकडे पाहाताच तो खुदकन् स्वत:शीच हसला. बालवयातील देवळावर रेखाटलेली चित्रं त्याच्यासमोर क्षणभर तरळून गेली. त्या कांडीनं त्यानं त्या फलकाला स्पर्श केला आणि काही वेळात त्या फलकावर एका फुलाची अस्पष्ट रेखाकृती दिसू लागली. समाधानानं त्या रेखाटनाकडे पाहात रवि वर्म्यानं ती कांडी खाली ठेवली आणि त्यानं रंगतबक हाती घेतलं. रवि वर्म्यानं रंगतबक पाहिलं. ते स्वच्छ करून ठेवलेलं होतं. ती किमया मंगलेची आहे हे त्यानं ओळखलं. पिवळ्या जर्द रंगाची ट्यूब त्यानं रंगतबकात पिळली. त्यामध्ये मनासारखा दुसरा रंग मिसळला. त्या रंगाचं मिश्रण झाल्यानंतर निवडक कुंचला उचलून तो चित्र रंगवू लागला.

एकाग्र चित्तानं तो चित्र पुरं करीत होता. त्या फुलावर अनेक रंगछटा उमटत होत्या. ते गेंददार फूल साकार झालं तेव्हा, मंगला तिथं आली. ती म्हणाली,

"अय्या ! केवढं सुरेख फूल !"

क्षणभर त्या फुलाकडे ती तशीच पाहात राहिली. आणि रवि वर्माकडे पाहात म्हणाली,

"दादा, आईनं पानं तयार केली आहेत. जेवायला जायला हवं."

रवि वर्मा म्हणाला,

"माझं झालंच. आलो म्हणावं. मी हात धुऊन एवढ्यात येतो."

रवि वर्मा हात धुण्यासाठी बाहेर गेला. मंगला तिथंच उभी होती. रवि वर्मा हात धुऊन उपरणं घेण्यासाठी परत जेव्हा तिथं आला, तेव्हा त्याचं लक्ष उभ्या असलेल्या मंगलेकडे गेलं. त्यानं विचारलं,

"अजून तू उभीच !"

"हो !" मंगला हसून म्हणाली, "तुझं काय सांगावं ! परत हातात कुंचला घेऊन उभा राहिलास तर जेवणाचं विसरून जाशील."

"आता काय लहान आहे मी?"

"चित्र काढायला उभा राहिलास की, लहानच होतोस." मंगला लांबूनच चित्राकडे पाहात म्हणाली, "दादा, खरंच फूल इतकं हुबेहूब काढलंस की, ते चित्र आहे असं वाटतच नाही."

रवि वर्म्याची नजर चित्राकडे वळली. क्षणात बारीक नजर करून त्यानं पाहिलं आणि तो झटकन चित्रसोपानाजवळ आला. नुकत्याच रंगवलेल्या फुलावर एक माशी बसली होती. ओल्या रंगावर माशी चिकटून राहील या भीतीनं रवि वर्मानं

उपरणं हाती घेऊन तो ते झटकू लागला. पण माशी उडाली नाही, आणि त्याच वेळी, मागून नाजुक हसण्याचा आवाज आला. रवि वर्म्यानं वळून पाहिलं, तर मंगला दारात उभी राहून हसत होती. त्याच्या सारं ध्यानी आलं. तो म्हणाला,

"मी हात धुवायला गेलो, तेवढ्यात तू ही माशी काढलीस वाटतं? थांब."

पण मंगला थांबली नाही. ती हसत तशीच निघून गेली.

रवि वर्म्यानं परत एकदा त्या फुलावर काढलेल्या माशीकडे कौतुकानं पाहिलं; आणि मंगलाच्या पाठोपाठ त्यानं आपली पावलं उचलली.

☯

तो दिवस रवि वर्म्याच्या आयुष्यातला मोठा आश्चर्याचा ठरला. सकाळची उन्हं चढली असता सहज म्हणून तो वाड्याच्या प्रवेशद्वाराशी गेला आणि तिथलं दृश्य पाहून चकित झाला. त्या वाड्याच्या समोरच्या आवारात दहा-बारा बैलगाड्या उभ्या होत्या. त्यांतले दगड गाडीवान खाली टाकत होते. रवि वर्म्यानं सेवकाला विचारलं,

"हे दगड कसले ? कुणी सांगितले?"

सेवकानं उत्तर दिलं, "थोरल्या धन्यांनी."

रवि वर्मा काही बोलला नाही.

त्यानंतर सारखे दगड येऊन पडत होते. लाकूड येऊन पडत होतं. रवि वर्म्यानं मंगलाला विचारलं,

"मामांनी काय चालवलंय?"

खांदे उडवून मंगला म्हणाली,

"त्यांना कोण विचारणार?"

गवंडी दगड, चिरे घडवत होते. सुतार पडलेल्या लाकडांच्या गाठी सरळ करीत होते. शेवटी न राहवून रवि वर्म्यानं राज वर्म्यांना विचारलं,

"मामाजी, हे दगड कसले?"

"याच प्रश्नाची मी वाट पाहात होतो. तू आता इथं राहणार आहेस. तुझ्या खोलीत भरपूर प्रकाश नाही, हे माझ्या ध्यानी आलं आहे. त्यासाठी तुला प्रशस्त रंगशाळा हवी. मी सर्व साहित्य आणून टाकलं आहे. आता तुझ्या मनाजोगी रंगशाळा उभारण्याची जबाबदारी तुझी. आपल्या वाड्याच्या प्रथम द्वाराशी जी मोकळी जागा आहे त्यात तू रंगशाळा बांध."

रवि वर्म्याच्या चेहऱ्यावरचा आनंद लपू शकला नाही. आनंदभरानं पुढं होऊन त्यानं राज वर्म्यांना वंदन केलं. रवि वर्म्याच्या पाठीवर प्रेमभरानं हात ठेवत राज वर्मा म्हणाले,

"कीर्तिमान भव !"

आता रवि वर्म्याला क्षणाचीही उसंत नव्हती. रंगशाळेचं काम चालू झालं.

चुन्याच्या घाण्यांतून चुना निघत होता. त्रिवेंद्रमहून कारागीर आले होते. अनेक मजुरांच्या साहाय्यानं बांधकाम वर चढत होतं. सुतारांनी खिडक्या, दरवाजे आणि छपराचे नग तयार केले होते. झोपल्यानंतर स्वप्नात देखील रवि वर्म्याला डोळ्यासमोर रंगशाळा दिसत होती. भली मोठी खिडकी उत्तरेच्या बाजूला लावली गेली होती. मूळ इमारतीला चिकटूनच रंगशाळा उभी राहिली. त्रावणकोरहून खास आणलेल्या धूसर काचा खिडक्यांना बसवल्या गेल्या. उत्तरेच्या प्रकाशानं प्रकाशमान झालेली ती रंगशाळा होती. पूर्वेच्या बाजूला कमानदार खिडकी ठेवली होती. त्यातून वाड्याचं प्रवेशद्वार दिसत होतं.

एका सुमुहूर्तावर मंगलासह रवि वर्मानं आपलं रंगसाहित्य रंगशाळेत आणून ठेवलं. पाचन, तेवी त्यांना मदत करीत होती. रंगशाळा खऱ्या अर्थानं सज्ज झाली. रवि वर्म्यानं चित्रसोपानावर नवा फलक चढवला. मंगलानं कुतूहलानं विचारलं,

''पहिलं चित्र कोणाचं काढणार?''

''अर्थात तुझं ! ते का सांगायला हवं?''

''चल. थट्टा करू नको.''

'' खरंच ! तुझं चित्र काढणार आहे. रंगवलेल्या चित्रावर माशी काढणं सोपं असतं. मोठं चित्र कसं काढायचं ते शीक.''

दोघंही त्यावर खळखळून हसली. रवि वर्मा म्हणाला,

''उद्या सकाळी तू तयार होऊन ये. बरोबर तुझ्या चंद्रालाही घेऊन ये.''

पुढे आठ दिवसात रवि वर्म्यानं कडेवर मुलाला घेऊन उभ्या असलेल्या मंगलाचं चित्र पुरं केलं. घरातील साऱ्या कुटुंबियांना ते चित्र मोठं कौतुकास्पद वाटलं. संयमी राज वर्मा कधी नव्हे ते मोकळेपणानं म्हणाले,

''कोच्चू ! रंगशाळा उभी केल्याचं सार्थक झालं !''

☯

काही दिवस उलटले आणि एके दिवशी सायंकाळी वाड्याबाहेरच्या पिंपळ पारावर राज वर्मासह रवि वर्मा बसला असताना राज वर्म्यांनी विचारलं,

''तुझं वेदपठण चालू आहे ना?''

''जी !''

''नाही तर तुझा तो कोपी बाप माझ्यावर रागवेल.''

''मामाजी, मनात एक इच्छा आहे.''

''कसली?''

''आपली कुलस्वामिनी माकांबाचं दर्शन घडावं असं वाटतं. त्या तीर्थाटनाला जावं. थोडी फार तपश्चर्या करावी असं मनात आहे.''

''एकटा जाणार?''

"आपली अनुज्ञा मिळाली तर मित्रांच्या संगती पायी जावं असं वाटतं."

क्षणभर राज वर्म्यांनी विचार केला.

"ठीक आहे कोच्चू. तुझा विचार चांगला आहे. जरूर जा."

रवि वर्म्यानं तीर्थाटनाचा बेत आखला. आपले मित्र गोळा केले. ही तीर्थाटनाची कल्पना गुप्त राहिली नाही. ती वाड्यात पसरलीच. पाचन म्हणाला,

"मी येऊ?"

"कुठं?"

"तुमच्या बरोबर."

"नको."

त्या उत्तरानं पाचन निराश झाला. मनात भीती बाळगणाऱ्या उमांबानं राज वर्म्यांना विचारलं,

"त्याला एकटा पाठवणार?"

"हो ! आणि एकटा का? त्याचे मित्र आहेत ना !"

"पण घरचं कोणी बरोबर नको?"

"उमांबा, तो काही युवराज म्हणून जात नाही. तो तपश्चर्येला जातो आहे. त्यासाठी बरोबर सरंजाम कशाला हवा आहे?"

राज वर्म्यांचा निर्णय हा त्या वाड्यातला अखेरचा शब्द होता. उमांबा काही बोलू शकली नाही. एका सुमुहूर्तावर आई-वडिलांचा रवि वर्म्यांनं निरोप घेतला. राज वर्म्यांचा निरोप घेत असता त्याला आशीर्वाद देऊन राज वर्म्यांनी रवि वर्म्याच्या हाती पैशांचा कसा दिला.

राजवाड्यात सारे रवि वर्म्याची वाट पाहात होते. दीड महिना उलटून गेल्यावर रवि वर्मा आपल्या मित्रांच्या समवेत परतल्याचं पाहून साऱ्या घरात आनंद झाला. दाढी वाढलेला रवि वर्मा पाहून तपस्व्याची आठवण होत होती.

एका चांदण्या रात्री रवि वर्मा आई व मंगलासह चौकात बसला होता. गप्पा करता करता तीर्थयात्रेच्या गप्पा निघाल्या. मंगलानं विचारलं,

"दादा, अरे वाटेत जेवत-खात कुठं होतास?"

"मंगले, वाड्यात बसून तुला ते कळायचं नाही. आपली गावं केवढी सुरेख आहेत. राजवाड्यात सापडणार नाही ते आतिथ्य त्या साध्या माणसांत आहे. सायंकाळच्या वेळी एखादं गाव पाहून आम्ही मुक्काम करीत असू."

"कुठं?"

"वेडे, गाव तिथं देऊळ, धर्मशाळा असतेच. आमचे सोबती गावातून शिधा घेऊन येत असत. देवळाचा पुजारी आस्थेनं भांडीकुडी देत असे; आणि स्वयंपाक

होई. आमच्यावर कोणी अविश्वास दाखवला नाही. नाही म्हणायला एक बिकट प्रसंग आला.''

''कसला?'' उमांबानं विचारलं,

''आमचा प्रवास चांगला चालला होता; आणि अशाच एका रात्री एका धर्मशाळेत झोपलो. सकाळी उठून पाहतो तर आमचे पैसे कोणीतरी चोरले होते.''

''आणि मग रे !''

''पुढचा प्रवास कशाच्या जोरावर करणार? कुणाकडे हात पसरणार? तिथल्या देवालयात मी गेलो. पण देवालयात निराळाच प्रकार चालू होता. चार माणसं गोळा झाली होती. एक फेफरं आलेली मुलगी देवापुढं निजवली होती. शेजारी तिचा बाप कपाळाला हात लावून बसला होता. मी त्या माणसाला विचारलं,

''काय झालं?''

त्या मुलीकडे बोट दाखवत तो गृहस्थ म्हणाला,

''ही माझी मुलगी. वयात आली. दोन वर्षांपासून तिची ही अवस्था झाली आहे. सारे उपचार केले पण काही गुण येत नाही.''

'आपण कोण?'

'मी ह्या देवळाचा पुजारी.' तो म्हणाला.

''मीही संकटात सापडलो होतो. तो पुजारीही संकटात होता. देवासमोर ठेवलेल्या त्या मुलीकडे मी पाहिलं. त्या निष्पाप मुलीच्या तोंडातून फेस येत होता. मुठी आवळल्या होत्या. डोळे ताठरले होते. आचके देत ती तिथं पडली होती. माझ्या मनात एक विचार आला. एकदा मी देवाकडे पाहिलं. आणि निर्धारानं म्हणालो,

''तुमची ना नसेल तर मी प्रयत्न करून पाहू?''

''साऱ्यांना आश्चर्य वाटलं. पुजाऱ्यानं विचारलं,

'' 'आपण कुठल्या गावचे? आपल्याला यातलं काय येतं?'

''आम्ही किलिमानूरचे.''

मंगला हसली. मध्येच तिनं विचारलं,

''तुला रे यातलं काय येतं?''

''ऐक तर खरं ! गंमत तर पुढंच आहे. मी देवाला नमस्कार केला. हात जोडले. डोळे मिटले आणि आठवलं ते उषासूक्त मोठ्यानं म्हणायला सुरुवात केली.''

उमांबाला हसू आवरणं कठीण जात होतं. मंगलानं विचारलं, ''पुढं?''

''पुढं काय? मी डोळे उघडले तेव्हा सारे माझ्याकडे आदरानं पाहात होते. त्या मुलीच्या मुठी सैल झाल्या होत्या. आळस देत ती मुलगी उठून बसली होती. बाकीच्या लोकांच्या नजरा बघून मला असह्य झालं होतं. मी संकोचानं तेथून उठलो, आणि देवळालगतची छपरी गाठली. माझे सारे मित्र पुढं काय करायचं या विवंचनेत

बसले होते. पण फारशी चिंता करावी लागली नाही. काही वेळात पुजाऱ्याबरोबर काही माणसं आली आणि त्यांनी माझ्यासमोर दक्षिणा, नारळ, केळींचे घड, शिधासामुग्री आणून ठेवली. ते सारं नाकारूनही ऐकेनात. पुढच्या प्रवासाला आम्हाला जाऊ देईनात. दोनचार दिवसांत भरपूर पैसे गोळा झाले. येईल त्या आजाऱ्याला देवळातला अंगारा आणि तोंडात येईल तो मंत्र म्हणून मी त्याची रवानगी करीत होतो. शेवटी निश्चयानं एके दिवशी भल्या पहाटे आम्ही ते गाव गुपचूप सोडलं आणि तीर्थयात्रा सुरू झाली.''

''म्हणजे मांत्रिक बनलास तर !'' मंगला म्हणाली.

''मांत्रिक कसला? ही देवाची कृपा. ती देवाची कृपा म्हणून ती पोरगी बरी झाली आणि आमची तीर्थयात्रा पुरी झाली.''

☯

सकाळच्या वेळी राज वर्म्यांनी रवि वर्म्याला बोलावलं. रवि वर्मा येताच ते म्हणाले,

''त्रिवेंद्रमहून आमंत्रण आलं आहे.''

''कसलं?''

''तुला तुझ्या रंगसाहित्यानिशी महाराजांनी बोलावलं आहे. त्रिवेंद्रमला जायची तयारी कर. तुझ्याबरोबर पाचन आणि इतर सेवक येतील.''

''पाचन !''

''हो !''

पाचन हा राज वर्म्यांचा उजवा हात होता हे रवि वर्म्याला माहीत होतं.

''पाचन आला तर आपल्याला....''

''काही अडचण येणार नाही. त्याची चिंता करू नको. तुझं तिथलं बस्तान बसलं की, हवं तर त्याला माघारी पाठव.''

रवि वर्म्यानं राज वर्म्यांचा निरोप घेतला. आता त्याच्या डोळ्यासमोर त्रिवेंद्रम तरळत होतं.

☯

त्रिवेंद्रमला राजप्रासादाच्या आवारात असलेल्या मदातू-मदहोम या हवेलीत रवि वर्म्याची सोय केली होती. पाचन आणि इतर सेवक यांनी सर्व सुखसोईंनी सज्ज अशी ती हवेली बनवली होती. राजे आईल्यम तिरुनालनी रवि वर्म्यावर राजघराण्यातील स्त्रीपुरुषांची चित्रं काढण्याची जबाबदारी टाकली होती. ते काम पुरं करीत असता अनेक वेळेला रवि वर्म्याला राजवाड्यात जावं लागत असे. इतर वेळी तो आपल्या निवासातच काम करीत असे.

राजघराण्यातील स्त्री-पुरुषांची चित्रं तो अधिक विश्वासानं काढीत होता. चित्रकलेतील त्याची प्रगती पाहून राजे आईल्यम तिरुनाल समाधानी बनत होते. राजे आईल्यम तिरुनाल हे एक नव्या दृष्टीचे राजे होते. ते जसे कलासक्त होते, तसंच त्यांनी राज्यामध्ये अनेक सुधारणा केल्या होत्या. राजदरबारी होत असलेला रवि वर्म्याचा गौरव पाहून राजचित्रकार रामस्वामी नायकर हा एके दिवशी राजेसाहेबांना म्हणाला,

"महाराज, आपण रवि वर्म्याला ज्या मुभा देताहात त्या मला मिळाल्या असत्या तर मीही अधिक चांगली चित्रं काढून दाखविली असती."

राजेसाहेब हसले. ते म्हणाले,

"सुविधा देऊन कधी कोण चित्रकार बनत नसतो. हा रवि वर्मा तुमच्या हाती दिला होता. पण तुम्ही त्याला काही शिकवलं नाही. त्याला जे हवं ते ज्ञान त्यानं स्वतःच्या कर्तबगारीनं मिळविलेलं आहे. तुम्हीच नव्हे तर, ते ब्रूक्स, जॉन्सन यांनीही त्याला तसंच वागवलं. तुम्हाला मी चित्रशाळेचा प्रमुख केलेला आहे. त्या जागेत मी बदल करणार नाही. पण एक लक्षात ठेवा की, आता रवि वर्मा माझा आश्रित नसून तो माझा नातलग आहे, त्याच्या मार्गामध्ये कोणीही आडवं आलेलं मला खपणार नाही." थोडे कठोर होत राजेसाहेब म्हणाले, "पण त्यासाठी मी तुमची वाट कधीही अडवणार नाही."

राजेसाहेबांच्या त्या स्पष्ट बोलण्यानंतर रामस्वामीची भीती आणखीन दुणावली.

☯

रवि वर्म्याच्या रंगशाळेत राजे आईल्यम तिरुनाल उभे होते. रवि वर्म्यानं आपली सारी चित्रं भिंतीलगत एका पाठोपाठ ठेवली होती. त्यात राजघराण्यातील स्त्री-पुरुषांची तैलचित्रं होती. जलरंगातील निसर्गचित्रं होती. काही व्यक्तिचित्रं होती. ती चित्रं पाहात राजे जात होते.

सारी चित्रं पाहून झाल्यावर भिंतीलगत लावून ठेवलेल्या एका पाठमोऱ्या चित्राकडे राजेसाहेबांचं लक्ष गेलं. कुतूहलानं त्यांनी विचारलं,

"ते चित्र कसलं?"

"ते पुरं झालं नाही महाराज!" रवि वर्मा म्हणाला.

"पाहू?"

अपुरं राहिलेलं कामिनीचं चित्र रवि वर्म्यानं भिंतीलगत सरळ ठेवलं. त्या चित्रात फक्त कामिनीचा चेहरा पूर्ण झाला होता. चेहऱ्याखाली कोळशानं मारलेल्या नाजूक रेषांमुळं चित्राचा अंदाज येत होता. राजेसाहेब एकटक नजरेनं त्या चित्राकडे पाहात होते. ते उद्गारले,

"सुरेख ! हे चित्रं पुरं का नाही केलं?"

"क्षमा असावी महाराज. पण हे चित्र पुरं होईल असं वाटत नाही."

"का? का पुरं होणार नाही.?"

राजेसाहेबांची नजर चुकवत रवि वर्मा म्हणाला,

"त्या चित्रामुळे मी खूप अपमान सोसलेला आहे."

"कसला अपमान? संकोच न बाळगता सांग. वाटल्यास ती माझी आज्ञा समज."

रवि वर्म्याला कसं सांगावं हे सुचत नव्हतं. धीर करून तो म्हणाला,

"महाराज, मी मावेलिकिराला होतो. त्या वेळी ही मुलगी माझ्या नजरेत आली. तिचं मी चित्र काढीत होतो. पण पुरुला ते आवडलं नाही."

राजेसाहेब हसले. ते म्हणाले,

"आम्हा श्रीमंतांच्या घरी कोणतीही गोष्ट लपून राहात नाही. मला ते सारं कळलेलं आहे."

दचकून रवि वर्म्यानं विचारलं, "कुणी सांगितलं?"

"कामिनीनं! हे चित्र कामिनीचंच ना?"

"कामिनी !"

"त्यात आश्चर्य वाटण्यासारखं काय आहे? राणीसाहेबांच्या आज्ञेनुसार दोन नायर तरुणी राजवाड्यात आल्या आहेत. सुदैवानं त्यातली कामिनी ही एक आहे. आता तुला काही अडचण न येता हे चित्र पुरं करता येईल. हे चित्र पुरं कर."

ते ऐकून रवि वर्म्याला आपला आनंद लपवता आला नाही. राजेसाहेब म्हणाले,

"रवि, हा आनंद कामिनीला भेटण्यापेक्षा चित्र पुरं करण्याचाच असू देत."

रवि वर्मा ओशाळला. त्याच्या पाठीवर थाप मारीत राजेसाहेब म्हणाले,

"एक सांगायचं विसरलो. मद्रासला चित्रकला प्रदर्शन भरणार आहे. त्यात देशी-परदेशी नामांकित चित्रकार भाग घेणार आहेत. त्या प्रदर्शनासाठी तुझं एखादं चांगलं चित्र झालं तर ते पाठवावं असं मला वाटतं. अवधी पुष्कळ आहे, त्या प्रदर्शनात नायकरही भाग घेणार आहेत."

रवि वर्मा राजेसाहेबांना पोहोचवायला राजवाड्यापर्यंत गेला. तो माघारी जेव्हा आला, तेव्हा तो कामिनीच्या चित्रासमोर उभा राहिला.

त्याच्या चेहऱ्यावर स्मित उमटलं होतं.

रवि वर्मा कामिनीचं चित्र पुरं करीत होता. कामिनी चित्रसोपानाजवळ उभी होती. रवि वर्म्याला फलकावरचा प्रकाश कमी होत आहे हे जाणवत होतं. एक दीर्घ नि:श्वास सोडून तो कामिनीला म्हणाला,

"आज एवढंच पुरे."

कामिनी हसली आणि निघून गेली. रवि वर्म्यानं कुंचले, रंगतबक स्वच्छ केलं आणि रंगशाळेतून तो बाहेरच्या महालात आला. संध्याकाळची किरणं फाकली

होती. बाहेर येऊन त्यानं पादत्राणं चढवली. तोच मागून पाचन आला. त्यानं विचारलं,

"कोच्चू, बाहेर जाणार?"

"हो ! जरा पाय मोकळे करून येतो."

"जरा थांबा."

पाचन धावत आत गेला, आणि काही क्षणातच तो एक उपरणं घेऊन बाहेर आला. ते उपरणं त्यानं रवि वर्म्याच्या हातात दिलं. रवि वर्मा खांद्यावरच्या उपरण्याकडे बोट दाखवत म्हणाला,

"हे आहे ना !" असं म्हणत असता त्याचं लक्ष खांद्यावरच्या उपरण्याकडे गेलं. ते पांढरंशुभ्र उपरणं रंगाच्या डागांनी चिताडलं होतं. रवि वर्म्यानं ते उपरणं पाचनच्या हाती दिलं. नवं उपरणं घेऊन तो बाहेर पडला.

सायंकाळच्या प्रकाशात राजवाड्याचं आवार उजळलं होतं. राजवाड्याच्या प्रवेशद्वारातून तो बाहेर पडला आणि राजवाड्याच्या डाव्या बाजूच्या पद्मनाभन् मंदिराच्या आवारात तो आला. पद्मनाभन् मंदिराच्या गोपुराची लांबलचक सावली देवालयाच्या पायरीवरून ओघळली होती. देवालयाच्या पायऱ्या चढून रवि वर्मा उजव्या बाजूला वळला, आणि विस्तीर्ण जलाशयाच्या काठावर असलेल्या पायरीवर बसला. पण आज त्याचं मन तिथं रमत नव्हतं. त्याचं लक्ष देवालयाकडे गेलं. ते भव्य मंदिर नजरेत येताच तो उठला, आणि देवालयाच्या पायऱ्या चढू लागला.

देवळाच्या प्रवेशद्वाराशीच, ज्यांनी धोतरी परिधान केलेली नाही असे भाविक आपली वस्त्रे उतरून धोतरी परिधान करून मंदिरात प्रवेश करीत होते. ते पाहात असता त्या प्रशस्त फरशीवर एक तरुण झाडू मारीत असताना रवि वर्म्याला दिसला. जेव्हा त्या तरुणानं मान वर केली, तेव्हा रवि वर्म्याच्या आश्चर्याला पारावर राहिला नाही. तो रामय्या आहे यावर त्याचा विश्वास बसत नव्हता. गळ्यात जानवं, कमरेला मळकी धोतरी परिधान केलेला रामय्या त्याच आश्चर्यानं रवि वर्म्याकडे पाहात होता. रामय्या काही न बोलता माघारी वळला आणि मंदिरात जाऊ लागला. रवि वर्म्यानं दोन पावलं टाकली आणि तो ओरडला,

"रामय्या ऽऽ"

त्या हाकेनं रामय्याला थांबावंच लागलं. रामय्याजवळ जाऊन त्याच्या हातातला झाडू फेकून रवि वर्म्यानं त्याला मिठी मारली. त्याचे खांदे पकडून त्याला दूर करीत रवि वर्मा म्हणाला,

"अरे रामय्या, तू बोलत का नाहीस? आणि हा झाडू, ही तुझी अवस्था! झालंय काय तुला?"

उसन्या अवसानानं हसत रामय्या म्हणाला,

"कोच्चू, मी इथं सेवा करतोय. तू केव्हा आलास?"

"ते जाऊ दे. मला सर्व सांग. चल."

बळजबरीनं रामय्याचा हात पकडून तो निवांत जागी गेला. एका पायरीवर बसत त्यानं विचारलं,

"सांग रामय्या, तू नायकराकडे होतास ना?"

"त्यांनी मला सोडलं. आई होती तीही वारली. देवाची सेवा पत्करली. तेवढंच पुण्य पदरात पडतं."

"काय मिळतं तुला?"

"आठ आणे देतात."

"दिवसाला?"

"हं !" रामय्या खिन्नपणे हसला. "तू राजा आहेस. तुझ्या हाताला खळ कुठली !....महिन्याला आठ आणे देतात."

"आणि मग जेवण-खाण?"

"अरे ब्राह्मण आहे ना मी ! चार घरं फिरलं तरी पोट भरतं. आणि निवाऱ्याला इथं ओवरी आहेच की !"

रवि वर्म्याच्या डोळ्यांत टचकन् पाणी आलं. गालावरून ओघळणारे अश्रू न पुसता तो रामय्याचा हात आपल्या मुठीत घट्ट पकडत म्हणाला,

"अरे रामय्या, मी का मेलो होतो? कशासाठी सोसलंस हे? चल ऊठ. आपण आपल्या घरी जाऊ."

त्या प्रेमभरानं रामय्याला हुंदका फुटला. त्याला समजावत रवि वर्मा म्हणाला,

"रडू नको. जोपर्यंत मी जिवंत आहे, तोवर कसलीही काळजी करू नको. चल."

आणि दोघंही मंदिराच्या पायऱ्या उतरू लागले.

सायंकाळच्या वेळी रामय्यासह फिरून रवि वर्मा आपल्या निवासात आला. आणि हसतमुखानं बाहेर येणारा पाचन त्याला म्हणाला,

"थोरले धनी आले आहेत."

"कोण? मामा?"

"जी."

अचानक मामा आल्यानं त्याला आश्चर्य वाटलं. त्यांना भेटताच आपल्या आई-वडिलांची चौकशी केली. सारे क्षेम असल्याचं ऐकून त्याला समाधान वाटलं. राज वर्मा म्हणाले,

"कोच्चू, ही राजे लोकांची लहर. केव्हा कोणाला बोलावतील याचा भरवसा फार थोडा. त्यांची आज्ञा झाली. मला यावं लागलं."

दुसरे दिवशी रवि वर्म्यानं अत्यतं नम्रतापूर्वक राज वर्म्यांना आपली सारी चित्रं दाखविली. ती सारी चित्रं न्याहाळून राज वर्मा म्हणाले,

"रवि, तुझी चित्रं सुरेख आहेत. ती पाहून काय वाटलं सांगू? आमच्या तारुण्यामध्ये हे रंग, हे कुंचले वेळीच हाती आले असते तर, मी सुद्धा एक चित्रकार बनलो असतो." रवि वर्म्याच्या खांद्यावर हात ठेवत ते म्हणाले,"ते मिळालं नाही म्हणून दुःख नाही. पण त्या कलेचं पीक इतकं उदंड वाढलं. की, सत्ता, पैसा, कीर्ती यांत मन रमलंच नाही. आणि त्याचमुळं मी तपस्वी बनलो. त्यातच हरवून गेलो. तुझ्या नशिबानं तुला खूप पाहायला मिळालं. नवीन रंग मिळाले. आम्ही आमचं आयुष्य मातीचे रंग घोटतच घालवले. मातीतून झाडं, फुलं उमलतात पण मातीला त्यांचा स्पर्श कसा कळेल? आम्ही आमचं आयुष्य जगलो. स्वप्नात वाढलो. पण खरं सांगू कोच्चू ! कलावंत हा कितीही मोठा असला तरी, तो कुणाच्या तरी असूयेपोटी जगत असतो. मला आयुष्यात खूप वाटायचं, तो सुरेख निसर्ग, त्याची बदलणारी रूपं, ती देवानं दिलेली नानाविध रूपं चितारावी कल्पना होत्या पण ते साकार करण्याचं बळ देणारे रंग, ते फलक, ते नानाविध कुंचले मला मिळाले असते तर, काहीतरी करू शकलो असतो."

त्या गौरवर्णीय चेहऱ्याच्या, शिडशिडीत देहयष्टीच्या, कठोर मुद्रेच्या मामांच्या डोळ्यांतला मार्दव भाव रवि वर्मा प्रथमच पाहात होता. आजवर त्या नजरेत रवि वर्म्यानं धाकच पाहिला होता. त्या घायाळ नजरेनं रवि वर्मा बेचैन झाला. कसाबसा तो म्हणाला,

"मामाजी ! देवळावरच्या चार रेघोट्या मारलेल्या पाहून तुम्हीच मला ह्या चित्रकलेचे पहिले धडे दिलेत. आपल्या जुन्या चित्रांपाठीमागं परळातल्या रंगांनी मनाला येईल ती चित्रं काढण्याची मुभा तुम्हीच मला दिलीत. एवढंच नव्हे तर, मला प्रथम राजेसाहेबांची ओळख तुम्हीच करून दिलीत. त्यांना कलेची आवड आहे. माझ्यापेक्षाही त्यांना कलेची जाण आहे. नाहीतर त्यांनी माझ्या कोवळ्या वयामध्ये उपलब्ध असलेलं सारं रंगसाहित्य माझ्या हाती सोपविलं नसतं. हे सारं तुमच्या आशीर्वादानंच घडलं."

राज वर्मा खिन्नपणे हसले. ते म्हणाले,

"कोच्चू, फार लहान आहेस तू. जीवनाचा अर्थ अजूनही तुला कळायचा आहे. वारसा हक्कानं राज्य देऊनही राजा बनत नसतो. प्रजापती बनण्याचा गुण पूर्वकर्मानुसार आणि जन्मजात संस्कारानं त्याला लाभतो. कुणाच्याही हाती रंगसाहित्य देऊन तो कलाकार बनत नसतो. त्याची कला वाढत नसते. हे असं का घडावं? याचं उत्तर मलाही माहीत नाही ! कोच्चू, मी तुला एक सांगतो. त्या परमेश्वराइतका भव्य चितारी दुसरा झालेला नाही. प्रत्येक माणूस आपलं वेगळं रूप, आपला वेगळा गुणधर्म घेऊनच जन्माला येतो. ते रूप, ते अस्तित्व, एकदाच पृथ्वीतलावर अवतरतं, आणि

त्याच्याबरोबर नाहीसं होतं. पण प्रत्येक मानवाच्या जन्माबरोबर त्यानं आपला दैवी अंश त्याला दिलेला असतो. त्या दैवी अंशाचा शोध प्रत्येकानं वेळीच आपल्या बुद्धीच्या जोरावर करायचा असतो. नशिबानं तुला तो शोध लागला आहे. नट आणि चित्रकार यांची उपेक्षा आज जरी समाजात होत असली तरी, त्याची चिंता तू बाळगू नको. ज्या निष्ठेनं तू देवीची उपासना केलीस, त्याच निष्ठेनं तू या कलेची उपासना कर. त्यातून तुझं भाग्य उजळेल, तुझ्या घराण्यातला ज्येष्ठ पुरुष म्हणून हा माझा तुला आशीर्वाद आहे.''

रवि वर्म्यानं राज वर्म्यांच्या पायावर मस्तक ठेवलं. कठोरहृदयी राज वर्म्यांनी रवि वर्म्याला उठवलं. आपल्या उराशी कवटाळलं. त्याच्या मस्तकावर राज वर्म्यांचे अश्रू पडत होते. भरल्या आवाजात राज वर्मा म्हणाले,

''माझे– एका पराजित असफल झालेल्या चित्रकाराचे- भावी श्रेष्ठ चित्रकाराला आशीर्वाद. कोच्चू, एकच कर, जीवनात कोणतीही हारजीत आली तरी देवानं तुला दिलेल्या कलेशी कधीही प्रतारणा करू नको.''

रवि वर्म्याला काय बोलावं हे सुचत नव्हतं. राज वर्म्याची एवढी घायाळ झालेली मुद्रा तो प्रथमच पाहात होता. हे रूप त्याला अनभिज्ञ होतं.

परमेश्वरानंच त्याची या प्रसंगातून सुटका केली. दाराशी सेवक आला आणि तो राज वर्म्यांना म्हणाला,

''महाराजांनी आपली आठवण केली आहे.''

तत्परतेनं राज वर्मा वळले, आणि सेवकापाठोपाठ महालाबाहेर निघून गेले.

रवि वर्मा महालामध्ये एकटा उभा होता. मांडलेली सारी चित्रं त्याच्यकडे पाहात होती.

सकाळच्या वेळी राजवाड्याच्या छोट्या दरबार हॉलमध्ये दरबार भरला होता. गालिचांनी सारी बैठक अंथरली होती. अत्तराचा सुगंध दरवळत होता. दरबारच्या अग्रभागी चांदीच्या सिंहासनावर राजे आईल्यम तिरुनाल विराजमान झाले होते. हिऱ्यांचा शिरपेच त्यांच्या मस्तकीच्या रुमालावर झगमगत होता. गळ्यात टपोऱ्या मोत्यांच्या कंठ्याचा सर रुळत होता. आणि त्याहीपेक्षा त्यांच्या चेहऱ्यावरचं प्रसन्न स्मित त्यांच्या रूपाला शोभून दिसत होतं. त्यांच्या उजव्या बाजूला दिवाण माधवराव आदबीनं उभे होते.

दरबारातल्या मानकऱ्यांमध्ये राज वर्मा, रवि वर्मा, दरबारचे चित्रकार रामस्वामी नायकर हीही मंडळी आमंत्रणानुसार हजर होती. हा दरबार अचानक का भरवावा याबद्दल सर्वांना कुतूहल होतं. साऱ्या दरबारात शांतता पसरली होती. त्या शांततेचा भंग आईल्यम तिरुनाल यांनीच केला. ते आपल्या गंभीर आवाजात म्हणाले,

"राजा रवि वर्मा, आपण पुढं यावं."

त्या उल्लेखानं रवि वर्मा थक्क झाला. कानात हिऱ्याची कुंडलं घातलेला, कपाळी चंदनाची उटी असलेला, टपोऱ्या नेत्रांचा रवि वर्मा पुढं झाला. त्याच्या मस्तकी दक्षिणी पद्धतीची पगडी शोभत होती. अंगात रेशमी कुडता होता. कमरेला जरीकाठी धोतरी होती. त्याच्या तरुण कोवळ्या मुखावर उमटलेल्या मिश्यांची दाट रेषा त्याच्या लालसर ओठांना शोभून दिसत होती. रवि वर्मा पुढं झाला. नम्रतेनं त्यानं राजेसाहेबांना अभिवादन केलं. राजेसाहेब म्हणाले,

"आजचा दरबार आम्ही खास तुमच्या गौरवासाठी भरवलेला आहे. आमचे नातेवाईक म्हणून नव्हे, पण तुमच्या चित्रकलेवर प्रसन्न होऊन आम्ही तुम्हाला आमच्या दरबारचा वीरशृंखलेचा मान प्रदान करीत आहोत."

त्या वाक्यानं राज वर्मा सोडून बाकी सर्व अवाक् झाले. वीरशृंखलेचा सन्मान हा त्रावणकोर दरबारी फार मोठा सन्मान समजला जाई.

राजेसाहेबांनी माधवरावांच्याकडे पाहिलं. आणि आच्छादित केलेलं रौप्य तबक सेवकांनी समोर आणलं. दिवाण माधवरावांनी त्यावरचं आच्छादन दूर केलं, आणि त्या रौप्य तबकातील सुवर्णकंकण साऱ्यांच्या नजरेत आलं. ते कंकण उचलून आपल्या हातांनी रवि वर्म्याच्या हाती चढवत असताना राजेसाहेब म्हणाले,

"रवि वर्मा, हे नुसतं कंकण नाही. ते नुसतं सुवर्णमयही नाही. ही वीरशृंखला आहे. आजपासून तू तुझ्या कलेला बद्ध आहेस. त्या कलेनं तू आमचं नाव, आमच्या राज्याचं नाव, आमच्या देशाचं नाव वाढवत ठेवायला हवंस ही जाणीव तू कधीही विसरू नको. ते बळ तुला परमेश्वर देवो, ही आमची इच्छा आहे. आम्ही असू वा नसू, पण आमची आठवण म्हणून हे तू जतन कर. यापुढं तुला लोक खऱ्या अर्थानं राजा रवि वर्मा या नावानं ओळखतील. तो सन्मान राखण्याची जबाबदारी तुझी आहे."

त्या अनपेक्षित झालेल्या सन्मानानं रवि वर्म्याला काय बोलावं हे सुचत नव्हतं. कुठल्याही प्रतिष्ठेची, राजदरबारातल्या लोकांची जाणीव न बाळगता रवि वर्म्यानं आपलं मस्तक राजेसाहेबांच्या पायांवर टेकवलं. रवि वर्म्याच्या डोळ्यांतून ओघळणाऱ्या अश्रूंचा स्पर्श राजेसाहेबांना जाणवला. ते म्हणाले,

"उठा, राजा रवि वर्मा. कदाचित कलावंतांना आपलं सुख वा दुःख प्रकट करता येत असेल. पण या सिंहासनाचे जे मानकरी होतात ना, त्यांना फार मर्यादा असतात."

आणि क्षणाचाही अवसर न घेता राजे आईल्यम तिरुनाल उठले. आणि राजदरबारातून निघून गेले.

रवि वर्मा उठला. त्याच्या पाठीवर हात ठेवत माधवराव म्हणाले,

"रवि वर्मा, मी आजवर अनेक राजे पाहिलेत-पण असा राजा पाहायला मिळणं

कठीण. पण तुम्हाला एक सांगतो ते कधीही विसरू नका. माणसं ज्या वेळी दु:खात पडतात, त्या वेळी त्याला अनुकंपा देणारी शेकडो माणसं भेटतात. पण जेव्हा माणसाच्या जीवनात यश प्राप्त होतं, तेव्हा कारण नसताना तेवढेच वैरीही त्याला स्वीकारावे लागतात.''

रवि वर्मा, माधवराव वळले. आणि त्याच वेळी रामस्वामी नायकर दरबारातून निघून जाताना दिसला.

रवि वर्मा जायला निघाला. तेव्हा त्याच्या खांद्यावर माधवरावांचा हात पडला. त्या गहिऱ्या डोळ्यांत एक निराळाच भाव तरळला होता. ते म्हणाले,

''रवि वर्मा, मी तुमची चित्रं पाहिली आहेत. राजेसाहेबांनी प्रशंसा केली म्हणून नव्हे. पण ती खऱ्या अर्थानं गुणसंपन्न आहेत. वीरशृंखलेचा मान तुम्हाला लाभला आहे. एवढ्या लहान वयात हा सन्मान लाभणं हे भाग्य लक्षण.'' माधवराव म्हणाले, ''रवि वर्मा, आज रात्री तुमच्या सन्मानार्थ खास मेजवानी आयोजित केली आहे. त्यावेळी आपण भेटू.''

माधवराव गेले; आणि रवि वर्मा भारल्यासारखा आपल्या निवासाकडे पावलं टाकू लागला.

☯

वीरशृंखलेचा मानकरी बनलेल्या राजा रवि वर्म्याच्या सन्मानार्थ रात्री राजवाड्यामध्ये मोठी मेजवानी आयोजित केली होती. छताला लावलेल्या झुंबरांनी तो महाल प्रकाशमान झालेला होता. मेणबत्त्यांनी प्रकाशित झालेली चिरागदानी सेवकांच्या हातातून फिरत होती. त्या मेजवानीला वेचक नागरिक, अधिकारी बोलाविले होते. मेजवानी जरी शाकाहारी होती, तरी सारा थाट पाश्चात्त्य पद्धतीचा होता. सर्व तऱ्हेच्या पाश्चात्त्य मद्याची व्यवस्था तिथं करण्यात आली होती. भोजनाच्या आधी त्या मद्य बैठकीला संकोच न वाटावा म्हणून खुद्द राजेसाहेब, राजा राज वर्मा, दिवाण माधवराव ही ज्येष्ठ मंडळी एका बाजूला जाऊन बसली. आलेल्या सर्व यजमानांना युवराज विक्रम मद्याचा आग्रह करीत होते. मद्याचा भरलेला पेला रवि वर्म्यासमोर आणून ठेवत युवराज म्हणाले,

''आजची मेजवानी तुमच्या सन्मानार्थ आहे. तुम्ही या बैठकीत सामील व्हायला हवं.''

रवि वर्मा हात जोडून म्हणाला,

''माफ करा. मद्य सेवनाची मला सवय नाही.''

युवराज हसत म्हणाले,

''मग ती आजपासून सुरू करायला हरकत नाही.''

आपला संताप आवरत रवि वर्मा म्हणाला,

क्षमा असावी युवराज. मला असल्या नशेची गरज वाटत नाही. आम्हाला कलेची नशा भरपूर आहे. त्यासाठी मद्य सेवन करण्याची काही गरज नाही.''

''आणि आम्ही आज्ञा केली तर !''

युवराजांच्या रुक्ष चेहऱ्याकडे पाहात रवि वर्मा म्हणाला,

''नाइलाजानं ती डावलली जाईल.''

''कुणाला सांगतोस ! आम्हाला ? '' युवराज एकदम उफाळले, ''दरबारचा एक आश्रित आणि ही मिजास?''

रवि वर्म्याला संयम राखणं कठीण गेलं. साऱ्या बैठकीत एक विलक्षण शांतता पसरली होती.

''युवराज, कोणाला बोलता हे? वीरशृंखलेचा मान मला मिळालेला आहे. आमच्या 'राजा' ह्या सन्मानावर आज सकाळीच राजेसाहेबांनी शिक्कामोर्तब केला आहे. आपल्याला भान नसेल. हवं तर राजेसाहेबांना विचारा.'' रवि वर्म्याचा उरलासुरला संयम सुटला होता. तो म्हणाला,

''मला जी प्रदान केली आहे ती वीरशृंखला आहे, ती मद्याच्या पायी कुणाच्या तरी पायात बांधण्यासाठी नाही.''

चारचौघांत झालेला अपमान युवराजांना सहन झाला नाही. ते ओरडले,

''रवि वर्मा, असला अपमान ऐकून घेण्याची सवय आम्हाला नाही.''

रवि वर्मा त्याच ताठरतेनं म्हणाला,

''ठीक आहे युवराज. आपला अपमान झाला असेल तर त्याबद्दल मी आपली क्षमा मागतो, पण माझं अस्तित्व आपणाला इथं नको असेल तर मी बाजूला जातो.''

एका कोपऱ्यात बसलेले राज वर्मा, राजेसाहेब आणि दिवाण माधवराव अस्वस्थपणे सारा प्रकार पाहात होते. राजेसाहेबांनी माधवरावांच्याकडे पाहिलं. माधवराव जसे राज्याचे दिवाण होते तसेच ते युवराजांचे पालक होते. माधवराव उठले. संतापून उठलेल्या रवि वर्म्याला त्यांनी बसण्याची खूण केली, आणि ते युवराजांना म्हणाले,

''युवराज, रवि वर्मा हे आजच्या मेजवानीचे मुख्य पाहुणे आहेत. आजच्या मेजवानीच्या प्रसंगी त्यांनी काय स्वीकारावं आणि काय स्वीकारू नये हा त्यांचा प्रश्न आहे.'' नको असलेल्या गोष्टीचा त्यांना आग्रह धरणं हा बोलाविलेल्या पाहुण्याचा अपमान आहे.

माधवरावांच्या शब्दांनी युवराज भानावर आले. माधवरावांनी रवि वर्म्याला हाताशी धरून राजेसाहेबांच्या नजीक बसवलं.

योग्य वेळी मेजवानी संपली आणि रवि वर्मा, राज वर्मा राजेसाहेबांचा निरोप घेऊन आपल्या निवासस्थानी परतले.

रवि वर्म्याला वीरशृंखलेचा मान प्राप्त झाल्यानंतर त्याचं राजवाड्यानजीकचं असलेलं मदातू मदहोम हे निवासस्थान कलावंतांचं माहेरघर बनलं होतं. रवि वर्मा मनाला येईल तेव्हा राजवाड्यातील घोडागाडी मागवून सहलीला जाई. कित्येक वेळेला शहरातल्या कथकली नृत्याच्या, गायनांच्या बैठकीला तो हजर राहून आपल्या निवासस्थानी यायला मध्यरात्र उलटत असे. राजे आईल्यम तिरुनाल यांचा पाहुणचार घेत असलेले राज वर्मा, ह्यांच्या ते सारं ध्यानी येत असे.

एक दिवस राजे प्रसन्न असलेले पाहून राज वर्म्यांनी आईल्यम तिरुनालना विचारलं,

"एक मनात शंका आहे. आज्ञा असेल तर विचारीन."

आईल्यम तिरुनाल हसून म्हणाले, "जरूर विचारा."

"आपण माझ्या भाच्याचा वीरशृंखला देऊन सन्मान केलात याचा मला आनंद आहे. त्याबद्दल मला असूयाही वाटत नाही. हे मला आधीच स्पष्ट केलं पाहिजे. आपल्या दरबारी नायकरसारखे राजचित्रकार असताना दरबारचा हा दुर्लभ वीरशृंखलेचा सन्मान आपण रवि वर्म्याला का दिलात? असा कोणता त्यानं पराक्रम केला होता की त्यासाठी त्याला हा बहुमान मिळाला?"

राजे तिरुनाल हसले. ते म्हणाले,

"हा प्रश्न तुमच्याइतकाच अनेकांच्या मनात घोळत असेल, त्याची मला जाणीव आहे. पण माझा नातेवाईक किंवा तुमचा भाचा म्हणून हा सन्मान केलेला नाही. नायकर हे आमच्या राजदरबारचे कलावंत आहेत खरे ! पण पारंपरिक रंग घोटण्यापलीकडे त्यांना काहीही करता आलं नाही. ब्रूक्स, जॉन्सनसारखे पाश्चात्त्य चित्रकार येऊनही त्यांनी रवीला काहीही शिकवायचं नाकारलं. पण रवि त्यामुळं अडला नाही. द्रोणाचार्यांनी नाकारलं म्हणून एकलव्याची विद्येवरची श्रद्धा ढळली नाही. त्याच श्रद्धेनं रवीनं आपली चित्रकला वाढवली. मला चित्रकलेतील फारसं कळत नसेल. पण राज वर्मा, तुम्हाला एक सांगतो, त्याची चित्रं वेगळी आहेत. त्यांना एक वेगळं सामर्थ्य लाभलं आहे. अशा कलावंतांना प्रोत्साहन दिलं तर ते वाया जाणार नाही. एक ना एक दिवस त्या मुलाचं सामर्थ्य तुम्हाला कळेल. कदाचित आम्ही असू वा नसू. पण माझं भाकित खोटं ठरणार नाही."

राज वर्मा हसले. राजेसाहेबांनी विचारलं,

"का हसलात?"

"आपण फार सरळ मनाचे आहात म्हणून."

"मला कळलं नाही." यावर राज वर्मा म्हणाले,

"आपण हा सन्मान प्रदान केल्यापासून तुमचे कलावंत रवि वर्मा राजशाही

गाडीतून फिरताहेत. कलावंतिणींची गाणी आणि नृत्यशाळा यांमध्ये त्यांचा वावर आहे. वीरशृंखला मिळाल्यापासून आजतागायत त्यांनी हातात कुंचला धरला नाही, हे मला माहीत आहे.''

क्षणभर आईल्यम तिरुनालांचं चित्त बेचैन बनलं. पण दुसऱ्याच क्षणी स्वत:ला सावरत ते म्हणाले,

''आयुष्यात कोवळ्या वयात आलेलं यश पचवणं कठीण असतं हे मी जाणतो. रवीच्या सन्मानार्थ दिलेली मेजवानी आठवते? तेथे नाना तऱ्हेच्या मद्यांची उधळण चाललेली होती. आमचे बंधू त्यात भाग घेत होते. ते उद्याच्या गादीचे मालक. पण नवीन रिवाज ते पाळत होते. आम्ही एका कोपऱ्यात बसलो आहोत याचीही त्यांना पर्वा नव्हती. पण त्या प्रसंगी रवीनं जे वर्तन केलं त्याचा मला अभिमानच वाटला. रवि हा कलावंत आहे. संयमी आहे. त्याचा तोल कधीही जाणार नाही याची मला खात्री आहे. पण आपण म्हणता आहात तर, मी जरूर चौकशी करीन.''

दुसरे दिवशी सकाळी रवि वर्मा आपल्या रंगशाळेत असताना त्याला राजे आईल्यम तिरुनाल येत असल्याची वर्दी आली. परंपरेनुसार रवि वर्म्यानं आपल्या गळ्यातलं जानवं हातावर घेतलं. आपल्या खांद्यावरील उपरणं बाजूला ठेवलं. आणि तो राजेसाहेबांच्या सामोरा गेला. राजेसाहेब दाराशी येताच त्यानं पुढं होऊन राजेसाहेबांना चरणस्पर्श केला. रवि वर्मा म्हणाला,

''महाराज, आपण आज्ञा केली असतीत तर मी आपल्या दर्शनाला आलो असतो.''

राजेसाहेब हसले. म्हणाले,

''आपण आता वीरशृंखलेचे मानकरी झालात. आपल्याला आज्ञा देण्याचा अधिकार कुठला? वीरशृंखला मिळाल्या दिवसापासून आपलं चित्त या रंगशाळेत लागत नाही असं आम्हाला समजलं. बहुमान प्राप्त झाला की, तो साऱ्यांनाच पचवता येत नाही हे आम्हाला माहीत आहे. साधं युवराजपद आमच्या बंधूंना पेलता येत नाही, याचं आम्हाला दु:ख आहे. पण त्या बाबतीत आम्ही काही करू शकत नाही.''

राजेसाहेब थांबले. त्यांची व्यथित मुद्रा पाहून रवि वर्म्याला काही सुचेना. कोणता प्रमाद घडला, की ज्यासाठी राजेसाहेबांनी हे बोलावं हे त्याला कळत नव्हतं. गोंधळलेल्या मुद्रेनं तो पाहात राहिला. राजेसाहेब बोलत होते–

''पण रवि, तुला एक गोष्ट सांगायला आलो. आम्हा राजे लोकांचं जीवन हे तळ्यासारखं बंदिस्त असतं. त्यात केव्हातरी चारदोन कमळं उमलावीत, एखादा राजहंस त्यात विहार करताना दिसावा असं स्वप्न मनात येतं. तुला दरबारी

वीरशृंखला बहाल केली. ही शृंखला गजेंद्राच्या पायात बांधली जाते. कुत्रा-मांजराच्या गळ्यात बांधण्यासाठी त्याचा वापर होत नसतो. त्या शृंखलेचं भय तू विसरावंस याचं मला दु:ख झालं. म्हणून मी इथं आलो.''

व्यथित झालेल्या आईल्यम तिरुनालांच्या नजरेकडे रवि वर्म्याला पाहवत नव्हतं. तो कसाबसा म्हणाला,

''महाराज, मी ही जाणीव कधीच विसरलो नाही.''

''मग इतके दिवस कुठं भटकत होता?''

''क्षमा असावी महाराज ! गेले काही दिवस मी रस्त्यावरून फिरत होतो. नृत्यशाळा पाहात होतो, गायनसभा ऐकत होतो, हे खरं आहे.''

''का? त्याविना तुमची कला अडली होती?''

''कला अडली नव्हती. मन अडलं होतं.'' रवि वर्मा राजेसाहेबांच्याकडे पाहात म्हणाला, ''महाराज, मी सारी देवालयं फिरत होतो. त्यामध्ये असलेली रूपं, त्यामध्ये असलेली शिल्पं मी पाहात होतो. त्या देवालयांतील ती रूपं मला अतिरंजित भासली.''

''रवि वर्मा, काय बोलतोस तू?''

''महाराज, स्पष्टपणे बोलण्याची मुभा असावी.''

''बोल.'' महाराज म्हणाले.

''ही देवालयातील शिल्पं वास्तवतेशी किती प्रामाणिक आहेत, याचा मला संभ्रम आहे. ज्यांनी जीवनाची आसक्ती सोडली आणि कलेची कास धरली अशा कलावंतांनी ही देवालयं उभी केली. जीवनातलं एकाकीपण टाकण्याचं ते साधन होतं. आणि त्याचमुळं ही शिल्पं वास्तव न ठरता अतिरंजित ठरली. महाराज, आपण या देवालयातल्या मूर्ती पाहा. त्या भव्य प्रकाराला शोभेशा अशाच त्या मूर्ती आहेत. पण त्यांचं सौष्ठव, प्रमाणबद्धता किती खरी आहे? ती विशाल स्तनाग्रं, तो कटिप्रदेश, एवढंच नव्हे तर त्या चेहऱ्यावर उमटलेली रुक्षता हे का वास्तवदर्शन आहे? ह्या दिवसांमध्ये मी सारी मंदिरं पाहिली, शिल्पं पाहिली. पण माझं मन त्यात रमलं नाही.''

''तुला काय सांगायचं आहे?

''महाराज, मला खरं सौंदर्य रेखाटावं असं वाटलं. त्या कामिनीचा मी शोध घेत होतो.''

''म्हणून तुला नृत्यशाळा जवळची वाटली?''

रवि वर्मा काही बोलला नाही. त्यानं आपल्या रेखाटनाच्या चार वह्या राजेसाहेबांच्या हाती दिल्या. राजेसाहेब उत्सुकतेनं त्या वह्या पाहू लागले. त्या वह्यांतून अनेक नर्तिकांची रेखाटनं होती. तसेच रस्त्यावर नृत्य करणाऱ्या कलावंतिणीचंही एक रेखाटन होतं. ही सारी स्त्रियांचीच रेखाटनं नव्हती, तर एका चित्रामध्ये एक नापित

आपलं काम करीत असलेला चित्रित केला होता.

या चारी पुस्तिका चाळत असता राजेसाहेबांचे भाव बदलत होते. काय बोलावं हे त्यांना कळत नव्हतं. त्यांचा चेहरा समाधानानं भरला होता. त्याच समाधानानं ते म्हणाले,

"रवि, तू पुष्कळ काम केलंस. हे नवजीवन ओळखण्याचं सामर्थ्य तुझं आहे. मला त्याचा आनंद वाटतो. पण तू आता विसरू नको. मद्रासला मोठं चित्रकला प्रदर्शन भरत आहे. अनेक पाश्चात्त्य चित्रकार त्यात भाग घेत आहेत हे मी तुला सांगितलं होतं. पण अद्याप तुझं चित्र तयार दिसत नाही. त्यात तू बक्षीस मिळवावं अशी माझी जिद्द नाही. पण तुला ते प्रदर्शन पाहायला मिळावं. नवीन कलावंत काय करतात हे तू पाहावंस. त्यासाठी लागणारा खर्च आणि तुझी मद्रासमधील व्यवस्था मी करीन."

"मद्रास?" रवि वर्मा उद्‌गारला.

"हां, मद्रास. तो प्रवास किती तापदायक आहे याची मला जाणीव आहे. पण जेव्हा एखादं उच्च ध्येय बाळगून आपण काम करतो. तेव्हा मनात कसलीही भीती बाळगून चालत नाही. आद्य शंकराचार्य काहीही सुविधा नसताना आपल्या ध्येयानं प्रेरित होऊन आसेतुहिमाचल पायी चालत गेले होते हे तू विसरू नको. बराचसा बैलगाडीचा प्रवास आणि पुढं आगगाडीचा प्रवास करशील. मद्रासला तुझी सारी व्यवस्था होईल. पण त्याआधी प्रदर्शनात ठेवण्यासाठी तुझ्या चित्राची तू निवड कर."

राजे आईल्यम तिरुनाल उठले. त्यानी रवि वर्म्याचा निरोप घेतला.

नवीन आलेली जबाबदारी रवि वर्म्याच्या मनावर दडपण आणीत होती.

☯

प्रदर्शनात सन्मान मिळविण्याची जिद्द रवि वर्म्याच्या मनात नव्हती, पण राजा आईल्यम तिरुनालनी त्याच्यावर टाकलेला विश्वास आणि जबाबदारी याचं दडपण त्याला मोठं वाटत होतं. त्यामुळं तो बेचैन बनत होता. अर्धवट राहिलेलं कामिनीचं चित्रं त्यानं पूर्ण करण्याचं ठरवलं. त्या रंगकामात तो भान विसरून गेला. त्याच्या मनावरचं दडपण कमी होत गेलं. विश्वासानं तो आपल्या मूळ वृत्तीकडे वळला.

दोनप्रहर टळत असता राजे आईल्यम तिरुनाल रवि वर्म्याच्या रंगशाळेत आले. चित्रसोपानावरच्या एका चित्रावर वस्त्र सोडलं होतं. तिकडे पाहात रवि वर्मा म्हणाला,

"महाराज, आपल्या कृपेनं आज माझं चित्र पुरं झालं आहे. ते आपण पाहावं असं वाटतं. आपल्याला मान्य झालं, तर ते मद्रासला पाठवीन म्हणतो."

राजेसाहेब पुढे झाले. त्यांनी चित्रावरचा पडदा दूर केला, आणि त्या चित्राकडे ते बघतच राहिले. त्या नायर युवतीचं ते रंगचित्र एवढं मोहित करणारं होतं की, त्यावर काय बोलावं हेही राजेसाहेबांना सुचत नव्हतं. त्यांची मुग्धता पाहून रवि वर्मा

संभ्रमात पडला. तो म्हणाला,

"आपल्या चित्र आवडलं नसेल तर ते प्रदर्शनात पाठवावं असा माझा आग्रह नाही. तो निर्णय आपण घ्यावा."

त्या वाक्यानं राजेसाहेब भानावर आले. त्यांच्या डोळ्यांत आनंदाश्रू तरळत होते. ते म्हणाले,

"रवि, आज तुला वीरशृंखला दिल्याचा खरा आनंद मला झाला आहे. जिथं वासना नसते, फक्त सौंदर्यदृष्टी असते, कलेचा साक्षात्कार असतो तिथंच अशा कलाकृती जन्मू शकतात. हेच चित्र मद्रासला पाठव. त्याची मी व्यवस्था करीन." राजेसाहेब समाधानानं म्हणाले, "आज तू माझ्याबरोबर वाड्यात यावंस भोजनाच्या वेळी माझ्याबरोबर सहभागी व्हावंस असं मला वाटतं."

मान तुकवून रवि वर्मा म्हणाला, "जशी आज्ञा !"

आणि राजेसाहेबांच्या पाठोपाठ रवि वर्मा राजवाड्यात जाण्यासाठी बाहेर पडला.

रवि वर्मा मद्रासला जायच्या दिवशी राजेसाहेबांचा निरोप घेण्यासाठी राजवाड्यात आला. राजेसाहेब म्हणाले,

"रवि, तुझ्या प्रवासाची सारी व्यवस्था झाली आहे. ती व्यवस्था करणारी माणसं तुझ्या संगतीत आहेत. तिनेवेल्लीपर्यंतचा प्रवास तुला बैलगाडीनं करावा लागेल. त्यापुढं आगगाडीनं तू मद्रासला जाशील. मद्रासला तुला घ्यायला दिवाणबहाद्दूर रघुनाथराव यांची माणसं येतील. दिवाणबहाद्दूर हे वयस्क, अनुभवी गृहस्थ आहेत. ते माझे स्नेही आहेत. मद्रासच्या वास्तव्यात ते तुला सर्वतोपरी साहाय्य करतील. त्याची चिंता तू बाळगू नको. मद्रासचे तुझे अनुभव ऐकायला मी उत्सुक आहे. तुझा प्रवास सुखकर होवो."

महाराजांचा निरोप घेऊन रवि वर्मा बाहेर पडला.

राजेसाहेबांनी सांगितलं त्यात काही खोटं नव्हतं. रवि वर्म्याच्या मदातू मदहोम या निवासस्थानासमोर पाचसहा बैलगाड्या उभ्या होत्या. सुरेख सवारींनी सजवलेल्या त्या बैलगाड्या बैठकींनी सज्ज झाल्या होत्या. त्याचबरोबर रक्षकदलही होतं.

सायंकाळी प्रवास सुरू झाला.

एका बैलगाडीत रवि वर्मा विसावला होता. घुंगुरांच्या नादावर गाडी जात होती. रवि वर्मा आपल्या जीवनातल्या या मोठ्या प्रवासाचा विचार करीत केव्हा निद्राधीन झाला हेही त्याला कळलं नाही. पण तो प्रवास त्याला तितका तापदायकही वाटला नाही. उदंड पसरलेला निसर्ग, त्यातून ग्रामीण जीवनाचं घडणारं दर्शन तो आसुसलेल्या नजरेनं पाहात होता. खऱ्या भारतीय जीवनाचं दर्शन त्याला घडत होतं. रात्रीच्या वेळी कुठंतरी मुक्काम पडून शेकोट्या पेटत. रवि वर्म्याच्या तैनातीला दिलेले

स्वयंपाकी स्वयंपाकात मग्न असत. त्या शेकोट्यांचा उबारा घेत, रवि वर्मा घातलेल्या बिछायतीवर बसत असे. रक्षक आपापल्या शेकोट्यांभोवती बसून लोकगीत म्हणत असत. हे ऐकत असता रवि वर्म्याला आपल्या आईची आठवण येत असे. आई संगीतातली जाणकार होती. चित्रकलाही तिला अवगत होती. पण त्याचबरोबर तिला कित्येक लोकगीतं माहीत होती. रवि वर्मा लहान होता. अनेक वेळेला त्याला मांडीवर घेऊन ती गीतं गायची. शेकोटीशेजारी बसलेला असताना, त्या जुन्या आठवणी त्याला दाटून यायच्या.

बैलगाडीचा प्रवास संपला, आणि तिनेवेल्ली येथे रवि वर्मा पोहोचला. तेथून आपल्या सहकाऱ्यांसह त्याचा मद्रासचा आगगाडीचा प्रवास सुरू झाला.

मद्रासच्या स्टेशनवर जेव्हा तो पोहोचला, तेव्हा त्याच्या स्वागतासाठी दिवाणबहाद्दूर रघुनाथराव यांचे सेवक उपस्थित होते.

घोडागाडीतून रवि वर्मा दिवाणबहाद्दूरांच्या हवेलीत पोहोचला. दिवाणबहाद्दूर वयस्क होते. मनानं अत्यंत प्रेमळ होते. त्रावणकोरच्या राजघराण्याबद्दलचा आदर त्यांच्या प्रत्येक शब्दातून व्यक्त होत होता. त्यांच्या हवेलीत प्रवेश केल्यानंतर, थोड्याच अवधीत वयाचं अंतर नाहीसं झालं.

रवि वर्म्याला स्वगृही आल्यासारखं वाटलं. प्रदर्शनाच्या उद्‌घाटनाला अद्याप दोन दिवसांचा अवधी होता. दिवाण रघुनाथरावांनी आपल्या घोडागाडीतून रवि वर्म्याला मद्रासमधील सारी प्रेक्षणीय स्थळं दाखवण्याची व्यवस्था केली होती. पण रवि वर्म्याचं मन त्या समुद्रकाठावर, त्या उत्तुंग इमारतीत रमत नव्हतं.

कुठल्यातरी अनामिक ओढीनं तो बेचैन बनला होता.

☯

प्रदर्शनाच्या दिवशी रवि वर्मा दिवाणबहाद्दूर रघुनाथराव यांच्यासमवेत प्रदर्शनाच्या दालनी गेला. तेथे अनेक तैलचित्रं, निर्सगचित्रं लावलेली दिसत होती. ती पाहणारे काही प्रेक्षकही होते. पाश्चात्त्य चित्रकारांच्या कलाकृती रवि वर्मा पाहात होता. त्या प्रदर्शनात मांडलेल्या आपल्या चित्राकडे त्याचं लक्षही नव्हतं. इतर कलाकृती न्याहाळत तो पुढे सरकत होता. ती सारी चित्रं न्याहाळत असता, त्याच्या खांद्यावर कुणीतरी हात ठेवला. त्यानं मागं वळून पाहिलं. राजचित्रकार नायकर त्याच्यामागे उभा होता.

रवि वर्म्यानं नायकरांना वंदन केलं. शुभ्र धोतरी परिधान केलेले, जरीकाठी उपरणं खांद्यावर टाकलेले, सावळ्या रंगाचे, वृद्धापकाळाकडे झुकलेले नायकर म्हणाले,

''रवि, तुझं चित्र छान आहे. पण असला विषय निवडण्याऐवजी एखादा पौराणिक विषय निवडला असतास तर फार बरं झालं असतं.''

रवि वर्मा नम्रपणे म्हणाला, ''माझ्या ते ध्यानी आलं नाही. आपली चित्रं मला

आवडली.''

एक प्रसन्न हास्य नायकरांच्या चेहऱ्यावर विलसलं. ते म्हणाले,

''रवि, चित्रकला इतकी सोपी नसते. तुला खूप शिकावं लागेल.''

मनातली कुठलीही भावना न दर्शविता रवि वर्मा म्हणाला,

''मला त्याची जाणीव आहे.''

पाठीमागे उभ्या असलेल्या दिवाण रघुनाथरावांना रवि वर्मानं नायकरांची ओळख करून दिली,

''हे आमचे त्रावणकोर दरबारचे राजचित्रकार रामस्वामी नायकर.'' आणि दिवाणसाहेबांच्याकडे वळून त्यानं सांगितलं, ''हे दिवाणबहाद्दूर रघुनाथराव.''

रामस्वामी नायकरनी दिवाणबहाद्दुरांना नमस्कार केला. पण कोणतीही प्रतिक्रिया व्यक्त केली नाही. जाता जाता तो रवि वर्म्याला म्हणाला,

''रवि वर्मा, ह्या मोठ्या लोकांच्या भेटी सुखोपभोगासाठी असतात. त्या आपल्या कलेसाठी कधीच उपयोगी पडत नसतात. केव्हा ना केव्हा हे तुमच्या ध्यानी येईल.''

त्यानंतर रवि वर्मा दररोज चित्रप्रदर्शनाला भेट देत असे. तासन्‌तास तो चित्रं पाहात असे. समवेत असलेल्या रामय्याला तो म्हणाला,

''एकाच रंगाच्या केवढ्या वेगवेगळ्या छटा, ब्राऊन, टोबॅको ब्राऊन, ममी ब्राऊन, चेसनट ब्राऊन, बर्नट, अंबर, सिनिया टेरिव्हर्टिया आणि शुद्ध काळा, आयव्हरी ब्लॅक, लँप ब्लॅक... एकाच रंगाच्या केवढ्या छटा ह्या. पिवळा आणि पांढरा रंग तर हा सर्व रंगात अत्यंत धोकादायक. तो अत्यंत काळजीपूर्वक वापरावा लागतो. जसा रागदारीत पंचम. तो वापरताना पुढचा सुरांचा तोल ध्यानी घ्यावा लागतो... हे मी या प्रदर्शनात शिकलो. बघ ना, या प्रदर्शनातील चित्रं. पाश्चात्त्य चित्रकारांनी जी चित्रं उभी केली आहेत, त्यांना प्रकाश व अंधार यांचं नुसतं भान नाही. त्यापेक्षाही त्या रंगांचा तोल आणि त्यांचं मोल त्यांनी अधिक जाणलं आहे. दिव्य प्रकाशातील रेखा ही नुसती पिवळी नसते, तिला पांढरी झाकही असते. हे यांनी जाणलं आहे. हे खरे जादुगार आहेत. यांनी ही चित्रं काढली असली तरी, ती फक्त मोहिनी आहे. आपल्या रंगसामर्थ्यावरती ते अद्याप कसरत करीत आहेत असं मला वाटतं.''

दिवाणबहाद्दूर रघुनाथरावांनी एकदा रवि वर्म्याला विचारलं,

''तुम्ही मद्रास पाहाणार का?''

रवि वर्मा नम्रतेनं म्हणाला, ''आपल्या कृपेनं मी ते पाहिलं आहे. मला फक्त प्रदर्शन पाहण्याची इच्छा आहे.''

''का?'' दिवाणबहाद्दुरनी विचारलं, ''आपल्याला प्रदर्शनात बक्षीस मिळावं म्हणून?''

त्याच तडफेनं रवि वर्मा म्हणाला,

“मुळीच नाही. मी इथं आलो ते बक्षीस मिळवण्यासाठी नव्हे. नानाविध कलावंतांनी जी चित्रं चितारली, त्यांचा अभ्यास केला, ती पाहण्यासाठी मी इथं आलो. ती पाहायला आणि समजून घ्यायला दोन डोळे अपुरे पडतात. म्हणून मला ते प्रदर्शन परत पाहायचं आहे. पण एक वाटतं....”

“काय?” दिवाण बहाद्दूरनी विचारलं,

“जे पाश्चात्त्य चित्रकार आहेत त्यांची एकदा भेट घडावी.”

दिवाणबहाद्दूर हसले. ते म्हणाले,

“मी जरूर त्यांची भेट घडवून देईन. पण ते तुमच्याशी सरळ बोलतील असं मला वाटत नाही. मी तुमचा दुभाष्या आहे. तुमच्या राजांनी तशी मला आज्ञा केली आहे. त्यात मला आनंदही आहे. पण राजे रवि वर्मा, हा अट्टाहास तुम्ही धरू नका. तुमच्या पदरी निराशाच येईल. या जगात असे फार थोडे कलावंत आहेत की, ज्यांनी आपल्या कलेचं रहस्य आणि आपल्याला समजलेलं मर्मज्ञान लोकांना सांगितलं. त्याची अपेक्षा तुम्ही करू नका. ते तुम्हालाच मिळवावं लागेल.”

रवि वर्मा काही बोलला नाही.

प्रदर्शनातील सर्व कलावंतांना एके सायंकाळी हिरवळीवर कॉफीपानासाठी बोलाविलं होतं. सर्व कलावंत तिथं जमले होते. रवि वर्म्याची ओळख होताच नायर स्त्रीचा चित्रकार म्हणून सारे त्याचं कौतुक करीत होते. रवि वर्म्याला तो एक रिवाज वाटला.

दुसरे दिवशी पहाटे आपली पूजा आटोपून, न्याहरी आटोपून तो आपल्या विश्रांतीगृहात बसला असता दिवाणबहाद्दूर तेथे आले. हर्षभरित मुद्रेनं आलेले दिवाणबहाद्दूर म्हणाले,

“मला तुम्हाला एक आनंदाची बातमी सांगायची आहे.”

रवि वर्म्यानं विचारलं, “काय?”

“मद्रास प्रदर्शनामध्ये आपल्या नायर स्त्री या चित्राला सुवर्णपदक आणि गव्हर्नरसाहेबांचं प्रशस्तिपत्र मिळालं आहे. ही बातमी मला आज कळली, पण रीतसर हे उद्या जाहीर होईल.”

रवि वर्मा शांतपणे म्हणाला, “ठीक आहे. उद्या ती आपण ऐकू.”

वयोवृद्ध दिवाणबहाद्दूर म्हणाले, “तुम्हाला आनंद झाला नाही?”

रवि वर्मा हसून म्हणाला, “कशासाठी कुणाला आनंद होत नाही? पण या प्रसंगी इथं राजेसाहेब आणि माझे मामा राज वर्मा हवे होते. त्यांनी हा आनंद अधिक भोगला असता.”

☯

मद्रासचा सन्मान घेऊन रवि वर्मा त्रिवेंद्रमला आला. जाताना जो प्रवास सुखावह वाटत होता तोच प्रवास आता दिरंगाईचा वाटत होता. केव्हा राजे आईल्यम

तिरुनालना भेटतो असं त्याला वाटत होतं. भर उन्हाच्या वेळी रवि वर्म्याची गाडी त्रिवेंद्रमच्या वेशीपाशी आली, आणि वेशीतल्या रक्षकांनी ती गाडी अडवली. गाडीवानाला विचारलं,

"गाडीत कोण आहे?"

"राजा रवि वर्मा."

"आपल्याला नगरप्रवेश करता येणार नाही."

"का?"

"तशी राजेसाहेबांची आज्ञा आहे."

तो सारा प्रकार गाडीत बसलेले रवि वर्मा आणि रामय्या ऐकत होते. नगररक्षक म्हणाला,

"गाडी बाजूला घ्या."

काही न बोलता गाडीवानानं गाडी बाजूला घेतली.

वेशीतली वर्दळ नेहमीप्रमाणं चालू होती. रवि वर्म्याची गाडी भर उन्हात एका बाजूला तिष्ठत होती.

त्या प्रकारानं रवी वर्मा मनातून संतापला होता. एवढा सन्मान मिळवणाऱ्याचा हा अपमान ! तोही त्रिवेंद्रमच्या राजघराण्याकडून व्हावा, याचं त्याला अतीव दुःख झालं. पण ती राजाज्ञा पाळण्यावाचून गत्यंतर नव्हतं.

बराच वेळ गेला आणि रस्त्यावरून येणाऱ्या शाही रथाकडे रवि वर्म्याचं लक्ष गेलं. दोन ऐश्वर्यसंपन्न रथ राजरस्त्यावरून येत होते. त्यांच्या मागं पुढं तांबडा गणवेश घातलेले घोडेस्वार दौडत होते. त्यांच्या हातातले भाले भर उन्हात तळपत होते. रथ वेशीत आला. वेशीतल्या रक्षकांचे मुजरे झाले. पहिल्या रथात बसलेल्या आईल्यम तिरुनालना पाहाताच रवि वर्म्याच्या आश्चर्याला पारावार राहिला नाही. तो गडबडीनं बैलगाडीतून उतरला आणि पुढे झाला.

रथात बसलेले राजे आईल्यम तिरुनाल रथातून खाली उतरले. त्यांच्या पाठोपाठ त्यांचे दिवाण माधवराव आले. त्रस्त झालेल्या रवि वर्म्याचा हात हातात घेत राजेसाहेब म्हणाले,

"आम्ही जर दिल्लीपती असतो, तर तुमचा गौरव करण्यासाठी इथं सुवर्ण अंबारीनं सजलेल्या हत्तीसह आलो असतो. जे सुवर्णपदक तुम्ही मिळवलं, तो मान तुमचा नाही. हा मान आमच्या संस्थानचा आहे. त्यासाठी तुम्हाला चार पावलं सामोरं यावं आणि स्वागत करावं असं वाटलं."

राजेसाहेबांच्या बोलण्याबरोबर रवि वर्म्याच्या मनातला सारा संताप नाहीसा झाला. राजांनी प्रेमभराने धरलेले ते हात. त्याची जाणीव त्याला होत होती. तो आपले हात सोडवून घेऊन राजेसाहेबांचे चरणस्पर्श करून म्हणाला,

"राजेसाहेब, हा सन्मान माझा नाही; हा आपला आहे याची जाणीव मला

आहे.''

राजेसाहेबांनी रवि वर्म्याला प्रेमभरानं जवळ घेऊन आपल्या शेजारी रथात बसवलं आणि रथ त्रिवेन्द्रमच्या राजवाड्याकडे दौडू लागला.

सायंकाळच्या वेळी राजप्रासादाच्या समोर हिरवळीवर खुर्च्या मांडल्या होत्या. दिवाण माधवराव, रवि वर्मा हात बांधून उभे होते. राजप्रासादाकडून राजेसाहेब येताना दिसताच दोघांनी त्यांना वंदन केलं. मधल्या खुर्चीवर राजेसाहेब विराजमान झाले. आग्रह करून त्यांनी माधवराव आणि रवि वर्म्याला बसायला लावलं. तिरुनाल प्रसन्न होते. रवि वर्मा उठला आणि त्यानं एक मखमलीची पेटी राजेसाहेबांच्या पुढं धरली. कौतुकानं ती पेटी घेऊन राजेसाहेबांनी ती उघडली. त्या पेटीत सुवर्णपदक चकाकत होतं. ते निरखून राजेसाहेबांनी पदक माधवरावांच्या हाती दिलं. आणि रवि वर्म्याला विचारलं,

''काही त्रास झाला नाही ना?''

''जी ! काही नाही. मद्रासमध्ये दिवाण रघुनाथरावांनी आमची चोख व्यवस्था ठेवली होती.''

कॉफीचे पेले आले. त्यांचा स्वाद घेत गप्पा मोकळेपणानं रंगत होत्या. रवि वर्मा सांगत होता,

''...प्रदर्शन फार सुरेख होतं. अनेक चित्रकारांनी आपली चित्रं त्यात मांडली होती.''

''आणि आमचे नायकर?''

''त्यांचीही चित्रं होती. रामायणातील सीता-स्वयंवराचा विषय त्यांनी निवडला होता.''

राजेसाहेबांच्या चेहऱ्यावर मंद स्मित प्रकटलं होतं. पण ते काही बोलले नाहीत. दिवाण माधवरावांनी विचारलं,

''अनेक पाश्चात्त्य चित्रकार तिथं आले असतील नाही?''

''जी !''

''त्यांची भेट झाली?''

''भेट झाली, पण परिचय वाढला नाही. किनले नावाचा एक चांगला चित्रकार होता. त्याची चित्रंही चांगली होती. दुभाष्याला घेऊन मी त्याला भेटायला गेलो. पण त्याला माझं भेटणं आवडलं नाही.''

राजेसाहेब म्हणाले,

''त्याचा अंदाज मी केलाच होता. रवि वर्मा, आम्ही एक गोष्ट तुम्हाला सांगायला विसरलो. यापुढं तुमची कीर्ती अशीच वाढत राहील. तुम्हाला अनेक ठिकाणी जावं लागेल. अनेकांना भेटावं लागेल. सदैव दुभाष्या घेऊन जाणं बरोबर नाही. त्यासाठी तुम्हाला इंग्रजी येणं आवश्यक आहे. भास्करन् नावाचा एक शिक्षक तुमच्यासाठी

नेमला आहे. तुम्ही इंग्रजी शिकावं असं आम्हाला वाटतं. चालेल ना?''

''जशी आज्ञा ! महाराज, जरूर शिकेन. एक विनंती आहे.''

''कसली?''

''हा बहुमान बाहेरच्या लोकांच्यासाठी ! मी पूर्वीचाच रवि आहे. आपण मला अहोजाहो म्हणू नका.''

राजेसाहेब मोकळेपणाने हसले. रवि वर्म्याच्या खांद्यावर हात ठेवत ते म्हणाले,

''चल रवि, आम्हांला वाड्यापर्यंत सोबत कर.''

दोघं वाड्याकडे जात होते. माधवराव समाधानानं त्या दोघांकडे पाहात होते.

☯

नव्या उत्साहानं राजा रवि वर्मा आपल्या रंगशाळेत काम करीत होता. काही महिन्यांतच त्यानं अनेक चित्रं पुरी केली. राजेसाहेबांनी अनेक सुंदर युवती रंगशाळेत पाठविल्या होत्या. त्यांची चित्रं रवि वर्म्यानं रेखाटली होती.

एक दिवस पुरुतार्थी राजवाड्यात आल्याची बातमी रवि वर्म्याला कळली. पण रवि वर्म्याला ती भेटली नाही.

राजवाड्यात आलेल्या पुरुतार्थीला राजेसाहेबांनी सायंकाळच्या वेळी आपल्या महाली बोलावून घेतलं. पुरुतार्थी येताच त्यांनी विचारलं,

''बरी आहेस ना?''

''हो !'' पुरुतार्थी म्हणाली.

''अचानक बरी आलीस?''

पुरुतार्थी काही बोलली नाही.

''एवढ्या उशीरा का होईना, पण तुला तुझ्या पतीची आठवण झाली याचं मला समाधान वाटतं. या क्षणाची मी वाट पाहात होतो. तू रवीला भेटलीस?''

तिने नकारार्थी मान हलवली.

''सरळ मनाच्या पत्नीला पतीला भेटण्याचं धारिष्ट्य होऊ नये यासारखं पाप नाही. पुरु, तुझा अभिमान काय? एका राजकुलात जन्मलीस एवढंच ना ! कुलाचाराप्रमाणं त्या पतीनं तुझ्या घरी यावं, दोन वेळचं भोजन सेवन करावं, त्याचं पोषण तुम्ही करावं, हीच तुमची श्रेष्ठता ना ! रवि हा त्या वृत्तीचा नाही. तो कलावंत आहे. कलावंताला पक्ष्याचे पंख असतात. आकाशाचा छेद घेण्याची त्याची ताकद असते. त्याला एखाद्या पिंजऱ्यात कोंडू पाहिलंस, तर ते तुला कधीही शक्य होणार नाही. तुला राजघराण्याचं वरदान असेल. पण तो जन्मजात कलेचा राजा आहे हे तू विसरू नको. स्त्रीचं रूप हे सहचारिणीचं असावं. तो धर्म जेव्हा विसरला जातो, तेव्हा संसारातताटातूट व्हायला फारसा वेळ लागत नाही. हे कठोर सत्य तू केव्हा ना केव्हा ओळखायला हवंस. नाहीतर पतीला सोडून तू इतक्या दूर राहिलीच

नसतीस.''

''पण माझा अपराध काय?''

''अपराध ! अपराध एकच...तुला तुझ्या पतीची श्रेष्ठता कळली नाही. त्याच्या कर्तृत्वाची जाणीव तुला झालीच नाही. पुरु, राम वनवासाला निघाला तेव्हा, सीतेला त्याच्याबरोबर वनवासाला जा असं कोणी सांगितलं नाही. रामाच्या सोबती लक्ष्मण गेला. मागं राहिलेल्या ऊर्मिलेल्या कोणी संन्यस्त राहा असं सांगितलं होतं का? दोघींच्याही नशिबी राजवैभव होतं. पण ते त्यांनी भोगलं नाही. फक्त पतिनिष्ठेनं ! निष्ठा म्हणजेच ईश्वरस्वरूपित. मग ती निष्ठा माणसावर असो, रक्तावरती असो वा धर्मावरती असो. तीच शेवटी फलदायी होते. ज्या चित्रानं तुमच्या संसारात एवढा गहजब झाला, त्याच चित्रानं रवीला कीर्ती प्राप्त करून दिली. संसारात मत्सर जरूर असावा. पण त्याला मर्यादा असाव्यात. ती मर्यादा तू ओलांडलीस असं माझं स्पष्ट मत आहे.''

राजेसाहेब बोलत होते पण पुरुतार्थीनं मान वर करून पाहिलं नाही.

''पुरू !'' राजेसाहेब बोलत होते. ''तुला एक सांगतो, तुझ्यापेक्षा अधिक रूपसंपन्न, लावण्यसंपन्न युवती रवि वर्म्याच्या महालात आणि रंगशाळेत वावरत होत्या. पण त्याचं लक्ष कधीही विचलीत झालं नाही. त्याचं लक्ष फक्त आपल्या कलेशी निगडीत झालं होतं. असा थोर चित्रकार, कलावंत, सज्जन माणूस तुझ्या आयुष्यात आला याचं तुला भाग्य वाटायला पाहिजे. पुरू, सकाळी जेव्हा आरशासमोर जाशील तेव्हा आपलं रूप नीटपणे बघ. रवि वर्म्यासारख्या कलावंतानं तुझ्यावर प्रेम करावं, तुझ्यावर लोभस व्हावं असं काय तुझ्या रूपात आहे? याचा शोध तू घे. त्या वेळी तुला कळेल की, तुझा पती केवढा श्रेष्ठ आहे. माणसं एकमेकाजवळ येतात, ती रूपानं येत नसतात. मनाच्या जवळिकेनं ती येतात. मनाची बांधिलकी तुला बांधता येते का बघ. नाहीतर दुर्गम गिरिशिखरावर स्थिरावणारा, आकाशात झेप घेणारा हा गरूड तुझ्या हाती कधीच सापडणार नाही.''

भारल्यासारखी होऊन पुरुतार्थी ते भाषण ऐकत होती. तिला काही कळत नव्हतं. समजत नव्हतं. जे समजत होतं ते उमजण्यापलीकडचं फार मोठं होतं. अश्रुपूर्ण नयनांनी तिनं राजेसाहेबांच्या पायाला स्पर्श केला. राजेसाहेब म्हणाले,

''पुरू ! ब्रह्मज्ञान सांगणं सोपं असतं. मी काय सांगतो हे कदाचित तुला मानवणार नाही. पण आपलं माणूस कसं जपावं हे शेवटी तुलाच कळायला हवं.''

दुसऱ्या दिवशी राजे तिरुनाल रवि वर्म्याच्या महालाकडे आले. रवि वर्मा एक चित्र रंगवण्यात मग्न झाला होता. राजेसाहेब आलेले पाहाताच त्यानं त्यांना वंदन केलं. अचानक आलेल्या राजेसाहेबांना पाहून रवि वर्मा म्हणाला,

"महाराज, क्षमा असावी. आपण आल्याचं माझ्या ध्यानी आलं नाही."

"क्षमा तुम्ही मागायची नाही. ती आम्ही मागायला हवी. तुझी परवानगी न घेता तुझ्या महाली आलो."

"तो आपला अधिकारच आहे महाराज."

"अधिकार ! मर्यादा ! जबाबदारी !" तिरुनाल म्हणाले, "या गोष्टी बोलायला सोप्या असतात. रवि, मी आजवर कुणाच्या अंतर्गत जीवनाला स्पर्श केला नाही, करणार नाही, जसा तू माझा नातेवाईक आहेस तशी पुरूही माझी नातेवाईक आहे. पुरू आज राजवाड्यात आली आहे. तुम्हा दोघांमध्ये असा दुरावा का निर्माण व्हावा याचं कारण मला माहीत आहे. पण रवि, एक लक्षात ठेव, पत्नी ही सहचारिणी असतेच असं नाही. स्त्री-पुरुषांची नाती, स्त्री-पुरुषांचे स्वभाव सूर्य-चंद्राइतकेच भिन्न आहेत. एका बाजूला सूर्याची प्रखरता दुसऱ्या बाजूला चंद्राची शीतलता. मत्सर उद्‌भवतो याचं कारण प्रेमच असतं. आपला पती आपल्याला सोडून कुठं जाऊ नये असं स्त्रीला वाटत असतं. तुझी कीर्ती, तुझी चित्रकला यापेक्षाही स्वामित्व पत्नीला अधिक जाणवत असतं. हे तू ध्यानी घे. म्हणजे पुरूच्या प्रेमाची तुला जाण येईल. कितीही कीर्ती मिळवली, कितीही जग पाहिलं, कितीही स्नेह जोडले तरी केव्हा ना केव्हा माणसाला आपलं एकाकीपण जाणवतं. त्या वेळी कुणीतरी आपल्याला आपलं म्हणावं असं वाटतं. पुरुला दोषी समजू नको. तिला तुझ्याबद्दल आपलेपणा वाटतो हे विसरू नको." आईल्यमनी रवि वर्म्याकडे पाहिलं आणि क्षणभर थांबून ते म्हणाले,

"तुम्ही दोघांनी एकत्र राहावं, एकमेकांना समजून घ्यावं अशी माझी इच्छा आहे. रवि, तू कलावंत आहेस. माणसाच्या रूपापेक्षा त्याच्या भावना, त्याचं मन जाणून घेण्यातून कलावंत मोठा होत असतो. पुरुतार्थीचा स्वीकार तू त्याच मनानं केला आहेस. कदाचित निरागस स्त्रीमनाचा साक्षात्कार तुला त्यातून घडेल. तुम्ही आनंदानं इथं रहा."

☯

रवि वर्मा त्रिवेंद्रममध्ये राजमहालात आपल्या कुटुंबासह राहिला. त्या दोन वर्षांत त्यानं अनेक चित्रं काढली.

शकुंतला पत्रलेखन या चित्राला मद्रासच्या प्रदर्शनात मान्यता मिळाली. ही सारी मान्यता मिळत असताना रवि वर्म्याचा लौकिक वाढत होता. पण त्याचबरोबर राजघराण्यातला कलह वाढत होता. त्रावणकोरच्या राजघराण्यात उघड उघड दोन फळ्या पडल्या होत्या. एक राजेसाहेबांची आणि दुसरी त्यांचे बंधू युवराज विक्रम यांची. त्यामध्ये राजे आईल्यम दिवसेंदिवस थकत चालले होते. त्यांची बेचैनी रवि वर्म्याला पाहावत नव्हती.

एके दिवशी राजेसाहेबांनी रवि वर्म्याला बोलावून घेतलं. ते म्हणाले,

''रवि, आमची राजघराणी म्हणजे कोळ्यांनी विणलेली जाळी असतात. चुकून एखादी माशी त्यात अडकली तर ती बाहेर पडत नाही. आमचे बंधू युवराज आमच्या मृत्यूची वाट बघतात. त्यांचे साथीदार त्यांना मदत करताहेत. त्यामध्ये माधवरावसारखा गुणी माणूस अकारण गुंतला आहे. त्यांची सोडवणूक मी करणार आहे. त्याला युवराजांचा पालक म्हणून आम्ही नेमला होता. रवि, हा माणूस द्रष्टा आहे. त्याला पुष्कळ पुढचं दिसतं. दुर्दैवानं युवराजांना माझ्या मृत्यूखेरीज काही दिसू नये याचं दुःख मला फार मोठं आहे. ही घरची गुंतवणूक सोडवणं इतकं सोपं नाही. कोणत्या क्षणी काय घडेल याचा भरोसा आता राहिलेला नाही.''

''महाराज-''

''थांब रवि, या जरतारी वस्त्राआतल्या चिंधोट्या मला सांगायलाच हव्यात. अशा परिस्थितीत तू इथं राहावंस असं मला वाटत नाही. तू आपल्या कुटुंबासमवेत मावेलिकिराला जा. तिथं आनंदानं संसार कर. केव्हा आयुष्यात गरज भासलीच तर मी तुला बोलावून घेईन. त्या वेळी मात्र सवड काढून माझ्यासाठी ये.''

रवि वर्म्याचे डोळे भरून आले. तो म्हणाला,

''महाराज, असं बोलू नका. तुमच्या अन्नावरच नव्हे, पण तुमच्या गुणांवर मी वाढलो. जी काही मला कीर्ती लाभली असेल ती तुमच्यामुळं मला लाभली. ही जाणीव मी केव्हाही विसरणार नाही. तुम्ही आज्ञा कराल तेव्हा मी आपल्या पायाशी रुजू आहे, यात शंका बाळगू नये.''

रवि वर्म्यानं नम्र भावानं राजेसाहेबांना वंदन केलं आणि तो राजप्रासादाबाहेर पडला.

मावेलिकिराला आपली पत्नी आणि मुलांच्यासह रवि वर्मा राहात असतानाही राजप्रासादातील वाढती दुही त्याच्या कानावर येत होती. माधवराव सेवानिवृत्त झाले. राजपटावरच्या अनेक सोंगट्या दिवसेंदिवस हलत होत्या. महिने उलटत होते, आणि एके दिवशी राजेसाहेबांची प्रकृती बिघडल्याची बातमी मावेलिकिराला येऊन थडकली. राजेसाहेबांनी रवि वर्म्याला त्रिवेंद्रमला बोलावले होते.

दुसऱ्या दिवशी पहाटे बैलगाडीतून आपल्या रक्षकांसह रवि वर्मा त्रिवेंद्रमच्या वाटेला लागला.

त्रिवेंद्रमच्या राजवाड्यात गांभीर्य पसरलं होतं. रवि वर्म्यानं राजवाड्यात प्रवेश केला. कारभारी तत्परतेनं पुढं झाले. ते म्हणाले,

''महाराज आपली आठवण गेले दोन दिवस काढीत आहेत.''

''पण महाराजांची तब्येत–''

"चांगली नाही." कारभारी रुक्षपणे म्हणाले, "तुम्ही चला."

कारभाऱ्यांच्या पाठोपाठ रवि वर्मा राजेसाहेबांच्या महालात गेला. तो जाताच तिथं असलेल्या दास-दासी बाहेर निघून गेल्या. त्या महालात मंद प्रकाश होता. सर्व खिडक्यांवरून पडदे सोडले होते. प्रशस्त शिसवी पलंगावर महाराज झोपले होते. उशाशी दासी पंख्यानं वारा घालीत होती. रवि वर्मा पुढं झाला. आणि त्यानं राजेसाहेबांच्या पायांना स्पर्श केला. राजेसाहेबांनी डोळे उघडले. क्षीण आवाजात ते म्हणाले,

"कोण आहे?"

रवि वर्म्याच्या पाठीमागं उभा असलेला कारभारी पुढं झाला, रवि वर्मा बोलायच्या तो म्हणाला,

"महाराज, राजा रवि वर्मा आले आहेत."

"रवि आला?" उठण्याचा प्रयत्न करीत राजेसाहेब म्हणाले, "मला जरा बसवता?"

रवि वर्मा व कारभारी पुढं झाले. राजेसाहेबांच्या पाठीमागं लोड ठेवला गेला. त्या लोडाला टेकून बसलेले राजे तिरुनाल कारभाऱ्याला म्हणाले,

"तुम्ही जा."

आणि उशाशी उभ्या असलेल्या दासीलाही त्यांनी जायची खूण केली. महालात आता रवि वर्मा आणि आईल्यम तिरुनाल उरले होते. रवि वर्मा त्यांच्या चेहऱ्याकडे पाहात होता. त्या क्षीण चेहऱ्यावर पांढुरकी छटा उमटली होती. नेहमी हसऱ्या दिसणाऱ्या डोळ्यांत निस्तेजपणा जाणवत होता. तिरुनाल म्हणाले,

"बैस."

पलंगाशेजारच्या गालिच्यावर रवि वर्मा बसत असता राजेसाहेब म्हणाले,

"खाली बसू नको. इथं पलंगावर माझ्याशेजारी बैस. मला बोलताना त्रास होतो."

रवि वर्मा पलंगावर संकोचानं बसला. राजेसाहेबांनी त्याचा हात आपल्या हाती घेतला. त्या थंड, घामेजलेल्या हाताचा स्पर्श रवि वर्म्याला बेचैन करीत होता. त्याच्या कानावर शब्द आले,

"रवि, आता मी फार थोड्या दिवसांचा सोबती आहे."

आपल्या डोळ्यांतले अश्रू आवरत रवि वर्मा म्हणाला,

"असं बोलू नये महाराज."

"बोलून आणि न बोलून जे घडायचं ते टळत नाही. पण ते घडण्याआधी तुला पाहावंसं वाटलं. गेले काही दिवस मी या शय्येवर पडून विचार करतो आहे. मी राजा झालो, ऐश्वर्य भोगलं, पण त्याचबरोबर मी प्रजापती आहे याचा विसर मला कधीही पडला नाही. आणि म्हणूनच माधवरावांच्यासारखा जाणकार दिवाण मी निवडला.

जेवढं जमेल तेवढं मी प्रजेसाठी केलं. मला पुष्कळ करायचं होतं. स्वप्नं मोठी होती. पैसा अपुरा होता.'' राजेसाहेबांनी जवळचा पंचा उचलला. पंचानं ते आपला घाम पुसत असता रवि वर्मा म्हणाला,

''महाराज त्रास होतो का?''

रवि वर्म्याचा हात थोपटत राजेसाहेब म्हणाले,

''आता त्रास कसला? जे मनात होतं आणि कुणाजवळ बोलता आलं नाही ते तुझ्यासमोर बोलावं असं वाटलं. कारण माहीत आहे?''

रवि वर्म्यानं नकारार्थी मान हलवली.

''कारण तू कलावंत आहेस. मी काय सांगतो हे तूच जाणू शकशील.''

रवि वर्म्यावर नजर खिळवून राजेसाहेब बोलत होते.

'' जीवनातलं यश शेवटी हेच. माणूस जीवनाबद्दल, संसाराबद्दल अनेक अपेक्षा धरतो. पण त्या साऱ्याच अपेक्षा फलद्रूप होतात असं कधी होत नाही. माझा धाकटा भाऊ. मला त्याच्याबद्दल राग नाही. तो उद्याच्या गादीचा वारस आहे. पण त्याला मी सावरू शकलो नाही. आपले रीतिरिवाज, इथली मातृकुल कुटुंबपद्धती या साऱ्यांचं दडपण माझ्यावर होतं. त्याचा फार मोठा मला खेद होतो. ही अशी एकच गोष्ट नाही. अशा अनेक गोष्टी माझ्या जीवनात आल्या, की ज्यामुळं मला तीव्र वेदना सोसाव्या लागल्या. सारीच घडी विस्कटली. फाटलेल्या वस्त्राला शिवता येतं, पण विरलेल्या वस्त्राला ठिगळी लावता येत नाही. रवि, निःश्वास सोडून राजेसाहेब म्हणाले. एवढ्या बोलण्यानंही त्यांचा चेहरा घामानं डवरला. राजेसाहेबांनी पंचा उचललेला पाहाताच रवि वर्मा पुढं झाला. त्यानं पलंगाशेजारचा पंखा हाती घेतला आणि राजेसाहेबांना वारा ढाळू लागला. राजेसाहेबांनी कष्टानं हात वर केला.

''थांब रवि, ठेव तो पंखा खाली. त्याची गरज नाही. रवि, तुझा हात माझ्या हाती दे.''

रवि वर्म्याचा हात आपल्या हाती घेऊन आईल्यम तिरुनाल म्हणाले,

''रवि, जीवनाला लागणारी फुंकर पंख्याच्या वाऱ्यानं मिळत नसते. त्यासाठी दयार्द्र, स्नेहल, सोबत असावी लागते.'' रवि वर्म्याकडे पाहात राजेसाहेब म्हणाले, ''रवि, आयुष्यात फार थोडं मला करता आलं. दिवाण माधवरावांच्यासारखा निष्ठावंत माणूस मला मिळाला. पण आमच्या अंतर्गत कलहामुळं मी त्यांना थांबवू शकलो नाही. मीहून त्यांना सांगितलं. त्यांच्या विश्वासाची कदर करणारा कुणी राजा भेटला तर तिथंल्या प्रजेचं कल्याण होईल, यात मला शंका वाटत नाही. रवि, एक विसरू नको. आयुष्यात कधी काळी कुणाचा सल्ला घ्यायची वेळ आली, तर माधवरावांची आठवण ठेव. त्यांना निरोप देताना मी तुझ्याबद्दल सांगितलं आहे.''

क्षणभर राजेसाहेब थांबले. रवि वर्मा म्हणाला,

''महाराज, बोलण्याचा त्रास होत असेल...''

"रवि, नंतर बोलायला उसंत आहे कुठं? आज इथल्या भिंतींनाही कान आहेत. साऱ्यांची नजर माझ्या मृत्यूवर खिळली आहे. त्याबद्दल मला खंतही वाटत नाही. आज निदान एकतरी समाधान मला आहे. तुझ्यासारखं एक निरागस जीवन माझ्या हाती आलं. ते वाढताना, फुलताना मला पाहायला मिळालं. बस्स ! आपल्या आयुष्यात आपण एक जीवन फुलवलं. एवढं जरी पाहायला मिळालं तरी पुष्कळ झालं. रवि, तू कलावंत आहेस. कदाचित हे समाधान काय असतं हे तुलाही भोगायला मिळेल. माझ्या अंतकाळी तू धावून आलास. मला यासारखा दुसरा आनंद नाही."

ते बोलणं ऐकणं रवि वर्म्याला असह्य झालं. पलंगावर बसल्या जागी त्याला हुंदका फुटला. उजवा हात राजेसाहेबांच्या हाती होता. डाव्या हातानं खांद्यावरचं उपरणं घेऊन त्यानं आपल्या मुखाला लावलं. उजव्या हाताची मिठी अधिक घट्ट झाली. राजेसाहेब म्हणाले,

"रवि, रडतोस? माझ्यासाठी? पूस ते डोळे." राजेसाहेबांचा आवाज भरून आला. रवि वर्म्यावर नजर खिळवून ते म्हणाले,

"आपलं माणूस शेवटच्या क्षणी भेटावं, त्याला पाहावं. आपल्या माणसाच्या डोळ्यांतले अश्रू पाहात मृत्यू यावा ही कुणाचीही इच्छा असते. रवि, हे समाधान तू मला दिलंस. माणूस आयुष्यामध्ये ऐश्वर्य, सुखोपभोग यामुळे तृप्त होत नसतो. त्याला आणखीन काहीतरी लागतं. त्याचा शोध घ्यावा लागतो. ते काय असतं मला माहीत नाही. तृप्तीची जागा फार वेगळी असते. ती प्रत्येकाला स्वत: हुडकावी लागते. त्या जागेचा शोध तू घे. केव्हा ना केव्हा तुला ती जरूर सापडेल."

थकलेल्या राजेसाहेबांच्या मुखावर एक वेगळीच छटा उमटली. त्या घायाळ नजरेत एक निराळंच चैतन्य प्रगटलं. ते म्हणाले,

"रवि, तू खूप मोठा हो ! तुझ्या मोठेपणाला तोड नसावी !"

त्या थोर राजाचे उद्‌गार ऐकून रवि वर्म्याच्या डोळ्यांतून अश्रू ओघळत होते. हाताला पडलेली मिठी अधिक आवळली जात होती. शब्द अपुरे होते.

आणि त्याच अश्रुपूर्ण नजरेनं ती प्रेमभराची मिठी सोडवून घेत रवि वर्मा उठला. मागून हाक आली, "रवि ऽऽ"

रवि वर्मा वळला.

"इकडे ये."

रवि वर्मा पलंगापाशी गेला. राजेसाहेबांनी उजवा हात उंचावला. त्या हातातील हिऱ्याची अंगठी डाव्या हातानं काढून ती त्यांनी रवि वर्म्याच्या उजव्या हाताच्या बोटात घातली.

"रवि, माझी आठवण म्हणून ही जतन कर."

अश्रुपूर्ण नजरेनं रवि वर्मा बाहेर पडला.

त्यानंतर चौथ्या दिवशी राजे आईल्यम तिरुनाल गेल्याचा कोलाहल साऱ्या राजप्रासादातून त्याला ऐकू आला.

चार दिवस पाळलेली रुक्षता टळली होती. एखाद्या ग्रीष्मकाली पडलेल्या पावसानं ओढ्याला फेसाळता पूर यावा तशी रवि वर्म्याची अवस्था झाली होती.

त्याच्या अश्रूंना खळ राहिला नव्हता.

रात्रीच्या वेळी राजप्रासादाच्या खास महालात हास्याचे कारंजे उठत होते. महाल गुलाबी रंगाच्या भिंतीनी सजला होता. छताची झुंबरं प्रज्वलिंत झाली होती. चारी बाजूंनी चिरागदाने प्रकाश फेकीत होती. महालात जरी-लोडाला टेकून त्रिवेंद्रमचे भावी महाराज विक्रमराजे बसले होते. त्यांच्या समोर राजदरबारचा रिवाज विसरून खास गोटातील मित्रमंडळी अर्धवर्तुळाकार बसली होती. बैठकीच्या मध्यभागी मद्याच्या सुरया आणि खाद्य पदार्थांची तबकं ठेवली होती. राजेसाहेबांच्या डोळ्यांवर मद्याची ग्लानी चढत होती. राजेसाहेबांचा कारभारी गोपालन् म्हणाला,

"तेच सांगतो, आता रीजंटसाहेबांची परवानगी आली आहे. आपला राज्यारोहणाचा समारंभ मोठ्या थाटात पार पडला पाहिजे."

विक्रमराजे बैठकीवर स्वत:ला सावरत म्हणाले,

"पण... पण.....जुनी थेरडी ऐकतील?"

"न ऐकायला काय झालं? आता ते विसरा म्हणावं."

गोपालन्, तुला माहीतच आहे. त्या माधवरावानं दादासाहेबांना पुरतं भरवलं होतं. आम्हाला पोपटाच्या पिंजऱ्यात ठेवल्यासारखं केलं होतं."

"महाराज, तुम्ही म्हणूनच ते सोसलत."

"तो आधीच पळून गेला. नाहीतर त्याला तुरुंगाची वाट दाखविली असती. आता भीक मागत असेल."

सारे खिदळले. मद्याचे पेले भरले गेले. ओठाला मद्याचा पेला लावून रमण म्हणाला,

"महाराज, एक बोललं तर चालेल?"

"बोला ना रमण." म्हणत विक्रमराजांनी रिकामा पेला खाली ठेवला, आणि मागं असलेल्या दासीकडे पाहिलं. पुष्ट स्तनाग्रांची, धोतरी नेसलेली दासी पुढं आली. तिनं मद्याचा पेला भरला. तो राजांच्या हाती देत असता राजांनी तिच्या स्तनाला स्पर्श केला. लज्जांकित झालेला दासी उठून उभी राहिली. सारे हसले. राजेसाहेबांनी पेला ओठाला लावला. आणि विचारलं,

"रमण, काय म्हणत होतास, बोल."

"नाही महाराज, ते सर्व ठीक आहे. पण तो राजा रवि वर्मा अजून मदातू मदहोममध्येच आहे."

"कोण राजा ! राजा एकच असतो."

"तेच म्हणतो मी."

"आम्हाला रंगाऱ्याची हौस नाही. एक नायकर आहे तेवढा खूप झाला. या रंगाऱ्याची आम्हांला गरज नाही. आम्ही त्याचा बंदोबस्त करू."

गोपालन् हसला. ते पाहून राजेसाहेबांनी विचारलं,

"का हसलास गोपालन्?"

"तो रंगारी असला काय आणि नसला काय ! पण..."

"समजलं. आम्ही गादीवर आलो की, सारी खाती बदलू. तू आमचा दिवाण आहेस. तुमच्यासारखी विश्वासाची माणसं आम्ही जवळ केली."

साऱ्यांनी बसल्या बैठकीवरून विक्रमराजांना मुजरे केले.

महालाची चिरागदानं मंदावत असता मैफल संपली. सारे राजांचा निरोप घेऊन झोकांड्या देत निघून गेले. राजेसाहेब उठले. मागं उभ्या असलेल्या दासीला म्हणाले,

"आम्ही झोपताना आमचे पाय चेपायला तू ये."

आणि दासीकडे न पाहता ते निघून गेले.

☯

त्यानंतर दोन दिवसांनी गोपालन् मदातू मदहोममध्ये आला. तो आलेला कळताच रवि वर्मा पुढच्या महाली आला.

"रवि वर्मा, आपलं क्षेमकुशल विचारण्यासाठी मी आलो आहे."

"कुणाच्या आज्ञेनं?"

"अर्थात महाराजांच्या."

"महाराज कुशल आहेत ना ! मी दोन-तीन वेळा प्रासादात आलो. पण महाराजांची गाठ पडली नाही."

गोपालन् आपले हात चोळीत म्हणाला,

"खरं आहे. थोरले महाराज गेले. आणि एवढी जबाबदारी आली. त्यामुळं राजेसाहेबांना उसंतच नाही."

रवि वर्म्याला गोपालन्‌भेटीचा अर्थ कळत नव्हता. त्यानं विचारलं,

"आपल्या येण्याचं प्रयोजन?"

गोपालन् बैठकीवरून उठत म्हणाला,

"तुम्हांला माहीतच असेल, आता राजेसाहेबांचं राज्यारोहण होणार. त्या वेळी खास पाहुणे येतील. त्यांच्या निवासाची सोय करण्याची जबाबदारी राजेसाहेबांनी माझ्यावर सोपविली आहे."

"बरं मग? त्यासाठी मी काय करू?"

"मदातू मदहोम खाली करा."

"ही विनंती आहे की ..."

"हवी तर राजाज्ञा समजावी."

"ठीक आहे. राजाज्ञा पाळली जाईल म्हणून राजेसाहेबांना सांगा."

आपल्या चेहऱ्यावरचं स्मित न दर्शविता गोपालन् निघून गेला. जाताना नमस्कार करण्याचीही सभ्यता त्याच्या ठायी राहिली नव्हती. उद्विग्नपणे रवि वर्म्यानं रामय्याला हाक मारली. रामय्या येताच रवि वर्मा म्हणाला,

"आपल्याला शक्यतो लौकर ही जागा सोडायला हवी."

"का?"

रवि वर्मा हसून म्हणाला, "राजाज्ञा !"

"पण जायचं कुठं? किलिमानूरला?"

"किलिमानूरला कशाला? त्रिवेंद्रममध्ये आपल्या घराण्याचा कृष्णविलास आहे. तिथं जाऊन राहू. तू सामानाची आवराआवर करायला लाग."

सायंकाळी सवयीप्रमाणं रवि वर्मा रामय्यासह प्रासादाच्या बाहेर पद्मनाभन् मंदिराकडे जायला निघाला, आणि राजप्रासादाच्या प्रवेशद्वाराशी त्याला अडवलं गेलं. रक्षक म्हणाला,

"आपल्याला बाहेर जाण्याची परवानगी नाही."

रवि वर्मा वळला. तसाच तो माघारी आला. मदातू मदहोममध्ये येताच संतापलेला रामय्या म्हणाला,

"म्हणजे आपण कैदी आहोत?"

"मुळीच नाही. थोरल्या राजेसाहेबांना मोठं मन होतं. गुणाची कदर होती. त्यांच्या पश्चात उरली ती क्षुद्रता. माझं ते काहीही वाकडं करू शकणार नाहीत, हे त्यांना माहीत आहे. त्याचमुळं असल्या क्षुद्र गोष्टीत ते आपलं समाधान करून घेत आहेत."

दुसऱ्या दिवशी रवि वर्म्यानी भेटीला येत असल्याचा निरोप राजेसाहेबांना दिला. भेटीला बोलवल्यानंतर रवि वर्मा राजप्रासादामध्ये गेला. महालामध्ये विक्रमराजे बैठकीवर बसलेले होते. शेजारी गोपालन् हात बांधून उभा होता. रवि वर्म्यानं तिथं प्रवेश करताच विक्रमराजे उठले. रवि वर्म्याच्या वंदनाचा स्वीकार करून ते पुढं झाले. रवि वर्म्याला आपल्या बैठकीशेजारी बसवत राजे विक्रम म्हणाले,

"दादासाहेब गेल्यापासून आम्हाला कुणाला भेटायला उसंतच मिळाली नाही. तुम्ही जाणार म्हणून आम्ही ऐकलं."

"आपली आज्ञा."

"हो ! आमची अडचण गोपालन्नं सांगितली असेलच."

"ती मी कधीच अमान्य केली नाही. राजप्रासादाच्या बाहेरही जाण्याची बंदी असावी याचं मला खूप दुःख झालं."

त्या वाक्यानं विक्रमराजे बेचैन बनले. काय बोलावं हे त्यांना सुचत नव्हतं.

ते गोपालन्‌कडे पाहात गडबडीनं म्हणाले,

"तशी मी मुळीच आज्ञा दिली नाही. काय गोपालन् ?"

उभा असलेला गोपालन् चटपटला. स्वत:ला सावरीत म्हणाला,

"महाराज, ही आज्ञा साऱ्यांनाच लागू होती म्हणून ..."

"म्हणून ती रवि वर्म्याला लागू केलीत? साधा रिवाज कळत नाही?"

गोपालन् नम्रतेनं म्हणाला, "महाराज, क्षमा असावी. चूक झाली."

रवि वर्मा म्हणाला, "महाराज, आपला निरोप घेण्यासाठी मी आलो आहे."

विक्रमराजे म्हणाले, "तुम्ही दादासाहेबमहाराजांची माणसं. काही लागलं सवरलं तर कळवा."

रवि वर्मा उठत असता राजेसाहेबांचं लक्ष रवि वर्म्याच्या हातातील सुवर्ण कोंदणात बसवलेल्या हिऱ्याच्या अंगठीकडे गेलं. ते म्हणाले,

"आपली अंगठी सुरेख आहे."

"थोरल्या महाराजांनी दिली आहे मला."

राजेसाहेबांचा निरोप घेऊन रवि वर्मा मदातू मदहोममध्ये आला. पाठोपाठ गोपालन् होता. मदातू मदहोमच्या द्वाराशी रवि वर्म्याचा निरोप घेत असता गोपालन् म्हणाला,

"राजेसाहेब, आपली अंगठी...."

"वय झालं?" अंगठीकडे पाहात रवि वर्म्यानं विचारलं.

"ती राजघराण्यातील आहे. खजिन्यात जमा करायला हवी."

"ठीक आहे." रवि वर्मा शांतपणे म्हणाला. आणि त्यानं आपल्या बोटातील अंगठी काढली. अंगठी गोपालन्‌च्या हाती देत रवि वर्मा म्हणाला,

"अंगठीमुळेच आठवण राहते असं नव्हे. माझ्या मनातल्या थोरल्या महाराजांची आठवण कायम राहील."

गोपालन् छद्मीपणानं हसला. आणि पाठ वळवून जाऊ लागला. रवि वर्म्यानं हाक मारली,

"गोपालन्."

गोपालन् जागच्या जागी थबकला. वळला. त्याच्या नजरेला नजर भिडवीत रवि वर्मा म्हणाला,

"पण ती अंगठी खजिन्यातच जमा करा हं !"

आणि गोपालन्‌कडे न पाहाता रवि वर्मा आपल्या महालाकडे चालू लागला.

त्रिवेंद्रममधील वर्मा घराण्याच्या कृष्णविलास हवेलीत रवि वर्म्यानं आपला मुक्काम हलवला. काही दिवसांतच विक्रमराजांचा राज्यारोहण समारंभ थाटानं पार

पडला. पण त्या समारंभाला रवि वर्म्याला आमंत्रण आलं नाही. पुरुतार्थी मुलांच्यासह मावेलिकिराला परत गेली होती. कृष्णविलासातल्या काही महिन्यांच्या वास्तव्यानंतर रवि वर्मानं त्रिवेंद्रमचा निरोप घेतला आणि तो किलिमानूरला गेला.

किलिमानूरला गेल्यानंतर कुठली आनंदाची गोष्ट रवि वर्म्याला दिसली असेल, तर ती म्हणजे त्याची रंगशाळा. त्या रंगशाळेत मंगला आणि मद्रासहून शिकून आलेला त्याचा भाऊ राज वर्मा यांनी काढलेली चित्रं. तैलरंगातीलच नव्हे तर, अनेक जलरंगातील चित्रे रवि वर्म्याला पाहायला मिळाली. रवि वर्म्यानं राज वर्म्याचं कौतुक केलं. त्याला विचारलं,

"आणि धाकटा गोदा कुठं आहे?"

"आत असेल."

"त्याला चित्रकलेची आवड नाही?"

"तेवढी नाही. पण तो वीणा छान वाजवतो."

"असेना ! पण माणसाला कुठल्यातरी कलेची आवड असावी."

मामा राज वर्मा, मंगला, बंधू राज वर्मा, गोद वर्मा यांच्या सहवासात रवि वर्मा पुरा रमला. पहाटे घोड्यावरची रपेट झाल्यावर सारा दिवस रंगशाळेत व्यतित व्हायचा. रात्री उमांबाच्या अस्तित्वात भजन कीर्तन होत असे. केव्हा तरी रवि वर्मा मावेलिकिराला जाऊन आपल्या बायकोमुलांना भेटून येत असे.

एकदा तो मावेलिकिराहून परत आला. सायंकाळच्या वेळी वाड्याच्या पटांगणात सजवलेली एक बैलगाडी होती. रवि वर्मा राजवाड्यात प्रवेश करीत होता. त्याचा धाकटा भाऊ राज वर्मा समोरून आला. रवि वर्म्यानं विचारलं,

"कुणी पाहुणे आलेत?"

"हो ! दिवाण माधवराव आले आहेत."

"केव्हा आले?"

"कालच."

"कुठं आहेत?"

"मामांच्याकडे."

"ठीक आहे. मामाजींना कळव; मी आलो म्हणून. मी कपडे बदलून येवढ्यात येतो." आणि एवढं बोलून रवि वर्मा आत गेला.

मामा राज वर्मा आणि माधवराव चटईच्या बैठकीवर बोलत बसले होते. माधवरावांचं लक्ष समोरून येणाऱ्या रवि वर्म्याकडे गेलं. दोघांच्याही चेहऱ्यावर आनंद प्रगटला होता. माधवरावांच्या जवळ जाऊन रवि वर्म्यानं त्यांना वंदन केलं. प्रेमभरानं त्याला आपल्याजवळ बसवत माधवरावांनी विचारलं,

"क्षेम आहे ना?"

"जी !"

"मावेलिकिराहून आला ?"

"जी."

"किती मुलं?"

"दोन. राम आणि केरल."

"छान ! तुम्ही त्रिवेंद्रम सोडून आल्याचं कळलं. त्या वेळी मी मुंबईत होतो. त्रिवेंद्रमला काही त्रास?"

"त्रास कसला ! त्यांनी सरळ मला हकललं."

आणि त्यावर तिघंही मोकळेपणानं हसले.

माधवराव म्हणाले, "मी नशिबवान. राजेसाहेबांच्या कृपेनं आधीच बाहेर पडलो."

दुसऱ्या दिवशी सकाळी माधवरावांच्यासह रवि वर्मा देवदर्शन करून आला. रंगशाळेत जेव्हा ते गेले, तेव्हा तेथील एका तैलचित्राकडे बोट दाखवून माधवराव म्हणाले,

"छान आहे."

रवि वर्मा अभिमानानं पुढं झाला. शेजारी उभ्या असलेल्या राज वर्म्याकडे बोट दाखवून त्यानं सांगितलं,

"हे चित्र माझं नव्हे. याचं आहे."

"खरं?"

"जी."

"तुम्ही शिकवलंत?"

"मुळीच नाही. हा मद्रासला शाळेत शिकत होता. नुकताच आला."

माधवराव स्मित करून म्हणाले,

"कला ही जन्मजात असते हे आज पटलं."

☯

सकाळची न्याहरी आटोपून रवि वर्मा आणि माधवराव रंगशाळेत आले. रंगशाळेत असलेल्या पलंगावर दोघे बसले. माधवरावांनी विचारलं,

"रवि, मनात नवीन विषय काय आहे?"

"जी ! पुष्कळ आहेत."

"छान ! माधवराव म्हणाले, "रवि, आता मला इथं फार दिवस वास्तव्य करता येणार नाही."

"दिवाणसाहेब, हे घर का परकं वाटत?"

मान हलवीत माधवराव म्हणाले, "तसं वाटलं असतं तर वाकडी वाट करून इथं आलो असतो का? मी कुठंही असलो तरी आणि नवीन काही पाहायला मिळालं तरी, तो दिवस तुमच्या आठवणीत जातो. इथं आल्यापासून सारखा विचार करतो आहे. सातासमुद्रापलीकडून हे साहेब म्हणवून घेणारे लोक येतात. आपल्या

राजेरजवाड्यांची चित्रं काढतात. मोठेपणा मिळवतात. पण रवि, मी एक स्पष्ट सांगतो. या साहेबलोकांच्या कलेपेक्षा कांकणभर वरचढ असणारी तुझी कला आहे. मी अनेक ठिकाणी फिरलो आहे. पुष्कळ पाहिलं आहे. वृथा कुणाचं कौतुक करण्याचा माझा स्वभाव नाही.. स्पष्टपणे मी तुला सांगतो. या आडवळणी ठिकाणी तुझ्या कलेचं चीज होणार नाही. यासाठी तुला हे ठिकाण सोडावं लागेल.''

''कुठं जायचं?''

''मुंबई.''

''मुंबई !'' रवि वर्मा उद्गारला.

''हो मुंबई. संपूर्ण विचार करून मी तुला हे ठिकाण सांगतो आहे.''

''पण तिथं...'' रवि वर्म्यानं बोलण्याचा प्रयत्न केला.

''काही काळजी करू नका.'' त्याला थांबवत माधवराव म्हणाले. ''मुंबईला माझ्या ताब्यात भाटियांचा बंगला आहे. पण मला आता त्याची गरज नाही. सुदैवानं तुम्हाला साथ देणारा भाऊ आहे. मुंबईला अनेक राजे येतात. त्यात माझ्या चांगल्या परिचयाचे खूप आहेत. मी अनेकांना तुमच्याबद्दल सांगितलं आहे. तुम्हाला काही कमी पडणार नाही.''

''पण मामांना....?''

''त्यांची काळजी करू नका. गेले दोन दिवस आम्ही त्याचविषयी बोलत होतो. तुमच्या कोणत्याही इच्छेआड येण्याचा त्यांचा स्वभाव नाही. तुमच्याबद्दलच्या त्यांच्या फार मोठ्या अपेक्षा आहेत. आनंदानं ते परवानगी देतील. इतकंच नव्हे तर, हवी ती मदत करायला कमी करणार नाहीत.''

''तो विश्वास मला आहे.''

''मग अडचण कसली?''

क्षणात रवि वर्म्याला आईल्यम तिरुनालांची आठवण झाली. त्यांनी मृत्यूपूर्वी सांगितलं होतं की, कधी काळी अडचण आलीच ना, तर त्या माणसाकडे धाव घे.

धाव घेणं सोपं असतं पण ते काठ गाठून देईल का?

''अडचण काही नाही.'' रवि वर्मा शांतपणे म्हणाला.

माधवराव समाधानानं म्हणाले, ''दोन दिवसांत तुमची तयारी करा. मी मुंबईला तुमच्याबरोबरच येईन. तुमची सारी व्यवस्था पाहून मी माझं काम पाहीन.''

रवि वर्म्याचे डोळे भरून आले, त्या भरल्या डोळ्यांसमोर एकदम राजे आईल्यम तिरुनाल उभे राहिले. स्पष्टपणे दिसणारे राजे तो भान हरपून पाहात होता. कानावर पडणारे त्यांचे शब्द मनात साठवत होता.

☯

मुंबईचा भाटियाचा बंगला मोठा प्रशस्त होता. बंगला दुमजली असून त्याला

प्रशस्त मोकळं आवार होतं. बंगल्यासमोरील भाग छोट्या बगिचानं सजला होता. बंगल्यामागं दोन सुबक, बैठ्या इमारती होत्या. तसं पाहिलं तर, बंगल्यात कसलीच कमतरता नव्हती.

अधिक प्रकाशमान असल्यामुळं वरच्या मजल्यावर रंगशाळेची जागा निश्चित केली होती. राज वर्मा रंगशाळा व्यवस्थित करण्यात गुंतला होता. जेव्हा सवड सापडेल तेव्हा, राज वर्मा, गोद वर्मा घोडागाडीतून मुंबईच्या कोट विभागात चक्कर मारून येत असत.

मुंबईच्या वातावरणात चेतू, पाचनसारखे सेवक विस्मयचकित झाले होते. रस्त्यावरून चालणारी अखंड वर्दळ, घोडागाडीतून चालणारे नाना वंशांचे नागरिक, रात्री अपरात्री घोड्यावरून गस्त घालणारे रक्षक ... हे पाहून त्यांना अंचबा वाटत होता. मुख्य बंगल्यामध्ये एका बंगलीत सेवकांची सोय केली होती.

सकाळच्या वेळी चेतू मंडईतून आला. त्यानं आणलेला भाजीपाला पाहून पाचन म्हणाला,

"अरे चेतू, एवढा भाजीपाला?"

"पाचन, तू एकदा मंडईत ये. अरे, जगावरचा सगळा भाजीपाला त्या मंडईत आहे. आणि आपल्यासारखे नोकर तिथं येत नाहीत हो ! मोठमोठी माणसं भाजीपाला चोख निवडून घेतात. पण त्याच मंडईजवळ दुसरी मंडई आहे...."

चेतूनं आपल्या नाकाला उपरणं लावलं.

"ती मंडई अभक्ष्यभक्षणाची. त्यापेक्षा दारावर विकायला आलेली खरेदी बरी." पाचनकडे पाहात चेतू म्हणाला.

"तो घोडागाडीवाला सांगत होता, कोट्याच्या बाजारात याहीपेक्षा चांगला बाजार भरतो म्हणे."

"कोट ! पाचन उद्‍गारला. "कोट म्हणजे काय जवळ वाटलं? आणि तिथं साहेबलोकांची वर्दळ. भावही तेवढाच कडक असणार."

चेतू हसला. म्हणाला,

"मालक पहाटे देवाला जातात. त्या वेळी आपण कोटाकडे चक्कर मारू."

"मूर्ख आहेस. अरे गिरगावातनं कोटाकडे जायचं म्हणजे काय थोडं अंतर ! तेही भाजीपाला घ्यायला ! अडक्याची भवानी आणि बारा रुपायाचा गोंधळ."

चेतू काही बोलला नाही. तो आणलेला भाजीपाला निवडीत होता. त्याच वेळी राज वर्मा तेथे आला. चेतूकडे पाहात त्यानं विचारलं,

"अरे चेतू, दादासाहेब एवढ्यात येतील. त्यांच्या न्याहरीची तयारी झाली का?"

चेतूनं जीभ चावली. तो म्हणाला,

"झालंच माझं."

चेतू आत गेला आणि राज वर्म्याची नजर बाहेर गेली.

प्रवेशद्वारी एक बग्गी उभी होती आणि तीमधून दिवाण माधवराव खाली उतरत होते. राज वर्मा गडबडीनं पुढं झाला. सामोरा आलेल्या माधवरावांनी राज वर्म्याचं वंदन स्वीकारून विचारलं,

"क्षेम आहे ना?"

"जी."

माधवराव राज वर्म्याच्या पाठोपाठ आत आले. बैठकीवर बसत त्यांनी विचारलं,

"राजाजी रंगशाळेत आहेत?"

"जी! अजून आले नाहीत."

"कुठं बाहेर गेलेत?"

"जी! वालुकेश्वराच्या दर्शनाला गेले आहेत."

"दररोज जातात?"

"जी!"

"छान."

त्याच वेळी लगबगीनं रवि वर्मा आत आला. माधवरावांना बघताच प्रसन्न वदनानं माधवरावांना वंदन करीत त्यानं विचारलं,

"आज एवढ्या प्रभातकाळी बरी आठवण केलीत?"

"आठवण करावी लागली नाही." माधवराव त्याच प्रसन्नपणे म्हणाले, "गेले दोन दिवस थोड्या धावपळीत गेले. वालुकेश्वराला दर्शनाला गेला होतात?"

"जी."

"नित्य जाता?"

"जी ! स्नान-संध्या आटोपून दर्शन घेऊन येतो. प्रसन्न वाटतं."

माधवराव म्हणाले,

"राजाजी, परमेश्वरावर ठेवलेली निष्ठा कधी वाया जायची नाही. आणि तुमच्यासारख्या कलावंताच्या बेभान जीवनात तर ही निष्ठा अधिक मोलाची. शेवटी हीच निष्ठा तुम्हाला काळवेळेचं भान देत राहील."

"खरं आहे दिवाणसाहेब." रवि वर्मा म्हणाला,

माधवरावांनी विचारलं,

"काही कमतरता?"

माधवरावांच्या नजरेला नजर देत रवि वर्मा म्हणाला,

"दिवाणसाहेब, आपल्या आज्ञेनं इथं कसलीही कमतरता नाही."

"काही कमतरता असेल तर संकोच नसावा."

"संकोच !" रवि वर्मा उद्‌गारला. "जिथं परकेपणा नाही तिथं संकोच कसला?"

माधवराव समाधानानं म्हणाले,

"मला त्यात समाधान आहे. राजाजी, सायंकाळी आपल्याला मोकळा वेळ

आहे ?'

"जी !"

"मुंबईत बिकानेरचे महाराज आले आहेत. सायंकाळी पाच वाजता मी त्यांची वेळ मागून घेतली आहे. तुमची ओळख करून देईन."

"जी." रवि वर्मा म्हणाला.

"सायंकाळी तुम्ही तयार राहा. मी इकडेच येईन."

माधवराव उठलेले पाहाताच रवि वर्मा म्हणाला,

"दिवाणसाहेब, न्याहरीची वेळ झालेली आहे."

"ठीक. न्याहरी आटोपूनच जाईन." माधवराव म्हणाले.

☯

बिकानेरच्या महाराजांचीच नव्हे तर, अनेक संस्थानिकांची ओळख रवि वर्म्याला झाली. त्याचबरोबर अनेक धनिकांच्या गाठीभेटी माधवरावांच्या संगतीत घडून गेल्या. माधवरावांच्या संगती ह्या गाठीभेटी घेण्यात रवि वर्म्याला एक वेगळंच समाधान लाभत होतं. माधवरावांच्यासह फिरण्यात आठवडा कसा गेला हेही समजलं नाही. या दिवसांत रवि वर्म्याला काही कामंही मिळाली.

☯

सायंकाळी माधवराव रवि वर्म्याच्या निवासस्थानी आले. रवि वर्मा रंगशाळेत चित्रसोपानासमोर आरामखुर्चीत बसला होता. माधवरावांना बघताच रवि वर्मा उठला. तो नम्रतेनं म्हणाला,

"बसावं दिवाणसाहेब."

रंगशाळेतल्या पलंगावर दिवाणसाहेब बसले. रवि वर्म्यानं विचारलं,

"कुठं बाहेर जायचं का?"

"नाही." माधवराव म्हणाले, "राजाजी, आज तुमचा निरोप घेण्यासाठी आलो आहे."

"निरोप ! रवि वर्मा उद्‌गारला.

"हो ! माधवराव म्हणाले, "बिकानेरच्या महाराजांच्यासह मला बिकानेरला जायला हवं. उद्या सकाळी आम्ही निघणार आहो."

रवि वर्मा दिवाणसाहेबाकडे नुसता बघत होता. ओठातून शब्द उमटत नव्हते. माधवरावांनी रवि वर्म्याची अवस्था बघून हसण्याचा प्रयत्न करीत म्हटलं,

"राजाजी, हे काय?"

पण रवि वर्म्याची दृष्टी दुसरीकडे वळली नाही. ना त्याच्या तोंडून शब्दही उमटला. माधवराव उठले. रवि वर्म्याच्या खांद्यावर हात ठेवत ते म्हणाले,

"राजाजी, आपल्या डोळ्यांत अश्रू शोभत नाहीत. कशासाठी? कशासाठी हे डोळ्यांत पाणी?"

डोळ्यांत अवतरलेले अश्रू खळकन् गालावर ओघळले. अश्रू न टिपता रवि वर्मा भरल्या आवाजात म्हणाला,

"दिवाणसाहेब, दुखाश्रू नाहीत हे" मान हलवीत तो म्हणाला, "डोळ्यांत हे पाणी का आलं हे मला कुठं माहीत आहे? पण मनात कुठंतरी निर्माण झालेली पोकळी आता भरून निघाली असल्यासारखं वाटतं...."

माधवराव नि:श्वास सोडून म्हणाले,

"राजाजी, बोटातली अंगठी गेली म्हणून बोट मोकळं राहील. मन मोकळं राहात नाही. ते कोणी मोकळं करू शकत नाही–"

रवि वर्म्यानं चमकून पाहिलं. त्याच्या खांद्यावरचा हात काढत दिवाणसाहेब म्हणाले,

"माझ्या कानावर सारं आलं आहे. पुसा ते डोळे. राजेसाहेबांनी तुम्हाआम्हाला जे दिलं आहे ते सात जन्म पुरेल इतकं आहे."

माधवराव उठले. पण माधवरावांचे डोळे पाणवले आहेत हे त्यांच्याकडे न बघताही रवि वर्म्याला जाणवत होतं.

॥ ॥ ॥ ॥ ॥ ॥ ॥ ॥ ॥ ॥ ॥ ॥ ॥ ॥ ॥ ॥ ॥ ॥ ॥ ॥

मुंबईच्या एका टेकडीवर, गर्द राईत वसलेलं वालुकेश्वराचं मंदिर होतं. ते स्वयंभू मंदिर आहे अशी लोकांची श्रद्धा होती. पहाटेपासूनच वालुकेश्वराच्या दर्शनासाठी नानाविध पंथांच्या माणसांची तिथं रीघ लागलेली असे. ती दोन देवळं मुंबईच्या लोकांची श्रद्धास्थानं समजली जात असत. रवि वर्मासुद्धा पहाट सरल्यानंतर देवदर्शनासाठी त्या मंदिरात जात असे.

नित्य नियमाप्रमाणं मुंबईच्या वालुकेश्वराचं दर्शन घेऊन रवि वर्मा मंदिराच्या बाहेर येत होता. पहाटेचा समय सरला होता. मंदिराच्या मधल्या चौकात त्याची पावलं अचानक खिळली. त्याची नजर मंदिराच्या प्रवेशद्वाराच्या कमानीकडे लागली होती. त्या कमानीतून एक रूपवती प्रवेश करीत होती. लिंबकांतीचा गौरवर्ण असलेल्या त्या ललनेचे विशाल, काळेभोर नेत्र लक्ष खिळवून ठेवत होते. नऊवारी भरजरी हिरवाकंच शालू तिनं परिधान केला होता. त्या वस्त्रामुळं तिचं शरीरसौष्ठव उठून दिसत होतं. परमेश्वरानं त्या रूपावर लावण्याची मुक्त उधळण केल्याचा भास रवि वर्म्याला झाला. तिच्यावर जडलेली नजर मनात, असूनही त्याला काढता आली नाही. त्या स्त्रीच्या मागं दोन स्त्रिया हाती तबक घेऊन चालल्या होत्या. क्षणभर त्या

ललनेची नजर रवि वर्म्याच्या नजरेला भिडली. आणि एक परपुरुष आपल्याकडे पाहतो आहे हे ध्यानी येताच ती द्रुतगतीनं रवि वर्म्याला ओलांडून आत गेली.

जेव्हा त्या स्त्रिया देवदर्शन आटोपून माघारी आल्या, तेव्हा रवि वर्मा त्याच जागी उभा होता. त्या स्त्रिया आल्या तशा निघून गेल्या. रवि वर्मा शांतपणे देवळाबाहेर आला. दाराशी उभ्या केलेल्या आपल्या घोडागाडीत बसला. घोडागाडी जात होती, पण रवि वर्म्याच्या मनातून ते पाहिलेलं सौंदर्य हलत नव्हतं.

सारा दिवसभर ते रूप त्याच्या मनातून जात नव्हतं.

त्यानंतर रवि वर्मा वालुकेश्वराच्या मंदिरात गेला, देवदर्शन केलं, तरी देवळाच्या बाहेर त्याचं पाऊल पडत नसे. ती रूपवती केव्हा येते इकडं त्याचं लक्ष वेधून राही.

जरीकाठी धोतरी नेसलेला, खांद्यावर उपरणं टाकलेला, मस्तकी साधा रूमाल बांधलेला, जानव्याखेरीज अंगावर काहीही नसलेला एक तरूण जाता येता आपल्याला निरखून पाहतो या जाणिवेनं ती तरुणी दिवसेंदिवस संतप्त होत होती.

परक्या माणसाच्या असल्या नजरेची तिला सवय नव्हती.

दोन दिवस गेले आणि एके दिवशी पहाटे ती रूपवती देवदर्शन करून देवळाबाहेर गेली, आणि त्याच वेळी तिची दासी माघारी देवळात येऊन रवि वर्म्यासमोर उभी राहिली. तिचा चेहरा संतापानं फुलला होता. काय बोलावं हे तिला सुचत नव्हतं. ती म्हणाली,

"आपल्याला हे शोभत नाही."

"काय शोभत नाही?" रवि वर्म्यानं शांतपणे विचारलं.

"आपलं हे वागणं. आमच्या सुगंधाबाईंच्याकडे टक लावून पाहणं."

"बरं !"

रवि वर्म्याच्या चेहऱ्यावर एक वेगळंच स्मित प्रगटलं. डोळ्यांत हसू खेळत होतं. ते पाहून ती दासी आणखीन भडकली.

"तुमच्यासारखे छपन्न नोकर ठेवण्याची ऐपत आमच्या बाईसाहेबांची आहे. आज बाईसाहेबांनी ताकीद द्यायला सांगितली आहे. परत हेच घडलं तर पोलिसात वर्दी द्यावी लागेल. समजलं?"

हो ! आपण जाऊ शकता."

दासी वळली. मंदिराबाहेर उभ्या असलेल्या बंद घोडागाडीत जाऊन बसली.

घोडागाडीत मागच्या बाजूला सुगंधाच्या शेजारी तिची बहीण कमला बसली होती. सुगंधाची दासी केशर समोर येऊन बसली. कोचमननं दरवाजा लावला. सुगंधानं कुतूहलानं विचारलं,

"काय झालं ग?"

"चांगली खरड काढली मेल्याची. परत असं केलंस तर पोलिसात वर्दी देईन असं सांगितलं. कोणीतरी दक्षिणी ब्राह्मण दिसतो. पण त्याची ही धिटाई, काय त्याचं

धोतर, कपाळी भस्माचे पट्टे. आणि अडाणी माणसांसारखा बांधलेला रुमाल. दरिद्री तो दरिद्री आणि हे धाडस !''

सुगंधा म्हणाली,

''दक्षिणेच्या आशेनं कदाचित उभा राहिला असेल.''

''काय बोलतेस?'' कमला म्हणाली, ''टक लावून बघू लागला की, डोळेसुद्धा काढीत नाही, आणि अवतार तरी काय !''

सुगंधा ते सारं ऐकत होती. पण का कुणास ठाऊक, तो तरुण तिच्या डोळ्यांसमोरून हलत नव्हता. त्या सावळेपणातही सुरूपता होती. त्या चमकदार नेत्रांतून एक वेगळीच धिटाई तिला जाणवली होती.

दुसऱ्या दिवशी सुगंधा नित्याप्रमाणं वालुकेश्वराच्या मंदिरात गेली. मंदिरात प्रवेश करताना तिला तो तरुण दिसला नाही. तिच्या चेहऱ्यावर एक वेगळंच स्मित प्रगटलं. देवदर्शन करून ती माघारी आली. आणि तिच्या चेहऱ्यावरची प्रसन्नता लोपली. मंदिराच्या प्रथम कमानीशेजारी तो तरुण उभा होता. आपली क्रोधयुक्त नजर क्षणभर त्या तरुणाकडे वळवून सुगंधा पुढे जाणार तोच, तो तरुण पुढे आला. म्हणाला,

''बाईसाहेब, आपला कालचा निरोप पोहोचला. आपण काही क्षण माझ्या साठी थांबाल का?''

आपला संताप आवरीत सुगंधा म्हणाली,

''असला रिवाज आमच्यात नसतो.''

''तेही आम्हाला माहीत आहे. पण बाईसाहेब, मी कोणत्याही वाईट अथवा पापी नजरेनं आपल्याकडं पाहिलं नाही. मी एक चित्रकार आहे.''

सुगंधा छद्मीपणानं हसली. ती म्हणाली,

''असल्या थापा मला परिचयाच्या आहेत.''

सुगंधाची वाट न सोडता, मागे वळून न पाहता रवि वर्म्यानं हाक दिली,

''पाचन !''

''जी'' म्हणत पाचन धावत आला. सुगंधावरची दृष्टी न काढता रवि वर्म्यानं आज्ञा दिली–

''माझ्या गाडीत आहे ते घेऊन ये.''

सुगंधा गोंधळली होती. काय करावं हे तिला सुचत नव्हतं. रवि वर्म्याच्या धिटाईनं ती थक्क झाली होती, अणि त्याच वेळी पाचन एक फलक घेऊन आला. पाचनच्या हातून फलक घेऊन तो रवि वर्म्यानं सुगंधाच्या हाती दिला. सुगंधाचे डोळे विस्फारले गेले. त्या फलकावर सुगंधाचं एक सुरेख तैलचित्र रेखाटलं होतं. ते पाहात असता रवि वर्म्याचे शब्द तिच्या कानावर पडत होते.

''बाईसाहेब, आपल्याला मी पाहिलं, आणि राहवलं नाही. दररोज मी आपल्याला

पाहात होतो. आणि घरी जाऊन आठवणीनं आपलं चित्र पुरं करण्याचा प्रयत्न करीत होतो.''

सुगंधा आपल्या दासीकडे वळली. तिच्या कानात तिनं काहीतरी सांगितलं. क्षणात दासी देवळाबाहेर निघून गेली. रवि वर्म्यानं विचारलेल्या प्रश्नानं सुगंधा भानावर आली.

''आपल्याला हे चित्र आवडलं नाही?''

सुगंधानं नकळत मान हलवली.

''बाईसाहेब, प्रत्यक्ष रूप आणि कल्पनेतलं रूप यांत पुष्कळ फरक पडतो, हे मी जाणतो. पण एक सांगावंसं वाटतं; परमेश्वरानं आपल्याला उपजत असामान्य रूप-लावण्य दिलं आहे. ऐश्वर्यही दिलं आहे. पण ते ऐश्वर्य किंवा लावण्य या जगातील कोणतीही शक्ती चिरंतन टिकवू शकणार नाही. दीर्घायुष्य लाभलं तर, आपल्या चेहऱ्यावरचं लावण्य वृद्धापकाळाकडे झुकेल. त्या चेहऱ्यावर सुरकुत्यांची जाळी विणली जातील. आजच्या मादक डोळ्यांत क्षीणता येईल. तिथं पाणावलेले, थिजलेले नेत्र दिसू लागतील. त्या नेत्रांत असहाय्यता दिसू लागेल. ती अवस्था झाली तर, हे चित्र तुम्हांला तुमच्या हरवलेल्या तारुण्याची, रूपसंपन्नतेची आठवण देत राहील. हे चित्र त्यासाठी तुम्ही जतन करा. आज नाही तरी, केव्हातरी तुम्हाला ते उपयोगी पडेल. तुम्हाला जगण्याचं बळ देईल.''

आणि एवढं बोलून रवि वर्मा मंदिराच्या बाहेर पडला.

झालेल्या प्रसंगानं अवाक् बनलेली सुगंधा तिथंच उभी होती. दासीच्या बोलण्यानं ती भानावर आली.

''बाईसाहेब, तो राजा रवि वर्मा होता.''

सुगंधा कोळेवाडीतल्या आपल्या घरी आली. ती अस्वस्थ होती. रवि वर्म्यानं तिचं काढलेलं तैलचित्र तिनं आपल्या शयनगृहात ठेवलं होतं. त्याकडे पाहात ती आपल्या शय्येवर विसावली होती. तिची धाकटी बहीण शयनगृहात प्रवेश करती झाली, तरी त्याचं भान सुगंधाला नव्हतं. सुगंधा ज्या चित्राकडे पाहात होती तिकडे कमलाचं लक्ष गेलं, आणि सुगंधाचा समाधीभंग करीत ती म्हणाली,

''खरंच बाई ! अगदी हुबेहूब चेहरा. आठवणीनं कसं काढतात कोण जाणे !''

सुगंधानं एकवार कमलाकडे पाहिलं, आणि काही न बोलता ती शयनगृहाच्या बाहेर निघून गेली.

नेहमी हसरी, खेळकर असणारी सुगंधा त्या दिवसापासून अबोल बनली होती. पहाटेच्या वेळी ती वालुकेश्वराला जात असे. पण अपेक्षित रवि वर्म्याचं दर्शन तिला घडत नसे. उलटणाऱ्या दिवसाबरोबर ती जास्तच त्रस्त होत होती.

गिरगावातल्या सुगंधाच्या घरात माणसांचा फारसा राबता नव्हता. सुगंधा, तिची बहीण कमला आणि मावशी बाकाबाई याखेरीज दासी केशर आणि स्वयंपाकी नारायण, कोचमन महंमद येवढ्यांचाच राबता घरामध्ये असे. सुगंधात तो पडलेला बदल पाहून सारी चिंताचूर झाली होती.

एके दिवशी दोनप्रहरच्या वेळी बाकाबाई मागील सोप्यामध्ये तांदूळ निवडीत बसली होती. त्याच वेळी कमला तेथे आली. काही न बोलता मागील दाराच्या उंबऱ्यावर ती बसली. स्थूल देहाच्या, गोल चेहऱ्याच्या बाकाबाईनी आपल्या श्वेतपदरानं आपला घाम टिपला. एक वेळ कमलाकडे दृष्टी टाकून ती सुपातले तांदूळ निवडीत असता म्हणाली,

"सुगंधा काय करते?"

"झोपली आहे."

"अशीच झोप म्हणावं. कुणा मेल्याची दृष्ट लागली कुणास ठाऊक. ते चित्र घरात आल्यापासनं हे असं चाललंय."

"पण त्या चित्रानं काय केलं?"

"काही सांगू नको मला. लहान आहेस तू. ही करणी बरं, करणी ! पाहतेस ना? हसती खेळती पोर. ते चित्र घरात आलं आणि तिची काय अवस्था झाली बघ !"

"काय तरीच तुझं मावशे. अशा चित्रानं कधी करणी होते काय?"

"होते बरं ! मी पाहिलंय. आमच्या डिचोलीला भाऊशेठ होता. माडाच्या बागा होत्या त्याच्या. घरात लक्ष्मी पाणी भरत होती बरं! देवभोळा माणूस. एक दिवस एक साधू घरात आला, आणि भाऊशेठला शाळीग्राम देऊन गेला. वर्षभरात त्याचं नांदतं घर पार विस्कटून गेलं."

बसल्या जागी कमलाच्या अंगावर काटा फुलला. भीतियुक्त आवाजात तिनं विचारलं,

"खरंच का ग मावशे ऽ"

बाकाबाईनं आपल्या गळ्यावर हात ठेवला.

"गळ्या शपथ. सुटली म्हण. दोन दिवस झाले, मेल्याला हुडकते. पण सापडत नाही. कुठं उलथलंय कुणास ठाऊक."

"कोण?"

"अग, आपला नागनाथ ग. तो असल्यावर उतारा करतो."

कमला काही बोलली नाही. एक निःश्वास सोडून ती उठली आणि घरामध्ये निघून गेली.

☯

दोन दिवसांनंतर सकाळी, सुगंधा देवदर्शनाहून माघारी आली. आपल्या शय्यागृहात

तिनं आपली वस्त्रे बदलली आणि शय्यागृहाच्या बाहेर पडत असता तिचं लक्ष त्या चित्राकडे गेलं. अलमारीजवळ ठेवलेलं ते चित्र किंचित तिरकं झालं होतं. ते सरळ करण्याच्या उद्देशानं ती त्या चित्राजवळ गेली. तिनं तो फलक उचलला आणि बोटांना झालेल्या स्पर्शानं तो फलक तसाच हाती स्थिरावला. निर्धारानं तिनं त्या चित्राची पाठीमागची बाजू पाहिली. आणि सुगंधाचे नेत्र विस्फारले गेले. त्या चित्राच्या चौकटीत गुलाल माखलेल्या पाच सुया टोचल्या होत्या. चित्राच्या मागील बाजूला बिबब्यानं रेखलेल्या फुल्याही होत्या.

सुगंधाबरोबर कमला, केशर होती.

मग हे केलं कुणी? कशासाठी?

क्षणात सुगंधाचा चेहरा संतापानं फुलला. तिनं हाक मारली-

"मावशी ऽऽ"

खालून हाक आली, "आयले ऽऽ"

आणि थोड्याच वेळात पदराला हात पुसत, धापा टाकत बाकाबाई माडीवरच्या शय्यागृहात आली.

"काय गो ऽ"

"माझ्या खोलीत कोण आलं होतं?"

सुगंधाचा क्रोधयुक्त चेहरा पाहून बाकाबाई घाबरली होती. उसन्या अवसानानं ती म्हणाली,

"नाही ग बाई. वर कोण येणार? मला तर हा जिना चढवतही नाही."

सुगंधानं ते चित्र उचललं आणि त्या चित्राची पाठमोरी बाजू बाकाबाईसमोर धरीत तिनं विचारलं,

"मग हे कुणी केलं?"

बाकाबाईची नजर त्या सुयांच्यावर खिळली होती. उभ्या जागी तिचे पाय थरथरत होते. रडू कोसळायचं तेवढं शिल्लक राहिलं होतं. ती म्हणाली,

"खरंच बाय ! माका हे कायच माहीत नाही."

"मावशे, खोटं बोलू नको. तुझ्याखेरीज हे कोणी करणार नाही हे मला माहीत आहे."

उसन्या अवसानानं बाकाबाई म्हणाली,

"अन्नाला पडले म्हणून हवं ते बोलून घेणार नाही मी. तसं असलं तर सांगून टाक. गोयात जाऊन शीत-पेज खाऊन राहीन. पण असला आरोप खपवून घेणार नाही."

सुगंधाला ती धमकी परिचयाची होती. ती म्हणाली,

"ठीक आहे. तू गोव्याला जा."

बाकाबाईनं डोळ्याला पदर लावला. मुसमुसत ती म्हणाली,

"बघा बाई ! भलं करायला जावं तर असं ! तो नागनाथ म्हणाला, 'तुझ्यावर करणी झाली.' जीवाक चैन पडंना."

सुगंधाचा संताप कुठल्या कुठे गेला. ती खळखळून हसली आणि तिनं विचारलं, "मावशे, म्हणून तू हे केलंस?"

डोळ्यावरचा पदर न काढता बाकाबाईनं होकारार्थी मान हलवली. सुगंधानं त्या फलकात खोवलेल्या सुया भराभरा उपसून काढल्या, आणि बाकाबाईच्या हातात देत तिनं सांगितलं,

"या फेकून दे. आणि परत असले उद्योग या घरात करू नको."

☯

सकाळच्या वेळी शिसवी कोरीवकाम केलेल्या मेजासमोर मंचकावर बसून सुगंधा समोरच्या आरशासमोर आपले केस विंचरत होती. आरशातून स्वतःच्या चेहऱ्याबरोबर तिला मागील चित्रही दिसत होतं. आपल्यापेक्षा ते चित्र अधिक सुंदर तिला वाटत होतं.

...करणी ! ...होय करणीच !

किती सुंदर हे चित्र ! आपण एवढ्या सुंदर वाटतच नाही.

पण तो... तो राजा... दिसतच नाही येवढ्या वेळा वालुकेश्वरी गेले. पण–

परत का बरं दिसला नाही?

ही करणी तर नसेल?

करणी आहे रूपाची !

तो म्हणाला होता– हे रूप टिकणार नाही...

सुगंधाच्या अंगावर शहारे आले.

त्याच वेळी जिन्यावरून धडधड पावलं वाजली. सुगंधानं वळून पाहिलं. धापा टाकत केशर आत प्रवेश करीत होती. सुगंधाला बोलण्याची उसंत न देता ती म्हणाली,

"बाईसाहेब, तो सापडला."

"कोण सापडला?"

"देवळात ज्यानं तुम्हांला चित्र दिलं तो."

त्या बोलण्यानं सुगंधाचे नेत्र विस्फारित झाले. आनंदानं तिनं विचारलं,

"ते भेटले?"

"नाही बाईसाहेब. मी मंडईमध्ये भाजी आणायला गेले होते. तिथं त्याचा नोकर पाचन भेटला."

"मग?"

"त्याला मी त्याचा पत्ता विचारला."

"मग मिळाला पत्ता?"

"हो ना ! आपल्या जवळच राहतो तो. पलीकडचं किरीस्ताँवचं देऊळ आहे ना ! त्याच्यासमोर भाट्याच्या बंगल्यात तो राहतो."

"केशर, मुंबईत इतकी वर्षं काढलीस पण गोव्याची तुमची सवय सुटत नाही. साऱ्यांनाच एकेरी नावानं बोलायची सवय तुमची. अग, ते राजा रवि वर्मा आहेत. जरा आदबीनं बोलायला शिक."

केशर हसली.

"बाईसाहेब, ते आम्हांला जमतच नाही. तो पाचनसुद्धा असाच रागवला. पहाटे देवळातून तो आला..."

"काय म्हणालीस?"

जीभ चावून केशर म्हणाली,

"चुकले बाईसाहेब. पहाटे ते देवळातून आले की, दिवसभर घरीच असतात. कुठं बाहेर जात नाहीत."

सुगंधानं हसून समोरच्या मेजाचा कप्पा उघडला. आणि त्यातून एक बंदा रुपया काढून तिनं तो केशरच्या हाती दिला.

केशर गेली तरी सुगंधा समोरच्या आरशात आपलं रूप न्याहाळत होती.

☯

तिसरा प्रहर टळत असताना सुगंधाची घोडागाडी रवि वर्म्याच्या बंगलीच्या आवारात प्रवेश करती झाली. त्या दुमजली बंगलीच्या भोवतालचं प्रशस्त आवार, त्या आवारातील बाग, बंगलीशेजारची पागा. हे सारं सुगंधाच्या नजरेतून सुटलं नाही. बंगलीच्या प्रवेशद्वाराशी सुगंधा उतरली. सेवकांनी तिचं स्वागत केलं. आणि दिवाणखान्यात नेऊन बसवलं. सुगंधाबरोबर केशरही होती. दिवाणखाना तांबड्या गालिचांनी सजवला होता. काळ्याभोर, चमकणाऱ्या शिसवी कोचांनी तेथील बैठक सजली होती. छताला लटकलेलं एक मोठं झुंबर लक्ष वेधून घेत होतं. कुठूनतरी आतून बीनचे सूर कानावर येत होते. धोतर नेसलेले, उपरणं आणि जानवी परिधान केलेले सेवक सुगंधा पाहात होती. सुगंधाला फार काळ तिष्ठावं लागलं नाही. डाव्या बाजूच्या गोलाकार जिन्यावरून येत असलेले रवि वर्मा पाहताच सुगंधा उठून उभी राहिली.

सुगंधाच्या नमस्काराचा स्वीकार करून रवि वर्म्यानं विचारलं,

"आपल्याला फार काळ थांबावं लागलं."

"नाही." सुगंधा म्हणाली.

केशरकडे पाहात रवि वर्मा म्हणाला,

"पोलिस आणले नाहीत ना?"

सुगंधा हसून म्हणाली,

"पोलिस आणले नाहीत. पण हे आणलंय."

असं म्हणून सुगंधानं केशरच्या हातातलं चित्र घेतलं आणि ते रवि वर्म्याच्या हाती दिलं. रवि वर्म्यानं काढलेलं ते सुगंधाचं चित्र होतं. क्षणभर काय बोलावं हे रवि वर्म्याला सुचलं नाही. त्याच्या चेहऱ्यावरचं हास्य विरलं.

"का? आवडलं नाही?"

सुगंधा म्हणाली,

"आवडलं. म्हणूनच घेऊन आले."

केशरच्या उपस्थितीमुळं रवि वर्मा संकोचला होता. तो म्हणाला,

"आपली ना नसेल तर आपण माझ्या रंगशाळेत जाऊ."

चित्र घेऊन रवि वर्मा जिन्याच्या पायऱ्या चढत होता. मागून सुगंधा जात होती.

वरच्या मजल्यावर रवि वर्म्याची प्रशस्त रंगशाळा होती. चित्रसोपानावर अर्धवट पुरं केलेलं एका राजाचं तैलचित्र होतं. तिथं असलेल्या पलंगाकडे हस्तनिर्देश करीत रवि वर्मा म्हणाला,

"बसा."

सुगंधा पलंगावर बसली. रवि वर्मा नकळत तिचं रूप न्याहाळत होता. सुगंधाच्या चेहऱ्यावरचे सोज्वळ, निरागस भाव त्याला मोहवत होते. त्यानं आजवर अनेक रुपवती पाहिल्या होत्या. रूपलावण्य किती दिमाखानं जगतं हेही त्यानं पाहिलं होतं. पण सुगंधाचं सौंदर्य त्याहीपेक्षा वेगळं होतं. तो केशसंभार, ते भावुक डोळे, ते नाजुक ओठ आणि आग्रही स्वभाव दर्शवणारी ती नासिका. गौरकांती सगळ्यांनाच लाभते. पण त्या गौरकांतीला आलेली वेगळी गुलाबी छटा, यावर त्याचं लक्ष खिळलं होतं.

काही क्षण असेच गेले. आणि अस्वस्थ झालेल्या रवि वर्म्यानं न राहवून विचारलं,

"बोला. त्या चित्रात काही कमतरता भासली?"

सुगंधा रवि वर्म्याच्या नजेरला नजर देत म्हणाली, "मुळीच नाही."

"मग हे चित्र परत का केलंत?"

"सौदा ठरला नसताना ते घ्यावं असं मला वाटलं नाही. त्यासाठी मी आपली देवळात वाट पाहात होते."

"आपल्याला वाट पाहावी लागली, याचं मला वाईट वाटतं. पण आमच्या कुलाचाराप्रमाणं गेले सात दिवस आमच्या घरी होमहवन चालू होतं. त्यामुळं पहाटे देवदर्शनाला मला येता आलं नाही. सायंकाळी मी जात असतो. पण आपण कसला सौदा करायला आलात?"

"या चित्राची मी काय किंमत देऊ?" सुगंधानं सरळ विचारलं.

त्या प्रश्नानं रवि वर्मा चकित झाला. तो म्हणाला,

"किंमत कसली? मला वाटलं म्हणून आपलं चित्र मी काढलं. ते चित्र तुमचंच आहे. तुम्ही ते घेऊन जाऊ शकता."

नकारार्थी मान हलवीत सुगंधा निश्चयपूर्वक म्हणाली,

"आपला अपमान करायची माझी इच्छा नाही. पण मी आयुष्यात कधीही, कोणचीही वस्तू फुकट स्वीकारलेली नाही."

सुगंधाच्या त्या धारिष्ट्यानं रवि वर्मा थक्क झाला. संतापाऐवजी त्याच्या मनात एक वेगळाच प्रसन्न भाव उमटला होता. तरी निर्विकार चेहरा राखत रवि वर्मा म्हणाला,

बाईसाहेब, या जगातल्या प्रत्येक गोष्टीला कोणतं ना कोणतं तरी मोल असतं हे मला माहीत आहे. तुम्हाला दिलेल्या चित्रालासुद्धा मोल आहे, मी नाही म्हणत नाही. पण ते देणं तुम्हाला परवडणार नाही."

ते आव्हान स्वीकारून सुगंधा धिटाईनं म्हणाली,

"मोल परवडलं तर ठीक. नाहीतर हे चित्र इथंच ठेवून जाईन."

रवि वर्म्याला कसं सांगावं हे कळत नव्हतं. काही क्षण त्यानं विचार केला. सुगंधावर त्याची नजर खिळली होती. तो स्थिर आवाजात म्हणाला,

"बाईसाहेब, मी एक अतृप्त चित्रकार आहे. चित्रकलेखेरीज मला काही दिसत नाही. सुचत नाही. तुम्हाला मी पाहिलं. महाराष्ट्रीय पोशाखातील तुमचं दर्शन मला मोठं विलोभनीय वाटलं. देवानं तुम्हाला नुसतं सौंदर्य दिलं नाही. त्याबरोबर सात्त्विकतेचा, निरागसतेचा भावही तुम्हाला दिलेला आहे. मी मद्रासच्या प्रदर्शनासाठी 'शकुंतला पत्रलेखन' हे काल्पनिक चित्र काढलं होतं. त्या चित्राचं कौतुक झालं. त्याला पारितोषिकही मिळालं. पण त्या आधी तुम्हाला पाहिलं असतं तर, ते चित्र कितीतरी पटीनं सरस झालं असतं."

"आपल्याला काय म्हणायचं आहे?" सुगंधानं विचारलं.

"काही म्हणायचं नाही. बाईसाहेब, मी एका श्रीमंत घराण्यात वाढलो असलो तरी माझे आईवडील...त्यांनी मला फार निराळे संस्कार दिले. वेदपठण, कथाकीर्तन ऐकत मी वाढलो. त्यामुळं ती नलदमयंती, हंस-दमयंती, ती सैरंध्री, द्रौपदी ही सारी रूपं माझ्या मनात रेंगाळत होती. पण ती द्रौपदी, सीता, ती लक्ष्मी, सरस्वती आणू कुठून? ते सामर्थ्य देवानं तुमच्या रूपाला दिलेलं आहे. तुम्ही मला साहाय्य केलं तर, माझी सारी स्वप्नं साकार होतील. मी तुम्हाला आश्वासन देतो की, माझ्या कलेव्यतिरिक्त कोणत्याही अन्य विचार माझ्या मनात येणार नाही. माझ्या चित्राचं मोल द्यायचं असेल तर तेवढंच मला मिळावं."

सुगंधानं एक दीर्घ निःश्वास सोडला. ती म्हणाली,

"मी विचार करते."

"ठीक आहे. अवश्य करा."

सुगंधा निघून गेली. पण सुगंधाचं चित्र रवि वर्म्याच्या रंगशाळेत राहिलं होतं.

दुसऱ्या दिवशी सायंकाळी सुगंधा रवि वर्म्याच्या बंगलीत आली. तिला पाहून रवि वर्मा आश्चर्यचकित झाला. आपलं आश्चर्य तो लपवू शकला नाही. त्यानं विचारलं,

"परत बरं आलात?"

सुगंधा हसून म्हणाली,

"माझं चित्र मी न्यायला आले आहे."

आणि रवि वर्म्याकडे न पाहता ती रंगशाळेच्या पायऱ्या चढून वर जाऊ लागली.

☯

सूर्यास्त झाला होता, आणि त्या वेळी पांढरेशुभ्र दोन घोडे जुंपलेली रवि वर्म्याची घोडागाडी बंगलीच्या आवारात प्रवेश करती झाली. बंगलीसमोर गाडी उभी राहताच, गाडीचा कोचमन त्वरेनं खाली उतरला. रवि वर्मा आणि रामय्या बग्गीतून खाली उतरले. क्षणभर रवि वर्म्याची नजर बंगलीच्या सर्व आवारातून फिरली. त्या अंधुक प्रकाशातही एका बाजूला असलेली अबलख घोडे जुंपलेली सुगंधाची बग्गी रवि वर्म्याच्या नजरेतून सुटली नाही. अशा अवेळी आलेली तिची गाडी पाहून रवि वर्म्याला आश्चर्य वाटलं. दोन पायऱ्या रवि वर्मा चढेपर्यंत सेवक धावले. रवि वर्म्यानं आपले जोडे काढले. तांब्याच्या स्वच्छ घंगाळातून भरून दिलेल्या पात्रानं रवि वर्म्यानं पाय धुतले. सेवकांनी पंचानं त्याचे पाय पुसले आणि रवि वर्मा पहिल्या दिवाणखान्यात आला.

दिवाणखान्याची शामदानं पेटली होती. मेणबत्त्यांनी प्रकाशित झालेलं झुंबर छतावर लखलखत होतं. रवि वर्मा आलेला पाहाताच त्याचा मुलगा राम वर्मा, बंधू गोद वर्मा...सारे उठून उभे राहिले. नित्याप्रमाणं बीन, रुद्रवीणा, तानपुरे विखुरले होते. पण नित्याचे सूर कानावर पडत नव्हते. रवि वर्म्यानं गोदाला विचारलं,

"कोणी आलंय?"

आपल्या चेहऱ्यावरचं स्मित लपवीत गोदा म्हणाला,

"इथं तर कोणी नाही. रंगशाळेत कोणी आलं असेल तर मला माहीत नाही."

मस्तकी पगडी, अंगात बंद गळ्याचा कोट आणि पांढरी स्वच्छ धोतरी नेसलेला रवि वर्मा आपल्या हातातील चांदीच्या मुठीची काठी खेळवीत गोदाकडे पाहात होता. त्याच्या कानांत असलेल्या तेजस्वी हिऱ्याच्या कुंडलांपेक्षाही त्याचे नेत्र अधिक बोलके होते. काळ्याभोर मिश्यांतून दडलेलं स्मित रवि वर्म्याच्या नजरेतून सुटलं नाही. काही न बोलता संथ पावलं टाकत रवि वर्मा रंगशाळेच्या

पायऱ्या चढू लागला.

रंगशाळेत प्रवेश करताच त्याची पावलं थबकली. रंगशाळा तीच होती. रवि वर्म्यानं काढलेली सारी चित्रं ओळीनं लावून ठेवली होती. रवि वर्म्याचं लक्ष वेधलं होतं ते रंगशाळेच्या छताकडं. त्या छताच्या मध्यभागी सुबक लोलकांनी सजलेलं एक झुंबर त्या पेटलेल्या मेणबत्तींच्या उजेडात झगमगत होतं. क्षणभर ते निरखून रवि वर्मा म्हणाला,

"सुगंधा, मला माहीत आहे तू आली आहेस ते."

आणि क्षणात रेशमी लुगड्याची सळसळ रवि वर्म्याच्या कानावर आली. हिऱ्याचा सुगंध दरवळला. गुलबक्षी रंगाचा शालू नेसलेली रूपवती सुगंधा आतल्या पडद्याआडून रंगशाळेत प्रवेश करती झाली.

रवि वर्म्यानं झुंबराकडे पाहात विचारलं,

"हे तुम्ही आणलं?"

सुगंधा म्हणाली,

"हो. घरी पडून होतं. मला वाटलं इथं शोभून दिसेल."

"सुगंधा, आतापर्यंत तुम्हाला कळून चुकलं असेल. चित्रकाराला उपयोगी पडतो तो फक्त उत्तरेचा प्रकाश. त्या प्रकाशातच त्याला आपलं ईप्सित साध्य करता येतं. ही शामदानी, हे झुंबर, त्यांचा प्रकाश हा शयनगृहात सजावट करतो. कदाचित त्या प्रसंगी या प्रकाशाला फार मोलही असेल."

रवि वर्म्याच्या बोलण्यानं सुगंधा आपल्या चेहऱ्यावरचा निराश भाव लपवू शकली नाही. तिच्याकडे पाहाताना रवि वर्म्यानं आपल्या हातातील चांदीच्या मुठीची काठी उंचावली, आणि झुंबराखाली हेलकावे घेणाऱ्या लोलकावर टेकवली. एक मंद किणकिणाट उठला. रवि वर्मा म्हणाला,

"सुगंधा, ह्या क्षणी या काठीच्या आघातानं हे सारं झुंबर छिन्नविछिन्न करून टाकलं तर तुम्हाला काय वाटेल?"

सुगंधाचा भीतियुक्त उजवा हात डाव्या छातीवर गेला. ती उद्गारली,

"काय बोलता?"

"भिऊ नको. मी तसं करणार नाही." रवि वर्मा झुंबराकडे पाहात म्हणाला,

"पण सुगंधा, पाहिलंत? ह्या सुंदर झुंबरामध्ये पाच मेणबत्त्या आहेत. पण त्यांचा प्रकाश केवढा फाकला आहे. हा तो पाच मेणबत्त्यांचा प्रकाश नाही. त्याच्या भोवती हे जे शेकडो लोलक लटकले आहेत त्यांची ती करामत आहे. मानवी जीवनसुद्धा असंच असतं. एखाद्या कर्तबगार जीवनाला चांगले चहाते, सोबती, इष्टमित्र, कुटुंबपरिवार मिळाला तर ते जीवन उजळून जायला फारसा वेळ लागत नाही. पण मत्सर, द्वेष यांनी जर त्या कलावंताचं जीवन व्यापलं गेलं, तर त्या पेटणाऱ्या मेणबत्तीला जळत राहण्याखेरीज काही अर्थ उरत नाही."

रवि वर्म्याच्या चेहऱ्यावर प्रगटलेला व्यथित भाव पाहून सुगंधाला काय बोलावं हेच सुचत नव्हतं. ती संकोचानं म्हणाली,

"माझं चुकलं. मला वाटलं होतं. आपल्याला आनंद वाटेल. म्हणून हे झुंबर मी आणलं."

रवि वर्म्यानं क्षणात स्वत:ला सावरलं. तो हसून म्हणाला,

"चुकता तुम्ही. मला खरोखरच झुंबर आवडलं, पण त्याचबरोबर एक आठवण आठवली म्हणून नको ते बोलून गेलो..."

"कसली आठवण?"

"ते नंतर सांगेन. पण माझ्यासाठी हे विकत आणलंत?"

नकारार्थी मान हलवत सुगंधा म्हणाली,

"नाही. काही झुंबर अशी असतात की, ती आयुष्यभर पेटीत पडून राहण्यासाठीच जन्माला आलेली असतात. तीच कथा या झुंबराची आहे."

बोलता बोलता सुगंधा केव्हा स्वत:त हरवली हेही तिला कळलं नाही.

"मी आणि माझी बहीण कमला गोव्यात वाढलो. आई लहानपणीच वारलेली. वडिलांचा कधी पत्ताच लागला नाही. आधार होता फक्त मावशीचा. आणि एके दिवशी मावशीनं मुंबईच्या एका वयोवृद्ध पारशी शेठजींच्या गळ्यात मला बांधली. पण माझे मालक मनानंही श्रीमंत होते. त्यांनी मला काही कमी पडू दिलं नाही. केळेवाडीत त्यांनी मला बंगली घेऊन दिली. सर्व सुखसोईंनी सज्ज अशी माझी व्यवस्था केली. माझ्या जीवनात कसलीही कमतरता पडू नये अशी व्यवस्था केली आणि माझ्या जीवनात जसे अचानक आले, तसे अचानक या जगातून ते निघून गेले. एकदा त्यांनीच माझ्यासाठी हे सुंदर झुंबर आणलं. ऐश्वर्यसंपन्न घरात वाढलेले ते. त्यांना मोजमाप कसं कळणार! माझ्या निवासामध्ये त्या झुंबराला कुठेही जागा नव्हती. त्यांच्या ते लक्षात आलं. ते हसून म्हणाले,

'हे ठेवून टाक. कुठे ह्यापेक्षा लहान झुंबर मिळालं तर घेऊन येईन.'"

झुंबराकडे पाहात सुगंधा म्हणाली,

"हे झुंबर तसंच घरी पडून होतं. वाटलं, तुम्हांला द्यावं."

सुगंधानं आपल्या डोळ्यांत अर्धवट तरळलेले अश्रू आवरले. रवि वर्म्याला काय बोलावं हे सुचत नव्हतं. तो म्हणाला,

"सुगंधा, झुंबर मला खरोखरच आवडलं. पण कुणाच्याही खासगी जीवनात शिरून त्याचं दु:ख जागं करण्याचा माझा स्वभाव नाही. ते नकळत माझ्या हातून घडलं याचं मला वाईट वाटतं. चला, आपण खाली जाऊ."

सुगंधा हसली. म्हणाली,

"अं हं ! ते चालणार नाही. हे झुंबर पाहून तुम्हांला कसली तरी आठवण झाली होती ना ! ती तुम्ही मला सांगणार होतात."

"तुम्ही स्त्रिया मोठ्या चिवट. काही विसरत नाही. आठवण साधी आहे- एकदा असाच मी मुंबईला आलो होतो. परत गावी जाताना एक सुरेख झुंबर विकत घेतलं, आणि मी परत माझ्या पत्नीच्या गावी मावेलिकिराला गेलो. जेव्हा मी मावेलिकिराला पोहोचलो, तेव्हा माझी पत्नी पुरू देवालयात गेली होती. मला तो योगायोग वाटला. मी ते झुंबर नोकराकरवी शयनगृहात लावलं. शयनगृहाच्या एका कोपऱ्यामध्ये आडोशाला उभा राहून मी तिची प्रतीक्षा करू लागलो. शयनगृहात ते झुंबर पाहून आपल्या प्रकाशानं तेजोमय झालं होतं. माझी पत्नी आल्यानंतर ते झुंबर पाहून आनंदित होईल, तिला केवढं समाधान वाटेल, याचं स्वप्न रंगवत मी उभा असता, माझी पत्नी शय्यागृहात आली. ते सुंदर झुंबर पाहून तिला आश्चर्य वाटलं. तिनं नोकराला हाक मारली. नोकर आला. तिनं विचारलं,

'हे झुंबर कोणी आणलं?"

"आणि नोकरानं सारं सांगितलं. तेही मी ऐकत होतो. माझी उत्सुकता वाढली होती. आणि त्याच वेळी माझ्या पत्नीनं नोकराला काठी आणण्याची आज्ञा केली. नोकरानं आणलेली काठी घेऊन, पाहता पाहता माझ्या पत्नीनं त्या झुंबराचा चक्काचूर केला. साऱ्या शय्यागृहात काचा विखुरल्या. चार शामदानांचा उजेड सोडला तर तेथे काहीही राहिलं नव्हतं. त्या दृश्याने भयचकित झालेला मी ओरडलो,

'पुरूऽऽ.'

"आणि माझ्या आवाजासरशी माझ्या पत्नीच्या हातातील काठी गळून पडली. ती धावत स्नानगृहात गेली, आणि तिनं दार बंद करून घेतलं. मी तिच्या पाठोपाठ धावलो. त्या बंद दारावर बुक्या मारीत ओरडलो,

'पुरु, दार उघड.'

"आतून हुंदक्यापाठोपाठ आवाज आला, 'तुम्ही मला मारणार नाही ना?'

"नाही पुरू. मी काही करणार नाही. तू दार उघड."

काही क्षणात दार उघडलं गेलं. आणि रडणारी पुरू माझ्या पायावर कोसळली. तिला बळजबरीनं उठवीत असता ती मला बिलगत म्हणाली,

'मला झुंबर नको. दागिने नकोत. मला तुम्ही हवे...तुम्ही...'

"बस्स ! संपली आठवण !"

रवि वर्म्याचं लक्ष प्रथम सुगंधाकडे गेलं. तिच्या गालांवरून अश्रू ओघळले होते. रवि वर्मा उद्‌गारला,

"सुगंधा !"

सुगंधा खिन्नपणे हसून आपले नेत्र पुसत म्हणाली,

"पुरुष ते पुरुषच ! तुम्हाला स्त्रीमन कधी कळायचंच नाही !"

भारावलेल्या सुगंधाकडं पाहात रवि वर्मा काही बोलणार तोच जिन्यावर पावलं वाजली. राज वर्मा ''दादाजीऽ'' म्हणत आत आला. त्याचा चेहरा आनंदानं ओसंडत होता. रवि वर्म्यानं विचारायच्या आत राज वर्मा म्हणाला,

''दादाजी, आनंदाची बातमी आली आहे.''

''कसली?''रवि वर्म्यानं विचारलं.

''दिवाण माधवरावांची तार आली आहे. पुण्याच्या प्रदर्शनात आपल्या नायर स्त्रीच्या चित्राला बडोदा महाराजांचं सुवर्णपदक मिळालं आहे.''

त्या वार्तेनं रवि वर्म्याच्या चेहऱ्यावरचा कोणताही भाव बदलला नाही. तो शांतपणे म्हणाला,

''राजा, खरं पाहिलं तर हे श्रेय दिवाणसाहेबांनाच आहे. तुला आठवतं? दिवाणसाहेबांनी बडोदा दरबारसाठी माझं सीताभूमिप्रवेश हे चित्र खरीदलं होतं. त्यांना त्या वेळी नायर स्त्री हे चित्र आवडलं होतं. मी त्यांना ते चित्र भेट म्हणून दिलं. तेच चित्र त्यांनी प्रदर्शनात पाठविलं. एकेका चित्राची मोठी करामत असते. या चित्रानं आजवर मला खूप कीर्ती मिळवून दिली.''

''मला ते चित्र दाखवाल?'' सुगंधानं विचारलं,

''जरूर ! का नाही? मी त्या चित्राच्या दोन प्रतिकृती करून ठेवल्या आहेत.''

बोलता बोलता रवि वर्मा रंगशाळेच्या भिंतीकडे गेला. तिथे भिंतीजवळ उलट करून ठेवलेल्या चित्रांपैकी एक चित्र त्यानं उचललं. आणि ते एका मेजावर ठेवलं. सुगंधानं उत्सुकतेनं त्या चित्रावर नजर टाकली. आणि काही क्षण ती तशीच बघत राहिली. रवि वर्म्यानं विचारलं,

''एवढं काय पाहाता?''

''मुलगी सुंदर आहे. नाजूक आहे.''

रवि वर्मा त्या बोलण्यानं ओशाळला. सुगंधा खळखळून हसली.

सुगंधा निघून गेली, तरी रवि वर्मा त्या कामिनीच्या चित्राकडे पाहात होता. त्याच्या ओठांवर स्मित होतं.

या बायकांना सारं कळतं कसं?''

☯

दोनप्रहरची वेळ झाली तरी, रवि वर्मा नित्याप्रमाणं आपल्या रंगशाळेत चित्रफलकासमोर उभा होता. चित्रसोपानावर एक आडवा फलक लावलेला होता. त्यावर रवि वर्म्यानं अर्धवट काढलेलं उषास्वप्नाचं चित्र तो रंगानं भरत होता. त्या पुऱ्या झालेल्या स्वप्नवती उषाच्या चेहऱ्याकडं पाहात रवि वर्मा किंचित मागं आला. आणि त्याच वेळी रामय्यानं पानाच्या डब्यातून जमवलेलं पान रवि वर्म्याच्या हाती दिलं. त्या पानाचा स्वीकार करून रवि वर्मा त्या चित्राकडं पाहात होता. पानाचा

आस्वाद घेत तो म्हणाला,

"आज गुरुवार ना ! आज सुगंधा आली असती तर बरं झालं असतं. आज तिचा उपवासाचा दिवस. ती येणार नाही."

रामय्या म्हणाला,

"पण हे मला कळत नाही की, झोपलेल्या स्त्रीचं चित्र कशाला काढलंत?"

रामय्याच्या बोलण्यानं रवि वर्म्याला हसण्याची उबळ आली. त्याला ठसका लागला. जवळच्या चांदीच्या पिकदाणीत पान थुंकत तो म्हणाला,

"रामय्या, अरे तू संस्कृत पंडित. माझा बालमित्र आणि तुला एवढं कसं कळत नाही रे. ही झोपलेली स्त्री नाही. ही आहे उषा ! आणि ह्या फलकावर कोरा भाग दिसतो, ना त्या भागामध्ये स्वप्नात तिला दिसणारा तो अनिरुद्ध येणार आहे. आठ दिवसांपूर्वी गोदानं उषास्वप्न गाइलं होतं. आठवतं? रामय्या गोदा खाली आहे का बघ. त्याला सांग मी बोलावलंय म्हणून. येताना त्याची वीणा घेऊन ये म्हणावं. मला पुन्हा एकदा ते उषासूक्त ऐकायचं आहे."

रामय्या निघून गेला. हातात रंगतबक घेऊन रवि वर्मा त्या फलकाकडं पाहात होता. पण कुंचल्याला हात घालण्याचं धारिष्ट्य त्याला होतं नव्हतं.

रामय्याच्या पाठोपाठ गोद वर्मा रंगशाळेत आला. पण त्याच्या हाती वीणा नव्हती. रवि वर्म्यानं विचारलं,

"गोदा, तुझी वीणा कुठं आहे?"

"क्षमा असावी दादासाहेब. आपल्या भेटीसाठी दिवाण माधवराव आले आहेत."

"माधवराव ! मग मला आधी का नाही कळवलं? केव्हा आले?"

"आपल्याला कळवणार होतो. पण दिवाणसाहेब म्हणाले, 'आपल्या कामात व्यत्यय नको. मी थांबेन.' "

"शहाणे आहात." म्हणत रवि वर्म्यानं आपल्या डाव्या हाताच्या अंगठ्याला अडकवलेलं रंगतबक चित्रसोपानाच्या खिळ्याला लावलं. आणि कपड्यानं आपले हात पुसून तो जिना उतरू लागला.

खालच्या दिवाणखान्यात माधवराव कोचावर बसले होते. रवि वर्मा आलेला पाहताच ते उठून उभे राहिले. रवि वर्म्यानं वंदन करून म्हटलं,

"दिवाणसाहेब, आपल्याला तिष्ठावं लागलं. आपण आलात ते मला माहीत नव्हतं. मला खेद होतो."

माधवराव हसून म्हणाले,

"मुळीच नाही. आपण आपल्या कामामध्ये व्यग्र होता. त्यात व्यत्यय आणू नये असं मीच सांगितलं होतं."

माधवरावांनी आपल्या खिशातून एक मखमली डबी काढली आणि उघडली. त्यात एक सुवर्णपदक चकाकत होतं.

''पुण्याच्या प्रदर्शनात आपल्याला मिळालेलं हे सुवर्णपदक. आजवर आपण अशी अनेक पदकं मिळवली आहेत. पण ज्या दरबारात आम्ही आज दिवाण आहोत, त्या दरबारचा दिवाण या नात्यानं हे आपल्या हाती देताना मला अत्यंत अभिमान वाटतो.''

रवि वर्म्यानं ते पदक हाती घेतलं. मस्तकी लावलं आणि शेजारी उभ्या असलेल्या राज वर्म्याच्या हाती दिलं. रवि वर्मा म्हणाला,

''दिवाणसाहेब, ते चित्र तुमच्या मालकीचं. तुम्हाला दिलेलं. त्यावर माझा काय हक्क? खरं पाहता या यशाचं सारं श्रेय तुमचंच आहे.''

दिवाण माधवराव खिन्नपणे हसले.

''यश की पराजय, कळत नाही. तुमचं यश असेल पण मला मात्र मोठ्या पराजयाची एक भीती वाटते.''

''कसला पराजय?'' रवि वर्म्यानं न समजून विचारलं.

''आम्ही दिवाण असलो तरी आमचा मालक असतोच. पुण्याचं प्रदर्शन भरलं होतं तेव्हा, मुंबईचे गव्हर्नर सर जेम्स फर्ग्युसन प्रदर्शन पाहायला आले होते. त्यांनी त्या चित्राची मागणी केली. आपण मला प्रेमभरानं दिलेली ती भेट. ती मी लाचारीपायी कुणाला देऊ? आमचा पत्रव्यवहार झाला आणि गव्हर्नरसाहेबांनी त्या चित्राची प्रतिकृती मागितली. राजाजी, आयुष्यात भेटी देणं सोपं असतं. पण जतन करणं किती अवघड असतं हे तुमच्या चित्रानं मला पहिल्यांदा सांगितलं.''

रवि वर्मा हसला. तो म्हणाला,

''दिवाणसाहेब, एवढं ओझं वाटायचं काही कारण नाही. आपण रंगशाळेत चलावं.''

दिवाणसाहेबांना घेऊन रवि वर्मा रंगशाळेत आला. त्यांच्या पाठोपाठ गोद वर्मा, राज वर्मा हे दोन्ही बंधू आले होते. माधवराव चित्रसोपानावरचं अर्धवट झालेलं उषास्वप्नाचं चित्र पाहात होते. रवि वर्मा रंगशाळेच्या एका कोपऱ्यात किंतानामध्ये बांधून ठेवलेल्या अनेक फलकांपैकी दोन फलक निवडून ते मोकळे करण्यात गुंतला होता. दोन्ही चित्रं नायर स्त्रीच्या चित्राच्या प्रतिकृती होत्या. ती दोन्ही तैलचित्रं माधवरावांच्या समोर ठेवीत रवि वर्मा म्हणाला,

''यातलं हवं ते आपण निवडावं.''

माधवराव म्हणाले,

''तुम्ही द्याल ते मी उचलीन.''

त्या वाक्यानं रवि वर्म्याचे डोळे पाणावले. तो म्हणाला,

''दिवाणसाहेब, चित्रकाराला असा कधी प्रश्न टाकू नका. तो चित्र काढतो. एवढंच. पण निवड रसिकांची असते.''

माधवराव म्हणाले,

"ठीक आहे. आपण माझ्या मनावरचा भार हलका केलात. या चित्राबद्दल मी तुम्हाला काय द्यावं?"

आपल्या डोळ्यांतले अश्रू परतवीत रवि वर्मा म्हणाला,

"खूप द्यावं लागेल. जे आजवर तुम्ही माझ्यावर प्रेम केलंत ते असंच अखंड राहावं. एवढीच या चित्राची किंमत आहे."

त्या वाक्यानं माधवराव गहिवरले. काही न बोलता त्यांनी रवि वर्म्याला मिठी मारली. दोघांच्याही डोळ्यांतून न कळणारे अश्रू ओघळत होते. त्या मिठीतून दूर होत, आपले अश्रू टिपत माधवराव म्हणाले,

"राजाजी, खरं काम होतं ते विसरूनच गेलो. बडोद्याला सयाजीराव महाराजांचा राज्याभिषेक होतो आहे. त्या राज्याचा दिवाण या नात्यानं त्या सोहळ्यासाठी तुम्हाला आमंत्रण द्यावं म्हणून मी इथं आलो आहे. तुम्ही तुमच्या बंधूंसमवेत बडोद्याला यावं अशी माझी इच्छा आहे."

रवि वर्मा मान तुकवून म्हणाला,

"जशी आज्ञा !"

माधवरावांना त्यांच्या घोडागाडीपर्यंत पोहोचवायला जात असता माधवराव म्हणाले,

"आपण बडोद्याला येणारच आहात. थोडी उसंत घेऊन या. कदाचित बडोद्यामध्ये आपला मुक्काम वाढण्याची शक्यता आहे."

माधवराव निघून गेले. पण बराच वेळ रवि वर्मा बंगल्याच्या आवारात फिरत होता.

फार मोठ्या अपेक्षा बाळगून रवि वर्मा राज वर्म्यासह बडोद्याला गेला. कुमारावस्थेतील सयाजीराव महाराजांच्या राज्यारोहणप्रसंगी पुष्कळ वर्दळ बडोद्यात वाढली होती. बडोदा शहर मोठं असलं तरी त्यातील अरूंद रस्ते, मोकळी गटारं पाहून रवि वर्म्याचं मन प्रसन्न नव्हतं. खुद्द नजरबागराजवाड्याची सुद्धा हीच अवस्था होती. चिंचोळे जिने, अंधुक प्रकाश, छोटी छोटी दालनं पाहून रवि वर्म्याला आश्चर्य वाटलं. नजरबागेच्या भोवतालची गटारं सदैव वाहात असल्यानं एक कुबट वास दरवळत असे. त्याच राजवाड्याच्या पाठीमागं असलेल्या एका बंगलीत रवि वर्म्याच्या निवासाची सोय केली होती. रवि वर्म्याला स्वतंत्र तैनात दिली होती. पण बग्गी गाडीतून फिरावं असं त्याला वाटत नव्हतं. हे सारं माधवरावांच्या ध्यानी आलं. एका भेटीत माधवराव म्हणाले,

"राजाजी, इथलं वातावरण तुम्हाला आवडलं नाही हे मी जाणतो. नशिबानं हा मुलगा उद्या गादीवर बसतो आहे. त्याचा पालक आणि या राज्याचा दिवाण या

नात्यानं माझी नेमणूक होणार आहे. आजवर एवढं मोठं राज्य असूनही दुर्लक्षितच राहिलेलं आहे. ते फुलवण्याचा प्रयत्न मी करणार आहे.''

सयाजीराव महाराजांच्या राज्यारोहणप्रसंगी अनेक राजे गोळा झाले होते. दरबार हॉलमध्ये सारे राजे आणि मानकरी दाटीवाटीनं गोळा झाले होते. रीजंटसाहेबांनी सयाजीराव महाराजांना त्या रौप्यमंचावर नेऊन बसवलं आणि सयाजीराव महाराज अभिषिक्त राजे झाल्याची घोषणा केली. तोफांची सलामी झाली आणि बडोद्यात एकच आनंदोत्सव उसळला.

तो सोहळा पाहून रवि वर्म्यानं सयाजीराव महाराजांचा निरोप घेतला.

बडोदा स्टेशनवर रवि वर्म्याचं सामान घेऊन सेवक आधीच पुढं गेले होते. रवि वर्म्यानं हवेलीतल्या सेवकांना खुशाली देऊन त्यांचा निरोप घेतला होता. सज्ज झालेल्या घोडागाडीत रवि वर्मा राज वर्म्यासह बसला. स्टेशनवर प्रथमवर्गाच्या डब्यामध्ये रवि वर्म्याचं सामान व्यवस्थित लावलं होतं. सेवकवर्गाची सोय अन्य डब्यात उत्तम प्रकारे लावण्यात आली होती. गाडी सुटण्यास अद्याप बराच अवधी होता. अहमदाबादेहून गाडी येणार होती. त्यानंतर बडोद्याचे डबे त्या गाडीला जोडण्यात येणार होते. रवि वर्मा गाडीच्या फलाटावर राज वर्म्याबरोबर बोलत उभा असता राज वर्मा अचानक म्हणाला,

''दिवाणसाहेब येताहेत.''

रवि वर्म्याचं लक्ष जिकडं राज वर्म्याची दृष्टी खिळली होती तिकडं गेलं. स्टेशनच्या फलाटावर दिवाणसाहेब आपल्या सेवकांसह येत असलेले त्याला दिसले. तो चार पावलं पुढं गेला. दिवाणसाहेबांना म्हणाला,

''दिवाणसाहेब, आपण येण्याचे विनाकारण श्रम घेतलेत.''

''राजाजी ! हेच मी म्हटलं तर ! वास्तविक पाहाता, आपल्याला पोहोचवण्याची जबाबदारी माझ्यावर होती. पण तुम्ही अकारण घाई केलीत. मी आपल्या महाली गेलो, तर आपण पुढे गेल्याचं कळलं. कुणास माहीत, आपणास स्टेशनवर गाठता आलं नसतं, तर माझी इथली दिवाणगिरी संपुष्टात आली असती.''

त्या विनोदावर दोघेही मनमोकळेपणानं हसले.

दोघे मनमोकळेपणानं बोलत होते. बोलता बोलता दिवाणसाहेब म्हणाले,

''एक सांगावंसं वाटतं.''

''काय?'' रवि वर्म्यानं विचारलं.

''तुम्ही मुंबईला जाल तेव्हा त्रावणकोरचे महाराज राजे विक्रम यांचा मुक्काम मुंबईत असेल. ते गिरगाव वाटेस वाडियाच्या बंगल्यात राहतात.''

''मुंबईला येण्याचं प्रयोजन?''

"ते काशीयात्रेला जात आहेत."

"मग त्याच्याशी माझा काय संबंध?"

"मानला तर आहे. तुमच्या त्रिवेंद्रमचे ते महाराज आहेत. राजे आईल्यम यांच्यामुळं त्या गादीशी तुम्ही एकनिष्ठ आहात हेही मी जाणतो. त्याचमुळं तुम्ही राजे विक्रमना मुंबईत भेटावं असं मला वाटतं."

रवि वर्म्याच्या कपाळी आठी पडली. तो म्हणाला,

"भेटण्याचं प्रयोजन?"

"काहीच नाही. राजाजी, जीवनाचा पल्ला केवढा आहे हे कुणालाच सांगता येत नाही. त्या असलेल्या जीवनामध्ये सख्य वाढवता आलं नाही, तरी वैरभाव घेऊन जाऊ नये. आज ते राजेसाहेब म्हणजे त्रिवेंद्रमची प्रतिष्ठा. त्या प्रतिष्ठेला मान देण्याची जबाबदारी आपली आहे. तेवढ्याचसाठी तुम्ही जावं असं मला वाटतं."

क्षणभर विचार करून रवि वर्मा म्हणाला,

"आपण मला पितृसमान आहात. आपली आज्ञा म्हणून मी जरूर त्यांच्या भेटीला जाईन. पण एकच सांगतो. वयानं लहान आणि अजाण असले तरी सयाजीराव महाराजांच्यापुढं नतमस्तक होताना जो निर्भेळ आनंद मला लाभला, तो त्या राजापुढं लाभेल की नाही याची मला दाट शंका आहे."

गाडी आली. डबे जोडले गेले. गुदमरलेल्या भावनेनं माधवराव आणि रवि वर्मा यांनी एकमेकांचा निरोप घेतला.

☯

मुंबईला येताच रवि वर्म्यानं राज वर्म्याच्या मदतीनं आपली बंद असलेली रंगशाळा सज्ज केली. एके सकाळी सुगंधा रवि वर्म्याच्या निरोपानुसार रवि वर्म्याच्या रंगशाळेत आली. तिला पाहताच रवि वर्म्यानं विचारलं,

"कशा आहात?"

"बरी आहे." सुगंधा म्हणाली, "आपला प्रवास कसा झाला?"

"ठीक झाला."

"बडोदा आवडलं?"

"बडोदा !" रवि वर्मा म्हणाला, "सुगंधा, एवढं मोठं शहर, पण त्यासारखं अस्वच्छ आणि गैरसोईचं ठिकाण मी आजवर पाहिलं नाही. पण ठिकाण आवडलं नाही तरी तिथली माणसं लाख मोलाची. त्यांच्या प्रेमाखातर तसल्या गैरसोईच्या ठिकाणी जन्म काढावा अशी ती माणसं. सुगंधा, तिथल्या वास्तव्यात एक बघितलं, माणसाचं लहानमोठेपण त्याच्या वयावर अवलंबून नसतं. तो कुमार वयाचा राजा. पण त्याचं तेज वय विसरायला लावतं. आयुष्यात एक अमोल स्नेहबंध घेऊन आल्याचा आनंद मी उपभोगतो आहे."

रवि वर्म्याचा तो समाधानी चेहरा सुगंधा काही क्षण निरखीत राहिली. त्याच समाधानानं रवि वर्मा म्हणाला,

"सुगंधा, आता उसंत नाही. उद्यापासून कामाला सुरुवात करायला हवी."

"उद्यापासून? प्रवासाची दगदग..."

"छे !" रवि वर्मा उद्‌गारला, "आता फार काळ माझं वास्तव्य मुंबईत राहील असं वाटत नाही. मी पुडूकोटचं आमंत्रण स्वीकारलं आहे. त्यानंतर मला किलीमानूरला जाऊन माझ्या मामांना भेटून यायला हवं."

सुगंधाच्या चेहऱ्यावर प्रकटलेली म्लानता रवि वर्म्याच्या ध्यानी आली नाही.

दुसरे दिवशी रवि वर्म्यानं राज वर्म्याला राजे विक्रम यांच्या भेटीसाठी पाठविलं. तो आला तेव्हा, रवि वर्मा पूजाअर्चा आटोपून महालात बसला होता. राज वर्मा येताच रवि वर्म्यानं विचारलं,

"राजेसाहेब भेटले?"

"जी !"

"काय म्हणाले?"

रुक्षपणे राज वर्मा म्हणाला,

"दादाजी, राजेसाहेबांनी विचारलं, भेट कशाला हवी?"

"मग काय उत्तर दिलंस?"

"मी म्हणालो, 'आपण मुंबईत आल्याचं कळलं. तसं दिवाण माधवरावांनीही सांगितलं होतं. त्यामुळं...' पण मला पुढं काही बोलू न देता राजेसाहेब म्हणाले, 'ठीक आहे. सायंकाळी पाच वाजता भेटायला या म्हणावं.' "

रवि वर्मा खिन्नपणे हसला.

"बोलून चालून राजाज्ञा ! आम्ही डावलणार कशी ! आम्ही जाऊ."

सायंकाळी पाच वाजायला काही अवधी असता रवि वर्मा वाडियांच्या बंगल्यात पोहोचला. बाहेरच्या प्रशस्त सोप्यामध्ये जाताच सेवकांनी रवि वर्म्याचं स्वागत केलं. नाव विचारून घेतलं. त्याच सोप्यावरच्या एका खुर्चीकडं बोट दाखवून बसण्याची विनंती केली. रवि वर्मा काही न बोलता त्या खुर्चीवर बसला. सेवकांची, माणसांची वर्दळ चालूच होती. पण कोणी रवि वर्म्याकडं पाहात नव्हतं. रवि वर्म्याचं लक्ष सारखं खिशातल्या घड्याळाकडे जात होतं. पावणेसहा वाजायला आले. रवि वर्मा त्याच जागी बसून होता. क्षणाक्षणाला त्याचा संताप वाढत होता. उठून सरळ परत आपल्या निवासस्थानी जावं असा विचार त्याच्या मनात तरळत असता बाहेर आला आणि तो म्हणाला,

''आपल्याला बोलावलं आहे.''

पायातले बूट काढून रवि वर्मा त्या सेवकाच्या पाठोपाठ आत गेला. आतल्या सोप्यामध्ये मंचकावर राजे विक्रम विराजमान झाले होते. त्यांना पाहाताच नम्रतेनं नमस्कार करून रवि वर्मा उभा राहात असता राजे विक्रम म्हणाले,

''या ! राजे रवि वर्मा, आपण आमच्या भेटीला आलात याचं आश्चर्य आहे.''

''आश्चर्य कसलं?''

''तुम्ही आता त्रिवेंद्रम विसरलाच आहात. मुंबईत आल्यावर का होईना, पण तुम्हाला आमची आठवण झाली हे का थोडं झालं?''

''क्षमा असावी राजे ! पण त्यात माझी काही चूक झाली का?''

''मुळीच नाही. आता तुम्ही मोठे चित्रकार बनलात. बडोदा संस्थानचे चित्रकार झालात. हे सारं आमच्या कानी आलं आहे.''

आपला संताप आवरीत रवि वर्मा म्हणाला,

''हे सारं श्रेय आपले बंधू थोरले महाराज आईल्यम यांच्या आशीर्वादाचंच.''

''एवढी जाणीव राहिली तरी आम्ही पुष्कळ मानतो. आमची एक आज्ञा आहे.''

''कोणती ते सांगावं.''

''आम्ही काशीयात्रेहून येताच तुम्ही त्रिवेंद्रमला यावं आणि आमच्यासह आमच्या राजघराण्यातील व्यक्तींची चित्रं पुरी करावीत. त्याचं जे मोल असेल ते आम्ही देऊ.''

रवि वर्मा त्यावर काही बोलला नाही. त्या शांततेनं संतप्त झालेले राजे विक्रम म्हणाले,

''बोलत का नाही?''

''क्षमा असावी महाराज. पण या आधीच मी दोन संस्थानांची आमंत्रणं स्वीकारलेली आहेत.''

''ते किती पैसे देणार आहेत?''

''ते मला माहीत नाही. पण ती आमंत्रणं प्रेमभराची आहेत. सक्तीची नाहीत.''

''ही मिजास?'' राजे विक्रम आसनावरून उठत म्हणाले, ''आपण कधी त्रिवेंद्रमला येणार नाही? का त्रिवेंद्रम विसरलात?''

त्या तरुण वयाच्या राजाच्या संतप्त नजरेला नजर देऊन रवि वर्मा म्हणाला,

''जेव्हा त्रिवेंद्रमला माझी गरज भासेल तेव्हा जरूर येईन.''

''आणि गरज भासली नाही तर?''

''येणारही नाही.''

''ठीक आहे. तुम्ही जाऊ शकता.''

रवि वर्म्यानं कसाबसा संयम राखून नमस्कार केला आणि राजे निघून जाताच तो महालाबाहेर पडला.

रवि वर्मा राज वर्म्यासह भावनगरला गेला. तेथील दोन महिन्यांच्या वास्तव्यात त्यानं राजघराण्याची चित्रं पुरी केली. आणि तो परत मुंबईला आला. मुंबईला आला असता त्रिवेंद्रमवरून आलेल्या वार्तेनं तो अस्वस्थ झाला. काशीयात्रेहून परतलेले राजे विक्रम यांनी राजा रवि वर्म्याचं त्रिवेंद्रम दरबारचे राजचित्रकार म्हणून असलेलं स्थान आणि त्याबद्दल मिळत असलेलं मानधन बंद करण्याचं ठरविलं होते. एवढंच नव्हे जर, राजघराण्याशी असलेले संबंध तोडण्याचं त्यांनी निश्चित केलं होतं.

सुदैवानं त्याच वेळी दिवाण माधवराव काही कामासाठी मुंबईत आले होते. ते रवि वर्म्याला भेटायला आले. दिवाणखान्यात दोघं बोलत बसले. शेजारी राज वर्मा उभा होता. माधवरावांनी विचारलं,

"गेल्या महिन्यात मी आलो होतो त्या वेळी, आपण भावनगरला गेल्याचं समजलं."

"बडोद्यालाच भावनगरचे महाराज भेटले होते. त्यांच्या आमंत्रणाचा स्वीकार आपल्याच आग्रहावरून मी केला होता. ते काम पुरं करून आलो."

"चांगलं केलंत." माधवराव म्हणाले, "राजाजी, आपली आणि महाराजांची भेट अगदी मोजकी झाली. पण या प्रसंगी आपण महाराजांना जी चित्रं भेटीदाखल दिलीत, त्या पौराणिक चित्रांनी बडोद्यात खूप प्रसिद्धी मिळवली आहे. कुमारवय असूनही त्या राजाला सारी जाण आहे. राजकारणाबरोबरच त्यांना कलादृष्टीही लाभली आहे. येणाऱ्या, जाणाऱ्या प्रत्येक पाहुण्याला ते आपली चित्रं दाखवतात. आपल्या नावाचा अभिमानानं उल्लेख करतात. काही क्षणांचीच तुमची भेट, पण महाराजांच्या कायम स्मरणात आहे."

"ते माझं भाग्य समजतो"....बोलता बोलता रवि वर्म्याच्या चेहऱ्यावरचे भाव बदलले. त्याचा चेहरा क्षणात उग्र बनला. "नुसते सयाजीरावमहाराजच आमची आठवण काढतात असं नव्हे. आमचे त्रिवेंद्रमचे महाराजही आठवण काढतात."

"मी समजलो नाही." माधवराव म्हणाले.

रवि वर्मा उठला. पाठीमागं हात बांधून येरझाऱ्या घालत माधवरावांच्याकडे न पाहता म्हणाला,

"आपल्या सल्ल्यानुसार बडोद्याहून मुंबईला येताच मी राजे विक्रमना भेटलो. स्वागत तर दूरच राहिलं, पण त्यांच्या उग्र दृष्टीचा लाभ आम्हाला झाला. राजे आईल्यमनी दिलेला 'राजा' हा बहुमान काढून घ्यायचं त्यांनी ठरविलं आहे. आणि त्याचबरोबर राजघराण्याशी असलेले माझं नातं तोडून टाकण्याचा निर्णय त्यांनी घेतला आहे, हेही मला समजलं आहे. तसं झालं तर, राजा ही माझी बिरुदावली जाईल हे मला माहीत आहे. त्याचं मला दुःख नाही. दुःख आहे ते त्रिवेंद्रमशी संबंध तुटतात याचं."

"येवढे ते मोलाचे वाटतात?"

रवि वर्मा खिन्नपणे हसला. माधवरावांच्याकडे पाहात तो म्हणाला,

"त्या सन्मानाबद्दल मानधन किती मिळतं माहीत आहे? फक्त पन्नास रुपये." क्षणभर रवि वर्म्याचे डोळे पाणावले. तो सांगत होता,

"दिवाणसाहेब, कुणास माहीत, माझ्या आयुष्यात ही दोन माणसं आली नसती तर मी चित्रकार बनलोही नसतो. एक माझे मामा राज वर्मा आणि दुसरे राजे आईल्यममहाराज. आईल्यममहाराजांनी मला चित्रकार बनवलं. मानधन किती मिळत याचं मोल कलावंताला कधीच नसतं....त्या आठवणीपायी त्रिवेंद्रमचं नातं टिकावं असं वाटतं."

आपल्या चेहऱ्यावरचा भाव न दाखवता माधवराव म्हणाले, "आपल्या दरबारी राजचित्रकार म्हणून कोण असावं हा राजाचा व्यक्तिगत प्रश्न. तो मी नाकारीत नाही. पण त्यांनी घराण्याचं नातं का तोडावं? कोणत्या कारणासाठी?"

"कारण एकच" रवि वर्मा ताडकन् बोलला. "आम्ही मासिक श्राद्ध पाळत नाही, धर्म पाळत नाही. ह्या धर्मपालनाच्या गप्पा निदान यांनी तरी आम्हाला सांगू नयेत. गोऱ्या साहेबांच्या समवेत जेवायला मिळणं म्हणजे केवढा मोठा सन्मान त्यांना वाटतो हे आम्ही पाहिलं आहे. निदान त्यांनी तरी आमच्या धर्मपालनाची चौकशी करू नये."

माधवराव म्हणाले, "आपण बसा."

"काय?" रवि वर्म्यानं न कळत विचारलं.

"आपण बसा." माधवराव शांतपणे म्हणाले.

रवि वर्मा मंचकावर बसला. माधवरावांच्या चेहऱ्यावर स्मित प्रगटलं होते. म्हणाले,

"आपण थोडं शांत व्हा."

"दिवाणसाहेब, मी बोललो त्यात काही चूक आहे?"

"मुळीच नाही. एके काळी मी त्रावणकोरचा दिवाण होतो. आज मी बडोद्याचा दिवाण आहे. राजे विक्रम यांचा मी पालक होतो. पण मी पालक असूनही त्या युवराजांना घडवू शकलो नाही, तुमच्यासारखी गुणी माणसं मी वाढताना पाहिली. पण तो युवराज तसाच खुरटा राहिला. त्याला मी घडवू शकलो नाही, याचं शल्य मलाही आहे. इंग्रजी भाषेवर त्यांचं प्रभुत्व आहे. त्याचाच आधार घेऊन कलकत्ता रिव्ह्यू या साप्ताहिकात राजघराणी आणि त्रावणकोर दरबार यासंबंधी अनेक गैरसमज त्यांनी निर्माण केले होते हे तुम्ही जाणता."

"पण त्याच्याशी माझा काय संबंध?"

"म्हटलं तर पुष्कळ आहे. तुम्हा चित्रकारांना भाव हे जसे महत्त्वाचे वाटतात, तसं आम्हा दिवाणगिरी पत्करलेल्या लोकांना अनेकांची मनं जाणून घ्यावी लागतात. तुम्ही सांगण्याआधीच ही वार्ता माझ्या कानी आली होती. मी राजे विक्रमना पत्र

पाठविलं आहे. तुम्ही समजता तसं काही होणार नाही. त्यात तुम्ही लक्ष घालू नका. ती जबाबदारी माझ्यावर सोपवा. आणि निश्चिंत मनानं तुम्ही आपल्या कलेकडे लक्ष द्या.'' माधवराव हसत म्हणाले, ''तुमची ना नसेल तर मला तुमची रंगशाळा पाहायची आहे.''

दोघंही हसत उठले आणि रंगशाळेच्या पायऱ्या चढू लागले.

☯

गुरुवारचा दिवस होता. सुगंधा येणार नाही हे रवि वर्म्याला माहीत होतं. नित्याप्रमाणं तो रंगशाळेत आला होता. चित्रसोपानावर एक छोटा फलक लावलेला होता. त्यावर मोकळेपणानं रवि वर्मा कोळशाच्या कांडीनं चित्र रेखाटत होता. त्याच्या डोळ्यांसमोर तरळत होती ती स्वर्गीची अप्सरा उर्वशी. अर्धनग्न अवस्थेत पुरुरव्याला सोडून ती स्वर्गाकडे जात होती. सज्जावर तिच्या मागून धावणारा पुरुरवा तिचं वस्त्र पकडण्याचा प्रयत्न करीत होता. त्या चित्ररेखाटनात मग्न झालेला असताना, सुगंधा पाठीमागं केव्हा येऊन उभी राहिली हेही त्याला कळलं नाही. सुगंधा नकळत उद्गारली,

''काय काढता हे?''

त्या आवाजानं चकित होऊन रवि वर्म्यानं सुगंधाकडं पाहिलं. आश्चर्यानं रवि वर्म्यानं विचारलं,

''तुम्ही आज येणार नव्हता ना?''

सुगंधा हसून म्हणाली, ''येणार नव्हते. पण घरी अभिषेक होता. त्याचा प्रसाद घेऊन आले होते. खाली प्रसाद दिला आहे.''

रवि वर्म्याचं लक्ष फलकावर काढलेल्या रेखाटनाकडं गेलं. गडबडीनं त्यानं तो फलक उचलला आणि तो फलक भिंतीला पाठमोरा लावून तो वळला. सुगंधाच्या चेहऱ्यावर हास्य उमटलं. ती खोडकरपणं म्हणाली,

''कसलं चित्र काढीत होता?''

''काही नाही. सहज चाळा म्हणून...''

''ते मला पाहायचं आहे.''

रवि वर्मा काही बोलायच्या आधी सुगंधा पुढं सरसावली. तिनं तो फलक हाती घेतला.

''कसलं चित्र आहे हे?''

''जाऊ द्या. ते चित्र कधी पुरं होणार नाही..''

''पण सांगाल तर खरं !''

''मनात कल्पना आली...उर्वशी-पुरुरव्याचा प्रसंग चितारावा.''

''उर्वशी-पुरुरवा?''

"हो. पुराणातला एक प्रसंग आहे. देवकुलातील उर्वशी पुरुरव्याच्या जीवनात अवतरली. तिची एक अट होती. जेव्हा पुरुरव्याचं नग्न दर्शन होईल, तेव्हा ती स्वर्गाकडे परत जाणार."

"आणि मग?" सुगंधानं कुतूहलानं विचारलं,

"देवांना उर्वशी हवी होती. पृथ्वीलोकावरून तिची सुटका करण्यासाठी देवांनी एक कपट रचलं. एके रात्री नग्नावस्थेत दोघे शय्येवर झोपली असता, मेंढरं चोरीला गेल्याची हाकाटी उठली. आणि भान विसरून पुरुरवा सज्जाकडं धावला. पाठोपाठ उर्वशी होती आणि अचानक वीज प्रकटली. त्या उजेडात उर्वशीला पुरुरव्याचं नग्न दर्शन घडलं. वचनभंग झाला होता. उर्वशी स्वर्गाकडं जायला निघाली. विरहाच्या कल्पनेनं व्याकूळ बनलेला पुरुरवा तिला अडवण्यासाठी तिचा पदर धरू पाहात होता. ती ही कल्पना.

"...हा प्रसंग माझ्या मनात तरळत होता. बरेच दिवस ह्या प्रसंगानं माझा पाठलाग केला. जीवनातल्या अशा अनेक दैवी शक्ती आहेत. आपल्या कलेवर, रूपावर मुग्ध होऊन अवतरतात. पण त्या कलावंताचं जीवन तितकं निर्भेळ नसेल तर, केव्हातरी त्याचं खरं रूप, ती कला, ती विद्या त्याच्यावर रुष्ट होते. हा कलावंताच्या जीवनाला शाप आहे."

रवि वर्म्याच्या बोलण्यानं मोहित झालेली सुगंधा म्हणाली,

"मग आपण हे चित्र का काढत नाही?"

"मी सांगितलं ना, की ते कठीण आहे म्हणून. ती उर्वशीसुद्धा अर्धनग्न अवस्थेतील आहे. तशा अवस्थेत तिच्या मनात पुरुरव्यासोबत उपभोगलेला आनंद, रात्रीची सुखशय्या यांची आठवण आणि होत असलेला वियोग यांचे भाव घेऊन ती स्वर्गाकडं जाते आहे. हे सारे भाव दाखवणारी स्त्री मी आणू कुठून! तुम्ही माझ्यासाठी खूप केलंत. ही विनंती करण्याचं धारिष्ट्य माझ्यात नाही."

"कारण?"

सुगंधानं विचारलं. त्यात अहंकार होता.

"कारण एकच. त्यासाठी तुम्हाला विवस्त्रावस्थेत माझ्यासमोर उभं राहावं लागेल. त्या वेळी माझा पुरुषत्वाचा भाव विसरावा लागेल. स्नानगृहामध्ये जितक्या मोकळेपणानं आपण वावरतो, त्या मोकळेपणानं आणि विश्वासानं तुम्हाला उभं राहावं लागेल. ते संकट तुमच्यावर टाकावं असं मला वाटत नाही."

दुसरे दिवशी ठरल्या वेळी सुगंधा रंगशाळेत आली. पण सोबत कमला नव्हती. रवि वर्म्यानं विचारलं,

"कमला कुठं आहे?"

"तिला आज घरी काम होतं."

चित्रसोपानावर एक कोरा फलक लावलेला होता. रवि वर्मा म्हणाला,

"कोणतं चित्र हाती घ्यावं हे अजून निश्चित झालं नाही."

"मग ते चित्र पुरं कराल ना !"

"कोणतं?"

"ते उर्वशी-पुरुरव्याचं."

"काय म्हणता ! रवि वर्म्यानं आश्चर्यानं विचारलं.

"मी आपल्याला ओळखते. आपण ते चित्र जरुर पुरं करा."

"सुगंधा !"

रवि वर्म्यानं प्रथमच एकेरी हाक मारली. तो म्हणाला, "आजवर माझ्यावर एवढा विश्वास कुणी दाखविला नाही. आज मला ह्या चित्राची सुरुवात करता येईल असं वाटत नाही. तू जा. उद्यापासून आपण या चित्राला सुरुवात करू. येताना एकटी ये."

☯

दुसरे दिवशी सुगंधा एकटीच रंगशाळेत आली. रवि वर्म्यानं विचारलं,

"एकट्याच आलात?"

सुगंधानं हसून विचारलं, "कालची सुगंधा मेली वाटतं; ते अहो-जाहो म्हणू लागलात."

"ठीक आहे सुगंधा. माझं चुकलं. माझी सर्व तयारी झाली आहे."

सुगंधानं पाहिलं, तो चित्रसोपानावर पूर्णाकृती फलक लावलेला होता. रवि वर्म्यानं रंगशाळेचा दरवाजा बंद केला आणि तो म्हणाला,

"सुगंधा तू तयार हो."

सुगंधाची नजर पायाशी खिळली. नकळत तिच्या कपाळी घाम डवरला. ती पाठमोरी झाली आणि काही क्षणांत तिची चोळी जमिनीवर पडली. तिच्या गोऱ्यापान उघड्या पाठीवर रवि वर्म्याची दृष्टी स्थिरावली होती. तिच्या भरदार अंबाड्याखाली उंच मानेची जाणीव त्याला होत होती. रवि वर्मा चित्र सोपानासमोर उभा होता. त्यानं हाक मारली,

"सुगंधा !"

सुगंधा वळली. तिच्या मोकळ्या छातीवर तलम वस्त्राचा पदर आलेला होता. संकोचलेली सुगंधा उभी होती. रवि वर्मा धीम्या पावलांनी तिच्या जवळ गेला, आणि त्यानं सुगंधाचा पदर तिच्या खांद्यावरून दूर केला. गौरवर्णीय, रूपसंपन्न, लज्जांकित सुगंधाचा ऊर्ध्वभाग विवस्त्र झाला होता. ताठरल्या अंगानं उभी असलेली ती रुपवती तो न्याहाळत होता. उन्नत उरोजावरची पुष्ठ कमळे त्याच्या नजरेत भरत होती. आपल्या हातून कोळशाची कांडी खाली ठेवत रवि वर्मा म्हणाला,

"सुगंधा, ते काल काढलेलं रेखाचित्र तिथं आहे. तेवढं आणून दे."

पदर सावरून सुगंधा जायला निघाली. तेव्हा रवि वर्मा म्हणाला,

"पदर पडलेलाच राहू दे. मला ते रेखाचित्र हवं."

कोणत्या ना कोणत्या निमित्तानं रवि वर्मा सुगंधाला त्याच अवस्थेत रंगशाळेत फिरवत होता. शांतपणं तिचं रूप न्याहाळत होता. पण सुगंधानं एकदाही त्याच्या डोळ्याला डोळा भिडवला नव्हता.

दोन दिवस असेच गेले. प्रत्येक दिवसाबरोबर सुगंधा संतप्त बनत होती. दोन दिवसांमध्ये रवि वर्म्यानं फलकावर एक काळी रेघोटीही ओढली नव्हती. तिसरे दिवशी सुगंधाचा संयम सुटला. चित्रसोपानाजवळ जाऊन उजवा हात त्या कोऱ्या फलकावर मारीत ती म्हणाली,

"तुम्हाला माझं चित्र काढायचं आहे, की असं उघडेपणानं फिरवायचं आहे?" आणि आपला हात उंचावत ती म्हणाली, "ती तुमची उर्वशी स्वर्गाला गेली असेल, पण मी या अवस्थेत कुठं जायचं?"

सुगंधाच्या चेहऱ्यावर संताप उमटला होता. नग्नतेचं भानही तिला उरलं नव्हतं. रवि वर्मा हात उंचावलेल्या सुगंधाचं रूप पाहात होता. हर्षभरानं तो म्हणाला,

"थांब सुगंधा, तशीच उभी राहा. मला तुझ्याकडून हेच रूप अपेक्षित होतं. तुझ्या मनातला नग्नतेचा संकोच घालवण्यासाठी म्हणून, दोन दिवस घालवावे लागले."

विस्मयचकित झालेल्या सुगंधानं रवि वर्म्याकडं एकदा पाहिलं आणि दुसऱ्याच क्षणी ती खळखळून हसली. नग्नतेचं भान तिला उरलं नव्हतं.

रवि वर्म्यानं तपकिरीची डबी काढली. तपकिरीची चिमूट आपल्या नासिकेकडं नेऊन त्यानं डाव्या हाताच्या बोटानं नासिका पुसल्या आणि उजव्या हातात कोळशाची कांडी घेऊन तो फलकावर चित्र रेखाटू लागला.

सुगंधाच्या मनात आता पुरेपूर मोकळेपणा आला होता. रवि वर्म्याला सुगंधामध्ये हवं ते रूप मिळालं होतं. तिची वक्राकार शरीरयष्टी, उंच,उन्नत उरोभाग, स्त्रीत्वाचा जाणवणारा साक्षात्कार, ती धिटाई, पण त्यातूनही प्रकटणारा स्त्रीत्वाचा लज्जायुक्त भावनाविष्कार, ती कंपमान झालेली नाजुक बोटं, वियोगाची तरळणारी आर्त भावना, बोटं जेवढं बोलतात तेवढं कैकवेळी डोळेही बोलत नाहीत. मग ते हात कोणाचेही असोत-पुरुषांचे वा ललनांचे.

तो ते अर्धनग्न रूप रेखाटत होता. पण ती नुसती नग्नता नव्हती. त्यापेक्षाही काहीतरी फार मोठं सौंदर्य त्यात सामावलं होतं; की जे शोधण्यात त्याचे हात, त्याचे रंग, त्याचा कुंचला फार अपुरा भासत होता. बेभानपणे तो त्या चित्रात गुंतला होता.

सुगंधा मात्र उलटणाऱ्या प्रत्येक दिवसाबरोबर ढासळत होती. चाललेली मानहानी विसरून ती आपलं अस्तित्व विसरण्याचा प्रयत्न करीत होती. कधी वस्त्र सावरण्याचा प्रयत्न करीत असताना तिला तिच्या धमन्यांतून वाढणारा रक्तदाब जाणवे. वेळ संपत

आली की, रवि वर्मा तिला म्हणे–

''बस्स ! आज खूप झालं. तू कपडे कर. उद्या परत आपण कामाला सुरुवात करू.''

सुगंधा कपडे करीत असता तिचं लक्ष रवि वर्माकडे जाई. पण तो आपले कुंचले, रंगसाहित्य नीट करून ठेवण्यात गुंतलेला असे.

त्यानंतर दररोज रवि वर्मा सुगंधाचं रेखाटण करीत होता. जसं रंग भरणं सुरू झालं, तसं रवि वर्म्याला तासांचं भान राहिलं नाही. कित्येक वेळी रात्री तो रंगशाळेत जाई. मेणबत्त्यांच्या उजेडात तो ते चित्र निरखीत उभा राही. कित्येक वेळी दोनप्रहरीदेखील सुगंधा रंगशाळेत येत असे. तिच्यासह आलेल्या कमलाला रंगशाळेत यायला मज्जाव असे. तिला कंटाळा येऊ नये म्हणून, रवि वर्मा तिला रपेटीसाठी घोडागाडीतून गावात पाठवीत असे.

आणि एके दिवशी रवि वर्म्याची उर्वशी पुरी झाली. समोर उभ्या असलेल्या सुगंधाला तो समाधानानं म्हणाला,

''सुगंधा, चित्र पुरं झालं. आता तू कपडे करायला काहीच हरकत नाही.''

एवढं बोलून रवि वर्मा आपले कुंचले साफ करू लागला. कुंचले साफ करीत असताना अचानक त्याचं लक्ष सुगंधाकडं गेलं. ती तशीच चित्रसोपानाजवळ उभी होती. सारा चेहरा म्लान झाला होता. डोळ्यांत अश्रू तरळले होते. असहाय्य नजरेनं ती रवि वर्म्याकडं पाहात होती.

''सुगंधा, काय झालं?''

''काही नाही–''

''सुगंधा ऽ''

''काही बोलू नका. आपण फक्त चित्रकार आहात. पण मी माणूस आहे हे कधी तुमच्या ध्यानी आलंच नाही. दोष तुमचा नाही. दोष माझा आहे. माणसानं कुणावर प्रेम करू नये. निर्लज्जपणानं कुणासमोर उभं राहू नये हे मला कळलं नाही.''

रवि वर्म्यानं हातातला ब्रश खाली ठेवला. आश्चर्यचकित होऊन तो उद्‍गारला,

''सुगंधा !''

पण सुगंधानं त्याच्याकडं पाहिलंही नाही. ती त्याच अवस्थेत धावली आणि रंगशाळेतल्या प्रशस्त मंचकावर पालथी पडून रडू लागली. तिचा श्वास गुदमरला. कोमेजल्या फुलासारखी ती मंचकावर कोसळली होती. त्याला फक्त तिची उघडी मान आणि पाठ दिसत होती. हुंदक्यांबरोबर तिच्या पाठीची स्पंदनं तो पाहात होता. तिचा पदर मंचकाखाली ओघळला होता. आणि पाठ उघडी पडली होती. रवि वर्मा मंचकाजवळ गेला. बळजबरीनं त्यानं तिला आपल्याकडं वळवलं. तिच्या डोळ्यांतून

अखंड अश्रू ओघळत होते. त्या मिटल्या डोळ्यांचे अश्रू आपल्या हळूवार हातानं निपटीत तो म्हणाला,

"सुगंधा ! बघ ना ! बघ माझ्याकडे."

सुगंधानं डोळे उघडले. त्या डोळ्यांत तरळणारा भाव, व्याकुळता, याचना यांचं एक वेगळं दर्शन रवि वर्म्याला घडत होतं. नकळत त्यानं सुगंधाला मिठीत घेतलं.

त्याच्या हातून सुगंधा केव्हा विवस्त्र झाली हेही त्याला कळलं नाही.

मंचकावर विसावलेला तो अनावृत लावण्यदेह रवि वर्मा आश्चर्यचकित नजरेनं न्याहाळत होता.

लज्जेनं डोळे मिटून, चेहरा कलता करून सुगंधा मंचकावर झोपली होती. मंचकावर शुभ्र शय्येवर तिचा सुवर्णकांती देह विसावला होता. मस्तकाभोवती काळे, लांब केस हिमप्रदेशावरून कृष्ण प्रवाहाच्या असंख्य धारा कोसळाव्यात तसे त्या शुभ्र शय्येवर विखुरले होते. तो कपाळाचा मध्य शोधणारा सरळ नासिकेचा धारदार काठ, भावनेनं स्फुरण पावणारी नासिका, ते नाजुक गुलाबी ओठ, गालाला पडलेली खोडकर खळी, किंचित वक्र होऊन परत उंचावलेली जिवणी.

नित्य पाहात असूनही हे सौंदर्य कसं जाणवलं नाही?"

केळीच्या नितळ गाभ्यासारखी स्कंदप्रदेशावर रुंदावलेली मान. कंठापासून रुंदावलेलं मणिचक्र निरखीत असता, रवि वर्म्याची नजर तिच्या वक्षभागावर स्थिरावली. उन्नत, गौर पयोधरांवर अर्धउन्नत झालेली ती स्तनाग्रं. त्या शरीराच्या आकाररेषा केवढ्या प्रमाणबद्ध ! शिशिरऋतूत उंच पर्णहीन वृक्षाशाखा दिसाव्यात तशा ! त्या सुंदर देहाची पायापासून उद्‌भवलेली वक्र रेषा कटिप्रदेशाला नाजुक वळण देऊन ऊर्ध्ववाहिनी बनली होती. त्या रेषांना भिडण्यासाठी कमनीय आकाररेषा स्कंदभागावरून खाली ओघळल्या होत्या. कटिप्रदेशाखाली मांड्यांना स्पर्श करीत, गुडघ्याखाली वळण घेत पावलापर्यंत त्या उतरल्या होत्या.

पृथ्वीवर गंगा अवतरली तेव्हाही तिचं रूप एवढं मोहक नसेल.

ते अनावृत सौंदर्य पाहात असता रवि वर्मा भारला जात होता. त्या रूपावरची दृष्टी त्याला काढवत नव्हती. स्पर्शाची अपेक्षा चिंतणाऱ्या सुगंधानं, कष्टानं आपले डोळे उघडले. क्षणभर ती घायाळ नजर रवि वर्म्याच्या नजरेला भिडली. त्या उन्मीलित दृष्टिक्षेपानं रवि वर्म्याच्या रोमरोमांत एक वीज खेळून गेली. एक दीर्घ निःश्वास सोडून सुगंधा आपले नेत्र मिटत असता, रवि वर्म्याचे शब्द तिच्या कानी पडले–

"थांब सुगंधा, ते नेत्र मिटू नको–"

हेच ना ते मादक नेत्र, की ज्यांच्या संकेतानं तारुण्याचं भान हरपावं. यांच्या कटाक्षानं प्रीती संकेतबद्ध व्हावी. साक्षात प्रेमाला जखडून ठेवणारे हेच ना ते नेत्र !

हेच ना ते डोळे, की ज्यांच्या धाकानं हूड बालक आज्ञाबद्ध बनावं. जीवनात स्थैर्य प्राप्त झाल्याचा भास व्हावा अशी यांची कृपादृष्टी. हे नाजुक ओठ. पण त्यांचा पराक्रम केवढा मोठा ! ते रूप जेवढं सुकुमार, तेवढंच दाहक. त्यांच्या एका स्पर्शानं जीवनाचा सारा दाह विझून जावा. जीवनाला वेगळीच शांतता लाभावी.

मला आठवतं...त्रिवेंद्रमच्या दरबारी वीरशृंखलेचा मान मिळाला. तो मान घेऊन किलीमानूरला गेलो. माझ्या आईनं मला मिठीत घेतलं. तिनं माझं चुंबन घेतलं. पण त्या एका चुंबनानं केवढं बळ दिलं.

ती करामत याच युगुलांची !

बाहुपाशात बद्ध झालो असता, आपल्या उन्नत वक्षस्थळांच्या टोचणीनं जीवघेणी थट्टा करणारी ही स्तनाग्रं. स्पर्शासाठी आतुर असलेली, वासनेला आव्हान करणारी. यांचं रूप जेवढं मोहक, तेवढंच प्रक्षोभक !

हेच ना ते पयोधर, की जे क्षुधित बालकाच्या मिठीत जीवनदात्री बनतात. तृप्ततेनं शांत झालेल्या आणि तशाच स्वप्नात झोपी गेलेल्या बालकाच्या मिठीत सामावलेलं यांचं रूप केवढं वेगळं वाटतं !

एखाद्या स्वप्नात वावरावं तसं, रवि वर्म्याची नजर सुगंधाच्या अनावृत देहावरून फिरत होती. त्याची नजर कटिप्रदेशावर स्थिरावली. तो उद्गारला.

"या कटिप्रदेशाची कमनीयता, त्यात सामावलेलं जीवनरहस्य...मधुर मूर्च्छा आणणारं...विलक्षण वेड लावणारं ...एक वेगळीच समाधी प्राप्त करून देणारं...

साऱ्या इच्छा, आकांक्षा, वासना शांत करणारी ही काया !

गर्भवासी गुदमरलेल्या जीवाला या पृथ्वीतलावरचा प्रथम निःश्वास घ्यायची उसंत देणारी हीच ती काया !

यातलं खरं रूप कोणतं?

जीवनमृत्यूची दाद हीच तर नसेल?

नाही सुगंधा ! हे रूप सोसण्याची ताकद माझी नाही.

जेव्हा अभेद्य काळा पाषाण फोडून एखादी नाजुक जलधारा अवतीर्ण होते, तेव्हा त्या पाषाणाचा पराभव नसतो. ती त्या निश्चल कलावंत मनाची नम्रता असते. त्या नम्रतेला सामोरं जाण्याची ताकद निदान आज तरी माझ्या ठायी नाही...

रवि वर्मा पाठमोरा उभा राहिला. आणि काही क्षणांतच सुगंधाच्या नग्न देहाचा स्पर्श त्याच्या पाठमोऱ्या अंगाला झाला. कानाशी आलेले तिचे शब्द कुजबुजले,

"रवि ऽऽ"

आणि त्या शब्दाबरोबर रवि वर्म्याचा उरला सुरला संयम हरपला. तो वळला.

सुगंधा केव्हा त्याच्या मिठीत आली हेही त्याला कळलं नाही.

☯

रात्रीचे दहाचे ठोके वखारीत केव्हाच पडले होते. केळेवाडीतल्या रस्त्यावरचे तेलदिवे मंदावत चालले होते. रस्त्यावर सामसूम होती. आजूबाजूची सारी वस्ती निद्रिस्त झाली होती. त्या नीरव शांततेचा भंग करीत, सुगंधाची घोडागाडी संथ गतीनं केळेवाडीत प्रवेश करती झाली. त्या दोन घोड्यांच्या गाडीला दोन्ही बाजूला लावलेल्या मेणबत्त्यांच्या दिव्यांच्या प्रकाशात रस्त्याचा अंदाज घेत गाडीचा सारथी इब्राहिम आपली गाडी चालवीत होता. त्या घोड्यांच्या टापांचा आवाज त्या नीरव शांततेचा भंग करीत होता. रस्त्यावर झोपलेलं एक कुत्र नजीक आलेल्या त्या गाडीच्या आवाजानं सावध झालं आणि केकाटत रस्त्याच्या बाजूला जाऊन भुंकत त्यानं आपला संताप व्यक्त केला. त्या एका कुत्राच्या जागण्याबरोबर आजूबाजूची कुत्री भुंकू लागली.

गाडी पुढं जात होती. गाडीत डुलकी घेणारी सुगंधा आपल्या स्वप्नातून जागी झाली. ते कुत्र्यांचं भुंकणं ऐकून तिला बसल्या जागी हसू फुटलं. आपणाला का हसू आलं हेही तिला कळलं नाही.

वळणं घेत घोडागाडी सुगंधाच्या दाराशी थांबली. इब्राहिमनं गाडीचं दार उघडलं. सुगंधा उतरली. दरवाज्यात जाऊन तिनं दरवाज्यावर थाप मारली. तिची अपेक्षा होती की, केशर दरवाजा उघडेल. पण तिच्या त्या अपेक्षेला धक्का बसला. दरवाजा उघडला तो तिच्या मावशीनं– बाकाबाईनं. तिला पाहून सुगंधा थिजल्यासारखी झाली. काय बोलावं हे तिला सुचत नव्हतं. आतले सारे दिवे पेटलेलेच होते. सारं बळ एकवटून सुगंधा म्हणाली,

''मावशी, अजून तू जागी?''

पुढचं दार बंद करीत मावशी म्हणाली,

''झोप उडवणाऱ्या तुमच्यासारख्या पोरी भेटल्या ...''

''काय म्हणतेस?''

स्थूल देहाची, उंच, भव्य कपाळाची, गौरवर्णाची बाकाबाई आपल्या उग्र नजरेनं सुगंधाकडे पाहात होती. त्या दिव्यांच्या मंद प्रकाशामध्ये तिचं रुप उग्र भासत होतं. बाकाबाई उफाळली,

''सुगंधा, काय तमाशा चालवलास हा?''

''कसला तमाशा? काय बोलतेस?''

''काय बोलतेस? मला कशाला विचारतेस? साऱ्या केळेवाडीला विचार. दिवसा चित्र काढीत होता. मी काही बोलले नाही. पण रात्रीसुद्धा चित्र?''

''नाही.''

''मग कशाला बसली होतीस तिथं?''

''तुला ते कळायचं नाही.'' सुगंधा म्हणाली.

''बरोबर आहे. मला ते कसं कळणार? चांगले पांग फेडलेस पोरी ! असलं

काही होऊ नये म्हणून त्या शेठीयाच्या पदरात तुला बांधली. त्या बिचाऱ्यानं तुझं साता जन्माचं कल्याण केलं. आणि आता शेण खायला उठलीस?''

संतापानं बेभान झालेली सुगंधा किंचाळली, ''मावशी ऽऽ ''

''डोळे कशाला वटारतेस? आणि कुणावर? ही काय पद्धत आहे? एखाद्या गरत्या बाईनं कुणाच्याही घरी जायचं आणि वेळ अवेळ म्हणायची नाही.''

सुगंधा चाचरली. ती म्हणाली,

''पण मी चित्रासाठी... ''

''काही सांगू नकोस बयो ! हे केस उगीच पांढरे झाले नाहीत. वयाच्या सोळाव्या वर्षी हे कपाळ मोकळं झालं. पण आजवर कुणी नजर वर करून पाहिलं नाही माझ्याकडं.''

सुगंधानं ती संधी घेतली, ''का मावशी ! तुला तो बापूकाका आठवत नाही? का विसरलीस?''

त्या शब्दाबरोबर बाकाबाई उफाळली, ''त्या पुण्य पुरुषाचं नाव घेता कशाला? त्याच्या पायाचं तीर्थ घेतलं, तर अवघडलेल्या बाळंतिणीची सुटका व्हायची.''

''मग तुझी सुटका किती वेळा झाली?''

''पोट्टेऽऽ'' बाकाबाई किंचाळली. ''असल्या पापिष्टांच्या घरात राहण्यापेक्षा मी माझ्या घरी जाईन. चार तुकडे खाऊन सुखानं राहण्याइतकं देवानं दिलंय मला.''

''बेलाशक जा. उद्याच जा. पण मावशी, या घरात यापुढं मला असलं बोलणं खपणार नाही.''

सुगंधा जिना चढून आपल्या शय्यागृहात झाली. दार लावून घेतलं. तिचे डोळे जडावले होते. एक जांभई देऊन तिनं आपल्या काचोळीची गाठ सोडली. आपली वस्त्रं ती सैल करू लागली. पायाशी ओघळणाऱ्या वस्त्राबरोबर तिचं लक्ष समोरच्या आरशाकडे गेलं. आरशातलं रूप पाहताच तिनं पायाशी ओघळलेलं वस्त्र खोडकरपणे उचललं, ते आपल्या अंगाभोवती धरून तिनं आरशाकडे पाहिलं. वस्त्र धरूनही तिचं सौंदर्य त्या पारदर्शक वस्त्रातून लपत नव्हतं. नकळत तिच्या हातून ते सुटलं.

खोडकरपणे हसून ती तशीच शय्येवर जाऊन झोपली. अलमारीवर ठेवलेल्या त्या चित्राकडे ती पाहात होती.

देवानं केवढं मोहक रूप तिला दिलं आहे.

ते रूप टिकणारं आहे का?

केव्हातरी वार्धक्य येईल आणि आपलं वर्चस्व त्या रूपावर...

जे होणार असेल ते होईल. त्याची काळजी आज कशाला?

सुगंधा उठली. तिनं शामदानी विझवली.

आता फक्त काळोख उरला होता.

त्या काळोखात सुगंधा आपल्या पलंगावर झोपली होती. पण बराच वेळ तिला झोप आली नाही.

त्या जागेपणातसुद्धा एक समाधान तिला लाभत होतं.

सुगंधा, कमला यांना सामोरे घेऊन रवि वर्मा रंगशाळेत अनेक पौराणिक प्रसंगांची लहानमोठी रेखाटणं करीत होता. पुष्कळ दिवस तो किलीमानूर, मावेलिकिरापासून दूर राहिला होता. त्याचे मामा राज वर्मा व आईवडील यांची त्याला आठवण येत होती.

सकाळच्या वेळी सुंगधा रवि वर्म्याच्या रंगशाळेत आली असता तेथील दृश्य पाहून ती चकित झाली. रंगशाळेतील सामानाची आवराआवर झाली होती.

"काय चाललंय हे?"

"आता जायचं म्हटलं तर पसारा आवरायला नको?"

"जायचं?"

"हो ! उद्या आम्ही किलीमानूरला जाणार आहोत."

सुगंधा काही बोलली नाही. उभ्या जागी तिच्या डोळ्यांत पाणी तरळलं. ती काही वेळानं म्हणाली,

"आणि हे मला आता सांगता? बरोबर आहे. मी कोण तुमची?आणि तुम्ही तरी का म्हणून सांगावं?"

रवि वर्मा धावला. त्यानं बळजबरीनं सुगंधाला मिठीत घेतलं. तिच्या अश्रुपूर्ण मिटल्या डोळ्यांचं चुंबन घेत तो म्हणाला,

"सुगंधा, तुझा गैरसमज होतो."

"काही सांगू नका. माझी योग्यता कळते मला. हे असंच व्हायचं."

सुगंधा मिठीतून सुटण्याचा प्रयत्न करीत होती. पण ते तिला जमलं नाही.

"वेडी आहेस. काल संध्याकाळी किलीमानूरचं पत्र आलंय. त्यात माझे मामा आजारी असल्याचं वृत्त होतं. त्यांनी आता संन्यास घेतला आहे. त्या मामांनी मला चित्रकलेचे धडे शिकवले. सुगंधा, माणसं आहेत तोपर्यंत त्यांच्यासाठी जे शक्य होईल ते सर्व करायचं असतं. मेल्यावर श्राद्ध-पक्ष घालणं यावर माझा विश्वास नाही. काल रात्रभर मला झोप आली नाही. त्या माझ्या मामांना आणि आईवडिलांना कधी पाहीन असं मला झालं आहे आणि मी हा निर्णय घेतला. काही चुकलं का?"

सुगंधाचं ताठर बनलेलं अंग रवि वर्म्याच्या बोलण्यानं सैल पडलं. तिनं आपले डोळे उघडले. ती हसून म्हणाली,

"हे आधी सांगितलं असतं तर—"

"तुम्ही बायका उतावळ्या. उसंत दिली तर सांगणार ना?"

नीटपणे बांधून ठेवलेल्या त्या फलकांच्या गठ्ठ्याकडं पाहात सुगंधानं विचारलं,

"हे बरोबर घेऊन जाणार?"

"आता ह्या वियोगकाळात तुझी सोबत तेवढीच राहील. कदाचित किलीमानूरनंतर मला मावेलिकिराला जावं लागेल. तिथं बायका-मुलांच्या संगतीत दिवस काढावे लागतील. उसंत मिळाली तर ही चित्रं पुरी करता येतील !

"आणि त्या रागवल्या तर—"

"मुळीच नाही. एवढे सन्मान मिळाल्यानंतर निश्चितपणं तिला चित्रकलेचं महत्त्व कळेल."

"बायकांची नजर साधी नसते म्हटलं-"

"हिंदू स्त्रियांची नजर साधी नसली तरी, मनं सोशिक असतात हेही मला माहीत आहे."

सुगंधा हसली. तिनं विचारलं,

"केव्हा जाणार?"

"उद्या."

"मग ही बंगली?"

"हे बंद करून कसं चालेल? इथली पागा, घोडागाडी, नोकर-चाकर सारं इथंच राहील. त्याची देखभाल करण्यासाठी इथं रामय्या राहील. तुला काही गरज भासलीच तर जरूर रामय्याला सांग."

सुगंधा काही बोलली नाही. ती अधोवदन उभी होती. रवि वर्म्यानं तिला जवळ घेतलं. आपल्या डाव्या हातानं तिची हनुवटी उंचावली. आणि तिच्या ओठांवर ओठ टेकले. उजवा हात तिच्या पाठीवर विसावला होता. भारावलेल्या आवाजात रवि वर्मा म्हणाला,

"सुगंधा, मी शक्यतो लौकर परत येईन. तू चिंता करू नको."

सुगंधा काही न बोलता वळली. आणि रंगशाळेच्या पायऱ्या उतरू लागली. बराच वेळ रवि वर्मा त्याच जागी उभा होता.

मुंबईच्या रेल्वेस्टेशनवरती रवि वर्मा पोहोचला, तेव्हा त्याच्यासाठी असलेल्या राखीव डब्यासमोर रवि वर्म्याचा भाऊ राज वर्मा उभा होता. रवि वर्म्यानं राज वर्म्याला विचारलं,

"आपली सर्व मंडळी ..."

"ती इथून चौथ्या डब्यात आहेत. त्यांची सर्व व्यवस्था नीट लावली आहे."

पुढचं काही न ऐकता रवि वर्मा झरझर पावलं टाकीत डबे हुडकत चौथ्या

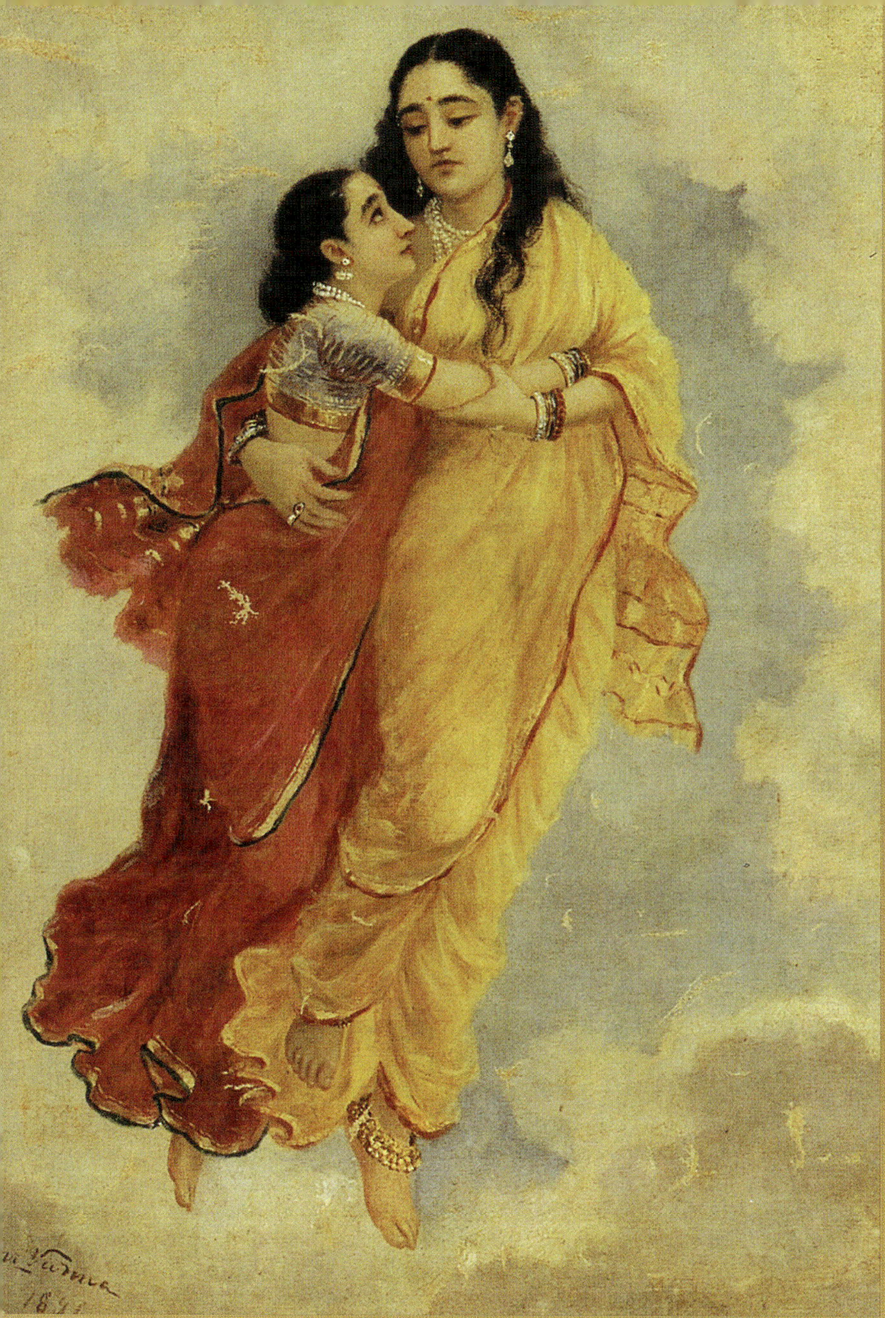

शकुंतला आणि मेनका

कॅनव्हासवर तैलरंग
मूळ आकार : १३.६ x १८.६ इंच
निर्मिती : १८९६

वीणावादिनी

कॅनव्हासवर तैलरंग
मूळ आकार : ३४ x ४३ इंच

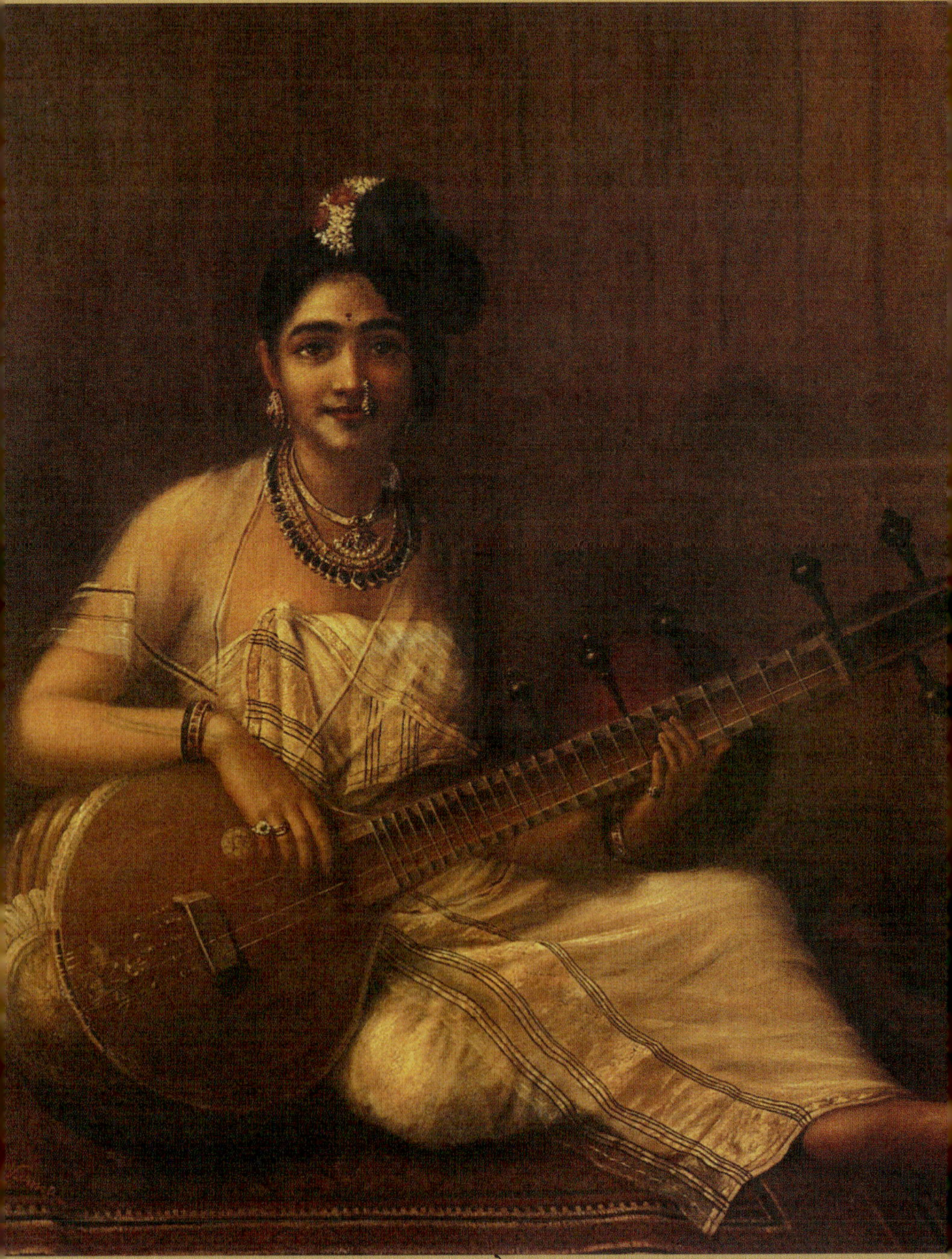

सरस्वती

कॅनव्हासवर तैलरंग
मूळ आकार : ५४ x ७१ इंच
निर्मिती : १८९६

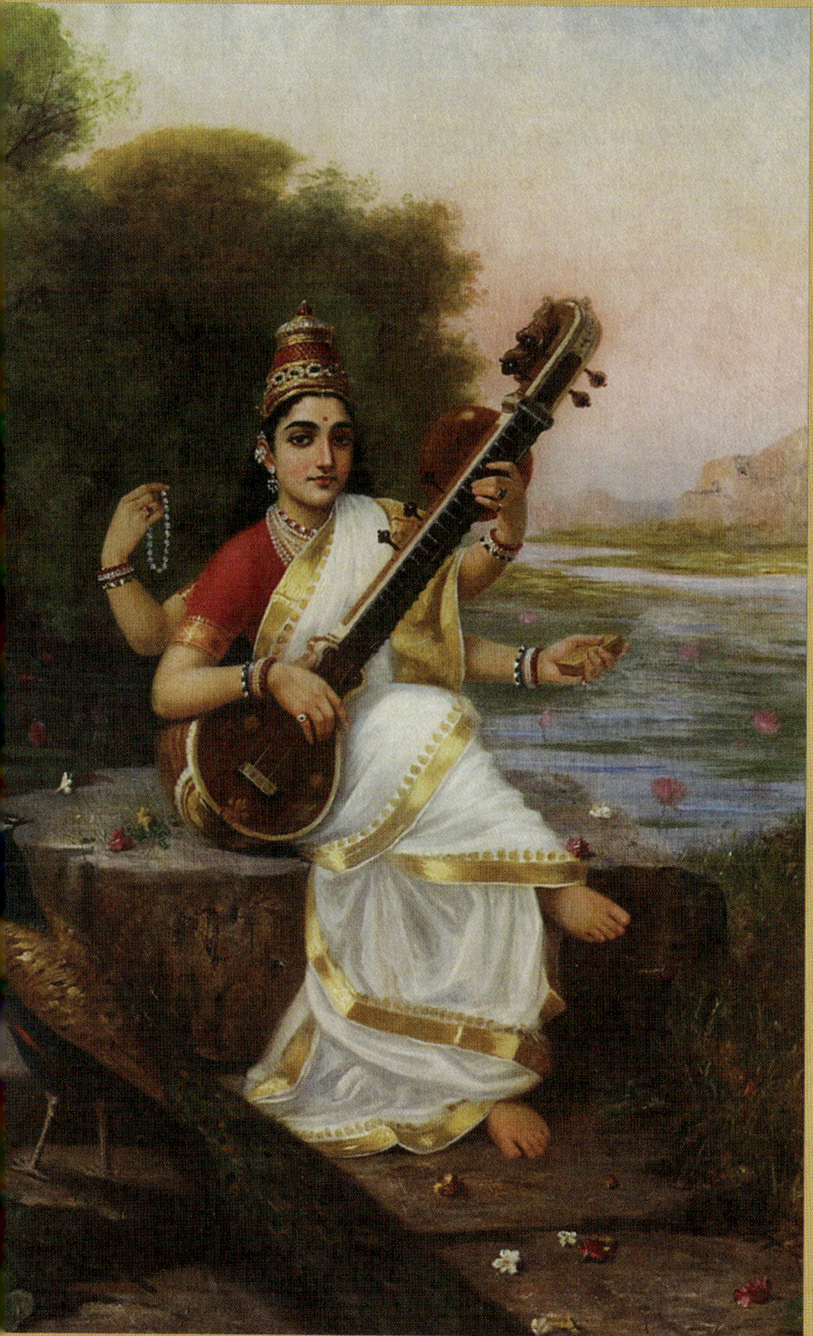

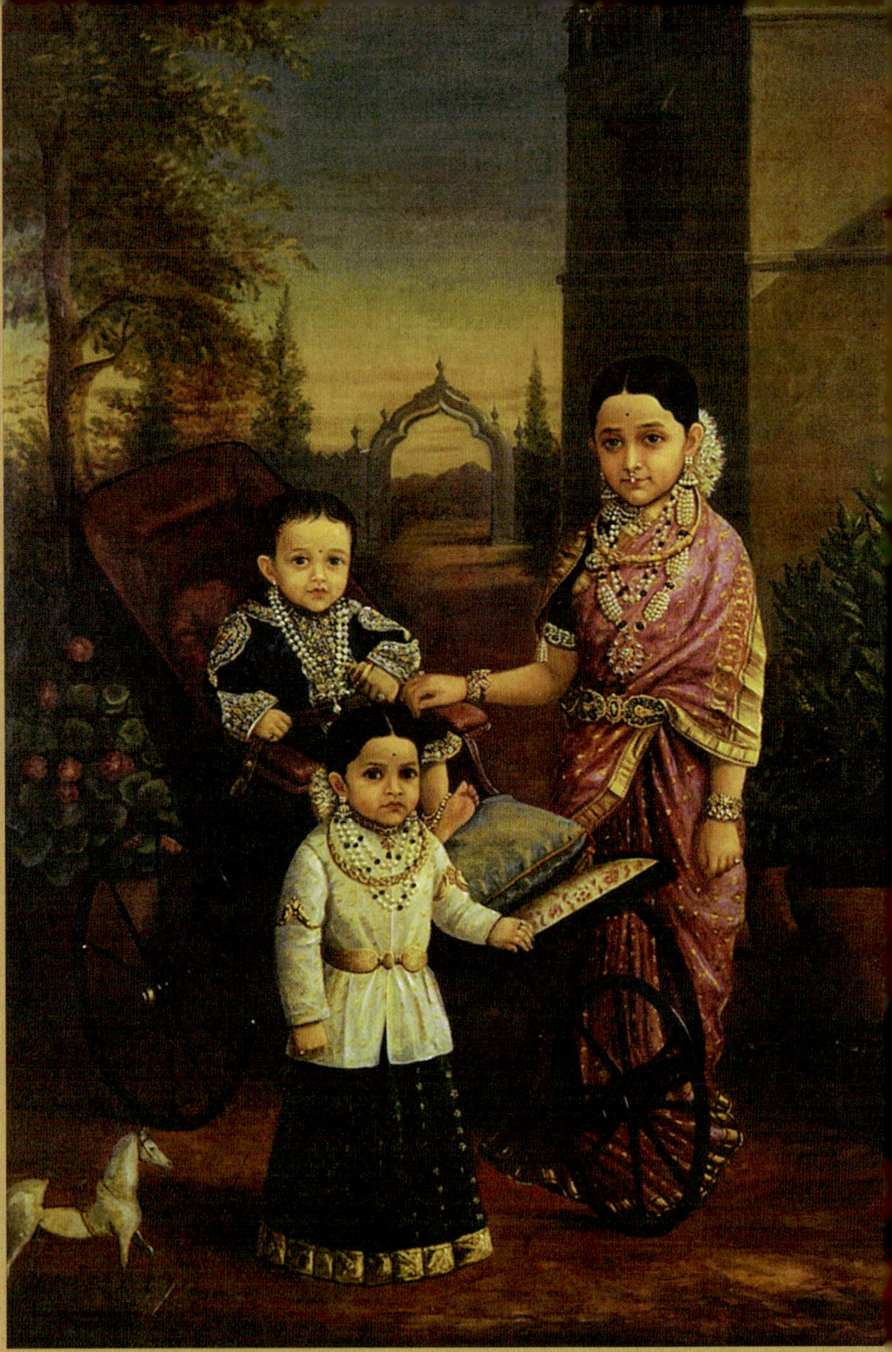

श्री कृष्णराज वडियार (चौथे) त्यांच्या बहिणी जयलक्ष्मण्णी व कृष्णजम्मनी सोबत

कॅनव्हासवर तैलरंग
मूळ आकार : ४७.६ x ६६ इंच
निर्मिती : १८८५

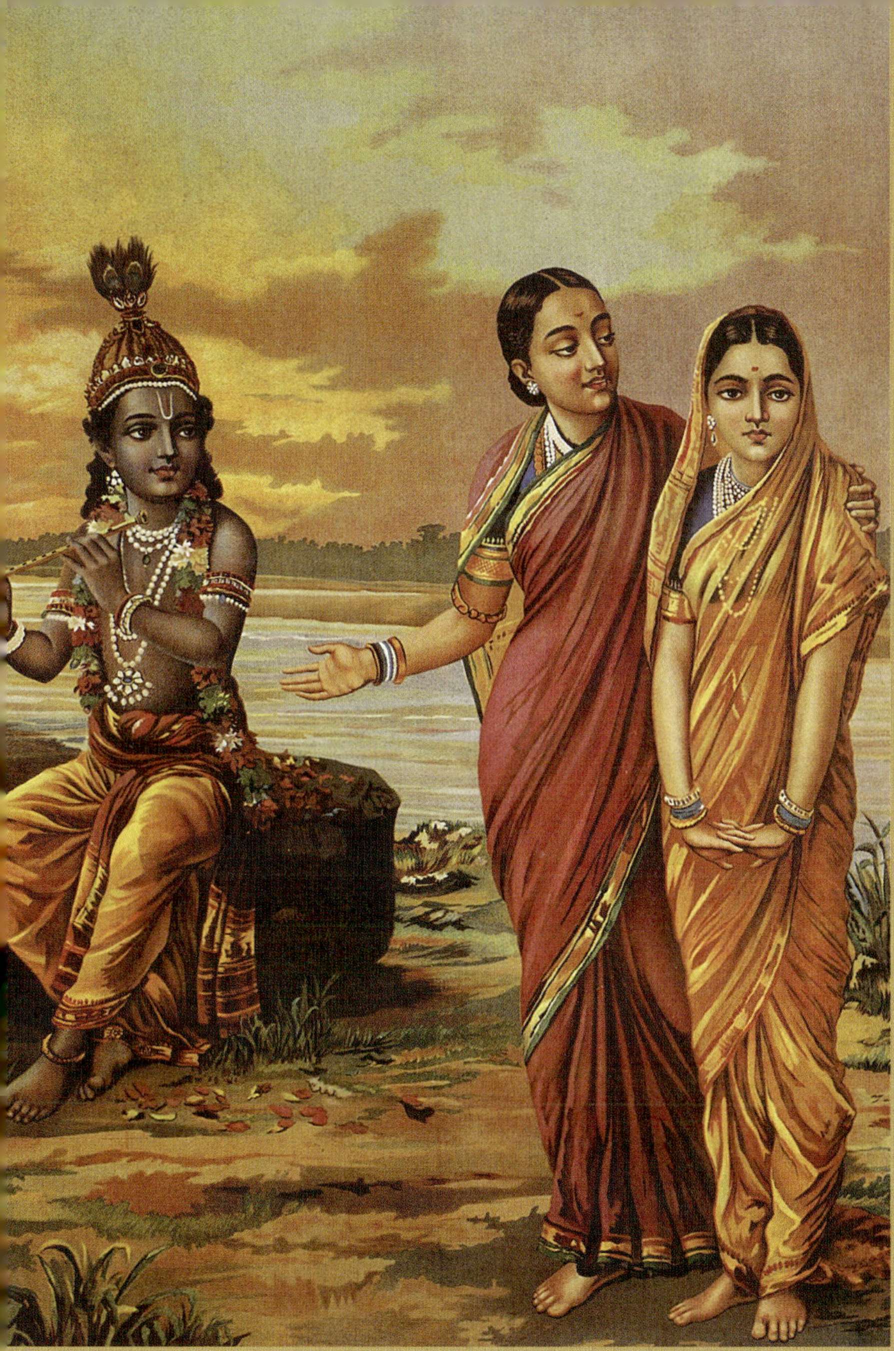

मानिनी राधा

कॅनव्हासवर तैलरंग
मूळ आकार : २२ x २८.५ इंच
निर्मिती : १८९०

जटायूवध

कॅनव्हासवर तैलरंग
मूळ आकार : ६० x ८४ इंच
निर्मिती : १९०६

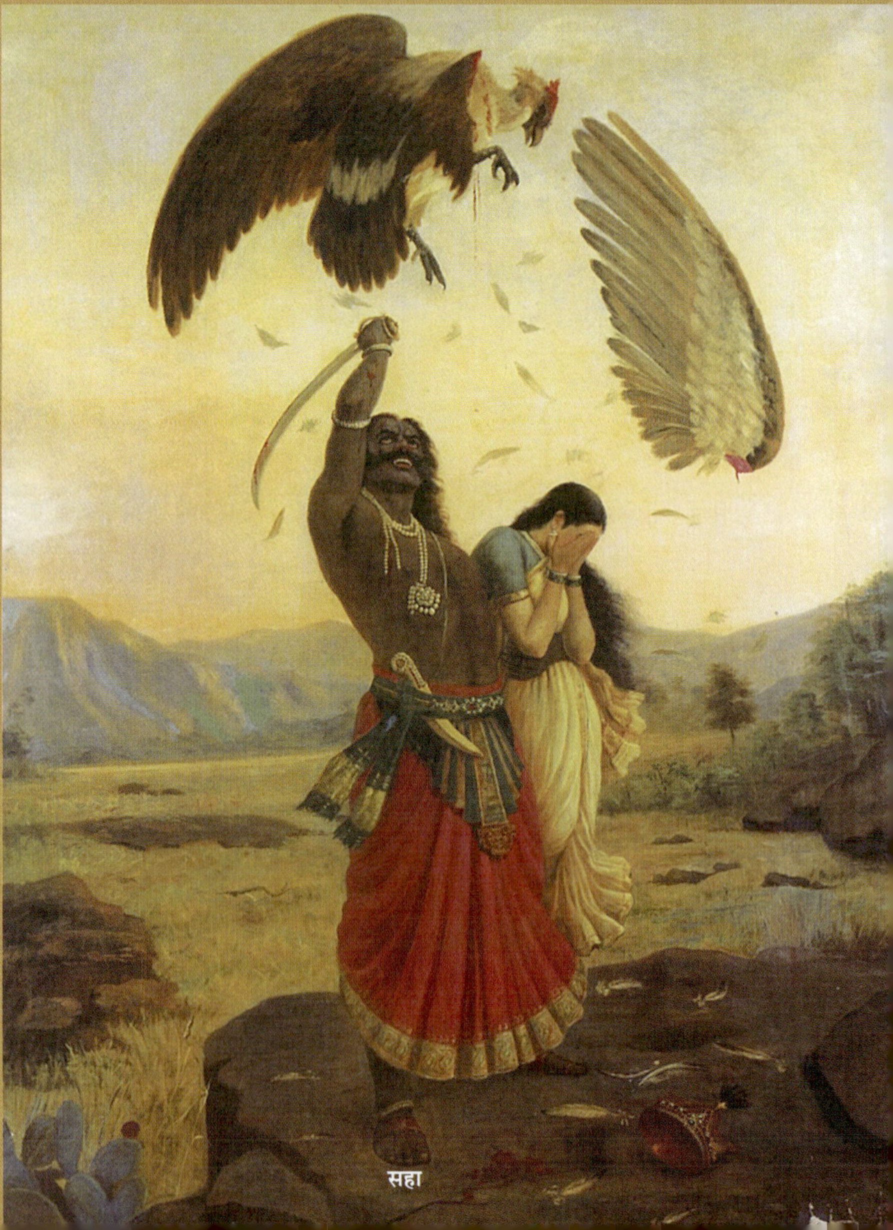

कृष्णशिष्टाई

कॅनव्हासवर तैलरंग
मूळ आकार : ६० x ८४ इंच
निर्मिती : १९०६

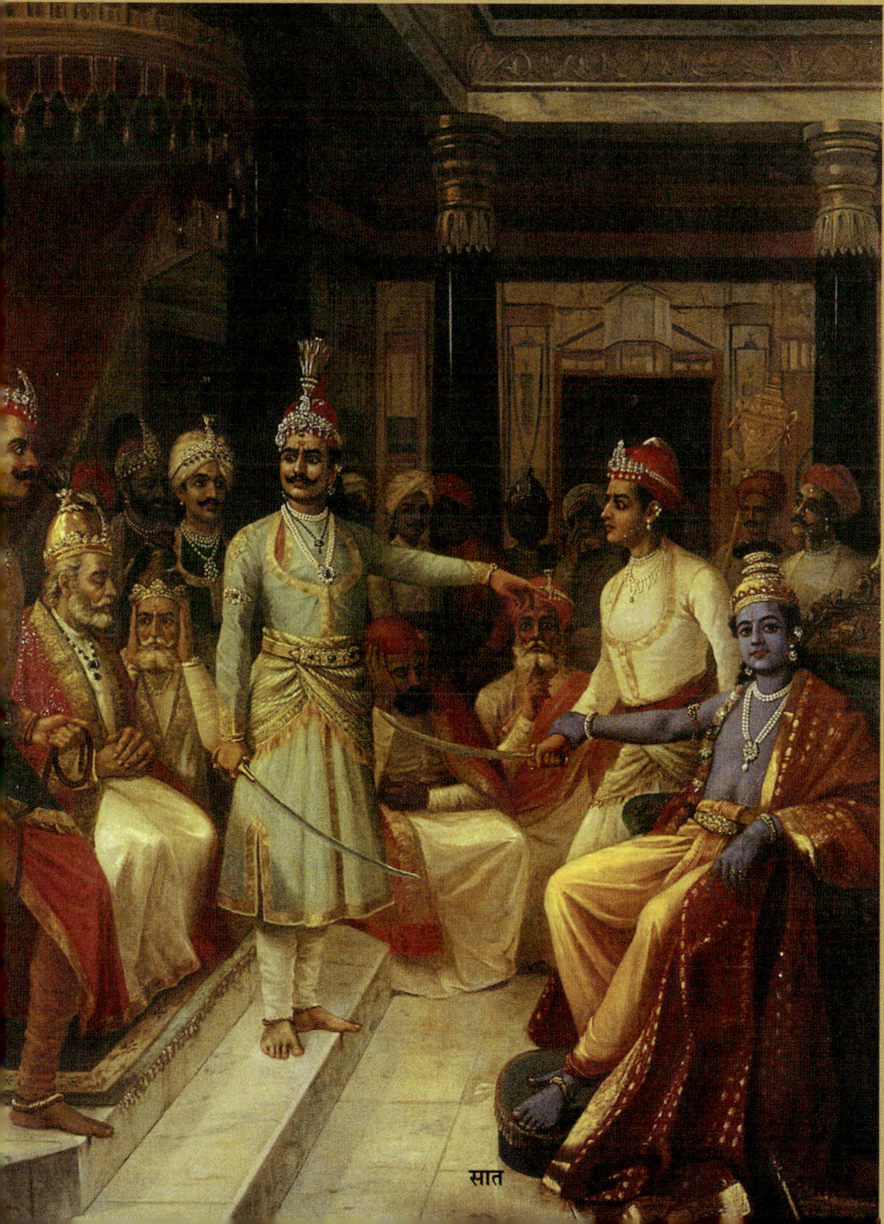

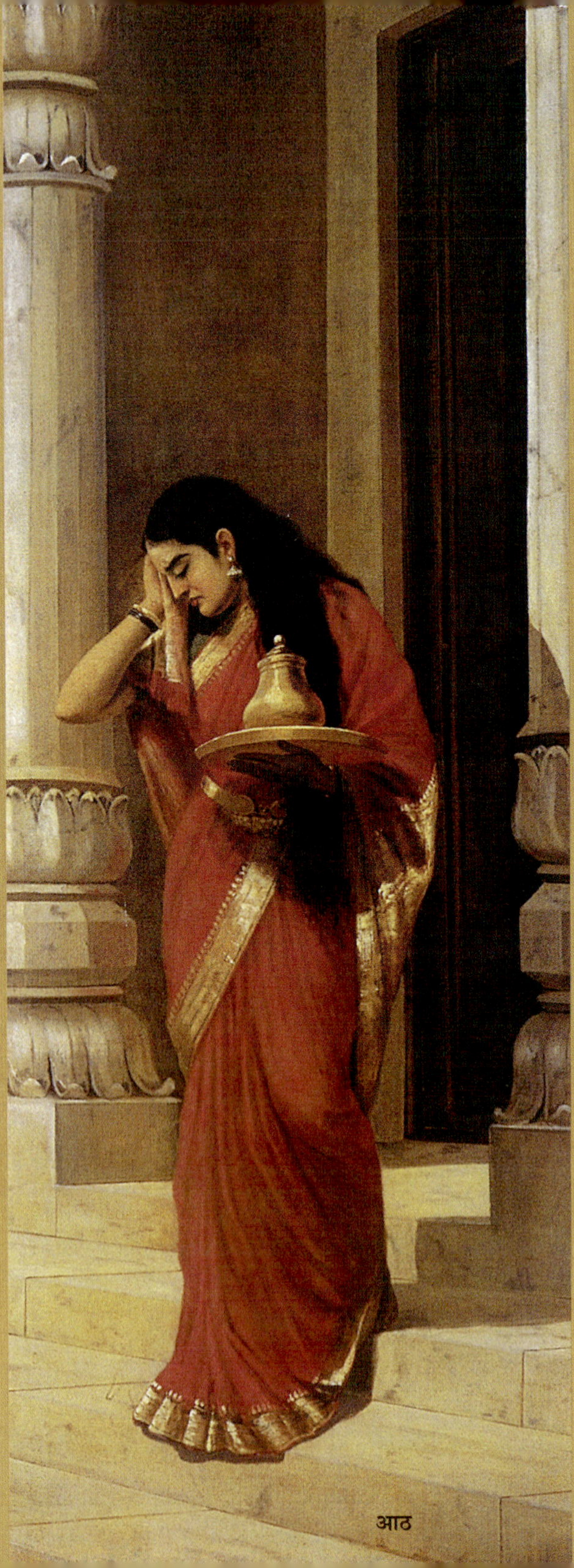

मदिरापात्र घेऊन जाताना द्रौपदी

कॅनव्हासवर तैलरंग
मूळ आकार : २६ x ७३ इंच
निर्मिती : १९०६

डब्यापाशी आला. सारा सेवक वर्ग रवि वर्म्याला पाहाताच खाली उतरला. त्यांना बसण्याची आज्ञा करीत रवि वर्मा त्या डब्यात शिरला.

अनेक दिवसांचा प्रवास असल्यामुळं उपवासाला पुरणारे खाद्यपदार्थांचे डबे त्या डब्यात रचले होते. पाण्यांचे माठ, केळीची पानं, पत्रावळ्यांचे गठ्ठे यांनी त्या गर्दीत भर घातली होती. साऱ्यांची व्यवस्था नीट झाल्याचं पाहून रवि वर्मा परत आपल्या डब्यापाशी आला. पहिल्या वर्गाचा तो डबा असूनही त्यात अशीच सामानाची दाटी झाली होती. मातीचे पाण्याचे घडे ओळीनं लावले होते. उन्हाळ्याचे दिवस असल्यानं उष्णता जाणवत होती. डब्यात येताच रवि वर्म्यानं आपला कोट काढला. धोतर परिधान केलं. राज वर्म्यानंही त्याचं अनुकरण केलं. पसरलेल्या बिछायतीवरचा पंखा उचलण्यासाठी रवि वर्म्यानं हात पुढं केला, आणि त्याच वेळी गाडीच्या शिटीचा आवाज साऱ्या स्टेशनमध्ये घुमला. घंटा वाजली आणि काही वेळातच गाडी संथ लयीत चालू लागली.

अनेक ठिकाणी गाड्या बदलत रवि वर्म्याचा प्रवास चालू होता. जिथं गाडी बदलण्याची पाळी येई, तिथं मोठी धावपळ उडे. राज वर्मा पुढच्या गाडीत राखीव जागा शोधण्याच्या मागं जाई तर सारी सेवक मंडळी सामान उतरणं आणि त्याची काळजी घेणं यामध्ये गुंतलेली असत.

भर दुपारच्या वेळी एका लहानशा स्टेशनावर गाडी थांबली. उकाड्यानं त्रस्त झालेला रवि वर्मा गाडीतून फलटावर उतरला. तो जलद पावलं टाकीत आपल्या नोकरांच्या डब्यापाशी गेला. त्याच वेळी एक नोकर पाण्याचं भांडं घेऊन खाली उतरत होता. रवि वर्म्यानं विचारलं,

"कुठं निघालास?"

तो सेवक चाचरत म्हणाला,

"पाणी संपलंय. पाणी आणायला-"

रवि वर्मा म्हणाला,

"शहाणा आहेस. ह्या स्टेशनावर कुठलं पाणी मिळेल? बैस गाडीत. मी आलोच."

आणि रवि वर्मा धावत आपल्या डब्यापाशी गेला. आपल्या डब्यात येताच त्यानं डब्यातला मातीचा घडा उचलला. तो घेऊन रवि वर्मा धावत सुटला. सेवकांच्या डब्यापाशी येताच धन्याचं ते रूप पाहून सारे सेवक थक्क झाले.

"अरे दार उघडा ऽ"

त्या बोलानं सारे भानावर आले. गडबडीनं एकानं दार उघडलं. दुसऱ्या सेवकानं रवि वर्म्याच्या हातातला घडा घेतला. आणि गाडी सुरू झाली. कसलेही विचार न करता रवि वर्मा त्या डब्यात शिरला.

त्या डब्यात शिरलेल्या आपल्या धन्याकडे सारे पाहात होते. स्नेहानं, कृतज्ञतेनं,

आदरानं आणि तरीही संभ्रमानं ओथंबलेल्या नजरा राजा रवि वर्म्याचा मोठेपणा न्याहाळत होत्या.

पहिल्या वर्गाच्या डब्यातून वाकून पाहणाऱ्या राज वर्म्याच्या नजरेला ते दृश्य दिसलं. रवि वर्मा त्या डब्यात शिरलेला त्यानं पाहिला आणि खिडकीबाहेर असलेली आपली मान आत घेतली. निःश्वास सोडून तो वळला आणि आपल्या जागेकडे आला. शांतपणे बसलेल्या गोद वर्म्याचं लक्ष राज वर्म्याकडे गेलं. त्याची नजर क्षणात साऱ्या डब्यात फिरली. ताडकन् उठत तो राज वर्म्याकडे पाहून ओरडला,

''दादाजी राहिले वाटतं !''

त्याचा भयभीत चेहरा पाहून राज वर्मा शांतपणे म्हणाला,

''गोदा, घाबरू नको. दादाजी आपल्या सेवकांच्या डब्यात बसले आहेत-''

''सेवकांच्या?''

''हो ! गोदा, हे का नवीन आहे? आम्ही केलेलं दादाजींना पसंत पडत नाही.'' निःश्वास सोडून राज वर्मा म्हणाला, ''नोकरांची काळजी स्वत: घेतल्याशिवाय त्यांना चैन पडत नाही. सारा उलटा कारभार. पण त्यांना सांगणार कोण ! मला आता ही सवय झालीय—''

आणि बोलता बोलता राज वर्म्यानं पाठीमागं मान टेकून डोळे मिटले. धावत्या गाडीच्या धक्क्याबरोबर हेलकावे खात तो तसाच बसून होता.

☯

अनेक दिवसांच्या प्रवासानंतर, अनेक ठिकाणी गाड्या बदलत, शेवटी तिनेवेली स्टेशनवर गाडी थांबली. आपल्या प्रदेशात आल्याचा साऱ्यांनाच आनंद झाला होता. स्टेशनबाहेर राजा रवि वर्म्याचे कारभारी स्वामीनाथन् उभे होते. कारभाऱ्यांनी रवि वर्म्याला लावून नमस्कार केला.

सायंकाळची वेळ होत आली. रवि वर्म्यानं विचारलं,

''तुम्ही केव्हा आलात? तुम्हाला फार वेळ वाट पाहावी लागली?''

''मुळीच नाही. दोन दिवसांपूर्वी आम्ही इथं आलो.''

''मग आता निघायचं?''

''एक विनंती आहे. इथं एक चांगली सराई आहे. आजची रात्र आपण इथं विश्रांती घ्यावी.''

रवि वर्म्यानं त्याला मान्यता दिली. तो बेत ऐकून सारे सेवक आनंदित झाले. गेल्या साऱ्या प्रवासात त्यांची स्नानसंध्या चुकली होती. जिथं गाडी जास्त वेळ थांबेल त्या ठिकाणी साऱ्याच प्रवाशांची धावपळ उडे. स्टेशनबाहेर येऊन मिळेल त्या जागेकडे प्रवाशी धावत सुटत. या प्रवासात दिवसामध्ये स्नान हा भाग तर वर्ज्यच होता. मुखप्रक्षालन करून बरोबर आणलेले कोरडे फराळाचे जिन्नस खाऊन

सर्वांनी दिवस काढले होते.

सराई तशी प्रशस्त होती. स्वामीनाथननं सारी व्यवस्था चोख ठेवली होती. रवि वर्मा, राज वर्मा, गोद वर्मा वगैरे मंडळींनी आपली स्नानं आटोपली. पूजा आटोपून सारे सेवक आपली प्रवासातील सारी वस्त्रं धुऊन, स्नानं आटोपून ताजेतवाने झाले. प्रवासाचा शीण गेला होता. सारे आनंदित होते.

सराईला एखाद्या लहानशा छावणीचं रूप आलं होतं. आठदहा बैलगाड्या सराईच्या एका बाजूला सोडल्या होत्या. त्या गाड्यांचे बैल झाडांखाली रवंथ करीत विसावले होते. गाड्यांच्या संगती जाणारे चाळीस-पन्नास रक्षक दुसऱ्या बाजूला आपला स्वयंपाक करण्यात गुंतले होते.

पहाटेच्या सुमाराला रवि वर्म्याला जाग आली. तो उठला. उन्हाळ्याचे दिवस असल्यामुळं पहाटेची वेळ असूनही हवेत उष्मा जाणवत होता. आता इथून पुढं पन्नास-साठ मैलांची मजल होती. स्वामीनाथननं प्रवासातील सारे मुक्काम आखले होते.

सवारी घातलेल्या बैलगाडीत पसरलेल्या गवतावर राजशाही बैठक घातली होती. त्यावर तक्क्याला रेलून रवि वर्मा बसला होता. तपकिरीचा स्वाद घेत, पान खात तो आपली जन्मभूमी पाहात होता. घुंगुरांच्या तालावर बैल वाट चालत होते. गाडीच्या दोन्ही बाजूंना चार हत्यारबंद घोडेस्वार जात होते. कधी दिवसा तर कधी रात्रीचा प्रवास करत, एके दिवशी सकाळी साऱ्या गाड्या किलीमानूरला पोहोचल्या.

☯

सकाळची कोवळी किरणं किलीमानूरवर फाकली होती. किलीमानूरच्या बाहेर असलेल्या राजप्रासादाच्या समोर गाड्या थांबल्या. रवि वर्मा गाडीतून उतरला. रवि वर्म्याची प्रतीक्षा करण्यात गेले दोन दिवस गुंतलेले नवे-जुने सेवक धावले. त्या साऱ्यांच्या भेटीचा स्वीकार करीत रवि वर्म्यानं पाहिलं. तो पिंपळपार तसाच उभा होता. तो पार सारवून स्वच्छ केला होता. वाड्यासमोरच्या भाताची प्रशस्त खाचरं आणि त्या पलीकडचं नारळीच्या झाडांत लपलेलं देऊळ रवि वर्मा पाहात होता. त्या देवळाच्या दिशेनं रवि वर्म्यानं नमस्कार केला, आणि वाड्याच्या दिशेनं तो चालू लागला.

वाड्याच्या तटाला असलेल्या पायऱ्यांलगत तो आला आणि त्याची पावलं त्याच जागी खिळली. त्याची नजर वाड्याच्या प्रथम दरवाज्याच्या कमानीवर स्थिरावली होती. त्या कमानीत हाती काठी घेतलेले राजा राज वर्मा उभे होते. त्यांनी संन्यास घेतला आहे हे रवि वर्म्यानं ऐकलं होतं. पण ते रूप इतकं वेगळं असेल असं कधी त्याला वाटलं नव्हतं.

नेहमी पांढरी, धुवट धोतरी परिधान करणारे, आपल्या प्रखर नेत्रांनी आदब

बजावणारे त्याचे मामा राजा राज वर्मा त्या कमानीत आज वेगळ्याच स्वरूपात उभे होते. त्यांनी भगवं वस्त्र परिधान केलं होतं. हनुवटीवर खुरटी पांढरी दाढी दिसत होती. डोळ्यांतील चमक तीच होती. पण त्यात आता अधिकार नव्हता. सत्ता नव्हती. त्यात एक विलक्षण सौम्यपणा सामावला होता. त्या प्रेमळ मूर्तीकडे पाहून रवि वर्म्याचं मन उचंबळून आलं. तो झरझर वाड्याच्या पायऱ्या चढून गेला, आणि त्यानं राज वर्म्यांच्या पायांवर मस्तक टेकलं.

अत्यंत प्रेमभरानं राजा राज वर्म्यांनी रवि वर्म्याच्या खांद्याला धरून उठवलं. ते म्हणाले,

"अरे कोच्चू ! किती वाट पाहायची तुझी? गेले दोन दिवस आम्ही तुझ्या वाटेकडे डोळे लावून बसलो आहोत. केव्हा तुला पाहीन असं झालं आहे. घेतलेला संन्यास किती फोल आहे हे तूच मला शिकवलंस. चल कोच्चू, तुझे आईवडील तुला पाहायला आतुर झाले आहेत."

रवि वर्म्याच्या पाठोपाठ आलेला राज वर्मा, गोद वर्मा आणि सेवक वर्ग राज वर्म्यांना वंदन करीत होते. पण राज वर्म्याचं तिकडं लक्ष नव्हतं. ते रवि वर्म्याबरोबर बोलत वाड्यात जात होते.

वाड्याच्या प्रवेशद्वारापाशी रवि वर्म्याच्या पायांवर पाणी ओतलं गेलं. भाताचे मुटके त्याच्यावरून ओवाळून टाकण्यात आले. देवघरात जाऊन त्यांनी देवदर्शन केलं, आणि राज वर्मा म्हणाले,

"जा, तुझी आई वाट बघत असेल. तिला भेटून ये."

रवि वर्मा आपल्या दोन्ही भावांसह आतल्या महालात गेला. प्रथम दर्शन झालं ते त्याला वडिलांचं. ते आपल्या पलंगावर बसले होते.

हा वेदशास्त्रसंपन्न ब्राह्मण. यानंच रवि वर्म्याला वेदपठण शिकवलं. मुद्रा करारी, भव्य कपाळ; डोळ्यांमध्ये नेहमी आपली कुठं चूक झाली का याचं संशोधन, रूंदं कपाळामागं परतवलेले विपुल केस, कानांमध्ये लोंबणाऱ्या सुवर्ण कर्णसाखळ्या. उंच देहाचे, सुदृढ प्रकृतीचे इझूमावील. रवि वर्म्यानं प्रवेश करताच हसतमुखानं त्यांनी त्याचं स्वागत केलं. चरणवंदन करून रवि वर्मा उभा होताच ते म्हणाले,

"कोच्चू, तू आलास; बरं झालं. तुझी आई तुझी फार आठवण काढीत होती. कोच्चू, पण तू आचारसंहिता विसरला नाहीस ना? वेदपठण करतोस ना?"

"जी ! रवि वर्म्यानं अभिमानानं सांगितलं.

"तुझी कला किंवा कोणतीही कला ज्ञानानं फुलते एवढंच मला माहीत आहे. तू आता मोठा झालास. तुला कीर्ती लाभली. कोच्चू, या जगात शिकण्यासारखं खूप आहे आणि ते शिकायला एक आयुष्य पुरं पडत नाही हे मी अनुभवतो आहे. कोच्चू, तुझी आई तुझी वाट पाहात असेल."

रवि वर्मा वळला. वडिलांचा निरोप घेऊन तो दुसऱ्या महालामध्ये गेला.

महालात त्याची आई उमांबा उभी होती.

गेल्या वर्षभरात तिच्यात तसा काहीच फरक पडला नव्हता. तेच धारदार नाक, नाजूक ओठ, त्या रूंद भुवया, त्यामध्ये असलेला कुंकवाचा तिलक आणि त्याखाली ते विशाल, लांबट, निरागस नेत्र. तिच्या मस्तकीच्या काळ्या कुंतलांमध्ये सुद्धा काही फरक पडला नव्हता. शुभ्र वस्त्र परिधान केलेल्या, निष्पाप नेत्रांनी पाहणाऱ्या आईकडे रवि वर्मा बघत होता.

हीच ती आई; जिनं रवि वर्म्याला कथाकीर्तनं ऐकवली होती. मृदंगाच्या तालावर आणि टाळांच्या नादावर रामायण महाभारतातल्या कथा सांगितल्या होत्या. हीच ती आई; जिनं कथ्यकली-भरतनाट्यम्‌चे ताल पायात रुजवले होते. त्या घुंगुरांच्या पदन्यासाबरोबर उमटणारे आईचे मोहक स्वर त्याच्या कानी अद्यापही रेंगाळत होते. कमरेवर मुठी बांधून उभा राहिला असता, तिच्या सुरांबरोबर पावलं आपोआप पदन्यास करू लागत. तीच ही आई; जी चांदण्यारात्री चौकात बसलं असता, सीतेची व्याकुळता सांगत असे. तो जटायुचा प्रसंग ऐकताना याच आईच्या छातीशी भीतीनं तो बिलगत होता. हीच आई, तिचं सोज्वळ रूप नजरेसमोरून कधीही ढळलं नाही.

आईचं रूप डोळ्यांत साठवत रवि वर्मा पुढं झाला. आईच्या चरणावर मस्तक टेकण्यासाठी तो वाकला. पण त्या आधीच त्याला उठवत आपल्या मिठीत सामावून घेत उमांबा म्हणाली,

"कोच्चू, बरा आहेस ना रे?"

आजपर्यंत रवि वर्म्याला त्याचा लौकिक, त्याचा मान-सन्मान, त्याची चित्रकला याबद्दल प्रश्न विचारणारे पुष्कळ होते. पण 'तू बरा आहेस का रे?' म्हणून विचारणारी फक्त आईच भेटली होती.

रवि वर्मा काही बोलला नाही. आईच्या मिठीत शिरत त्यानं आपलं मस्तक आईच्या खांद्यावर टेकलं. रवि वर्म्याच्या पाठीवर फिरणारे आईचे हात त्याला आधार देत होते.

आणि हे दृश्य भरल्या डोळ्यांनी पाहात मंगला उभी होती.

☯

सकाळची कोवळी किरणं किलीमानूरवर फाकली होती. सर्वांची स्नानसंध्या, पूजा-अर्चा आटोपल्या होत्या. न्याहरी आटोपल्यानंतर रवि वर्मा आपल्या आईवडिलांसह राज वर्म्यांच्या महाली जायला निघाला. पाठीमागून दोन दासी आच्छादित तबके घेऊन चालत होत्या. महालाच्या द्वाराशी पाचन उभा होता. रवि वर्मा म्हणाला,

"पाचन, मामांना आम्ही आल्याची वर्दी दे."

"जी !" म्हणत पाचन आत गेला.

महालाच्या प्रवेशद्वाराशी सारे उभे होते. वास्तविक पाहता वर्दी देण्याची काहीच गरज नव्हती. पण राज वर्म्यांनी संन्यास घेतल्यानंतर ते क्वचितच निवासाबाहेर पडत. त्यांच्या एकान्ताचा भंग केलेला त्यांना आवडत नसे.

पाचन बाहेर आला. आदबीनं तो म्हणाला,

"धन्यांनी आपल्याला बोलावलं आहे."

पाचनपाठोपाठ सारे आत गेले. व्याघ्रांबरावर पद्मासन घालून राजा राज वर्मा बसले होते. त्यांनी दृष्टी उंचावली. ते घारे, भेदक डोळे रवि वर्म्यावर स्थिरावले. शांत वेळी मंदिरातला एखादा घंटानाद परिसरात घुमावा तसा राज वर्म्याचा आवाज उमटला-

"कोच्चू, काय काम काढलंस?"

काही न बोलता रवि वर्म्यानं दासींच्या हातातली तबकं घेतली, आणि ती राज वर्म्यांच्या सामोरी ठेवली.

"हे काय?" राज वर्म्यांनी आश्चार्यानं विचारलं.

"हे पाच हजार एकशे एक रुपये आहेत."

"कसले?"

क्षणभर रवि वर्म्याचे शब्द गळ्यातच अडखळले. धीर करून तो म्हणाला,

"आपण मला प्रथम चित्रकलेचे धडे दिलेत. जे काही शिकलो ते आपल्याच आशीर्वादानं. गुरू मानायचाच झाला तर, मला आपल्याखेरीज अन्य गुरू नाही. आपण जे मला दिलंत, त्याचं मोल मला करता येणार नाही. पण फूल ना फुलाची पाकळी म्हणून ही गुरुदक्षिणा आपल्या पायांशी ठेवली आहे. त्याचा स्वीकार व्हावा."

रवि वर्मा पुढं झाला. आणि राज वर्म्यांच्या पुढं त्यानं मस्तक टेकलं. राज वर्म्यांच्या डोळ्यांत आनंदाश्रू तरळल्याचा भास झाला. नतमस्तक झालेल्या रवि वर्म्याच्या पाठीवरून त्यांनी हात फिरवला. पण त्यात त्यांचं समाधान झालं नाही. त्यांनी रवि वर्म्याला ओढून आपल्या मिठीत घेतलं. सदैव ज्यांच्या धाकाखाली रवि वर्मा वाढला होता, त्या मामांच्या प्रेमळ मिठीत त्याचा जीव गुदमरला. एका वेगळ्याच वात्सल्याची जाण त्याला झाली. स्वत:ला सावरून राज वर्म्यांनी रवि वर्म्याची सुटका केली. आपल्या पांढऱ्या खुरट्या दाढीवरून आपली लांबसडक बोटं फिरवीत ते म्हणाले,

"कोच्चू, मी कसला चित्रकार ! आणि मी काय शिकवणार? बळूचे रंग घोटून, त्यांतून जे दिसत होतं ते काढायचा मी प्रयत्न करीत होतो. पण ते करीत असता त्या विधात्यानं जी सृष्टी निर्माण केली ती केवढी भव्य उदात्त आहे याची प्रचिती मला क्षणोक्षणी येत होती. एका माणसासारखा दुसरा माणूस नाही, एका झाडासारखं दुसरं झाड नाही. आजचा सूर्यास्त उद्या त्याच रंगात पाहायला मिळणार नाही. या

पृथ्वीतलावरचं चित्र फक्त एकदाच तो रेखाटतो. त्याची प्रतिकृती त्याला माहीत नसते. त्या परमेश्वराचं ते सामर्थ्य रेखाटायला हे दोन हात, हे दोन डोळे आणि परळातले रंग फार अपुरे आहेत.'' राज वर्म्यांनी एक दीर्घ नि:श्वास सोडला, ''फार अपुरे पडतात ते रंग ! जेव्हा हे सत्य ध्यानी आलं, तेव्हा त्या परमेश्वरालाच गाठण्याचा विचार मी केला; आणि संन्यास घेतला.''

''मी गुरुदक्षिणा आणली म्हणून आपण नाराज...''

''नाही कोच्चू ! मुळीच नाही. नाराज कशासाठी? उलट मला खूप आनंद झाला. आयुष्यात आपण जे मिळवतो, जे घेतो, मग ते केवढंही लहान असो; त्याबद्दल माणसानं सदैव ऋणाईत असावं. ती कृतज्ञता मनात बाळगावी. माझी एक इच्छा होती, आपल्या देवीला चांदीचं मखर करावं पण ते स्वकष्टातून मिळवलेल्या धनातून ...आता स्वकष्टातून धन कुठलं आणणार? त्या देवीनं माझं गाऱ्हाणं ऐकलं, आणि गुरुदक्षिणेच्या रूपानं हे धन हाती आलं. या गुरुदक्षिणेच्या रूपानं तू माझी राहिलेली इच्छा पूर्ण केली आहेस.''

रवि वर्म्यानं राज वर्म्यांच्या पायांवर मस्तक टेकलं. त्याच्या पाठीवर हात ठेवत राज वर्मा म्हणाले,

''चिरंजीव हो ! थांब कोच्चू, मी आलोच.''

एवढं बोलून राज वर्मा उठले. आतल्या महाली जाऊन ते काही क्षणांतच बाहेर आले. त्यांच्या हाती दोन गुलाबाची फुलं होती. त्यातलं एक गुलाबी होतं, दुसरं पांढरं शुभ्र होतं. ती फुलं रवि वर्म्याच्या हाती देत राज वर्मा म्हणाले,

''कोच्चू, आज पूजेच्या वेळी देवीला वाहिलेली ही फुलं. यातल्या एका फुलाचा रंग गुलाबी आहे. तो रंग कलेचा आहे. आणि दुसरं हे शुभ्र फूल. हे मनाचं द्योतक आहे. मनाची शुद्धता राखून कलेचे रंग भरत जा. तुझ्या यशाला कमतरता पडणार नाही हा माझा तुला आशीर्वाद आहे.''

रवि वर्मा उठला. त्याचं लक्ष आदबीनं उभ्या असलेल्या पाचनकडे गेलं. दासीच्या हातात दिलेलं कागदाचं पुडकं घेऊन ते रवि वर्म्यानं उघडलं त्यातल्या नोटा घेऊन त्यानं त्या पाचनच्या हाती दिल्या. आणि काय होतंय हे कळायच्या आत पाचनच्या पायाला हात लावून त्यानं नमस्कार केला.

एखादा विजेचा धक्का बसावा तसा पाचन मागं सरकत उद्‌गारला,

''धनी ! हे काय !''

''अरे पाचन, तू जर मामांच्याकडे कागाळी केली नसतीस, तर आज मी चित्रकार झालो नसतो.''

संकोचलेल्या पाचनच्या डोळ्यांच्या कडा भरून आल्या होत्या. पण ओठांवर मात्र हसू होतं.

सायंकाळ टळली होती. रात्रीचा अधिकार साऱ्या आसमंतात पसरत होता. त्या काळोखाला लाजवण्यासाठीच की काय, किलीमानूरच्या सर्व महालांत दिवे प्रकाशमान झाले होते. बाहेरच्या प्रशस्त आवारात ठायी ठायी टेंभे जळत होते. किलीमानूरचं नृत्यागार गालिच्यांच्या बैठकीनं सजलं होतं. चिरागदानांच्या प्रकाशात ते नृत्यागार उजळलं होतं. मृगासनावर राजा राज वर्मा आसनस्थ झाले होतं. रवि वर्मा, त्यांचा बंधू राज वर्मा, गोद वर्मा, बहीण मंगला...सारी समोरच्या बैठकीवर बसली होती. राजा राज वर्म्याच्या उजव्या बाजूला रवि वर्म्याचे आईवडील होते. हा सोहळा फक्त कुटुंबीय मंडळींचाच होता. त्या नृत्य कार्यक्रमासाठी बोलविलेला मणिकांचन आपल्या साथीदारांसह नृत्यागारात आला. सर्वांना वंदन करून त्यानं आपलं स्थान घेतलं. वाद्यं जुळवली गेली. आणि मणिकांचन पवित्रा घेऊन नृत्यासाठी वाद्यांनी लय धरली, मृदुंगाचा ताल साथ देत होता. आणि उभ्या जागी पायात घुंगूर बांधलेला, हात बांधून उभा राहिलेला मणिकांचन मृदंगातून उमटणारे बोल आपल्या पायांतून काढीत होता. सारे नकळत मांडीवर हाताचा ताल देत ते कथ्थक पाहात होते. एक आवर्तन संपलं आणि राज वर्मा रवि वर्म्याला म्हणाले,

"कोच्चू, तू ऊठ."

"मी?" रवि वर्मा आश्चर्यानं उद्‌गारला.

"हा कोच्चू. तू उभा राहा."

रवि वर्मा बसल्या जागी संकोचला. तो कसाबसा म्हणाला,

"पण एवढ्या वर्षांनंतर मला..."

"हा कोच्चू ! बालपणीची चित्रकला विसरली गेली नाही. मग पायांतला ताल कसा विसरेल? ऊठ. पायी घुंगरू बांध...अंगात मुरलेली लय, ताल कधीही विसरली जात नाहीत हे मला माहीत आहे."

"मी एवढ्यात आलो" म्हणत रवि वर्मा आत गेला.

काही वेळातच तो परत आला. त्याच्या पायांत चुणीदार विजार आणि अंगात कळीदार कुडता होता.

रवि वर्म्याच्या पायात घुंगुरांचे पट्टे बांधले गेले.

रवि वर्म्यानं सर्व ज्येष्ठांना नमस्कार केला. आणि तो हात बांधून उभा राहिला. त्याची दृष्टी पखवाजीकडे गेली. राज वर्म्यांनी मान्यता देताच पखवाजातून बोल उमटू लागले.

ना धिन् धीं ऽ ना

स्थिर जागेवर उभा राहिलेला रवि वर्मा आपल्या पदन्यासानं ते बोल काढत होता... मृदंगाची लय वाढत होती

धू ऽ न् तनक धू ऽ न् तनक् धू ऽ न् ...

रवि वर्मा त्या कथ्थकामध्ये घामेजला होता. ते नृत्य संपताच त्यानं सर्वांना वंदन

केलं आणि तो आपल्या आसनाकडे जायला निघाला. त्याच वेळी त्याची आई म्हणाली,

"कोच्चू, कथ्थक झालं पण अजून रूपक राहिलं आहे. ते दाखव ना ! राजन्, तो मृदंग इकडे आण."

राजन्नं तो मृदंग उमांबाच्या समोर ठेवला. साऱ्या वातावरणात एक घरगुतीपणा निर्माण झाला होता. ते आवरणं आता कठीण झालं होतं. रवि वर्म्याला क्षणभर काय करावं हे सुचलं नाही. त्यानं आपल्या उल्हसित मातेच्या मुखाकडे पाहिलं. तिच्या शेजारी बसलेल्या मंगलाच्या चेहऱ्यावरचं खोडकर हास्य त्यानं निरखलं आणि तो वीरासन घालून बैठकीवर बसला. एक दुशेला आपल्या पायावर त्यानं पसरला होता. उमांबा आपल्या सुरेल आवाजात मृदंगाच्या साथीवर मल्याळम्मध्ये कृष्णविरहाचं गीत गात होती—

'कौन गली गयो शामऽऽ'

बसल्या बैठकीवर रवि वर्मा ते गीत आपल्या भावमुद्रेनं साकार करीत होता. नाना ढंगांनी, नाना रूपांनी, नाना बतावणीनी तो ती भावना आपल्या डोळ्यांच्या रूपानं, हातांच्या माध्यमानं साकार करीत होता. ती भावमुद्रा विलक्षण होती. जेव्हा नृत्य संपलं, तेव्हा राज वर्मा म्हणाले,

"रवि, तू श्रेष्ठ चित्रकार बनशील यात शंका नाही."

"कारण?"

"ताल-लयापेक्षा भाव आणि मुद्रा यांमध्ये तू अधिक मग्न झाला आहेस. आणि चित्रकलेला तोच गुण हवा असतो."

सारे साथीदार उठून गेले. सर्व ज्येष्ठ मंडळी जाताच मंगला रवि वर्म्याजवळ आली. ती म्हणाली,

"दादा, तू एवढा सुरेख नृत्य करतोस हे आम्हांला माहीत नव्हतं."

रवि वर्मा म्हणाला,

"नाचवणारे भेटले की, नृत्य करता येतं. तू का नाही नृत्य केलंस?"

"बाई ग ! मी? ते भाग्य माझ्या नशिबी नाही. मी चित्रं काढते. तर तेही आईला आवडत नाही. ती नेहमी म्हणते,

'कोच्चूला ताल-लयीचं जसं भान आहे तसं कुणाला येणार नाही.' "

"असं म्हणते आई?"

"नेहमीच म्हणते."

रवि वर्मा काहीच बोलला नाही. शय्यागृहाकडे तो जात असता त्याच्या कानात मंगलाचे शब्द घुमत होते.

सकाळच्या वेळी न्याहरी आटोपून रवि वर्मा आपल्या आईसह बोलत बसला होता. त्याच वेळी मंगला धावत आली. ती म्हणाली,

"कोच्चूदादा, तुझ्यासाठी बाहेरच्या चौकात गर्दी जमली आहे."

"कसली गर्दी?"

"आजारी माणसांची, मुलांची. तू हात लावलास की ती बरी होतात ना?"

रवि वर्मा खिन्नपणे हसला.

"पाहिलंस आई, ही दांभिकता कशी वाढते ती ! लहानपणी अजाणतेपणी आम्ही देवळात एका मुलीचं फेफरं बरं केलं. आणि माझ्या हस्तस्पर्शानं रोगी बरा होतो ही कल्पना मोठ्या माणसांच्या मनात खोलवर रुजली. आम्ही तो प्रसंग विसरूनही गेलो होतो. पण ही माणसं तो प्रसंग विसरली नाहीत. मी ना साधू ना तपस्वी." मंगलाकडे पाहात रवि वर्मा म्हणाला, "मंगला, त्या सर्वांना जायला सांग. मला ही दांभिकता करायची नाही."

मंगला जाण्यासाठी वळली. तिला अडवत उमांबा म्हणाली,

"थांब मंगला." आणि रवि वर्म्याकडं वळत ती म्हणाली,

"कोच्चू, तुझ्या अंगी काय दैवी गुण आहे तो मला माहीत नाही. पण दारी आलेल्या लोकांची तुझ्यावर श्रद्धा आहे. अनेक व्याधी अशा श्रद्धेनं बऱ्या होतात. तू जा. त्यांचं समाधान करून ये."

मातेची ती आज्ञा ऐकून रवि वर्मा काही न बोलता उठला आणि महालाबाहेर गेला. बऱ्याच वेळानं जेव्हा तो परत आला, तेव्हा त्रस्त झाला होता. पोथी वाचणाऱ्या आईनं पोथी बाजूला ठेवली. तिनं विचारलं,

"काय झालं?"

"काय व्हायचं? ते भाबडे, अडाणी लोक. पायाशी मुलं काय ठेवतात. त्यांच्या अंगावरून हात फिरवायला काय सांगतात. आजारी रुग्णांच्या मस्तकावरून हात फिरवावा लागतो. हे करीत असताना मन शरमून जातं. तू म्हणालीस ते खरं असेल. त्यांची श्रद्धा असेल. पण त्यांची ती श्रद्धा जपत असता माझ्या श्रद्धेला तडा जातो त्याचं काय?"

"कोच्चू, कुणाला फसवण्यासाठी, लुबाडण्यासाठी तर तू हे करीत नाहीस ना? मग अनेकांच्या श्रद्धा जपण्यासाठी आपल्या श्रद्धेला मुरड घालावी लागली तर त्यात बिघडलं कुठं?"

आईच्या त्या शब्दांनी रवि वर्मा शांत झाला. बोलता बोलता उमांबा म्हणाली,

"अरे कोच्चू, तू मावेलिकिराला केव्हा जाणार आहेस?"

"का?" रवि वर्म्यानं दचकून विचारलं.

उमांबा हसली. म्हणाली,

"अरे, तिथं तुझी बायको, मुलं आहेत. तू इथं आलास हे त्यांना कळलं

असेलच. ती तुझी वाट पाहात असतील. खरं पाहाता, ते तुझं घर आहे.''

''नाही आई. ते माझं घर नाही. मला तिथं परक्यासारखं वाटतं.''

उमांबा नि:श्वास सोडून म्हणाली,

''नाही कोच्चू, पत्नीचं घर हेच आपलं घर समजायला हवं. हा रिवाज आहे.''

''त्याचीच मला शिसारी आहे. ह्या रिवाजापायी साऱ्या पुरुषांचं कर्तृत्व नाहीसं झालं आहे. आई, जेव्हा एखाद्या पुरुषाच्या घरी पत्नी येते, तेव्हा मानानं त्या घरची ती स्वामिनी बनते. पण पत्नीच्या घरी जेव्हा पती राहायला जातो, तेव्हा तो आश्रित बनतो. स्पष्ट बोलतो म्हणून राग मानू नको. आज ह्या घरात, एवढे थोर वेदाध्यायी पंडित असूनही माझ्या वडिलांना काय किंमत आहे? कोणता अधिकार ते गाजवू शकतात?''

''म्हणजे? तू मावेलिकिराला जाणार नाहीस?''

''जरूर जाईन. पण फार काळ तिथं माझं मन रमेल असं वाटत नाही. आई, जिथं माणूस वाढतो तिथली वास्तू, तिथली माणसं, तिथला परिसर त्याचा असतो. हा किलीमानूरचा वाडा हा माझा आहे. संसार करायचाच झाला तर, केव्हा ना केव्हा माझ्या पत्नीनं, माझ्या मुलांनी इथंच यायला हवं.'' क्षणभर थांबून तो म्हणाला, ''अर्थात मामांनी इथं राहू दिलं तर.''

आणि त्याच वेळी पायीच्या खडावा वाजवीत राजा राज वर्मा महालात प्रवेश करते झाले. रवि वर्मा आणि उमांबा उठून उभे राहिले. राज वर्म्यांचा चेहरा आनंदानं फुलला होता. रवि वर्म्याच्या पाठीवर हात ठेवत ते म्हणाले,

''कोच्चू, तुझा शब्दन् शब्द मी ऐकलाय. चिखलात पडलेल्या चाकोऱ्यासारख्या रुढी असतात. त्याच वाटेनं जाऊन जाऊन त्या अधिक खोल होत जातात. पण त्या बुजवण्याचं धारिष्ट्य कुणीतरी करायला हवं. हा वाडा तुझाच आहे. जे आम्हाला कधी जमलं नाही ते तुला जमलं. त्यात मला आनंद आहे.''

आणि एवढे बोलून राज वर्मा महालाबाहेर निघून गेले.

राज वर्म्यांच्या बोलण्यानं स्तिमित झालेले माता-पुत्र एकमेकांकडे पाहात होते.

मावेलिकिराचा वाडा बाहेरून तसा शांत दिसत होता. रवि वर्मा येणार याची वर्दी वाड्यात आली होती. पण येण्याबाबत फारशी उत्सुकता त्या वाड्यामध्ये दिसून येत नव्हती. रवि वर्म्याची पत्नी पुरुतार्थी रवि वर्म्यासाठी त्याचा महाल नीटनेटका करून घेत होती. पुरुतार्थीची बहीण गंगा तिला मदत करीत होती. अलमारीचे आरसे पुसत असता ती म्हणाली,

''आक्का, भावोजी चार दिवसांसाठी येणार. लगेच परत जाणार. मग एवढी तयारी कशासाठी?''

"कुणी सांगितलं, ते चार दिवसांसाठी येणार म्हणून?" वैतागलेल्या पुरुतार्थीनं विचारलं.

"सांगायला कशाला हवं? किलीमानूरला चांगले दोन महिने राहिल्यावर त्यांना बायकोमुलांची आठवण झाली."

निःश्वास सोडून पुरुतार्थी म्हणाली,

"माझ्या नशिबात तसं लिहीलं असलं तर कोण काय करणार?"

"नशीब कसलं? सोन्यासारखं घर आहे. बायकोमुलं आहेत. हे सारं सोडून कशाला फिरायचं? चित्रं काढून का पोट भरतं? चित्राचं नुसतं नाव! धंदे वेगळेऽऽ"

"गंगा ! पुरुतार्थी म्हणाली, "असलं बोललेलं मला आवडत नाही."

"जाते बाई, जाते. " गंगा हातातलं फडकं टाकीत म्हणाली, "तुझ्या भल्यासाठीच मी सांगत होते." आणि एवढं बोलून गंगा बाहेर गेली.

एकटी पुरुतार्थी त्या महालात उभी होती. गालावरून ओघळणारे अश्रूही पुसण्याचं भान तिला नव्हतं. ते अश्रू का ओघळतात हेही तिला कळत नव्हतं.

दोनप्रहर टळत असता रवि वर्म्याच्या बैलगाड्या मावेलिकिराला येऊन पोहोचल्या. समोरच्या सजलेल्या बैलगाडीतून रवि वर्मा खाली उतरला. डोकीला पगडी, अंगात काळी शेरवानी, पायांत तंग विजार व बूट परिधान केलेला रवि वर्मा हातातल्या चांदीच्या मुठीच्या काठीच्या आधारानं उभा होता. स्मितवदनानं त्यानं राजवाड्यात प्रवेश केला. वाड्यातल्या ज्येष्ठ मंडळींच्या चेहऱ्यावर ओढून आणलेलं स्मित रवि वर्म्याच्या नजरेतून सुटलं नाही. पण जेव्हा त्याचा मुलगा केरळ वर्मा, राम वर्मा, मुलगी सरस्वती त्याला वंदन करायला आली, तेव्हा मनातील तटस्थता विसरून त्यानं आपल्या मुलांना जवळ घेतलं.

सारी संध्याकाळ नातेवाईकांना भेटण्यात, त्यांचं क्षेमकुशल विचारण्यात गेली. रात्री शयनगृहामध्ये पुरुतार्थी आली. कैक महिन्यांनंतर रवि वर्मा तिला पाहात होता. तो म्हणाला,

"पुरू, तुझ्यासाठी, मुलांसाठी मी खूप गोष्टी आणल्या आहेत. माझं सामान जेव्हा उघडलं जाईल, तेव्हा तुला मी ते दाखवीन."

पुरूतार्थी म्हणाली, "स्वामी, तुम्ही आलात. यातंच सारं मिळालं."

नकळत तिच्या डोळ्यांतून अश्रू ओघळले. ते पाहून रवि वर्मा पलंगावरून उठला. पुरुतार्थीला आपल्या मिठीत घेत तो म्हणाला,

"पुरू, रडतेस? इतक्या दिवसांनी आपण भेटतो. मग डोळ्यांत अश्रू का? काय हवंय तुला?"

नवऱ्याच्या मिठीत सुखावलेली पुरुतार्थी म्हणाली,

"मला काही नको. मला तुम्ही हवे आहात. तुम्ही इथं राहायला या."

"जरूर राहीन. पण एक अट आहे."

''कसली अट?''

''माझ्या चित्रकलेत जोवर तुमच्याकडून व्यत्यय येणार नाही, तोवर मी इथं जरूर राहीन. पण पुरु, मी तुला एक सांगतो, पुरुषाचं जीवन हे मानानं जगण्यासाठी असतं. ज्या दिवशी हे बळ नाहीसं होईल, त्याच दिवशी त्याचं पुरुषत्वही नाहीसं होईल. मी जगेन तो मानानं. कुणाचा आश्रित म्हणून मी जगणार नाही. पूर्वी एकदा मी तुला हेच सांगितलं आहे. तो आग्रह तू धरू नको.''

त्या करारी उद्‌गारांनी ती भयव्याकूळ झाली. पण ते भय फार काळ टिकलं नाही. रवि वर्म्याची मिठी अधिक दृढ झाली होती. तिची हनुवटी उंचावत तिच्या ओठांचं चुंबन घेत रवि वर्मा म्हणाला,

''पुरू, तू भिऊ नको. विवाहबंधनाचं पावित्र्य व जबाबदारी मी जाणतो. फक्त माझ्या मनाची बंधनं मी तुला सांगितली. तू मुलांसह किलीमानूरला आलीस तर आपला संसार आहे त्यापेक्षाही सुखाचा होईल. पण ही रूढीची बंधनं तुला कितपत तोडता येतील याबद्दल मी साशंक आहे. ती तोडता आली नाहीत म्हणून मी तुला दोष देणार नाही. जाऊ दे पुरू, असल्या कटू गोष्टी बोलण्याचा हा दिवस नाही.''

रवि वर्म्यानं तिला शय्येवर नेऊन बसवलं. रवि वर्म्याच्या त्या प्रेमळ मिठीत पुरुतार्थी केव्हा सामावली हेही तिला कळलं नाही.

दुसरे दिवशी पूजाअर्चा आटोपून न्याहरी झाल्यानंतर रवि वर्मा आपल्या महाली आला. त्याचा सेवक आणि स्वयंपाकी चेतू महालात रवि वर्म्यानं आणलेल्या पत्र्याच्या संदुका उघडत होते. त्याच वेळी पुरुतार्थीनं तिथं प्रवेश केला.

''थांब चेतू, ते सामान इथं उलगडू नको.''

आश्चर्यचकित झालेल्या रवि वर्म्यानं सांगितलं,

''पुरू, मी माझं सारं रंगसाहित्य आणलं आहे. मला अनेक चित्रं पुरी करायची आहेत. ती मला इथंच पुरी करायला हवीत.''

''नाही. आपल्यासाठी ह्या वाड्यालगत उल्हास मदहोम या महालात स्वतंत्र व्यवस्था केली आहे. तिथं आपणाला कुणाचाही उपद्रव होणार नाही.''

पुरुतार्थीनं सांगितलं त्यात काही खोटं नव्हतं. उल्हास मदहोमची जागा प्रशस्त होती. भरपूर प्रकाश होता. चेतू आणि इतर सेवकांच्या मदतीनं रवि वर्म्यानं तिथं मनाजोगी रंगशाळा उभारली. सारं विसरून रवि वर्मा आपल्या चित्रकलेत गुंतला होता. किंतानामध्ये लपेटून आणलेली लहान मोठी सुगंधाची रेखाचित्रं तो पाहात होता. पुराणांचा अभ्यास करीत होता. त्यातले नानाविध प्रसंग त्याच्या डोळ्यासमोर तरळत होते. मोकळा वेळ मुलांच्या, पत्नीच्या सहवासात तो घालवत होता.

एके दिवशी दोन प्रहरच्या वेळी पुरुतार्थी अचानक रंगशाळेत आली. रवि वर्मा

त्या वेळी दमयंतीचं चित्र रेखाटत होता. दमयंती उभी आहे. समोर हंस आहे. असा तो प्रसंग होता. चित्र अर्धवट होतं. पुरुतार्थीनं ते चित्र पाहिलं. रवि वर्म्यानं विचारलं,

"आवडलं?"

"छान आहे. ही दमयंती ना?"

"हो." रवि वर्मा आनंदानं म्हणाला.

पुरुतार्थी काही बोलली नाही. रवि वर्म्यानं आपला कुंचला बाजूला ठेवला. आणि विचारलं,

"पुरू, काय झालं?"

"कुठं काय?"

"खोटं बोलायची गरज नाही. काहीतरी खटकलं ना?"

"खरं सांगू?"

"सांग ना !"

"ही तुमची दमयंती, मेनका आणि तुमची चित्रं साऱ्याजणी एकाच चेहऱ्याच्या."

रवि वर्मा हसला.

"अशी सुंदर बाई पाहिलीत?"

"मी हो म्हणालो तर काय म्हणशील?"

"काही म्हणणार नाही."

"नाही पुरू, काही म्हणायचं नसतं तर हा प्रश्न तू केलाच नसतास. मी सांगतो ना? ही सुंदर बाई मला भेटली मुंबईत. तिनं मला चित्रं काढू दिली."

पुरुतार्थी बोलली नाही. ती नुसती हसली.

"काय झालं हसायला?" रवि वर्म्यानं विचारलं.

पुरुतार्थी म्हणाली, "काही नाही. बायकांची नजर बायकांनाच कळते."

"मतलब?"

"काही नाही."

रवि वर्मा पुरुतार्थीकडे बघत राहिला.

"रागावू नका. ह्या बाईचं नुसतं रूपच नव्हे, त्या बाईच्या डोळ्यांतला भावही आम्हा बायकांना कळतो. ती तुमच्या जवळची नाही असं तुम्ही म्हणाल?"

त्या प्रश्नानं रवि वर्मा थक्क झाला. क्षणभर त्याला काही सुचलं नाही. एक दीर्घ निःश्वास सोडून रवि वर्मा म्हणाला,

"पुरू, ते सत्य आहे, ते मी नाकारीत नाही. जिथं प्रेम आहे, त्याचा अव्हेर पुरुष करू शकत नाही."

"म्हणून बायकापोरांना टाकायचं?"

"कोण म्हणतो तसं?" रवि वर्म्यानं पुरुतार्थीला जवळ घेतलं. "पुरू, मी तुझ्या जागी असतो तरी मलाही मत्सरच वाटला असता. तो न वाटता तरच नवल. पण

पुरू, मी तुला सांगतो, जेवढी सुगंधा मला सुंदर वाटते, तेवढीच तू मला सुंदर वाटतेस. प्रेम हे रूपानं सिद्ध होत नाही. ते गुणानं सिद्ध होत असतं. आम्हा कलावंतांच्या जीवनात असे अनेक मोहाचे क्षण येऊन जातात. काही प्रसंगी ते मोह ठरतात. पण काही प्रसंगी आम्ही त्या पाशात केव्हा पडतो हेही आम्हाला कळत नाही.''

पुरू काही बोलली नाही. पण तिच्या चेहऱ्यावरचं हास्य विरलं होतं. चेहरा म्लान बनला होता. काही न बोलता ती रंगशाळेच्या बाहेर निघून गेली.

मावेलिकिराच्या स्वतंत्र निवासात रवि वर्मा पुराणांचा अभ्यास करीत होता. पुराणातल्या प्रसंगांवरून आपली चित्रं रेखाटत होता. सायंकाळच्या वेळी मुलांच्या सहवासात त्याचा वेळ जात असे. पण मावेलिकिराला स्वतंत्र निवास असूनही त्याचं मन मावेलिकिरात रमत नव्हतं. आईवडिलांची, मामा— राज वर्म्यांची आठवण, त्या घरातील वडिलधारे सेवक यांच्या आठवणीत तो स्वतःला हरवून बसे. सायंकाळी रवि वर्मा एकटा बसला तर चेतूशी तो बोलत बसे. पण त्या वेळी सुद्धा किलीमानूरच्या जुन्या आठवणींना उजाळा मिळे.

सायंकाळी चेतू धावत रवि वर्म्याच्या महालात आला. रवि वर्मा आपले सारे कुंचले स्वच्छ करुन ठेवण्यात गुंतला होता. महालात येताच चेतू म्हणाला,

''धाकले सरकार आले आहेत.''

''कोण? राजा?''

''जी.''

रवि वर्म्यानं राज वर्म्यांच्या सेवकांसाठी मुद्दामहून राज वर्म्याला ठेवलं होते. तो अचानक आलेला समजताच रवि वर्म्याच्या मनात नाना चिंतेचे विचार उसळले, आणि त्याच वेळी हसऱ्या चेहऱ्यानं राज वर्मा महालात प्रवेश करता झाला.

''राजा, मामांची तब्बेत...''

''तितकीशी बरी नाही. पण काळजी करण्याचं कारण नाही.''

''बाकी सर्व क्षेम आहे ना?''

''जी !'

''मग एवढ्या तातडीनं बरं येणं केलंस?''

''म्हैसूर दरबारचे कारभारी, महाराजांचं पत्र घेऊन किलीमानूरला आले आहेत. आपल्याला आमंत्रण आहे. किलीमानूरला आपल्या भेटीसाठी ती मंडळी थांबली आहेत.''

रवि वर्मा काही न बोलता विचार करीत राहिला. नंतर तो राज वर्म्याला म्हणाला,

'ठीक आहे. आपण उद्या निघू.'' आणि चेतूकडे वळून तो म्हणाला,

''चेतू, जाऊन सांग. आम्ही उद्या पहाटे किलीमानूरला जायला निघणार आहोत. आमच्या जाण्याची व्यवस्था करायला सांगून तू लौकर ये. इथल्या सामानाची व्यवस्था करायला हवी.''

रवि वर्मा, राज वर्मा सेवकांच्या मदतीनं रंगशाळेत सामानाची बांधाबांध करीत होता. त्याच वेळी पुरुतार्थी तेथे आली. ती चाललेली धावपळ पाहून ती आश्चर्यचकित झाली होती. तिनं विचारलं,

''आपण उद्या किलीमानूरला जाणार असं ऐकलं.''

''खरं आहे.'' रवि वर्मा म्हणाला, ''म्हैसूर महाराजांचे कारभारी माझ्या भेटीसाठी किलीमानूरला आले आहेत.''

''मग इथं यायला त्यांचे काय पाय मोडले होते?''

रवि वर्मा शांतपणे म्हणाला, ''ते मी गेल्यावर पाहीन. पण पुरू, तुझा दीर प्रवास करून परत आला आहे. त्याच्या पोटापाण्याची काही व्यवस्था तुझ्या घरात होते का इकडं अधिक लक्ष दिलंस तर फार बरं होईल.''

''दादाजी !'' राज वर्मा उद्गारला. ''माझं सर्व झालं आहे.''

संतापानं पुरुतार्थी म्हणाली, ''ते त्यांना सांगून कळणार नाही. इथून कधी एकदा सुटतो असं झालं होतं. आता निमित्त मिळालं.''

कधी नव्हे तो रवि वर्म्याचा संताप उफाळला. तो म्हणाला.

''पुरू, उद्या तू मुलं घेऊन माझ्याबरोबर चल. आपण म्हैसूरला जाऊ. तिथलं काम पुरं करू. मला त्यात आनंद वाटेल. पण मला या घरात राहणं जमणार नाही.''

''कसं जमेल? ती सुगंधा मुंबईत आहे. किलीमानूरला कोण आहे मला माहीत नाही ! इथं कोण आहे तुमचं? इथं मन रमणार कसं?''

''पुरू ! रवि वर्मा उफाळला. ''बस्स कर. आणखीन काही बोलून स्त्रीत्वाची मर्यादा ओलांडू नको. राम जेव्हा वनवासाला गेला, तेव्हा सीता मागं राहिली नव्हती. नलाबरोबर दमयंतीसुद्धा अरण्यवासी झाली होती. पण तो कुलाचार तुम्हांला पाळता येणार नाही.''

पुरुतार्थी त्याच संतापात महालाबाहेर पडली. पत्र्याच्या नळकांड्यामध्ये आपले कुंचले ठेवीत असता हाती आलेला एक सेबल कुंचला नकळत आपल्या हनुवटीवरून फिरवीत रवि वर्मा समोरच्या मोकळ्या चित्रसोपानाकडे पाहात उभा होता.

☯

किलीमानूरला येताच रवि वर्म्यानं म्हैसूरहून आलेल्या कारभाऱ्यांची भेट घेतली. त्यांना वाट पाहावी लागली त्याबद्दल दिलगिरी व्यक्त केली. प्रमुख कारभारी हा देखणा, मध्यम वयाचा, जाणता होता. त्याचं नाव राघवन् म्हैसूर महाराजांचं आमंत्रण त्यानं

आदबीनं रवि वर्म्याच्या हाती दिलं आणि तो म्हणाला,

"आमचे महाराज चामराज वाडियार यांनी आपल्याला बोलावण्यासाठी आम्हाला पाठविलं आहे. भारतातच नव्हे तर, पाश्चात्य देशांमध्ये सुद्धा भरलेल्या प्रदर्शनांत आपल्या चित्रांना बक्षिसं मिळाली आहेत हे महाराज जाणतात. तसंच आमच्या म्हैसूरच्या रेसिडेंटसाहेबांनी आपण बडोद्यात काढलेल्या चित्रांची प्रशंसा महाराजांच्या कानी घातली आहे. आमचे महाराज चित्रकलेचे भोक्ते आहेत. आपण म्हैसूरला यावं आणि राजघराण्याच्या मंडळींची चित्रं आपल्या सुबक कुंचल्यानं चितारावीत अशी महाराजांची आपणाला विनंती आहे. त्यासाठीच महाराजांनी आम्हाला इथं पाठविलं आहे."

रवि वर्मा त्या गंधधारी, मस्तकी रुमाल बांधलेल्या, दरबारी पोषाखातल्या कारभाऱ्याचं बोलणं ऐकत होता. रवि वर्मा म्हणाला,

"दिवाणसाहेब, महाराजांच्या पत्राचं उत्तर आम्ही आदरपूर्वक उद्या देऊ. आम्ही आपल्या आमंत्रणाचा स्वीकार आनंदानं केला आहे. महाराजांनी आम्हाला आपल्या दरबारी बोलवावं हा आम्ही आमचा बहुमान समजतो. आपण पुढं जा. आम्ही पाठोपाठ म्हैसूर दरबारी हजर होत आहोत."

रवि वर्म्यानं कारभाऱ्याला निरोप दिला, आणि म्हैसूरला जाण्याची तयारी सुरू झाली. रवि वर्म्याचे सारे भाऊ सारी व्यवस्था पाहात होते. रवि वर्म्याच्या आईवडिलांना त्याचं हे कौतुक पाहून समाधान वाटत होतं.

ज्या दिवशी रवि वर्मा भाऊ राज वर्म्यासह म्हैसूरला प्रयाण करणार होता, त्या दिवशी रवि वर्मा राज वर्म्यांच्या महाली गेला. वार्धक्यानं थकलेले, व्याधींनी जर्जर झालेले राज वर्मा अंथरूणावर खिळून राहिले होते. नेहमी भासणारं त्यांच्या डोळ्यातलं तेज कुठंतरी लोपलं होतं. रवि वर्म्यानं त्यांच्या चरणाला स्पर्श केला. सावध झालेले राज वर्मा म्हणाले,

"कोण ? कोच्चू?"

"जी !"

"कोच्चू ! म्हैसूरला जातोस ना? हा दरबारचा मानसन्मान ठीक आहे. तिथं तुझ्या कलेचं मोल म्हणून तुला द्रव्यही भरपूर मिळेल. पण एक लक्षात ठेव, कला ही कलेसाठीच राखली जावी. तिचं मोल किती येतं हे पाहू नये. ज्याच्या हाती कला आहे त्यालाच कलेचं दान कर. कोच्चू, तुझ्यामुळं मी खूप समाधानी आहे. आता माझे फार दिवस उरलेत असं वाटत नाही."

रवि वर्म्यानं मामांचा हात आपल्या हाती घेतला. त्याला काही बोलवत नव्हतं. साऱ्या आठवणींनी अचानक त्याचा गळा भरून आला. राज वर्मा म्हणाले,

"कोच्चू, तुला उदंड कीर्ती मिळो. तुझ्या चित्रांतून लोकांना आपला धर्म कळो. त्यातून त्यांना जीवन जगण्याचं सामर्थ्य मिळो."

रवि वर्मा उठला. तो शय्येवर पडलेल्या राजा राज वर्म्यांच्या चेहऱ्याकडे पाहात होता. चेहऱ्यावरच्या गौरवर्णाला तांबूस छटा आली होती. ते धारदार नाक, पातळ ओठ, ते भव्य कपाळ सारं निरखीत रवि वर्मा उभा होता. हनुवटीवर उतरलेली ती पांढरी खुरटी दाढी तो पाहात होता. जेव्हा तो किलीमानूरला आला, तेव्हा गंधतिलक लावलेल्या त्या पुरुषाचं तैलचित्र त्यानं रेखाटलं होतं. आता त्या शय्येवर तेच रूप होतं. पण त्यात तो अहंकार, ती अस्मिता, ते तेज कुठं नाहीसं झालं होतं.

रवि वर्म्यानं आपल्या शय्येवर डोळे मिटून पडलेल्या राजा राज वर्म्यांना वंदन केलं आणि पावलांचा आवाज न करता तो महालाबाहेर आला.

☯

म्हैसूरमध्ये रवि वर्म्याच्या अपेक्षेपेक्षाही मोठं असं त्याचं स्वागत करण्यात आलं. रवि वर्म्यासाठी एक खास महाल निवडला होता. दासदासींची सोय त्या महालात होती. म्हैसूरचे राजे चामराज वाडियार यांनी पहिल्या भेटीतच रवि वर्म्याला आपलंसं करून घेतलं. ते म्हणाले,

"माणसं जन्मतात आणि मरतात. पण तुमच्या कुंचल्यांनी ती अमर होतात असं ऐकतो. आम्ही काही दिल्लीपती पातशहा नाही की, ज्यांनी आपल्या आठवणीसाठी ताजमहाल बांधावा. पण ते सामर्थ्य तुमच्या हातामध्ये आहे. तुम्ही आमची, आमच्या राजघराण्याची चित्रं रेखाटावीत अशी आमची इच्छा आहे. आमच्यामागं आमची कीर्ती किती राहील हे आम्हाला माहीत नाही. पण तुमच्या हाताची चित्रं म्हणून आम्ही कायम जिवंत राहू यात शंका नाही. त्याचसाठी आम्ही तुम्हांला आग्रहानं राजदरबारी पाचारण केलं."

त्या श्रेष्ठ राजाच्या साध्या बोलण्यानं रवि वर्मा मोहित झाला होता. इतक्या स्पष्टपणानं आपलं मनोगत व्यक्त करणारा राजा त्यानं पाहिला नव्हता. त्या राजाच्या विनंतीला रवि वर्म्यानं आनंदानं होकार दिला.

त्यानंतर रवि वर्मा राजघराण्यातील स्त्रीपुरुषांची चित्रं काढीत असे. रवि वर्म्याच्या वास्तव्यासाठी स्वतंत्र महाल दिला होता. सायंकाळी नृत्यगायनाच्या बैठकी त्या महालात राजाज्ञेवरून आयोजित केल्या जात होत्या. राज वर्मा आणि रवि वर्मा यांच्या वास्तव्यात कोणतीही कमतरता नव्हती.

दोन महिन्यांच्या वास्तव्यात दोघा भावंडांनी मिळून सारी चित्रं पुरी केली आणि सारं काम पुरं झाल्याच्या आनंदात रवि वर्मा आणि राज वर्मा असताना राजे साहेबांचे दिवाण रवि वर्म्याच्या महाली आले. त्यांनी सांगितलं,

"उद्या सकाळी दहा वाजता राजेसाहेबांनी आपणाला राजवाड्यात बोलाविलं आहे."

दुसऱ्या दिवशी ठरल्या वेळेनुसार दोन्ही बंधू राजवाड्यावर हजर झाले. म्हैसूरच्या

महाराजांच्या चेहऱ्यावर एक वेगळीच प्रसन्नता प्रकटली होती. ते म्हणाले,

"आपल्याला थोडा त्रास दिला. चला."

महाराजांच्या पाठोपाठ दोन्ही बंधू राजवाड्याच्या डाव्या बाजूच्या विस्तीर्ण पटांगणात आले. तेथे शाही कबिल्याचे सारे हत्ती उभे केले होते. त्या हत्तींच्याकडे बोट दाखवत महाराज म्हणाले,

राजा रवि वर्मा यातले कोणतेही दोन हत्ती तुम्ही निवडा. ते तुमचेच आहेत."

रवि वर्मा पुढं झाला. त्यानं एकदा महाराजांच्याकडे पाहिलं. त्या देखण्या हत्तींच्या मालिकेवरून नजर फिरवत तो पुढं जात होता. त्यातली एक मादी आणि एक लहान पिलू रवि वर्म्यानं निवडलं. माघारी वळत तो म्हणाला,

"महाराज, हत्ती दान करणं सोपं असतं. पण ते पोसणं महाकठीण! पण ते संकट मला वाटत नाही. किलीमानूरला यापूर्वीच मी तीन हत्ती पीलखान्यात बाळगले आहेत."

महाराज हसले. ते म्हणाले,

"राजेसाहेब, आपण राजघराण्यातले आहात. हत्ती बाळगणं हा आपला मानच आहे, तेही आम्ही जाणतो. पण आपण श्रेष्ठ कलावंत आहात. कलेची झेप पाताळापासून आकाशापर्यंत असते हेही आम्हाला माहीत आहे. ती तुमची हौस पुरवायची झाली तर त्याला ऐरावतच आणावा लागेल. पण ते सामर्थ्य आमचं नाही."

आनंदभरित झालेला रवि वर्मा आपल्या निवासस्थानी परतला.

☯

चित्रफलकावरील चित्र प्रत्येक फटकाऱ्याबरोबर अधिकाधिक साकार, सजीव रूप घेत होतं. हातातला कुंचला तसाच धरून रवि वर्मा दोन पावलं मागं सरला आणि त्यानं त्या चित्रावर नजर टाकली. पुढं होऊन त्यानं परत हातातला कुंचला डाव्या हाती तोललेल्या रंगतबकात बुडवला आणि चित्रात तो रंग भरणार तोच मागून हाक आली.

"दादाजी—"

त्या हाकेनं रवि वर्मा तसाच मागं वळला, त्याची नजर राज वर्म्यावर गेली. राज वर्म्याचा व्याकूळ चेहरा त्याच्या नजरेतून सुटला नाही.

"काय झालं राजा?"

रवि वर्म्याकडे न बघता राज वर्मा पुटपुटला,

"तार आली आहे."

"तार !" रवि वर्मा उद्गारला, "कुठली?"

"थोरल्या मामाजींची प्रकृती फार बिघडलीय."

"मामाजींची?"

रवि वर्म्याचा कुंचला धरलेला हात कंप पावत होता. आणि काय होतंय हे समजायच्या आत त्याच्या हातून कुंचला खाली पडला. त्या कुंचल्याकडे भयचकित नजरेनं पाहात रवि वर्मा उद्‌गारला,

राजा आजवर कधीही माझा कुंचला असा पडला नाही...आपणाला निघायला हवं.''

''पण हे चित्र...'' राज वर्मा काहीतरी बोलावं म्हणून बोलला.

''राजा, तुला कळायचं नाही...''

बोलता बोलता रवि वर्म्याचा आवाज भरून आला. पायातलं बळ एकाएकी सरल्याची त्याला जाणीव झाली आणि त्यानं जवळच्या पलंगाचा आश्रय घेतला. राज वर्मा पुढे झाला. रवि वर्म्याच्या त्या व्याकुळ चेहऱ्याकडे बघत तो सांगण्याचा प्रयत्न करीत होता.

''दादाजी, एवढं घाबरण्याचं कारण नसेलही कदाचित...''

''नाही राजा...'' आपले डबडबलेले डोळे राज वर्म्यावर रोखत मान हलवत रवि वर्मा म्हणाला, ''मामाजी योगी आहेत. हटयोगी आहेत. या क्षणी त्यांची हाक माझ्या कानी घुमते आहे. क्षणाचाही विलंब न लावता मला गेलं पाहिजे. तुम्ही ताबडतोब निघण्याची तयारी करा....''

'''पण महाराजांना....''

''मी तातडीनं भेटून येतो. तुम्ही प्रवासाची सिद्धता करा.''

आणि रवि वर्मा तसाच बाहेर पडला.

☯

बैलांच्या घुंगरांचा आवाज थांबला. बैलगाडीतून रवि वर्मा खाली उतरला. नेहमी तो आला की, सेवकांची केवढी धावपळ उडत असे. पण वाड्याची आज पांढरी फटफटीत कमान तेवढीच त्याच्या नजरेत येत होती. ते शांत वातावरण पाहून रवि वर्म्याच्या मनात चर्र झालं. तो तसाच पायऱ्या चढून वर गेला. समोरच्या अंगणातदेखील नेहमीची वर्दळ नव्हती. एका बाजूला ठेवलेल्या घंगाळातील पाणी पायावर घेऊन, तिथंच ठेवलेल्या पंचानं त्यानं पाय पुसले. आणि तो पायऱ्या चढून वर आला. अचानक त्याला सामोरी मंगला दिसली. तिच्या म्लान चेहऱ्यावर रवि वर्म्याच्या दर्शनानं क्षणभर हास्य उमटलं. रवि वर्म्यानं धडधडत्या अंतःकरणानं विचारलं,

''मंगला, आई कुठं आहे?''

''आई !'' म्हणत फक्त तिनं वाड्याकडे बोट दाखवलं.

रवि वर्मा तसाच आत निघाला. प्रत्येक पाऊल जणू मणाच्या बेड्या घालून उचलत आहोत असा आभास त्याचा त्यालाच होत होता. रवि वर्म्याच्या पावलांचा

आवाज ऐकून गुडघ्यात मान घालून बसलेल्या उमांबानं मान वर केली. ती सावकाश उठली. तिचे नेत्र कोरडे होते. ती म्हणाली,

"कोच्चू, आलास ! बरं झालं."

"मामाजींची तब्येत..."

"तब्येत ! कुणी सांभाळायची? गेले आठ दिवस पाणीही वर्ज्य केलंय त्यांनी."

"औषध..."

"ते वैद्यांनीच बंद केलंय."

ती विलक्षण रुक्षता पाहून रवि वर्म्याचं काळीज उभ्या जागी फाटलं. मामाजीनी संन्यास घेतला होता. एकाकीपणानं जीवन जगत होते. कलासक्त असलेला तो जीव इतका निरिच्छ बनतो? मृत्यूला सामोरा जाण्यासाठी तयार होतो?

उमांबा म्हणाली, "जा. त्यांना भेट..."

☯

रवि वर्मा संथ पावलांनी दोन चौक ओलांडून राज वर्म्यांच्या खोलीपाशी आला. दारापाशी बसलेला पाचन उठून उभा राहिला. रवि वर्म्याची पावलं खोलीच्या बाहेर अडखळली. क्षणभर खोलीत प्रवेश करण्याचं धाडस त्याला झालं नाही.

पलंगावर भगव्या आवरणाखाली राज वर्मा विसावले होते.

हीच ती खोली ! जिथं राज वर्म्यांनी त्याला रंग घोटायची विद्या दिली होती.

प्रथम चित्र काढलं ते भगव्या पानाचं !

ते पान आज गळून पडतंय ! त्यात रंग भरायचे कुणी?

रवि वर्मा सावकाश पावलांनी शय्येजवळ गेला. सदैव उग्र भासणारी काया केवढी निरागस भासत होती. नेहमी तांबूस दिसणाऱ्या चेहऱ्यावर एक पांढुरकी छटा पसरली होती. शय्येबाहेर आलेल्या हातावर फक्त शिरांचंच दर्शन होत होतं. त्या हातावर हळुवारपणानं रवि वर्म्यानं हात ठेवला. त्या स्पर्शाबरोबर राज वर्म्यांनी डोळे उघडले.

ज्या नजरेत नेहमी दरारा असे, त्या नजरेत आता फक्त शांत भाव उरला होता. ती नजर रवि वर्म्याकडे वळली. चेहऱ्यावर एक मंद स्मित उमटलं. खोल गेलेल्या आवाजात राज वर्मा म्हणाले,

"कोच्चू ! तू आलास. एवढे कष्ट घेण्याची काहीही गरज नव्हती."

रवि वर्मा तोंडातल्या तोंडात पुटपुटला, "मामाजीऽऽ"

"अरे वेड्या, पिकलं पान केव्हा ना केव्हा गळून पडायचंच. एवढी धावपळ करायची काय गरज होती? पण खरं सांगू, तू आलास, खूप बरं वाटलं. कुठं तरी मनात वाटत होतं, तू यावास. तुला पाहावं. तुझ्या पाठीवरून हात फिरवावा."

"मामाजीऽ" रवि वर्म्याच्या भरलेल्या गळ्यातून पुढं शब्द उमटला नाही.

"कोच्चू ! अरे सुरू झालेला अध्याय संपल्याचं दुःख कशाला? तू मोठा झालास. उदंड कीर्ती मिळवलीस. परळातले रंग एवढे फुलवलेस की, माझा मीच चकित झालो. पाचा उत्तराची माझी ही कहाणी साठा उत्तरी सुफल केलीस. सारं समाधान, आनंद भरून पावलो मी."

एवढ्या बोलण्यानं त्यांच्या चेहऱ्यावर थकवा आला. ते डोळे मिटून पडून राहिले. रवि वर्मा त्या मिटल्या डोळ्यांकडे पाहात कसाबसा म्हणाला,

"पण मामाजी... हे प्रायोपवेशन कशासाठी?"

मिटलेले डोळे उघडत राज वर्मा स्मित करीत म्हणाले,

"कोच्चू ! अरे, सरत्या वातीला तेल घालण्याचा हा अट्टाहास का करावा? ज्यानं जन्माला घातलं, त्याच्या भेटीची आस लागलीय. पात्रानं भूमिका संपल्यावर रंगभूमीवर राहण्याचा आग्रह धरू नये."

"पण... मामाजी तुम्ही आम्हांला हवे आहात..."

राज वर्म्यांनी प्रेमानं एकवार त्याच्याकडे पाहिलं. आपल्या कृश हातांनी त्याला थोपटलं. रवि वर्म्यांच्या सर्वांगातून एक वीज सळसळत गेली.

"कोच्चू ! रविऽ जा. प्रवासातून थकून भागून आला असशील. तुझ्या संध्यावंदनाची वेळही टळून चाललीय. जा. तसं वाटलं तर तुला हाक मारीन."

रवि वर्मा स्वतःला सावरून जड मनानं बाहेर पडला.

"कोच्चूऽऽ"

रवि वर्म्यानं खाड्कन डोळे उघडले. मामाजींची हाक त्याच्या कानावर आली होती. रात्री बऱ्याच उशिरापर्यंत त्याला प्रवासानं थकलेला असूनही झोप आली नव्हती. नुकता डोळा लागला होता आणि त्या हाकेनं त्याची झोप कुठच्या कुठं गेली होती; आणि त्याच वेळी ती हाक आली होती. पलंगावरून तो खाली आला आणि त्याच वेळी बाहेर पावलांचा आवाज आला.

"कोण?" रवि वर्म्यानं कसंबसं विचारलं.

"कोच्चू... थोरले धनी बोलवतात." बाहेर आलेल्या पाचननं सांगितलं. क्षणाचाही विलंब न लावता रवि वर्मा पाचनच्या पाठोपाठ निघाला.

पहाटेची वेळ असली तरी, अद्याप फारसा प्रकाश खोलीत नव्हता. दिव्याचा मंद प्रकाश खोलीत पसरला होता. त्या मंद प्रकाशात शांतपणे राज वर्मा शय्येवर पहुडले होते. रवि वर्मा राज वर्म्यांच्या शय्येजवळ गेला. रवि वर्म्याकडे बघत राज वर्मा म्हणाले,

"कोच्चू, मला जरा बसव."

रवि वर्मा पुढं झाला. मानेखाली हात देऊन राज वर्म्यांना त्यानं बसतं केलं.

"मला पद्मासन दे."

रवि वर्म्यानं पाचनच्या मदतीनं राज वर्म्यांना पद्मासन दिलं. रुद्राक्षाची माळ परिधान केलेले, भगव्या बैठकीवर पद्मासन घालून बसलेले राज वर्मा पाहात असता रवि वर्म्याचं उरलंसुरलं बळ नाहीसं झालं.

"कोच्चू, असा घायाळ होऊ नको. आता हा सारा व्याप, ही सारी जबाबदारी तुझी. कलेबरोबर संसार जप... जवळ ये."

रवि वर्मा पुढं झाला. त्यानं आपलं मस्तक राज वर्म्यांच्या पायाशी ठेवलं. राज वर्म्यांच्या काष्ठवत बोटांचा स्पर्श त्याच्या केसांना झाला.

आणि तो हात खाली ओघळला.

रवि वर्म्यानं दचकून पाहिलं. राज वर्म्यांची मान कलंडली होती. पांढुरक्या चर्येवर आणि उघड्या डोळ्यांत शांत तृप्तीचे भाव होते.

रवि वर्म्यानं नेत्र मिटले.

पाचन आक्रोश करीत बाहेर आला.

साऱ्यांची वर्दळ वाढत असता रवि वर्मा खोलीबाहेर गेला. तो आक्रोश त्याला ऐकू येत नव्हता.

उगवणाऱ्या सूर्यबिंबाकडे तो एकटक पाहात होता.

राजा राज वर्म्यांच्या जाण्यानं सारं घर त्या शोकात ढासळलं होतं. कुणी कुणाचं सांत्वन करावं हेच कळत नव्हतं. रवि वर्म्याच्या आईचं नाव उमांबा जरी असलं तरी, सारे तिला गुणवतीआई म्हणून ओळखत असत. पुराण, कीर्तन यांमध्ये ती जितकी रमत असे तितकीच, दारी आलेल्या स्त्रियांना ती आयुर्वेदिक औषधं देत असे. भावाच्या मृत्यूचा धक्का तिलाही जाणवला होता. पण ढासळलेल्या सर्व माणसांत ती धीरानं उभी होती.

एके दिवशी ती रवि वर्म्याला म्हणाली,

"कोच्चू, तू आता लहान नाहीस. एवढ्या वाढत्या वयापर्यंत तुला मामाचा आशीर्वाद लाभला हे तू भाग्य समजायला हवंस. जीवनाचे सारे सुखोपभोग भोगून त्यांनी संन्यास घेतला होता. अंतकाळी ते मला म्हणाले, 'गुणवती, कोच्चूला सांग, आता हे सारं त्यानं सांभाळायला हवं. ती जबाबदारी तुझी.' अरे वेड्या, जेष्ठ माणसं ही जात असतातच. त्यांनी पुढं जावं आणि मागं तुम्ही राहावं हा नियमच आहे मुळी. उद्या मी, तुझे वडील हे सुद्धा असेच जाणार. ते सारं आनंदानं सहन करायला हवं. माणसाच्या आठवणीसाठी रडत आयुष्य घालवणं इतकं स्वस्त हे जीवन नाही."

आईच्या बोलण्यानं रवि वर्मा सावध झाला होता. त्याला आपली जाणीव झाली होती, आणि आपलं दुःख विसरण्यासाठी त्यानं किलीमानूरला आपल्या रंगशाळेत

लक्ष घातलं. सकाळपासून सायंकाळपर्यंत तो झपाटल्यासारखा काम करीत होता. त्याचा भाऊ राज वर्मा त्याला मदत करीत होता. त्या दोन महिन्यांच्या अवधीत रवि वर्म्यानं आपली अनेक अपुरी चित्रं पुरी केली.

एके दिवशी रंगशाळेत रवि वर्मा एकटाच काम करीत होता. त्याचा भाऊ राज वर्मा रंगशाळेत आला. त्याच्या हातात अनेक पत्रं होती. किंचित त्रासिकपणे रवि वर्म्यानं विचारलं,

"काय आहे?"

"अनेक संस्थानांकडून आलेली आमंत्रणं आहेत."

"नुसत्या पत्राच्या आमंत्रणावरून आपण आमंत्रण स्वीकारत नाही, ते तुला माहीत आहे ना !"

राज वर्मा धीर करून म्हणाला,

"ते का मला कळत नाही? पण या पत्रांना उत्तरं तरी पाठविली पाहिजेत. नुसतं किलीमानूरमध्ये बसून कसं चालेल?"

"बसून? मी काय करतो हे दिसत नाही?"

राज वर्मा रवि वर्म्याकडं न पाहात म्हणाला, "आपण काम करता. मी नाही म्हणत नाही, पण त्या कामात आपलं मन रमत नाही. वेळ घालवण्याचं एक साधन एवढंच ते काम उरलं आहे."

"राजा !"

"उणंअधिक बोललो असेन तर, मला क्षमा करा. मामा गेल्याचं दुःख आपल्याइतकंच मला, आणि आईला आहे. पण ते दुःख किती दिवस गोंजारत बसणार?"

रवि वर्म्यानं आपला कुंचला बाजूला ठेवला. खिडकीपाशी जाऊन तो पाठमोरा उभा राहिला. पाठमोरा असूनही त्याच्या डोळ्यांतले झरणारे अश्रू राज वर्म्याला जाणवत होते. मागं न वळता रवि वर्मा म्हणाला,

"राजा, काही माणसं अशी असतात की, त्यांचा मृत्यू, त्यांचा वियोग कायमची जखम करून जातो."

राज वर्मा म्हणाला,

"म्हणूनच आपण या वातावरणातून बाहेर पडायला हवं असं मला वाटतं. आपण मुंबईला जाऊ. तिथून आपल्याला जी आमंत्रणं स्वीकारायची असतील ती स्वीकारा."

"ठीक आहे. तू म्हणतोस तर आपण मुंबईला जाऊ. मग तर झालं? आपल्या प्रवासाची सिद्धता करायला लाग."

"आणि ह्या पत्रांची उत्तरं?"

"एवढ्यात घालू नको. आपण मुंबईला गेलो की, ती उत्तरं पाठव."

राज वर्मा गेला तरी रवि वर्मा पलीकडचं काहीही न दिसणाऱ्या धूसर काचेच्या खिडकीसमोर तटस्थपणे उभा होता.

मुंबईला रवि वर्मा, त्याचे बंधू राज वर्मा व गोद वर्मासह आला. या खेपेला राजा राज वर्म्यांच्या तैनातीत असलेला पाचनही त्यानं बरोबर आणला होता. बऱ्याच दिवसांनी रामय्या भेटला होता. क्षेमकुशल, समाचाराच्या, सुखदुःखाच्या गोष्टी झाल्यानंतर, सायंकाळच्या वेळी रवि वर्मा आपल्या रंगशाळेत आला. त्याच्या पाठोपाठ रामय्याही होता. इतके दिवस बंद असलेली रंगशाळा धुळीनं व्यापलेली, कोंदटलेली असेल असं रवि वर्म्याला वाटलं होतं. पण रंगशाळेत जाताच तिथलं वातावरण पाहून तो आश्चर्यचकित झाला. सारी रंगशाळा व्यवस्थित होती. कुठेही धुळीचा स्पर्श नव्हता. चित्रसोपानावर एक कोरा करकरीत फलक लावलेला होता. उत्तरेची काच अगदी स्वच्छ पुसलेली होती. तिथं राहिलेलं रंगसाहित्य नीट मांडून ठेवलं होतं. तांबड्याभोर गालिच्याच्या शेजारी फरशीवर उभ्या केलेल्या चित्रसोपानावरील फलकाकडं पाहात रवि वर्मा उद्‌गारला,

"रामय्या ! तुझ्याकडून इतक्या नीटनेटकेपणाची अपेक्षा मी केली नव्हती."

"राजाजी ! हे श्रेय माझं नाही. एकदोन दिवसाआड बाईसाहेब इथं येतात. त्या रंगशाळेत येतात. कुणाचीही मदत न घेता हे सारं करतात."

"कोण? सुगंधा?"

"जी !"

रवि वर्म्याचं लक्ष साऱ्या रंगशाळेत फिरत होतं. ते लक्ष ज्या आरामखुर्चीवर रवि वर्मा विश्रांती घेत असे त्या खुर्चीवर स्थिरावलं. त्या आरामखुर्चीच्या हात टेकण्याच्या फळीवर पाच चाफ्याची फुलं ठेवली होती. दोन दिवसांमध्ये त्या पिवळ्या फुलांना आरक्त वर्ण प्राप्त झाला होता. रामय्याकडे न पाहता ती फुलं उचलून त्यांचा वास घेत रवि वर्मा म्हणाला,

"रामय्या, आम्ही आल्याचं सुगंधाला कळव."

त्यानंतर रंगशाळेत एकच गडबड उडाली. रवि वर्म्यानं आणलेलं रंगसाहित्य, अनेक चित्रांचे गठ्ठे, राज वर्मा, गोद वर्मा सोडवत होते. रात्रीपर्यंत ते सारं साहित्य आणि ती चित्रं रंगशाळेत रवि वर्म्याच्या सूचनेनुसार ठेवली गेली.

बरेच दिवसांनी आलेल्या वर्माबंधूंच्या भोजनाची तयारी महालात चालली होती. चेतू यावर जातीनं लक्ष देत होता. दिवाणखान्यात गोद वर्मा आणि त्याचे साथीदार रुद्रवीणेवर सूर्य सूक्त वाजवत होते. रवि वर्मा तांबुलाचा आस्वाद घेत ते ऐकत होता. पण ते ऐकत असताही त्याचं मन वारंवार किलीमानूरच्या वाड्याकडे झेपावत होतं.

रवि वर्मा सकाळी ठरल्यावेळी आपल्या रंगशाळेत आला. रंगशाळा कोवळ्या

किरणांत उजळली होती. चित्रसोपानानजिक कुंचल्यांची सागवानी पेटी ठेवली होती. रवि वर्म्यानं ती उघडली. त्यातल्या साऱ्या कुंचल्यांचे केस तो हाताळून पाहात होता. दुसऱ्या पेटीत रंगसाहित्य भरलं होतं. त्या दोन्ही पेट्या निरखून, रवि वर्म्यानं चित्रसोपानाच्या कडेला लावलेलं कमलाकृतिरंगतबक उचललं. त्या रंगतबकाच्या विस्तृत भागी उजव्या बाजूला एक गोल लंबाकृती वलय कोरलं होतं. त्या छिद्रात आपला डावा अंगठा सरकवून त्यानं ते रंगतबक आपल्या डाव्या हातावर तोललं. आपल्या हातातलं रंगतबक आणि समोरच्या चित्रसोपानावर चढवलेला कोरा फलक पाहात रवि वर्मा उभा होता. पावलांच्या आवाजानं तो सावध झाला. त्यानं मागं वळून पाहिलं, तो श्वेतवस्त्र परिधान केलेली, रूपवती सुगंधा रंगशाळेत प्रवेश करीत होती.

आपल्या हातातलं रंगतबक चित्रसोपानावर लावत रवि वर्मा म्हणाला,

"लौकर आलीस !"

सुगंधा म्हणाली, "छे ! उलट उशीर झाला असं वाटलं."

तिच्या गंभीर मुद्रेकडे पाहात मिस्किलपणे रवि वर्मानं विचारलं,

"चाफ्याची फुलं आणली नाहीत?"

"कसली?"

"आम्ही नसताना ती मिळत होती. मग आम्हाला का ती मिळू नयेत?"

"फुलं राखणं इतकं सोपं नसतं."

"सुगंधा !" म्हणत रवि वर्मा पुढं धावला. सुगंधाला त्यानं आपल्या मिठीत घेतलं. पण सुगंधाचं अंग सारं काष्ठवत बनलं होतं. तो स्पर्श रवि वर्म्याला जाणवत होता. त्या मिठीतून दूर होत रवि वर्म्यानं विचारलं,

"काय झालं सुगंधा?"

सुगंधाच्या डोळ्यांत अश्रू नव्हते. चेहरा म्लान झाला होता. त्यावर एक रुक्षता पसरली होती. ती म्हणाली,

"काही नाही. तसं पाहिलं तर आपल्याला काही विचारण्याचा अथवा बोलण्याचा मला अधिकार नाही. आपण आपल्या घरी मुलाबायकोच्या संगतीत राहिला. तुम्हाला माझी आठवण का यावी? तुम्ही कलावंत माणसं. एक चित्र काढता आणि दुसऱ्याला आयुष्यभर गुंतवून ठेवता."

रवि वर्म्यानं रंगशाळेचं दार बंद केलं. तो सुगंधाच्या जवळ आला. तो म्हणाला,

"सुगंधा, या कालामध्ये तुझी आठवण झाली नाही असा एकही क्षण माझा गेला नाही."

हनुवटीपाशी गेलेला रवि वर्म्याचा हात सुगंधानं झिडकारला. ती मागं सरत म्हणाली,

"कशाला खोटं बोलता? तुमच्या आयुष्यात माझ्यासारख्या अनेक स्त्रिया

आल्या असतील. पण मी तुमच्याकडून काही अपेक्षा केली नव्हती. तुमची कला मला समजत नाही. ती मला कळतही नाही. पण तुमच्यासाठी, फक्त तुमच्यासाठी, तुम्ही म्हणाल तशी, मी लाज न बाळगता उभी राहिले. आयुष्यात कुणा एका माणसानं केलेले सारे उपकार विसरून तुमच्यामागं धावले. हा काय माझा गुन्हा आहे? ही काय मी चूक केली? आणि मला सांगता, मुंबईत आल्यावर... की तुझी आठवण झाली नाही असा क्षण गेला नाही.''

''सुगंधा !''

''थांबा, मला बोलू द्या. तुम्ही कलावंत असाल, पण त्यापेक्षाही तुम्ही माणूस आहात असं मी समजले. तुम्हाला धर्म, नीती माहीत आहे. ती तुम्ही पाळता. तीच पाळायची झाली तर मी काय करावं? कोणता धर्म आणि कोणती नीती पाळावी?''

''झालं बोलून? तू म्हणालीस त्यातला एक शब्दही चुकीचा नाही. मी अशाच एका राजघराण्यामध्ये चित्रं काढण्यासाठी गेलो होतो. तिथली एक सुरेख राजकन्या माझ्यासमोर चित्रासाठी येऊन बसत असे. जे घडू नये, ते घडत होतं. ती राजकन्या माझ्या प्रेमात पडत होती. तिचा मोह मलाही वाटत होता आणि या गोष्टीची कुणकुण राजाच्या कानी गेली. एक दिवस त्या राजेसाहेबांनी मला राजकन्येशी लग्न करण्याची गळ घातली. त्या वेळी मी शुद्धीवर आलो. मी सांगितलं की, मला पत्नी आहे, मुलं आहेत, त्यांच्याशी मी प्रतारणा करू शकणार नाही.''

रवि वर्मा येरझाऱ्या घालीत होता. तो सांगत होता.

''सुगंधा, ते राजानं मान्य केलं आणि दुसऱ्या दिवसापासून ती राजकन्या तिचं चित्रं पुरं करण्यासाठी माझ्याकडे येत होती. तो माझ्या सभ्यतेचा विजय होता. जीवनातील सभ्यता याला फार मर्यादित अर्थ आहे सुगंधा ! मी तुला सांगितलं त्यात काही खोटं नाही. किलीमानूरला बायकामुलांच्या सहवासात मी दिवस काढले. ज्यांनी मला चित्रकलेचं ज्ञान दिलं ते माझे मामा गेल्याचं दुःख मी सोसलं. ते सारं सोसत असता फक्त तुझी संगत होती. तुझं रूप माझ्या डोळ्यांसमोरून जात नव्हतं.''

''खोटं !''

''खोटं?'' रवि वर्मा झट्दिशी वळला. कोपऱ्यात ठेवलेली अनेक फलकांची चित्रांकित रास तो भिंतीलगत मांडत होता. ती मांडून होताच त्या चित्रांच्याकडे पाहात रवि वर्मा म्हणाला,

''बघ सुगंधा ! ही तुझी नानाविध रूपं ! तुला देवानं एक रूप दिलं असेल, पण माझ्या मनात किती नानाविध रूपांनी साकार होतेस, हे तुझ्या ध्यानी येईल. तपस्वी माणसाला कधी परमेश्वर भेटत नाही, म्हणून तर, तो तपश्चर्या करीत असतो. पण कलावंताला तुझ्यासारखी देवता लाभली तर सारं जीवनाचं भान हरपून जातं हे तुला कलावंत झाल्याखेरीज कळणार नाही. सुगंधा, या जन्मी नसेल पण कुठल्यातरी

जन्मी तू माझ्या आयुष्यात जरूर ये. केव्हातरी अर्धनारीनटेश्वराचं रूप साकार होऊ दे. ते रूप खोटं नाही. पति-पत्नी यांच्या एकत्रित संसाराचं ते रूप आहे.''

रवि वर्म्याच्या बोलण्यानं सुगंधा भावनाविवश झाली होती. मनस्तापानं दग्ध झालेला रवि वर्मा त्या कोऱ्या फलकाकडे गेला. त्या फलकाच्या दोन्ही कडांवर मुठी आवळून तो म्हणाला,

''सुगंधा, बघ. माझ्या जीवनाचा हा फलक, एवढी कीर्ती मिळवूनही अद्याप असाच कोरा राहिला आहे. एवढे सन्मान मी मिळविले, एवढे बहुमान मी मिळविले. लोक माझं कौतुक करतात मी चित्रकार म्हणून ! पण मला आपलं म्हणणारं, जवळ घेणारं... हा मानसन्मान विसरून, तू माझा आहेस असं म्हणणारं तुझ्याखेरीज मला कोणीही भेटलं नाही.

''आयुष्यात नात्यानं आपले हक्क सांगणारे पुष्कळ मिळतात. माझ्या मामांनी मला चित्रकला शिकवली. माझ्या आईवडिलांनी मला वेदपठण, पुराणकिर्तन ऐकवलं. त्या सहवासात मी ज्ञान आणि त्याचबरोबर त्यांचा अधिकार आणि सत्ता शिकत वाढलो. पण तू एकच, माझ्या आयुष्यात अशी आलीस की, आपला अधिकार, आपली सत्ता विसरून, काही अपेक्षा न बाळगता माझ्या कलेच्या मोहात माझ्या स्वाधीन झालीस. ती स्वाधीनता मी कशी विसरू? तेवढा एकच ऐवज आज माझ्या हाती आहे.''

सुगंधाला ते ऐकणं असह्य झालं. डोळ्यांतल्या अश्रूंना बांध न घालता ती तशीच धावली, आणि फलकाजवळ पाठमोरा उभा राहिलेल्या रवि वर्म्याच्या पाठीला बिलगली. त्या स्पर्शानं रवि वर्मा सावध झाला. तो वळला. सुगंधाचे खारट अश्रू आपल्या ओठानं टिपत तो म्हणाला,

''वेडे, रडतेस? माझ्यासाठी? सुगंधा तुझी सोबत आहे ना, तोवर मला या एकाकी जीवनाचं भय वाटणार नाही.''

रवि वर्म्यानं मुंबईचा मुक्काम निश्चित केला होता. तो मुक्काम धरून तो राज वर्म्यासह अनेक संस्थानांची आमंत्रणं स्वीकारत होता. माहिना-दोन महिन्यांची तिथली वास्तव्यं आटोपून तो परत मुंबईला येत होता. एकदा मुंबईला त्याचं वास्तव्य असता, बडोद्याचे दिवाण माधवराव रवि वर्म्याला भेटायला आले. दिवाण माधवरावांनी रवि वर्म्याला मोठा वडिलकीचा आधार आजवर दिला होता.

क्षेमकुशल, फराळ झाल्यानंतर माधवराव म्हणाले,

''राजाजी ! आपली ना नसेल तर आपला स्टुडिओ मला पाहायचा आहे.''

''जरूर चलावं, राजाजी !'' रवि वर्मा हसून म्हणाला.

''राजाजी?''

रवि वर्मा म्हणाला, ''आपण विसरला असाल. पण मी विसरलो नाही. आपल्याला इंग्रज दरबारी राजा हा किताब बहाल केला आहे.''

दिवाण माधवराव नुसते हसले. ते म्हणाले,

''असे किताब देऊन कधी कुणी राजा बनत नसतं. या भारतात अनेक लोकांना वंशपरंपरेनं राजेपद लाभलं पण ते फारच थोड्यांना टिकविता आलं. रवि वर्मा, तुम्ही वयानं माझ्यापेक्षा लहान असाल, पण तुमच्या कलेच्या क्षेत्रातलं तुमचं राजेपण कोणीही हिरावून घेणार नाही, हे मी जाणतो. आता पुढच्या वर्षी मी सेवानिवृत्त होत आहे. घालवलेलं आयुष्य अब्रूनिशी घालवता आलं एवढंच समाधान. जाऊ दे राजाजी ! चला, तुमचा स्टुडिओ पाहू.''

दोघं मिळून माडीवरच्या रंगशाळेत गेले. रवि वर्म्यानं सारी लहान-मोठी चित्रं समोर मांडून ठेवली. माधवराव ती बारकाईनं पाहात होते. ती चित्रं पाहून माधवराव म्हणाले,

''राजाजी, ही तुमची चित्रं पाहून स्वप्ननगरीत उतरल्याचा भास होतो. जेव्हा ही पूर्ण रूपात साकार होतील, तेव्हा त्यांची भव्यता केवढी असेल, हेही जाणवतं. राजाजी, आज तुम्हाला चित्रकार म्हणून भारतातल्या सर्व राजदरबारी मान्यता मिळाली आहे. त्या सर्व मागण्या पूर्ण करायच्या म्हटलं तर, तुमचं आयुष्य आणि दोन हात फार अपुरे आहेत. त्याऐवजी तुम्ही काही चित्रं पुरी करून जर्मनीला पाठवा आणि ती चित्रं हुबेहूब छापून आणावीत. ती राजघराण्याच्या प्रासादात बंदिस्त न राहता, सर्वसामान्य माणसांच्या घराघरातून जातील, आणि त्या निमित्तानं चित्रकलेचा विस्तार भारतात होईल, असं मला वाटतं. याचा तुम्ही जरूर विचार करा.''

माधवरावांच्या त्या बोलण्यानं रवि वर्मा गंभीर बनला. तो म्हणाला,

''माधवरावजी, मी आपल्याला वडिलांसमान मानतो. मी आपल्या सूचनेचा जरून विचार करीन.''

माधवराव जायला निघाले असताना रवि वर्म्यानं विचारलं,

''आपण बडोद्याला जाणार?''

''हो.''

''महाराजांना आमचा नमस्कार सांगा.''

''राजाजी ! सयाजीराव महाराज म्हणजे एक चमत्कार आहे ! कुशाग्र बुद्धीचा, दूरदृष्टीचा तो जाणता राजा आहे. त्यानं बडोद्यात ज्या सुधारणा सुरू केल्या आहेत त्या पाहिल्या की, कौतुक करावंसं वाटतं.''

रवि वर्मा हसला.

''का हसलात?''

''त्या सुधारणा आपणच सुचवल्या असतील ना?''

माधवराव म्हणाले, ''राजाजी, मी अनेक दरबार फिरलो आहे. अनेक राजे

पाहिले आहेत. सुधारणा सुचविणं ही गोष्ट सोपी, पण त्याचं मोल जाणून ती अंमलात आणणं हे महाकठीण. तो गुण या राजाच्या अंगी आहे. आज आमच्यासारख्या वयस्क, अनुभवी माणसांनासुद्धा त्या तरुण राजापुढं बोलताना वचक जाणवतो. हेच त्याचं कर्तृत्व आहे.''

अत्यंत प्रेमभरानं रवि वर्म्याचा निरोप घेऊन दिवाण माधवराव निघून गेले. पण त्यांनी केलेली सूचना रवि वर्म्याच्या मनात घर करून राहिली.

एके दिवशी दोन प्रहराच्या वेळेला रवि वर्मा रंगशाळेत काम करीत होता. आणि त्याच वेळी रामय्या तेथे धावत आला. रामय्याच्या चेहऱ्याकडे पाहून रवि वर्म्यानं हातातील कुंचला खाली ठेवला. तो म्हणाला,

''रामय्या,... काय झालं?''

''आपण खाली चलावं.''

''का? काय झालं?''

शुष्क आवाजात रामय्यानं सांगितलं,

''किलीमानूरहून बातमी आली आहे. आपल्या आईचं देहावसान...'' पुढे तो काही बोलला नाही.

आई गेली ! ती शुभ्र वस्त्र परिधान केलेली, पुराणकीर्तनात रमणारी आई, कोच्चू म्हणून तिनं मारलेली हाकसुद्धा केवढी गोड असायची. त्या हाकेबरोबर वयाचं मोठेपण विसरलं जायचं. मामा गेले, आई गेली. आता राहिले फक्त कर्मठ वडील.

रवि वर्म्याचं मन भरून आलं. आईच्या आठवणीनं डोळ्यांत अश्रू तरळत होते. पण ते पापणीखाली ओघळत नव्हते. जीव गुदमरला होता, पण हुंदका फुटत नव्हता. रवि वर्म्याचे मामा राज वर्मा निर्वतल्याची बातमी ऐकून त्याचं काळीज विदीर्ण झालं होतं, त्या दुःखाला सीमा नव्हत्या. पण आईचा सारा जिव्हाळा आठवूनही रवि वर्म्याचं भान हरपत नव्हतं. तो त्याच अवस्थेत रामय्याला म्हणाला,

''तू पुढं हो. मी पाठोपाठ येतो.''

त्या रंगशाळेत तो एकाकी उभा होता. बालपणापासून आतापर्यंत पाहिलेली आईची रूपं डोळ्यांसमोर तरळत होती. एक दीर्घ श्वास घेऊन तो वळला. संथ पावलं टाकीत, जिन्याच्या पायऱ्या उतरून तो खाली आला. दिवाणखान्यात सारे जमले होते. पाचन, चेतू रडत उभे होते. अश्रू ढाळणारे राज वर्मा, गोद वर्मा मंचकावर मस्तक ठेवून गलितगात्र पडले होते. रवि वर्मा म्हणाला,

''राजा !''

त्या हाकेबरोबर दोन्ही भावंडांनी मान वर केली. राज वर्मा सारं बळ एकवटून ओरडला,

''दादा ! आपली आई गेलीऽऽ''

आणि दोन्ही भावंडे तीरासारखी रवि वर्म्याकडे धावली.

रवि वर्म्यानं त्या दोन्ही भावांना आपल्या मिठीत घेतलं आणि दिवाणखान्यात सर्वत्र हुंदक्यांचे आवाज उमटू लागले.

दोन्ही भावांना थोडं शांत करून रवि वर्मा म्हणाला,

''राजा, गोदा, कितीही अश्रू ढाळले तरी, गेलेली माणसं परत येत नाहीत. जेव्हा आपले मामा गेले, तेव्हा आईनंच मला सांगितलं होतं की, मोठ्यांनी पुढं जावं हेच योग्य. त्यासाठी शोक करू नये. आपल्याला किलीमानूरला जायला हवं. शोक आवरून त्याची तयारी करायला लागा. मी थोडी विश्रांती घेतो.''

थकलेला रवि वर्मा आपल्या शय्यागृहाकडे जात होता.

रवि वर्मा, गोद वर्मा, राज वर्मासह किलीमानूरला आला. साऱ्या वाड्यावरती अवकळा पसरल्याचं जाणवत होतं. ज्यांच्यामुळं त्या वाड्याला चैतन्य लाभलं होतं, ते मामा— राजा राज वर्मा आणि त्याची आई ही दोन्हीही आता कायमची हरवली होती. समुद्राच्या लाटांप्रमाणं जो अठरा चौकी वाडा सदैव हेलावायचा त्या वाड्याचे सूर्य-चंद्र हरवल्यामुळं तो वाडा निश्चल, विशाल तलावासारखा भासत होता. शेकडो माणसांची वर्दळ असूनही, त्यात जिवंतपणा जाणवत नव्हता.

अखेरच्या आयुष्यात राज वर्म्यांनी तर संन्यासच घेतला होता आणि उमांबानं आंतरगृहाच्या बाहेर कधी पाऊल टाकलं नाही. पण असं असूनही त्या बहिण-भावंडांची सत्ता त्या वास्तूवर अबाधित नांदत होती.

रवि वर्मा किलीमानूरला आला. सात-आठ दिवस झाले आणि एके दिवशी पुरुतार्थी मुलांसह किलीमानूरला आली. रात्री पुरुतार्थी जेव्हा रवि वर्म्याला भेटली, तेव्हा रवि वर्म्यानं विचारलं,

''पुरू, आई गेल्याचं एवढ्या उशिरा कळलं?''

थोडीही नजरेची चलबिचल न दाखवता पुरू म्हणाली,

''बातमी कळली होती. रिवाजाप्रमाणं माझ्या घरची मंडळी आपल्या वडिलांना भेटून गेली.''

''रिवाज ! हे तुमचे खोटे राजघराण्याचे रिवाज ! यापलीकडे तुम्हाला काहीच का कळणार नाही?''

''मग आई आजारी असताना तुम्ही का आला नाही?''

''कळलं असतं तर जरूर आलो असतो.''

''मला सांगू नका हे. जगाला सांगा. तुम्ही कसे याल? ती तुमची सुगंधा एकटी पडली असती ना !''

''पुरू !''

"ओरडू नका. बाहेर माणसं आहेत."

सारा संताप आवरत रवि वर्मा म्हणाला,

"खरं आहे. सभ्य माणसानं संयमानंच बोलावं लागतं. पण पुरू, माझी तुझ्याकडून ही अपेक्षा नव्हती."

"मग काय अपेक्षा आहे, ती तर सांगा !"

"जरूर सांगेन. तुझे सासरे येथे आहेत. या किलीमानूरची जबाबदारी सर्वस्वी माझ्यावर पडलेली आहे. आपल्या मुलांच्यासह तू इथं राहायलाच ये."

"मी? आणि इथं? आपण विसरता आहात. आपली आई आपल्या नवऱ्यापाठोपाठ त्यांच्या घरी गेली नव्हती. उलट 'ते' आपलं घरदार सोडून तुमच्या आईबरोबर राहिले."

"पुरू ! म्हणजे तू किलीमानूरला..."

"मुळीच नाही. आपण चित्रकार आहात. कलावंत आहात. आपल्याला कुलाचाराचं बंधन नाही. पण मी त्रावणकोरच्या राजघराण्याची आहे. आम्हाला आमचे कुलाचार सोडता येणार नाहीत. मग त्यासाठी केवढंही मोल द्यावं लागलं तरी त्याला माझी तयारी आहे."

"पुरू ! कुणाला सांगतेस ! मला? तुम्हाला फक्त राजधर्म आठवतो. त्यामध्ये कुलाचार, स्त्रीधर्म याचा विचार केला जात नाही का?"

रवि वर्मा बोलता बोलता थांबला. खिन्नपणाने हसला. तो म्हणाला,

"पुरू, कदाचित तुझंच बरोबर असेल. नाहीतर मी त्या वीरशृंखलेत कशाला बद्ध झालो असतो? वीरानं कसल्याही शृंखलेत बद्ध होऊ नये. जो वीर असतो त्याला आचार, धर्म, संयम, यांचं पालन करावंच लागतं यात शंका नाही. पण त्याबरोबर तो वीर असतो, निधड्या छातीनं येईल त्या संकटाशी एकाकीपणानं झुंजणं हेही त्याला करावं लागतं. जीवनातली काही बंधनं भारी गुंतागुंतीची असतात. वीरशृंखला हे असंच बंधन आहे !"

"माझा आपल्यावर राग नाही. आपण केव्हाही मावेलिकिराला या. मी आपलं आनंदानं स्वागतच करीन. मी उद्या जाणार आहे."

रवि वर्मा पुरुतार्थीच्या जवळ गेला. तिच्या खांद्यावर हात ठेवून तो तिच्याकडे शुष्क नजरेनं पाहात होता. पुरुतार्थीला जन्मजात सौंदर्य लाभलं नव्हतं. पण देवानं अहंकाराखेरीज तिला दुसरं मनही देऊ नये याचं दुःख रवि वर्म्याला वाटत होतं. रवि वर्मा म्हणाला,

"पुरू, जाणार तर जा. पण निदान रामला इथं थोडे दिवस ठेवून जा."

"का? त्याला चित्रकार बनविणार आहात?"

"मुळीच नाही, चित्रकार शिकवून तयार होत नसतो. आजोबाला मुलापेक्षा नातवाचं प्रेम अधिक असतं. ते ज्ञानी आहेत. विरक्त आहेत. त्यांच्या दुःखाला फुंकर

घालायचीच झाली, तर कदाचित राम घालू शकेल.''

क्षणभर पुरुतार्थीनं विचार केला आणि ती म्हणाली,

''ठीक आहे. त्याला ठेवून घ्या. पण तुमच्याबरोबर त्याला मुंबईला नेऊ नका.''

''नाही नेणार.''

पुरुतार्थी निघून गेली. संतप्त रवि वर्म्याला काहीच सुचत नव्हतं. तो तसाच वाड्याबाहेर पडला. वाड्याच्या कमानीच्या पायऱ्या उतरून पिंपळकट्ट्याच्या रोखानं तो जात होता.

बाहेर टिपूर चांदणं पडलं होतं. रवि वर्म्याला अचानक येताना पाहून वाड्याचे रक्षक हातातल्या चिलिमी फेकून उभे राहात होते, पण त्यांच्याकडे रवि वर्म्याचं लक्ष नव्हतं. तो सरळ पिंपळपारावर गेला आणि तिथल्या प्रशस्त कट्ट्यावर बसला.

शुभ्र चांदण्यात दिसणारा समोरचा शिवार त्याला दिसत नव्हता. त्या शिवारावरून येणारं गार वारं त्याला जाणवत नव्हतं. त्याला जाणवत होतं फक्त त्याचं एकटेपण!

उटकमंडला श्रीमंत सयाजीराव महाराज सायंकाळच्या वेळी माधवरावांच्या बरोबर फिरायला बाहेर पडले होते. बरोबर कोणीही सेवकवर्ग नव्हता. माधवराव बडोद्याच्या दिवाणगिरीतून जरी मुक्त झाले होते तरी, बडोद्याचे सयाजीराव आणि त्यांचा स्नेह तुटला नव्हता. सयाजीरावमहाराज बडोद्यात चाललेल्या सुधारणा आणि त्यांची प्रगती यावर माधवरावांच्याबरोबर बोलत होते. चालता-चालता रस्त्यावर मधेच ते थांबले, आणि माधवरावांना म्हणाले,

''माधवराव, बडोद्यातला आमचा लक्ष्मीविलास पॅलेस पुरा होत आलेला आहे. तो सौंदर्यसंपन्न करण्यासाठी म्हणून आम्ही पाश्चात्त्य देशांतून येताना पुष्कळ ब्राँझचे पुतळे आणले आहेत. काही तैलचित्रंही आणली आहेत. पण आम्ही आमचा दरबार हॉल जो सजवू, तो भारतीय पद्धतीचा असावा असं आम्हाला वाटतं.''

''मी आपला अर्थ समजलो नाही महाराज.''

''आम्हाला आमच्या दरबार हॉलमध्ये रामायण-महाभारतामधील प्रसंग चितारलेली तैलचित्रं असावीत असं वाटतं. परदेशच्या प्रवासात आम्ही अशी सभागृहं राजवाड्यांतून पाहिली होती. त्या कामासाठी पाश्चात्त्य चित्रकार बोलवावेत असं आमच्या मनातसुद्धा आलं होतं.''

''मग?''

''पण त्या चित्रकारांना आपल्या संस्कृतीचा परिचय नाही, आणि ज्या कलावंतांना आमच्या संस्कृतीचा परिचय नाही, ते हे काम कसं चालवणार? माधवरावजी, आपल्या डोळ्यासमोर असा कोणी चित्रकार आहे का, की जो हे काम विश्वासपूर्वक

करू शकेल?''

माधवराव हसले. ते म्हणाले,

''कलावंत तर आपल्या घरचा आहे. आज माझ्या माहितीप्रमाणं भारतामध्ये असा एकच कलावंत आहे की, जो हे काम करू शकेल.''

''कोण? राजा रवि वर्मा?''

''बरोबर ओळखलंत महाराज, त्यांनी आपल्या राजघराण्यातली चार चित्रं काढली होती. एवढंच नव्हे तर, मोतीबागेतल्या दिवाणखान्यासाठी आपण म्हणता तशी मी चार चित्रं काढून घेतली होती.''

''पण ते येतील?''

''आपण बोलावलंत तर जरूर येतील.''

''मग त्यांना आपण भेटायला जाऊ.''

''क्षमा असावी महाराज. पण ते आपल्याला करता येणार नाही.''

''का?''

''कारण एकच, आपण बडोद्याचे अधिपती आहात आणि राजा रवि वर्मा त्रिवेंद्रम संस्थानात राहतात. आपल्या राज्याची मर्यादा ओलांडून दुसऱ्या संस्थानात प्रवेश करायचा झाला तर, त्यासाठी इंग्रज राजसत्तेची परवानगी घ्यावी लागेल. आपण मागितलीत तर ती मिळेलही, पण त्यासाठी जो कालावधी लागेल, तो आपल्याला परवडेल असं मला वाटत नाही.''

''मग याला उपाय?''

''उपाय एकच ! राजा रवि वर्म्यांना आपण इथं बोलावून घ्यावं.''

''ते येतील?''

''जरूर येतील.''

सयाजीराव महाराज आनंदानं म्हणाले,

''माधवरावजी, आपण आमच्यावतीनं त्यांना उटकमंडला येण्याचं आमंत्रण द्या. आम्ही त्यांची आतुरतेनं वाट पाहतो आहोत, असं त्यांना कळवा.''

आणि दुसऱ्या दिवशी माधवरावांचं पत्र रवाना झालं.

☯

रवि वर्मा राज वर्म्यासह उटकमंडला पोहोचला, तेव्हा माधवरावांनी त्यांचं स्वागत केलं. माधवरावांनी आपल्या निवासस्थानीच रवि वर्म्याची व्यवस्था केली होती. माधवराव म्हणाले,

''राजाजी, खरं पाहिलं तर महाराज आपल्या किलीमानूरला येणार होते. तशी त्यांनी इच्छाही व्यक्त केली होती.''

रवि वर्मा म्हणाला, ''माधवरावजी, महाराजांचे पाय माझ्या घरी लागले असते

तर मला धन्यता वाटली असती.''

माधवरावांनी दीर्घ निःश्वास सोडला. ते म्हणाले,

''राजाजी, राजकारण इतकं सोपं नसतं. बडोदा संस्थानचे अधिपती त्रावणकोर संस्थानात यायचे झाले असते तर, त्यासाठी राजसत्तेची परवानगी मिळवावी लागली असती. त्यासाठी त्रिवेंद्रम संस्थानचं आमंत्रण घडवावं लागलं असतं. हा बनाव पुरा करण्यात बराचसा कालावधी गेला असता. ते महाराजांना नको होतं. पण राजाजी, त्रिवेंद्रमची हालहवाल काय म्हणते?''

रवि वर्मा हसला. तो म्हणाला,

''राजे विक्रम तिरुनालचा देहान्त झाल्यावर गुलाम तिरुनाल गादीवर बसले. ते फारसे कलेचे भोक्ते नसले तरी, राजदरबाराचा चित्रकार म्हणून माझी नेमणूक त्यांनी कायम ठेवली. पाहिल्या भेटीतच त्यांनी मला विचारलं की, पूर्वीचे महाराज आणि यांच्यामधले गैरसमज अजूनही कायम आहेत का?''

''मग तुम्ही काय उत्तर दिलंत?''

''मी म्हणालो, 'जो राज्यकर्ता असतो, त्याबद्दल सामान्य प्रजाजनांना कटुभाव बाळगून चालत नाही.''

दिवाण माधवराव हसत मांडीवर थाप मारत म्हणाले, ''छान उत्तर दिलंत राजाजी, छान उत्तर दिलंत ! असं उत्तर फक्त राजकारणी माणसंच देऊ शकतात.''

''पण मला तातडीनं का बोलावण्यात आलं ते अजूनही कळलं नाही.''

''कळेल, सायंकाळी महाराज आपल्याला भेटतील. माझ्या तोंडून ऐकण्यापेक्षा त्यांच्याकडून तुम्ही ऐकणं अधिक बरं. मी एवढंच सांगतो, मी जरी सेवानिवृत्त झालो असलो, वयानं मोठा असलो, तरी हा राजा जुने संबंध विसरत नाही. या राजाच्या सहवासात आलेली माणसं त्यालाही कधी विसरू शकत नाहीत. असं ते वेगळं व्यक्तिमत्त्व आहे. राजाजी, पण हा राजा अत्यंत वक्तशीर आहे. संध्याकाळची पाचची भेटीची वेळ त्यांनी दिलेली आहे. त्याआधी आपली तयारी असावी ही विनंती आहे !''

''ते मला माहीत आहे. मी वेळेवर हजर राहीन.''

बरोबर साडेचार वाजता रवि वर्मा आणि राज वर्मा दिवाणखान्यात आले, तेव्हा माधवराव मंचकावर बसले होते. त्यांच्या गोऱ्या चेहऱ्यावर मुत्सद्दीपणाचं तेज विलसत होतं. नजर शांत असली तरी, त्यात खोलपणा जाणवत होता. पल्लेदार अंगरखा, पायी मद्रासी धोतर, तांबडेला ब्राह्मणशाही जोडे, मस्तकी मोगलाई पागोटं आणि कानातील हिऱ्याची कुंडलं व बोटातील हिऱ्यांच्या अंगठ्या —ही सर्व त्यांच्या दरबारी थाटाची आणि व्यवहारीपणाची उत्कृष्ट साक्ष देत होत्या. वय झाल्यामुळं त्यांच्या ओठावरच्या मिश्यांना पांढरा रंग चढला होता. पण त्या जाड कोरीव मिश्यांची वर वळलेली टोकं त्यांच्या निर्णयी स्वभावाची साक्ष देत होती.

रवि वर्मा, राज वर्मा यांनी बंद गळ्याचे लांब कोट घातले होते. रवि वर्म्याच्या कानांत हिऱ्याची कुंडलं चमकत होती. उजव्या हाताच्या बोटांमध्ये एकच तेजस्वी हिऱ्याची अंगठी चमकत होती. राज वर्म्याचा वेषही भावासारखाच होता. दोघांच्याही मस्तकी दक्षिणी पगड्या शोभत होत्या. दोघे आलेले पाहताच माधवराव उठले. ते म्हणाले,

"चला, मी आपलीच वाट पाहात होतो."

आणि तिघे मिळून सयाजीराव महाराजांच्या प्रासादाकडे निघाले.

सयाजीराव महाराजांच्या राजमहालामध्ये त्यांच्या सचिवांनी तिघांचं स्वागत केलं. पाच वाजता सयाजीराव महाराज महालात आले. साऱ्यांनी सयाजीराव महाराजांना मुजरे केले. रवि वर्मा त्या तरुण राजाकडे पाहात होता.

मस्तकी गुजराती पगडी, अंगात रेशमी शेरवानी, पायांत चुणीदार विजार आणि राजपुती कलाबुतीची मोजडी परिधान केलेले सयाजीरावमहाराज हसतमुखानं सामोरे आले. गळ्यातल्या मोत्याच्या कंठ्याखेरीज काहीही राजभूषण त्यांच्या अंगावर नव्हतं. त्यांच्या कपाळी गंधाचा टिळा होता. ते आपल्या विशाल नेत्रांनी साऱ्यांना निरखीत होते. सरळ रुंद नासिका, ओठावर उतरलेल्या कोरलेल्या मिश्या त्यांच्या चेहऱ्याचं कोवळेपण दाखवीत होत्या. रवि वर्म्यांना पाहताच, ते अगत्यानं पुढे झाले. रवि वर्म्याचे हात हाती घेत ते म्हणाले,

"राजेसाहेब, आपल्याला भेटायची फार इच्छा होती, आम्ही आमच्या पावलांनी आपल्याला भेटायला आलो असतो पण ते शक्य झालं नाही, म्हणून आपल्याला इथवर यायचा त्रास झाला."

"त्रास कसला महाराज, आपल्या प्रेमाखातर मी कुठंही आलो असतो."

सयाजीराव महाराज हसले. "राजाजी, आपण थंड हवेच्या ठिकाणी आलो आहोत. हे उन्हाळ्याचे दिवस आहेत. ह्या बंदिस्त राजगृहामध्ये बोलण्यापेक्षा आपण बाहेरच्या जगात चार पावलं फिरलो तर ते अधिक चांगलं होईल. एक आपलं मोठं भाग्य आहे. आपला देश इतका मोठा आहे की, इथं परक्या ठिकाणी कोण कोणाला ओळखत नाही. मोकळेपणानं वावरता येतं. माणूस म्हणून जगता येतं. खरं ना दिवाणसाहेब?"

दिवाण माधवरावांनी मान तुकवली. ते म्हणाले,

"खरं आहे महाराज, तो राजा हरिश्चंद्र असो वा राजा नल असो. तेच कशाला प्रभू रामचंद्रांना आणि पांडवांना जीवनाचं रहस्य शिकवलं ते वनवासानंच. ऐश्वर्यात माणूस फार थोडं शिकतो. पण सामान्य जीवनात त्याला उदंड शिकता येतं."

"छान बोललात माधवरावजी. आमच्या नशिबी हा वनवास लिहिलेला नसला तरी या जीवनाकडे आमचं सदैव लक्ष राहील. चला, आपण बाहेर जाऊ या ना?"

सर्वांसह सयाजीराव महाराज बाहेर पडले.

राजवाड्याच्या कमानीत घोडागाडी उभी होती. पण त्या गाडीला सयाजी महाराजांनी नकार दिला. ते म्हणाले,

"आपण फिरत जाऊ."

आणि सयाजीराव महाराज चालू लागले. वळणदार तांबूस रस्त्यावरून सारे चालत होते. माथ्यावरून दिसणारा तलाव स्पष्टपणे नजरेत येत होता. रस्त्याच्या उतरणीवर असलेली ती सुबक घरं, त्यांची धुराडी, देवदार आणि सुरूंची टोकदार झाडं. यावरून जाणारा तो रस्ता. बोलता बोलता सयाजीराव महाराज म्हणाले,

"राजा रवि वर्मा, आपल्याला तातडीनं का बोलावलं हे माहीत आहे?"

"नाही महाराज."

"आपण आमच्या अधिकारग्रहणप्रसंगी आला होतात, हे आम्हाला आठवतं. त्याला सात-आठ वर्षं झाली. या काळामध्ये आपल्या दिवाण माधवरावजींच्या सल्ल्यानं आम्ही पुष्कळ सुधारणा करतो आहोत. त्यातच आमच्या निवासासाठी आम्ही एक राजवाडा उभा करतो आहोत. त्या राजवाड्याचं दरबारगृह विभूषित करण्यासाठी मला काही तैलचित्रांची आवश्यकता आहे. रामायण, महाभारत, पुराणं यांतील कथांवर आणि त्यातल्या प्रसंगांवर आधारलेली ती चित्रं मला हवी आहेत. ती चित्रं तुम्ही पुरी करावीत अशी आमची इच्छा आहे. त्यासाठी आम्ही तुम्हाला इथवर येण्याचा त्रास दिला आहे."

"अशी किती चित्रं लागतील?"

माधवराव म्हणाले, "कमीत कमी बारा ते चौदा."

रवि वर्मा काही बोलला नाही. त्याची मुग्धता पाहून सयाजीराव महाराजांनी विचारलं,

"काही अडचण?"

रवि वर्मा म्हणाला, "अडचण नाही. पण या कामाला उसंत हवी."

सयाजीराव हसले. ते म्हणाले,

"जरूर ! मी परदेशाहून नुकताच फिरून आलो आहे. तिथले राजवाडे, त्यांची सभागृहं आणि त्यात चितारलेली चित्रं मी पाहिली आहेत. तुम्हाला लागेल तो कालावधी घ्या. पण हे काम तुम्हीच पुरं करावं अशी आमची इच्छा आहे."

रवि वर्मा म्हणाला, "महाराज, अहंमन्यता म्हणून मी बोलत नाही. पण हे काम फार मोठं आहे. हे काम पुरं करण्याआधी मला पुष्कळ फिरावं लागेल. अभ्यास करावा लागेल."

"त्याची मुळीच चिंता करू नका. त्यासाठी आपल्याला जो खर्च लागेल, तो आमच्या दरबारातून दिला जाईल."

"क्षमा असावी महाराज," रवि वर्मा ताठरपणे म्हणाला, "महाराज, त्याची काही आवश्यकता नाही. तो माझ्या अभ्यासाचा विषय आहे. त्याचा खर्च मी

आनंदानं करीन.''

सयाजीराव महाराज एकदम पुढं झाले. रवि वर्म्याच्या खांद्यावर हात ठेवत ते म्हणाले,

''माफ करा, आपण राजे आहात. हे आम्ही विसरलो होतो. पुन्हा आमच्या हातून अशी चूक होणार नाही.''

आणि त्या वाक्याबरोबर सारी मर्यादा विसरून सारेजण मोकळेपणानं हसले.

सयाजीराव महाराजांच्या सहवासात राहून रवि वर्मा आपल्या बंधूसह किलीमानूरला आला. सयाजीराव महाराजांनी टाकलेली जोखीम फार मोठी होती. त्याची जाणीव रवि वर्म्याला होती. त्या कामासाठी उत्तरेचा प्रदेश, धर्मस्थळं, ती अयोध्या, ती मथुरा, ती तक्षशिला एकदा दृष्टीखालून घालण्याचं रवि वर्म्यानं ठरविलं. दोघा बंधूंनी सारा प्रवास केला. तीन-चार महिन्यांनी ते माघारी किलीमानूरला आले. पण सारा प्रवास करूनही रवि वर्म्याच्या पदरी निराशाच पडली होती. एके दिवशी आपल्या हातातलं रेखापुस्तक उद्वेगानं बाजूला फेकून तो म्हणाला,

''राजा, आपण उदंड प्रवास केला. पुष्कळ पाहिलं. त्या उत्तरेच्या प्रवासामध्ये मला भारतीय संस्कृतीचं दर्शन घडलं नाही. मोगली आक्रमणाखाली भग्न झालेली मंदिरं, मोगली साम्राज्याच्या लाचारीतून वाढलेले प्रासाद, त्या आक्रमणातून जडलेल्या सवयी, त्यातून आलेल्या वेशभूषा, त्यातून आलेले रीतिरिवाज हे आपल्याला कुठेही आपल्या कामासाठी उपयोगी पडणारे नाहीत.''

राज वर्मा म्हणाला, ''म्हणजे हे सारं वाया गेलं?''

''राजा, तूही एक चित्रकार आहेस. चित्र काढीत असताना ज्या चित्रकाराला त्या चित्रामध्ये कोणते रंग वर्ज्य आहेत, टाळावे लागतात, हे कळतं, तोच श्रेष्ठ चित्रकार होतो. या प्रवासातून आपल्याला ते समजलं हे काय थोडं झालं? आता आपल्याला फारशी उसंत नाही. आपण ह्या कामाला सुरुवात केली पाहिजे.''

रवि वर्मा जे बोलला, त्यात काही खोटं नव्हतं. किलीमानूरची रंगशाळा सज्ज झाली होती. सुगंधाला सामोरे ठेवून काढलेली अनेक रेखाचित्रं तो पाहात होता. त्यातून पुराणकथांचे प्रसंग फलकावर अवतरत होते. त्या फलकावर व्यक्तिचित्र पुरं होताच, राज वर्मा रवि वर्म्याच्या आज्ञेनुसार त्या चित्राची पार्श्वभूमी पुरी करीत होता. रवि वर्म्याला राज वर्मा आणि मंगला यांचं साहाय्य लाभत होतं.

काही महिन्यांच्या आत रवि वर्म्यानं पूर्णाकृती चौदा चित्रं पुरी केली. त्यासाठी त्यानं व्यास-वाल्मिकी, नल-दमयंती, अर्जुन-सुभद्रा, द्रौपदीवस्त्रहरण, हरिश्चंद्र-तारामती, सीतास्वयंवर, देवकी आणि कृष्ण असे अनेक विषय निवडले होते. ही चित्रं जेव्हा पुरी झाली, तेव्हा त्या कलाकृतींचा गवगवा त्रिवेंद्रममध्ये झाला. त्रिवेंद्रमचे महाराज

आणि बडोदा महाराजांच्या परवानगीने त्या चित्रांचं प्रदर्शन प्रथम त्रिवेंद्रममध्ये भरविलं. त्या प्रदर्शनाला शेकडो लोकांची गर्दी झाली. लोक येत होते. चित्रं पाहात होते. देवाची चित्रं म्हणून भाविकतेनं नमस्कार करीत होते.

रामय्यानं विचारलं, ''राजाजी, हे प्रदर्शन पाहणाऱ्या साऱ्याच माणसांना चित्रं कळतात का?''

रवि वर्मा त्या विधानाकडे दुर्लक्ष करीत म्हणाला,

''नसतील कळत. पण त्यांना कदाचित चित्र पाहण्याची सवय होऊ दे ना?''

त्रिवेंद्रमनंतर रवि वर्मा मुंबईला आला. तिथंही त्या चित्रांचं प्रदर्शन भरविलं गेलं. त्यासाठी बडोदा महाराजांनी आपली परवानगी दिली होती. भारतीय संस्कृतीत ही चित्रं प्रथमच मुंबईत प्रदर्शित केली जात होती. शेकडो, नव्हे हजारो लोकांनी ती चित्रं पाहिली, आणि त्या चित्रांचे काढलेले फोटो साऱ्या भारतभर वाटले गेले. ज्या वेळी रवि वर्म्याच्या चित्रांचं प्रदर्शन मुंबईत चाललं होतं, आणि प्रदर्शनाला होणाऱ्या गर्दीचा, चाहत्यांचा स्तुतिवर्षाव रवि वर्मा ऐकत होता त्याच वेळी त्याची पत्नी पुरुतार्थी निवर्तल्याची बातमी मुंबईला येऊन पोहोचली.

पुरुतार्थी रवि वर्म्याच्या आयुष्यात पत्नी म्हणून आली, आणि पत्नी म्हणूनच अखेरपर्यंत राहिली. तिच्या निधनाच्या वार्तेनं रवि वर्म्याला एक निराळ्याच दुःखाची तीव्रता जाणवली. रवि वर्म्याला पुरुतार्थीपासून त्याच्या कल्पनेनुसार कधी प्रेम लाभलं नव्हतं. पण पतिनिष्ठा, श्रद्धा, यांची उणीव कधी भासली नव्हती. पण कुलाचार, रीतभात आणि परंपरागत आलेले संस्कार यांमध्ये दोघांच्यामध्ये खूप अंतर पडत गेलं होतं. ते दोघांनाही सांधणं शक्यच नव्हतं.

पत्नीची निधन वार्ता ऐकून एक महिनाभर रवि वर्मा मुंबईला वास्तव्य करून होता. ज्या दिवशी रवि वर्म्याच्या पत्नीच्या मृत्यूची वार्ता मुंबईला पोहोचली, त्याच्या दुसऱ्या दिवशी सुगंधा नित्याप्रमाणे रवि वर्म्याच्या रंगशाळेत आली. रवि वर्मा म्हणाला,

''सुगंधा, आज काही काम होईल असं वाटत नाही.''

''का? काय झालं?''

''माझी पत्नी पुरुतार्थी आज या जगात नाही. ती बातमी आली आहे.''

सुगंधाला काय करावं हेच सुचत नव्हतं. तिनं धीर करून विचारलं,

''मग आपण मावेलिकिराला जाणार?''

नकारार्थी मान हलवीत रवि वर्मा म्हणाला,

''नाही. तिथं आता माझं कोण आहे? सुगंधा, मुलं आता किलीमानूरला आली असतील. ती आज ना उद्या मुंबईला येतील. पण आठवण येते ती गेल्या जिवाची. भिन्न प्रकृतीची माणसं एकत्र बांधली गेली तर त्यांच्या मनातलं अंतर कमी करणं हे काळालाही शक्य नसतं. ती राजघराण्यात वाढलेली एक राजश्री. ती रूपानं डावी

होती किंवा कमी होती म्हणून मला ती कधीही कमी सुंदर भासली नाही. कलावंताला रूप कधी महत्त्वाचं नसतं. नाहीतर रस्त्यावरच्या भिकारणीचं चित्र मी इतक्या तन्मयपणानं रेखाटलं नसतं. सुगंधा, रागावू नको. तुला सांगितलं तर आश्चर्य वाटेल. पण तुझ्यापेक्षाही ती त्या क्षणी मला अधिक रुपसंपन्न वाटली. ही पुरू तशीच होती. रूपापेक्षाही तिच्या कुलाचाराचा, तिच्या संस्कारांचा तिला अभिमान मोठा होता. तेही एक वेगळं रूप होतं. आपण देवीच्या देवळात पूजा करायला जातो तेव्हा तिचा स्पर्श आपल्याला लाभतो का? अशी ती एक देवता माझ्या आयुष्यात आली, आणि ती निघून गेली. दुःख एवढंच आहे की, सामान्य माणसांना देवत्व कधी जाणवत नाही. ते वेगळ्या सामर्थ्यानं उभं असतं. कदाचित पुरू सुद्धा त्यातलीच असेल.''

त्या बोलण्यानं सुगंधा भावनाविवश झाली. ती म्हणाली,

''माझ्यामुळं तरी...''

''नाही सुगंधा...'' सुगंधाला जवळ घेत रवि वर्म्यानं तिला हाक मारली, ''सुगंधा, वर बघ.''

सुगंधानं वर बघितलं. ते टपोरे विशाल नेत्र रवि वर्म्याच्या दृष्टीला भिडले होते. रवि वर्मा त्या डोळ्यांशी डोळा भिडवून म्हणाला,

''सुगंधा, मी कलावंत असेन. चित्रकार असेन. पण हे डोळे जितके बोलतात ना? ते चितारायचं सामर्थ्य आमच्या कुंचल्यात नाही. चित्रकार सारं चित्र आनंदानं पुरं करतो. भितो फक्त त्या भावुक डोळ्यांना.''

सुगंधानं आपले डोळे मिटले. आणि मिठीत बद्ध झालेल्या त्या नेत्रांचं चुंबन घेत रवि वर्मा म्हणाला,

''सुगंधा ! उघड ते डोळे ! मला त्या डोळ्यांची धिटाई एकदा बघायची आहे...''

काही क्षण सुगंधाचे नेत्र तसेच होते. ते घायाळ नेत्र उघडले गेले. दोन्ही नेत्रकडांतून अश्रू वाहात होते.

सुगंधाला मिठीत उराशी कवटाळीत तो म्हणाला,

''सुगंधा, हा जिव्हाळा आणि हे अश्रू कधी दुसऱ्या नेत्रामध्ये दिसते तर किती बरं झालं असतं. पण सुगंधा, जीवनात स्नेह जोडता येतो पण तो मला निभावता येईल का?''

''असं का म्हणता?''

''मातेचं वात्सल्य लाभलं. पण त्याला प्रामाणिकपणे साथ करता आली नाही. पत्नी लाभली पण तिच्या अहंकारापोटी तिच्याशी समरस होता आलं नाही. आणि आता काही अपेक्षा, स्वार्थ नसताना तू माझ्या जीवनात आलीस. कशापायी? कोणत्या प्रेमापोटी? हे मला काही कळत नाही. सुगंधा, तुझी प्रतारणा करायला तरी

मी कारणीभूत होणार नाही ना?''

सुगंधा रवि वर्म्याच्या मिठीत अधिक बद्ध झाली. ती म्हणाली,

''मला काही नको. मला फक्त तुम्ही हवे आहात. फक्त तुम्ही...''

रवि वर्मा तिच्या मानेचं दीर्घ चुंबन घेत म्हणाला,

''सुगंधा, पुरुषाला फक्त एकच वाक्य हवं असतं. ते मला ऐकायला मिळालं. त्यात मी समाधानी आहे. तृप्त आहे...''

☯

बडोद्याच्या रेल्वे स्थानकावर आपल्या बंधूसह रवि वर्मा जेव्हा सकाळी उतरला तेव्हा त्याच्या स्वागतासाठी सयाजीराव महाराजांचा खास सचिव आणि सेवकवर्ग हजर होता. रेल्वेच्या पाठीमागच्या डब्यामध्ये रवि वर्म्याच्या सेवकांच्याबरोबर किंतानामध्ये बांधलेली तैलचित्रं होती. रवि वर्म्याचं लक्ष ती सुखरूपपणे उतरली जातात की नाही इकडे लागून राहिलं होतं. कारभारी रवि वर्म्याला म्हणाले,

''आपण चिंता करू नये. आपण चलावं.''

रवि वर्मा राज वर्म्यासह स्टेशनबाहेर आला. स्टेशनबाहेर चार काळीभोर घोडी जुंपलेली शाही बग्गी उभी होती. कोवळ्या उन्हात त्या घोड्यांची अंगकांती चकाकत होती. त्या चारी घोड्यांच्या पायांचे खूर पांढरे होते. आणि प्रत्येक घोड्याच्या कपाळी पांढरी शुभ्र चांदवा होती. ती पंचकल्याणी घोडी पाहून रवि वर्म्याला कौतुक वाटलं.

घोडागाडीतून तो राजवाड्याकडे जात होता. शेजारी राज वर्मा बसला होता. सामोरे महाराजांचे वैयक्तिक सचिव बसले होते. त्या राजरस्त्यावरून जात असता रुंद रस्त्याच्या दोन्ही बाजूला उंचावलेली झाडं, उद्यानं पाहात होता. दहा वर्षांपूर्वीचं बडोद्याचं रूप त्याला आठवत होतं. या दहा-बारा वर्षांत केवढातरी बदल झाला होता.

''महाराजांचं क्षेमकुशल आहे ना?''

सचिव आदबीनं म्हणाले,

''जी ! काही तातडीच्या कामासाठी महाराज नवसारीला गेले आहेत. ते दोन दिवसांत परत येतील. तोवर आपल्याला कसलीही कमतरता पडू देऊ नये अशी त्यांची आज्ञा आहे.''

रवि वर्मा फक्त हसला. तो काही बोलला नाही.

बडोद्याला नव्या बांधलेल्या लक्ष्मीविलास राजवाड्याच्या आवारात असलेल्या एका हवेलीत रवि वर्म्याची उतरण्याची व्यवस्था करण्यात आली होती. हवेलीत येताच त्रिवेंद्रमपासून मुंबईपर्यंत आलेली आपली सारी चित्रं रवि वर्मा पाहात होता. किरकोळ सुधारणा राज वर्म्याच्या मदतीनं करीत होता.

दोन दिवसांनंतर नवसारीला गेलले सयाजीराव महाराज बडोद्यास परतले. रवि

वर्मा आल्याचं कळताच त्यांनी रवि वर्म्याला राजवाड्यावर भेटीचं आमंत्रण दिलं.

दोनप्रहर टळत असता महाराजांचे कारभारी रवि वर्म्याला नेण्यासाठी आले. लक्ष्मीविलास राजवाड्याची जागा फार मोठी होती. त्या अफाट जागेवरील जुनी वनराई तशीच राखण्यात आली होती. त्या वनराईच्या मध्यभागी भव्य प्रासाद उभा राहिला होता. वाड्याच्या प्रवेशद्वाराशीच सयाजीराव महाराजांनी रवि वर्म्याची भेट घेतली. ते म्हणाले,

''प्रथम आम्ही तुम्हाला आमचा राजवाडा दाखवतो.''

वाड्याचा दर्शनी भाग शिल्पदृष्टीनं पाहाता मिश्र स्वरूपाचा होता. त्यात हिंदी शिल्पपद्धतीप्रमाणं नक्षीकाम केलेलं होतं. अर्वाचीन पद्धतीप्रमाणं अवश्य असणारी दालनांची रचना करण्यात आली होती. त्यांतील कमानीतील काहींमध्ये व्हेनिसची शिल्पकला व काहीकाहींत गॉथिक शिल्पकला दिसून येत होती. मुख्य दरबारच्या दिवाणखान्याची फरशी व्हेनिसच्या पद्धतीवर होती आणि त्यातील चार कोपऱ्यांत इटालियन चित्रकार फेलिची यानं चित्रकला, काव्यकला, मूर्तिकला व शिल्पकला या चार कलांचे दर्शक पुतळे उभे केलेले होते.

वरच्या सज्जातून राजवाड्याभोवती रेखलेल्या विस्तीर्ण बगिच्याकडे बोट दाखवीत रवि वर्म्यानं विचारलं,

''महाराज, हा बगिचा कुणी केला?''

सयाजीराव महाराज हसले. ते म्हणाले,

''इथं सारी खाती असतात. बागेचे तज्ज्ञ मिस्टर गोल्डरिंग यांनी बगिचाची जबाबदारी स्वीकारली होती.''

महाराजांच्या बोलण्यावरून ते राजवाड्यावर फारसे प्रसन्न असलेले भासले नाहीत. रवि वर्म्यानं धिटाईनं विचारलं,

''महाराज, आपल्याला हा वाडा आवडला नाही?''

''आवडायचा काही प्रश्न नाही. इथली प्रत्येक गोष्ट स्वतंत्रपणे पाहिली तर फार सुबक आहे. तिची निवडही चोखंदळ आहे. पण लक्ष्मीविलास राजवाड्याची इमारत अजस्त्र असली तरी त्यात राहणाऱ्यांच्या सोयीकडे बघताना अत्यंत दुर्लक्ष केलेलं आहे. सांगायचंच झालं तर, माझ्या उपयोगासाठी लागणाऱ्या सर्व खोल्या जवळ जवळ असण्याऐवजी त्या दूरवर विखुरल्याप्रमाणं केल्या आहेत. हा राजवाडा पश्चिमाभिमुख असल्यानं त्यात उष्णता भरून राहते. आणि या राजवाड्यातल्या वाळसर दगडामुळे ती उष्णता दीर्घकाळ टिकून राहते. या वाळसर दगडांऐवजी विटा वापरल्या असत्या तर अधिक सुखकर झालं असतं.''

सयाजीराव महाराज बोलता बोलता थांबले, आणि रवि वर्म्याकडे पाहात म्हणाले,

''हा वाडा बांधताना यामध्ये राहणाऱ्यांच्या सोयीचा विचारच केला नाही.''

राजवाडा फिरून सयाजीराव महाराज रवि वर्म्यासह दरबार हॉलमध्ये परत आले. सामोरं दिसणारं राजसिंहासन तांबड्या मखमलीनं झाकलं होतं. रवि वर्मा तो भव्य दरबार हॉल निरखीत असता सयाजीराव म्हणाले,

"आपण आमच्या दरबार हॉलसाठी काढलेल्या चित्रांचं आम्ही खूप कौतुक ऐकलं आहे. ती चित्रं पाहण्याची उत्सुकता आमच्या मनाला लागून राहिली आहे."

रवि वर्मा म्हणाला, "महाराज, आपली आज्ञा होईल तर उद्या सकाळी ती चित्रं आपल्यासमोर हजर करीन."

"नको." सयाजीराव महाराज म्हणाले, "आपली ना नसेल तर आम्ही उद्या सकाळी नऊ वाजता आपल्याकडे येऊ. तिथं आम्ही चित्रं पाहू. त्यानंतर ती चित्रं कोणत्या जागी कशा पद्धतीनं बसवावीत ते तुम्ही ठरवा."

रवि वर्म्यानं त्या सूचनेला मान्यता दिली.

दुसऱ्या दिवशी भल्या पहाटे रवि वर्मा उठला. आपली स्नानसंध्या, पूजा आटोपून त्या हवेलीच्या एका प्रकाशमान दालनात त्यानं सारी चित्रं उभी केली. बरोबर नऊ वाजता हवेलीच्या दाराशी पावलं वाजली, आणि कोण आलं म्हणून पाहायला बाहेर गेलेला रवि वर्मा समोरचं दृश्य पाहून चकित झाला—

एकटे सयाजीराव महाराज दारात उभे होते. त्यांच्या संगती कोणीही नव्हतं. अंगात रेशमी झब्बा, पायांत विजार, मोजडी आणि मस्तकी साधी पगडी परिधान केलेला तो तरुण राजा स्मितवदनानं आश्चर्यचकित झालेल्या रवि वर्म्याकडं पाहात होता. रवि वर्मा सयाजीराव महाराजांच्या शब्दांनी भानावर आला—

"आम्ही आत यावं ना?"

राज वर्मा, रवि वर्मा यांनी भानावर येऊन मुजरे केले. रवि वर्म्याच्या पाठोपाठ सयाजीराव महाराज महालात आले. त्यांनी विचारलं,

"आम्हांला यायला दोन दिवस उशीर झाला. त्यामुळं आपली गैरसोय तर झाली नाही ना?"

"जरूर झाली महाराज."

"काय म्हणालात?" गंभीरपणे महाराजांनी विचारलं.

"महाराज, आपण इथं नसल्यामुळं आणि आपल्या आज्ञेमुळं एवढ्या सोयी लादल्या गेल्या की, त्यात जीव गुदमरून गेला."

"आम्ही समजलो नाही."

"महाराज, सकाळ संध्याकाळ दाराशी गाड्या उभ्या. निवान्त बसलो असो वा झोपलो असो. प्रत्येक तीन तासांनी आपले कारभारी येणार. काय हवं नको याची चौकशी करणार. आपले सेवक तर सदैव माझ्यावर नजर ठेवून बसलेले. त्यामुळं

कधी स्वस्थता ही लाभलीच नाही.''

रवि वर्म्याच्या त्या विनोदावर सयाजीराव महाराज मुक्तपणे हसले. तो मितभाषी, गंभीर राजा एवढा मोकळेपणानं हसू शकतो यावर कुणाचाही विश्वास बसला नसता.

सयाजीराव म्हणाले, ''आमची चित्रं दाखवता ना?''

''जरूर! पण एवढ्यात नाही महाराज. आमचा चेतू उत्कृष्ट कॉफी करतो. ती आपल्याला घ्यावी लागेल. नंतर आपण चित्रं पाहू.''

सयाजीराव हसले. ''ठीक आहे. इथं तुम्ही बादशहा आहात. आम्ही वजीर आहोत. तुम्ही म्हणाल ते आम्हाला मान्य केलंच पाहिजे. कलावंताच्या लहरीपुढं झुकणं हा सुद्धा एक सभ्यतेचा आणि जाणकारीचा रिवाजच आहे. पण एकच विनंती. आम्ही उटकमंडला असताना आम्हाला काळी कॉफी प्यायला आवडायची. दूध न घालता आम्हाला कॉफी मिळाली तर आवडेल.''

राज वर्मा आत धावला.

आणि काही वेळातच तिघांनी कॉफी घेतली. कॉफीपानानंतर ज्या महाली सारी चित्रं ठेवली होती तिथं सर्वजण गेले.

सयाजीराव महाराज एकेक चित्र पाहात होते. त्यात नल-दमयंती, अर्जुन-सुभद्रा, भरत आणि सिंहाचा छावा, शंतनु आणि गंगा होती. कंस-मामाचं भव्य चित्र समोर ठाकलं होतं. कीचक आणि सैरंध्रीचं चित्रं लक्ष वेधून घेत होतं. सीतास्वयंवराचा प्रसंग साकार झाला होता. साऱ्या महालात स्तब्धता होती. सारी चित्र पाहून महाराज वळले. रवि वर्म्यानं विचारलं,

''महाराज, चित्रं आवडली?''

त्या प्रश्नानं सयाजीराव महाराज भानावर आले. रवि वर्म्यावर आपली नजर रोखत ते म्हणाले,

''राजे, आवडली हा शब्द फार अपुरा आहे. मी पाश्चात्त्य देशांना जाऊन आलो. तिथल्या अनेक चित्रशाळा पाहिल्या आहेत. बायबल आणि ग्रीक पुराणकथा यांवर आधारलेली आणि त्या श्रेष्ठ चित्रकारांनी आपल्या कुंचल्यानं चितारलेली प्रार्थनामंदिरं मी पाहिली आहेत. इथं आल्यावर माझं स्वप्न तेच होतं, की आपल्या भारतीय संस्कृतीचा ठेवा महाभारत आणि रामायण यांतले प्रसंग कुणी त्याच जिद्दीनं साकार करेल का? असा कलावंत कुणी भेटेल का? त्यासाठी माधवरावांनी आपलं नाव सुचवलं होतं. आठ महिन्यांपूर्वीच त्यांचा देहान्त झाला. ते आज असते तर त्यांना माझ्याहीपेक्षा आनंद झाला असता.'' सयाजीराव क्षणभर थांबले. आणि रवि वर्म्याकडे पाहून ते म्हणाले,

''राजाजी, ही चित्रं कुठं आणि कशी लावावी याचा निर्णय तुम्ही घ्या. त्यात आम्ही ढवळाढवळ करणार नाही.''

''महाराज!''

"बोला राजासाब! काय मनात आहे?"

"महाराज, त्रिवेंद्रमला नवे राजे आले. राजचित्रकार म्हणून त्यांनी माझी नेमणूक कायम ठेवली. त्या वेळी त्रिवेंद्रममध्ये एक सुसज्ज आर्ट गॅलरी म्हणजेच चित्रसंग्रहालय त्यांनी करावं असं सुचवलं. राजेसाहेबांनी त्याला मान्यताही दिली. आणि ते चित्रसंग्रहालय होणार या आनंदात मी अनेक चित्रं काढली. ती राजेसाहेबांना दिली. पण चित्रसंग्रहालयाचं स्वप्न पुरं होऊ शकलं नाही. उद्या ही सारी चित्रं आपल्या दरबारात अभिमानानं लावली जातील यात मला शंका नाही. पण ती किती लोक पाहतील? आपल्या राजवाड्यात येणारे राजे, मानकरी एवढेच ना ! बंदीशाळेत पडलेल्या देवकीवसुदेवासारखी या चित्रांची अवस्था होणार नाही ना अशी भीती वाटते."

सयाजीराव त्यावर काही बोलले नाहीत. त्यांच्या त्या मौनानं रवि वर्मा सावध झाला. तो म्हणाला,

"महाराज, भावनेच्या भरात काही बोलून गेलो असलो तर त्याबद्दल क्षमा असावी."

सयाजीराव महाराज हसले. रवि वर्म्याचे हात हातात घेऊन ते म्हणाले,

"राजाजी, आपण बोललात ते सत्य बोललात. फक्त त्याला उपाय काय याचा आम्ही विचार करीत होतो. आपल्याला काही सुचतो का?"

रवि वर्मा म्हणाला, "महाराज, एक उपाय आहे. ही चित्रं आपल्या राजदरबारी लावण्याआधी त्यांचं प्रदर्शन बडोद्यात भरवलं जावं. ही चित्रं लोकांना पाहायला मिळावीत."

"आम्हाला मान्य आहे. आपण या चित्रांचं बडोद्यात सुरेख प्रदर्शन भरवू. आपल्या ह्या चित्रांची कीर्ती आज ह्या क्षणाला मुंबईत घरोघर पोहोचली आहे."

रवि वर्म्यानं संकोचानं मान खाली घातली.

"ही अतिशयोक्ती नाही राजाजी. या चित्रांचं मुंबईत जेव्हा प्रदर्शन भरलं होतं, तेव्हा त्या चित्रांचे फोटो काढले जात होते हे आपल्याला माहीत आहे ना? त्या फोटोंचा विक्रय मोठ्या प्रमाणात आज मुंबईत चालू आहे. उद्या तो भराभर पसरेल. काळ्या पांढऱ्या रंगातल्या ह्या फोटोंना जर एवढी मागणी आहे तर राजाजी, हीच तुमची चित्रं सप्तरंगात छापली गेली तर लोकांना ती किती आवडतील? त्याचा विचार आपण जरूर करावा. आपण आमच्या राजदरबारासाठी जी चित्रं काढलीत त्या प्रत्येक चित्राच्या प्रतिकृती आपण जतन करता हे आम्हाला कैलासवासी माधवरावांनी सांगितलं होतं. संधी मिळाली तर जरूर ती चित्रं मूळ रंगात छापली जावीत. त्याचं आम्हाला दुःख होणार नाही."

"महाराज, चित्र काढणं एवढं मी जाणतो. पण त्याची छपाई, त्याचा प्रसार हे मी जाणत नाही."

"राजाजी, काही गोष्टी उपजत येतात. काही गोष्टी शिकाव्या लागतात. शिकल्यानं

साऱ्या गोष्टी येतात.''

रवि वर्मा म्हणाला, ''त्या फोटोंना एवढी प्रसिद्धी लाभेल असं मला वाटलं नव्हतं.''

''वाटलं नव्हतं? राजाजी, तुम्ही इथं येण्याआधीच त्या फोटोंचा एक संच आमच्या हाती आलेला आहे. मला त्याचं वाईट वाटत नाही. आपल्या भारतीयांना चित्रं पाहायची अजून सवय नाही. तुमच्या कलाकृतींनी ती सवय लोकांना लावता आहात याचा मला अभिमान वाटतो. पण ही चित्रं मूळ रंगात, नाना आकारात लोकांच्या घरात पोहोचली तर लोकांना चित्रं पाहण्याची एक दृष्टी लाभेल.''

रवि वर्मा हसला.

''का हसलात?''

''काही नाही महाराज! हेच मला दिवाण माधवरावांनी सांगितलं होतं.''

''राजाजी, खरं सांगू? आम्ही इंग्लंडला गेलो. तिथं चित्रसंग्रहालय पाहिलं. उदाहरणच द्यायचं झालं तर लंडनच्या नॅशनल गॅलरीचं द्यावं लागेल. इतक्यात उत्कृष्ट चित्रांचा संग्रह इतक्या भिक्कार इमारतीत ठेवलेला पाहून मनाला धक्काच बसतो. ती इमारत एकंदरीत पाहता ट्रॅफल्गार चौकाला गालबोट लावल्याप्रमाणे दिसते. त्याच चौकातील विल्सनचा पुतळा इतका बेढब दिसतो की, विचारू नये. या पुतळ्याचा चबुतरा प्रमाणाबाहेर लहान आहे. त्यावर तो पुतळा इतका उंच आहे की, तो पुतळा नसून एखादा बांबूचा शेकाटाच असावा असं वाटतं. त्या चौकात फडफडणारी कबुतरं... कदाचित त्यांच्या विसाव्यासाठीच तो पुतळा उभा केला असावा.''

''महाराज, मी आपल्या दरबारी आणि पहिले महाराज आईल्यम यांच्याकडे पाश्चात्त्य देशातील अनेक चित्रांचे अल्बम पाहिले आहेत. ती चित्रं प्रत्यक्ष पाहावीत असं वाटत होतं.''

''मग काही आर्थिक अडचण आली?''

खिन्नतेनं मान हलवीत रवि वर्मा म्हणाला,

''आर्थिक अडचण आली नाही; धार्मिक आली. मी परदेशी जाणार ही वार्ता राजेसाहेबांच्या कानावर गेली. त्यांनी धर्ममार्तंडांचा विचार घेतला, आणि समुद्रपर्यटन धर्मबाह्य ठरवलं. राजेसाहेबांच्यासमोर मला ते बंधन घालण्यात आलं.''

''आणि ते तुम्ही मानलं?''

''आपल्या इथल्यापेक्षा आमच्या भागात धर्मबंधनं फार कडक पाळली जातात. ती मोडण्याचं धारिष्ट्य अद्याप मला नाही. त्याचा मला संताप आहे.''

''आम्ही समजतो. शेवटी समाजाची बंधनं पाळतच माणसाला जगावं लागतं. बदल करायचे झाले तर फार हळुवारपणे करावे लागतात.'' सयाजीराव आपल्या कपाळावरून हात फिरवत म्हणाले, ''बडोद्यामध्ये आमची अनेक स्वप्नं आहेत. या

शहरात मला उत्कृष्ट वाचनालय, कलासंग्रहालय, एक कलाभवन आणि त्याचबरोबर अद्ययावत् रुग्णालय उभं करायचं आहे. या शहराची पुनः रचना करावयाची आहे.'' ते स्वत:शीच हसले आणि म्हणाले, ''कलावंतालाच स्वप्नं असतात असं नव्हे. राजालासुद्धा असतात.''

रवि वर्मा म्हणाला, ''आयुष्यात स्वप्नं पुरी होतील की नाही ते मला माहीत नाही.''

''कारण?''

''आयुष्याची कालमर्यादा कुणालाच माहीत नसते. पण ज्यांच्या उराशी भव्यं स्वप्नं असतात ती माणसं जीवनात अमर बनतात. हे मी जाणतो.''

आठ दिवसांत बडोद्यात एका उद्यानामध्ये असलेल्या महालात रवि वर्म्याच्या चित्रांचं प्रदर्शन भरवलं गेलं. चित्रं प्रदर्शन पाहण्यासाठी किती माणसं आली हे कळावं म्हणून चित्रप्रदर्शनद्वारी एक खड्यांनी भरलेला छोटा रांजण ठेवला होता. त्यानजीक एक मोकळा रांजण ठेवला होता. चित्रप्रदर्शन पाहून जाणाऱ्या माणसानं फक्त एक खडा उचलून मोकळ्या पिपात टाकायचा होता.

पहिल्या दिवशी प्रदर्शन बंद झालं त्या दिवशी त्या रांजणात सहाशे खडे गोळा झाले होते. ही बातमी ऐकून रवि वर्मा आणि सयाजीराव महाराज या दोघांनाही आनंद झाला. पण त्याहून थक्क करणारी एक गोष्ट होती.

सायंकाळच्या वेळी रवि वर्मा आपल्या बंधूसह प्रदर्शनला भेट देत असे. प्रदर्शन पाहायला येणाऱ्या माणसांमधली बहुसंख्य माणसं त्या चित्रांना वंदन करीत असत. त्या चित्रापुढे पैसे ठेवत असत. ते दृश्य पाहून रवि वर्मा त्रस्त होत असे. आपल्या निवासस्थानी आल्यावर तो राज वर्म्याला म्हणत असे,

''राजा, ते काय देऊळ आहे का? हे लोक येतात काय? माझी चित्रं पाहतात काय? पैसे ठेवून जातात काय? साराच मूर्खांचा बाजार आहे.''

बडोद्यातलं प्रदर्शन हजारो लोकांनी पाहिलं. बडोद्याच्या इतिहासात ती पहिलीच वेळ अशी होती की, ज्या वेळी लोकांच्यासाठी चित्रप्रदर्शन खुलं झालं होतं. चित्रप्रदर्शन संपल्यानंतर रवि वर्म्याच्या देखरेखीखाली ती चित्रं दरबार हॉलमध्ये नीटसपणे लावली गेली. आता रवि वर्म्याचं बडोद्यातलं काम संपलं होतं. महाराजांच्या आग्रहामुळे त्याचं वास्तव्य वाढलं होतं.

सकाळच्या वेळी सयाजीराव महाराजांचे नवे दिवाण रवि वर्म्याला भेटायला आले. त्यांनी सांगितलं,

''उद्या आपणाला निरोप समारंभ आहे. तो खास दरबारात होणार आहे.''

रवि वर्म्यानं मान तुकवली. तो म्हणाला,

"जशी आज्ञा!"

दुसऱ्या दिवशी मध्यान्ह काळाच्या आधी रवि वर्मा राज वर्म्यासह दरबारात आला. सयाजीराव महाराजांचा खास दरबार भरला होता. नव्या दिवाणांच्यासह दरबाराची खासे मंडळी आणि सरदार मंडळी त्या दरबारात उपस्थित होती. दरबाराच्या अग्रभागी ठेवलेल्या राखीव आसनांवरती रवि वर्मा, राज वर्मा स्थानापन्न झाले. सयाजीराव महाराज सिंहासनावरून उठले. ते म्हणाले,

"राजा रवि वर्मा, आपण आमच्या इच्छेनुसार दरबार महालासाठी जी चित्रं पुरी केलीत ती पाहून आम्ही प्रसन्न झाले आहोत. आम्हीच नव्हे तर, आमच्या बडोद्याच्या नागरिकांनीही आपल्या चित्रांची मुक्तकंठाने स्तुती केली आहेत. त्या कलाकृतीबद्दल फूल ना फुलाची पाकळी म्हणून आम्ही आपल्याला पन्नास हजार रुपये आणि मानवस्त्रे देत आहोत, त्याचा प्रेमभराने आपण स्वीकार करावा."

वास्तविक पाहता दिवाणांनी करायचं भाषण खुद्द महाराजच करीत होते. महाराजांनी दिवाणांच्याकडे पाहिलं आणि दिवाणांच्या इशाऱ्याबरोबर सेवक आच्छादिलेली चांदीची तबकं घेऊन दरबारात आदबीनं प्रवेश करते झाले.

रवि वर्म्याच्या डोळ्यांत अश्रू तरळले होते. सामोऱ्या आलेल्या तबकांना तो हात लावून स्वीकार करीत होता. राज वर्मा आणि रवि वर्मा यांना मानवस्त्रं देण्यात आली. अत्तर गुलाब झाला. मानाचे विडे देण्यात आले. आणि दरबार संपला.

बडोद्याला निरोप घेण्याचा दिवस उजाडला होता. सामानाची बांधाबांध झाली होती. राज वर्मा साऱ्या गोष्टींवर जातीनिशी लक्षात ठेवीत होता. आणि अचानक खोलीत एकच धावपळ उडाली. खुद्द सयाजीराव महाराज हवेलीसमोर पायउतार झाले होते. त्या वार्तेनं रवि वर्मा गोंधळून गेला होता. कपडे बदलून जाण्याइतपतही उसंत त्यांना नव्हती. धोतर नेसलेला, जानवं आणि खांद्यावर शुभ्र उपरणं असलेला रवि वर्मा जिन्यावरून खाली धावत आला. मस्तकी मागे परतवलेले काळेभोर केस, अशा वेशातल्या रवि वर्म्याला पाहून सयाजीराव महाराजांच्या मुखावर स्मित प्रकटलं. महालाच्या प्रवेशद्वारीच रवि वर्म्याची व महाराजांची गाठ पडली. रवि वर्म्यानं खांद्यावरचं उपरणं खाली टाकलं. गळ्यातलं जानवं कोपराखाली आणलं आणि नम्र भावानं त्यानं महाराजांना वंदन केलं.

रवि वर्मा मनात पुरा गोंधळला होता.

हा शिस्तबद्ध राजा. वेळेचं महत्त्व जपणारा!

प्रत्येक क्षण काटेकोरपणे वागणारा.

मुलाखतीची वेळ ठरल्याखेरीज कुणाचीही भेट न घेणारा.

हा राजा न सांगता, न कळवता अचानक दारी का आला?

ह्या विचारातून रवि वर्मा भानावर आला तेव्हा सयाजीराव महाराज जमिनीवर पडलेल्या उपरण्याकडे आणि रवि वर्म्याच्या रूपाकडे पाहात म्हणाले,

"आपलं उपरणं पडलं."

"नाही महाराज." रवि वर्मा म्हणाला., "हा आमचा दक्षिणी रिवाज आहे. जेव्हा गुणी, श्रेष्ठ माणसांचं दर्शन घडतं तेव्हा आपली मानवस्त्रं- उतरून आम्ही त्यांना वंदन करतो. त्यासाठी हा पंचा खाली टाकला आहे आणि जानवं हातावर घेतलं आहे."

"पण आपण वयानं मोठे—"

"वय आणि अधिकार यांचं गणित कधीच जुळलं नाही महाराज. तरुण शंकराचार्यांच्या पुढं वयोवृद्ध वेदपारंगत कुमारिल भट्टांनी नाही का शरणागती दिली?"

सयाजीराव काही बोलले नाहीत. रवि वर्म्यानं पुढं केलेला हात हाती घेऊन सयाजीराव म्हणाले,

"आम्ही आमचा रिवाज आज मोडला आहे. त्याची जाणीव आम्हाला आहे. आपण आज जाणार ही कल्पनाही आम्हाला बेचैन करते. आपल्यासारखी माणसं सदैव आमच्या सोबती असावीत असं आम्हाला वाटतं. आमच्या ह्या राजेशाही जीवनात आम्हाला मुभा असती तर आम्ही आपल्याला स्टेशनवर पोहोचवायला आलो असतो. राजाजी, आज आम्ही आपल्याला निरोप देत असता एक भेट आणली आहे. त्याचा स्वीकार करावा."

"भेट!" रवि वर्मा म्हणाला, "महाराज, आम्हाला का लाजवता? बडोद्यात आपल्यापासून आम्हाला कसलीही कमतरता भासली नाही. आपल्या देणग्यांचा वर्षाव, आपण दिलेली बिदागी आणि त्याहीपेक्षा आपला जिव्हाळा यात आमचा जीव गुदमरून गेला आहे. आणखीन भेट ती कसली? नाही महाराज, स्पष्ट बोलतो याची क्षमा असावी. आपण यापुढे कसलीही भेट दिलीत तरी मला ती सामान्यच वाटेल."

"अस्सं! आम्हाला तेच पाहायचं आहे."

सयाजीराव महाराजांचा चेहरा निश्चल झाला. ते त्याच स्थिर नजरेनं रवि वर्म्याला म्हणाले,

"चित्रकार रवि वर्मा, आम्ही आज तुम्हाला अशी भेट देणार आहो की, जी भेट पाहून तुम्हाला तुमच्या डोळ्यांतल्या आनंदाश्रूंना आवरता येणं कठीण होईल. आठवतं? तुम्ही माधवरावांना म्हणाला होतात. मुंबई-मद्रासमध्ये मिळणारे काही रंग कालांतरानं फिके पडतात. ते अस्सल नसतात."

रवि वर्मा महाराजांकडे पाहातच राहिला.

सयाजीराव महाराजांनी हलकीशी टाळी वाजवली. तीन सेवक महालामध्ये

प्रवेश करते झाले. त्यांच्या हातात तबकं होती. त्यांनी ती मंचकावर ठेवली. त्या आच्छादलेल्या तबकांकडे पाहात रवि वर्म्यानं विचारलं,

"महाराज, काय आहे हे?"

"उघडून पाहा ना!"

रवि वर्म्यानं तबकांवरची आच्छादनं उघडली. दोन मोठ्या तबकांमध्ये नाना रंगांच्या विंडसर न्युटन कंपनीच्या ट्युबा होत्या. त्यामध्ये रवि वर्म्याच्या आवडत्या रंगाचे नेपल्स यलो, टेरा सोनिया, अल्ट्रा मरीन, गॅमबोग आणि अत्यंत आवडता पर्शियन ब्ल्यू विपुल प्रमाणात त्या तबकांत दिसत होता. तिसऱ्या तबकात नानाविध आकारांचे कुंचले होते. रवि वर्मा त्या तबकाकडे पाहात होता. पाठीमागं उभ्या असलेल्या महाराजांचंही भान काही क्षण तो विसरला होता. महाराजांच्या शब्दांनी तो भानावर आला.

"आम्ही तुमच्यासाठी हे लंडनहून मागवलं. यापुढेही वेळोवेळी ते आपल्याकडे पाठविलं जाईल."

रवि वर्मा वळला. खरोखरच त्याला न समजता त्याचे डोळे आनंदाश्रूंनी भरत होते. काय बोलावं हेही त्याला समजत नव्हतं. महाराज जवळ आले. त्याच्या खांद्यावर हात ठेवत महाराज म्हणाले,

"आपण वयानं मोठे. काही बोलण्याची आवश्यकता नाही. आपण चिंता करू नका. आपली भेट पुन्हा घडेल. आपला प्रवास सुखाचा होवो. आम्ही येतो."

महाराज निघून गेले तरी आपल्याला आनंद झाला आहे, की कसली वेदना सलते आहे याचा अर्थ रवि वर्म्याला कळत नव्हता.

☯

ठरल्या वेळी रवि वर्म्याच्या महाली घोडागाडी हजर झाली. सेवकवर्गासाठी दुसऱ्या गाड्यांची व्यवस्था केली होती. महालातल्या सर्व सेवकांचा निरोप घेऊन रवि वर्मा भर दुपारच्या वेळी घोडागाडीत राज वर्म्यासह बसला.

आल्या वाटेनंच तो जात होता, पण येताना उल्हासित करणारी वाट त्याला अधिक शुष्क बनवत होती. राहून राहून त्याला तो थोर राजा आठवत होता.

स्टेशनच्या प्रवेशद्वारी घोडागाडी थांबली, आणि रवि वर्मा आश्चर्यचकित झाला. खुद्द दिवाणसाहेब रवि वर्म्याच्या स्वागतासाठी उभे होते.

घोडागाडीतून उतरल्यानंतर आगगाडीच्या डब्यापर्यंत तांबडा रूनाम्याचा गालिचा अंथरला होता. रवि वर्मा राज वर्म्यासह आपल्या डब्यात जेव्हा गेला तेव्हा सारा डबा सुवासिक फुलांनी बहरलेला होता, हे त्याच्या ध्यानी आलं. आधीच भारावलेला रवि वर्मा त्या वेगळ्या निरोपानं अधिक भारावला गेला. काय बोलावं हे त्याला सुचत नव्हतं.

गाडी सुटण्याची वेळ झाली आणि त्या वेळी एक शाही लखोटा दिवाणांनी राज वर्म्याच्या हाती दिला. गाडी मंद गतीनं चालू झाली. स्टेशन मागं पडलं. गाडीला वेग आला. रवि वर्म्यानं तो शाही लिफाफा फोडला. त्यात राजचिन्हांकित एक छोटंच पत्र होतं. त्यावर लिहिलं होतं...

Dear Rajaji,

You are a prince amongst painter, and painter amongst the prince.

Your loving
Sayaji

रवि वर्मा ते छोटं पत्र वाचीत होता. त्याच्या डोळ्यातल्या अश्रूंना बंध राहिला नव्हता.

मुंबईला आल्यापासून रवि वर्म्याला छापखान्याच्या कल्पनेनं पछाडलं होतं. त्यासंबंधी तो माहिती गोळा करीत होता. दादाभाई नवरोजी, न्यायमूर्ती रानडे यांच्यासारख्या स्नेह्यांचा सल्ला त्याला मिळत होता. मुंबईतले श्रेष्ठ उद्योगपती गोवर्धनदास माखनजी यांनी रवि वर्म्याला सर्व पाठबळ देण्याचं आश्वासन दिलं. बडोद्यात मिळालेले पन्नास हजार रुपये रवि वर्म्याचं स्वत:चं भांडवलं होतं आणि ह्या सर्व बळावर छापखाना उभारण्याचं निश्चित करण्यात आलं. त्यासाठी जर्मनीहून यंत्रसामग्री मागविण्यात आली.

या सर्व उद्योगामध्ये रवि वर्मा आणि राज वर्मा यांची अखंड धावपळ चालली होती. बंगल्यातला खालचा मजला छापखान्यासाठी मोकळा करण्यात आला होता. पाठीमागच्या औट हाऊसमध्ये रवि वर्म्यानं आपल्या मंडळींची निवासाची व्यवस्था लावून घेतली होती. शेजारच्या बंगल्यातलं औट हाऊस त्यानं भाड्यानं घेतलं होतं. कारण छापखान्याच्या यंत्रसामुग्रीबरोबर ती हाताळण्यासाठी जाणकार असे चार जर्मन तज्ज्ञ येणार होते.

आणि एके दिवशी जर्मन तज्ज्ञ स्लायसर रवि वर्म्यासमोर दाखल झाला. तांबूस चेहऱ्याचा, पिंगट मिश्या असलेला, घाऱ्या डोळ्याच्या चेहऱ्यावर हास्य होतं. त्याचा तो प्रसन्न भाव पाहून रवि वर्मा सुखावला. स्लायसरला संस्कृतचं मोजकं ज्ञान होतं. रवि वर्म्यानं त्याला आपली चित्रं दाखवली. स्लायसरला ती आवडली. तो म्हणाला,

‘‘चित्रं सुरेख आहेत. पण वर्मासाहेब, आपल्याला ही छापायची झाली तर काही मोजक्याच रंगांचा वापर करून ही चित्रं परत तयार करावी लागतील.’’

‘‘मतलब?’’

‘‘छपाई शक्य तो कमी रंगांमध्ये केली जावी. त्यामुळं चित्रं सुबक उमटतील.

शिळाप्रेसवर एवढ्या रंगछटा त्याच दर्जानं दाखविणं कठीण जाईल.''

स्लायसरच्या स्पष्टोक्तीनं रवि वर्मा अधिक प्रसन्न बनला. तो म्हणाला,

''मिस्टर स्लायसर, आपल्याला काय म्हणायचं आहे ते सांगा. त्याप्रमाणे मी माझी चित्रं पुरी करीन. तुम्ही आलेली यंत्रं सांधा. नीट बसवून घ्यायला लागा. काही अडचण आली तर मला सांगा.''

स्लायसर शिळाप्रेसची यंत्रसामग्री बसवून घेत होता. त्या छापखान्याच्या वर असलेल्या रंगशाळेत रवि वर्मा कमला, सुगंधाच्या मदतीनं नवी चित्रं पुरी करीत होता. प्रेसची यंत्रसामग्री बसवली जात होती. ती चित्रं सामोरी ठेवून रवि वर्मा रंगीत निमुळत्या कांड्यांनी त्या शिळांच्यावरती ती चित्रं रेखाटत होता. स्लायसर आणि त्याचे चार सहकारी नंतर त्या शिळेवर खोदकाम करीत असत. रवि वर्मा त्या साऱ्या कृती बारकाईनं पाहात होता. ज्या वेळी शकुंतलेचं चित्र पहिल्यांदा छापलं गेलं त्या वेळेला अनेक ठिकाणी अनेक रंग उमटले नव्हते. काही ठिकाणी रंगाचे दाट ठसे उमटले होते. साऱ्यांच्या तोंडावर निराशा होती. पण रवि वर्म्याचा चेहरा निर्विकार होता. तो म्हणाला,

''मिस्टर स्लायसर, आपली रंग फासण्याची पद्धती चुकते आहे. ती शिळा स्वच्छ करा. पुन्हा आपण प्रयत्न करू.''

नवे नवे प्रयोग रवि वर्मा स्लायसरच्या मदतीनं करीत होता. आणि एके दिवशी रवि वर्मा आपले छोटे सेबल घेऊन तिथं अवतरला. हवे ते रंग निरनिराळ्या कुंचल्यांनी घेऊन तो त्या शिळेच्या खाच-खळग्यांतून भरत होता. स्लायसर म्हणाला,

''राजाजी, हे तुम्ही करू नका.''

''का?''

''हे आजवर कुणी केलं नाही.''

''आजवर कुणी केलं नाही म्हणून आपण करू नये असं थोडंच आहे? आपण प्रयोग तर करून पाहू.''

स्लायसर काही बोलला नाही.

आणि पहिलं शकुंतलेचं चित्र उमटलं ते साऱ्यांना समाधान देणारं होतं. स्लायसर म्हणाला,

''राजाजी, आपण शिळाप्रेसमधले तज्ज्ञ आहात.''

रवि वर्मा हसला. तो म्हणाला,

''मुळीच नाही. एक अव्यापारेषु व्यापार मी केला आहे. तो निस्तरण्याचा प्रयत्न मी करतो आहे. त्यातूनच मला ही अक्कल आली.''

रवि वर्मा प्रेसवरती शकुंतला, लक्ष्मी, सरस्वती इत्यादी चित्रं छापली जात होती. ती चित्रं बाजारात जाताच त्यांना उदंड खप लाभत होता. त्यामुळे रवि वर्म्याचे भागीदार माखनजी समाधानी होते. या प्रेसचा ताण रवि वर्म्याच्या मनावर असतानाच

शिकागो इथं भरणाऱ्या प्रदर्शनासाठी रवि वर्म्यानं आपली चित्रं पाठवावीत अशी सूचना बडोद्याच्या महाराजांकडून आली. ती चित्रं पुरी करण्यात रवि वर्मा, सुगंधा, कमला आणि राज वर्मासह गुंतला होता.

दोनप्रहर सरत असता रवि वर्मा शिळाप्रेसमध्ये काम करीत होता. ऊर्वशी-पुरुरव्याचं चित्र शिळाप्रेसमध्ये छापलं जाणार होतं. त्या शिळेचे सारे रंग मनाजोगते उतरलेत की नाही हे पाहात असता राज वर्मा प्रेसमध्ये आला. तो म्हणाला,

''दादाजी, गोपाळ कृष्ण गोखले आपल्या भेटीसाठी आले आहेत.''

''कोण ! गोपाळ कृष्ण गोखले?''

त्या नावाबरोबर रवि वर्मा तसाच उठला. भान हरपून तो प्रवेशद्वाराकडे धावला आणि पायऱ्यांवर उभ्या असलेल्या गोपाळ कृष्ण गोखल्यांचं त्याला दर्शन घडलं.

उजव्या हातीची काठी टेकत मध्यम उंचीचे गोपाळ कृष्ण गोखले सावकाश चालत होते. रवि वर्मा सामोरा आला आणि दोघांची नजरा नजर झाली. रवि वर्मा भारावून त्यांच्याकडे पाहातच राहिला.

गोपाळ कृष्ण गोखल्यांच्या अंगात काळा लांब कोट होता. मस्तकी तांबडी पगडी होती. त्या पगडीला लावलेल्या पुणेरी झिरमिळ्या लक्ष वेधून घेत होत्या. सोनेरी काड्यांचा चष्मा त्यांच्या गोल चेहऱ्याला शोभत होता. शांत नजरेनं आणि हसऱ्या मुद्रेनं ते रवि वर्म्याकडे बघत होते. गळ्यातली शुभ्र उपरणं काळ्या लांब कोटावर उठून दिसत होतं. भांबावलेल्या रवि वर्म्याकडे पाहात गोखले हसून म्हणाले,

''आम्ही आलो म्हणून आपल्या कामात व्यत्यय तर आला नाही ना?''

गोखल्यांनी पुढे केलेले हात आपल्या हाती घेत रवि वर्मा म्हणाला,

''व्यत्यय तर मुळीच नाही. उलट आनंद झाला आहे.''

गोखल्यांनी आपले हात सोडवून घेतले होते. आणि ते हाताकडे पाहात होते.

शिळाप्रेसवरती काम करीत असताना रंगानं बरबटलेल्या हातातच त्यानं गोखल्यांचे हात नकळत आपल्या हाती घेतले होते. त्या रंगांनी गोखल्यांचे हात चितारले गेले होते. ते पाहून रवि वर्मा शरमला. आपल्या खांद्यावरचा पंचा घेऊन ते हात पुसण्यासाठी म्हणून तो पुढे झाला. मागे सरत गोखले म्हणाले,

''राजेसाहेब, उभ्या आयुष्यात आमच्या हातांना डाग लागले ते फक्त शाईचे. तुमच्या हातानं आज या हातांना रंग लागलेत. ते रंग असेच राहू देत.''

दोघे हसले. त्या बोलण्यानं दोघांच्यातला संकोच नाहीसा झाला होता. रवि वर्मा म्हणाला,

''माझं निवासस्थान बंगल्यामागं आहे. आपण तिकडं जाऊ.''

"नको. मला आपला छापखाना आणि आपली रंगशाळा पाहायची आहे. ताराबाईंनी त्याचं खूप कौतुक केलं आहे."

"जशी आपली इच्छा !"

रवि वर्म्याच्या पाठोपाठ गोखले छापखान्यात आले. ते सारी माहिती मिळवत होते. कौतुकानं त्या शिळा ते पाहात होते. छापखाना पाहून होताच दोघे वरच्या रंगशाळेत गेले. तिथली काही पूर्ण झालेली, काही अपूर्ण अवस्थेत असलेली चित्रं पाहून गोखले म्हणाले,

"आपल्याला पुष्कळ ताण पडत असेल नाही?" डावा हात उंचावत गोखल्यांनी विचारलं.

"ताण! हो ना!"

"आपला छापखाना आणि ही चित्रं ह्या दोन्ही बाजू एकट्यानंच सांभाळणं कठीणच जात असेल."

"तसं नाही. माझ्या चित्रांच्या बाबतीत माझा भाऊ राज वर्मा जसा मला मदत करतो तसेच धुरंधर, जोशी, यांच्यासारखे गुणी चित्रकारही मला लाभले आहेत. तेही मला मदत करतात."

"आणि प्रेसबद्दल?"

"स्लायसरसारखी तज्ज्ञ माणसं आहेत."

समोरच्या चित्रांच्याकडे पाहात गोखले म्हणाले,

"शिकागोमध्ये आपल्या चित्रांचं निश्चितपणानं कौतुक होईल यात मला शंका नाही."

रवि वर्म्याचा गोखले निरोप घेत असताना रवि वर्म्यानं आपले हात पुढं केले आणि क्षणात ते मागे घेतले.

दोघेही हसले. रवि वर्मा म्हणाला,

"गोखलेसाहेब, हे घर आपलं आहे. हातांचा रंग लागला म्हणून त्याची भीती न बाळगता केव्हाही आपण यावं. ती चूक परत होणार नाही."

"ती चूक करणार असला तरच परत येईन. नाहीतर आमच्या जीवनात रंग कुठले?" सवयीनं आपला डावा हात उंचावत गोखले म्हणाले.

गोखले गेले. एक नवा स्नेह जोडल्याचा आनंद रवि वर्म्याला वाटत होता.

सकाळच्या वेळी स्नान-पूजा आटोपून बाकाबाई समोरच्या सोप्यात बसली होती. अबोलीचा गजरा तिनं आपल्या अंबाड्यात माळला होता. डावा पाय उंचावून, उजवा पाय पसरून त्या अंगठ्यामध्ये बांधलेल्या दोऱ्यानं शेजारच्या तबकातल्या फुलांचा गजरा ती गुंफत होती. तोंडातल्या पानाची पिंक पिकदाणीत टाकून तबकातल्या फुलांना हात घालणार तोच खाकरण्याचा आवाज तिच्या कानावर आला. तिनं

पाहिलं तो, रघू गुरव दारात उभा होता. त्याला पाहताच बाकाबाईच्या चेहऱ्यावर स्मित उमटलं. पानानं रंगलेले आपले ओठ तांबड्या लुगड्याच्या पदरानं पुसत ती म्हणाली,

"ये रघू बस."

रघू गुरव केळीवाड्यातला किरणामालाचा दुकानदार होता. बुटका. डोक्याला चुरगाळलेली काळी टोपी. अंगात काळा कोट, आणि पायात काचा मारलेलं दुटांगी धोतर असा रघू गुरवाचा वेश.

आपल्या डोक्यावरची मळकट टोपी उगीचच सरळ करीत रघू गुरव बाकाबाईनं अंथरलेल्या चटईवर बसला. धोतराच्या सोग्यानं घाम टिपत रघू म्हणाला,

"बाकाबाई, काय चाललंय?"

"पोरीचे गजरे करून ठेवले." म्हणत बाकाबाईनं पानाचा डबा रघू गुरवासमोर सरकवला. तो डबा उघडत असता बाकाबाईनं विचारलं,

"सकाळीच बरं सवड झाली?"

"सकाळ केव्हाच सरली. आज शनवार ना! दुकान बंद. सकाळी केस कापून घेतले, स्नान केलं. म्हटलं तुम्हाला भेटून जावं."

"आणि हातातून काय आणलंस?" रघूच्या हातातल्या दोन सुरळ्यांकडे पाहात बाकाबाईनं विचारलं.

"काही नाही. पण बाकाबाई, तुमच्या पोरींनी नाव काढलं हो!"

"नाव?"

"तर काय? आज सुगंधा, कमला घरोघर पोहोचल्या."

रघू गुरवाच्या हसण्याबरोबर त्याच्या काळ्या चेहऱ्यावरचे पांढरे दात चमकत होते. बोलता बोलता त्यानं जुळवलेलं पान तोंडात टाकलं. बाकाबाईनं विचारलं,

"काय बोलतोस रघू?"

"मी कशाला बोलू? हे बघ ना!" आणि एवढं बोलून त्यानं हातातल्या दोन्ही सुरळ्या बाकाबाईसमोर ठेवल्या. बाकाबाईनं गडबडीनं आपल्या अंगठ्याचा दोरा सोडला. तो समोरच्या तबकात टाकून तिनं कागदाच्या सुरळ्या उचलल्या. त्या उलगडून ती चित्रं पाहात होती. पहिलं चित्र शंतनु-मत्सगंधेचं होतं. आणि दुसरं चित्र ऊर्वशी-पुरुरव्याचं. बाकाबाई आश्चर्यानं त्या चित्रांकडे पाहात होती. बाकाबाईकडे पाहात रघू गुरव म्हणाला,

"बघतेस काय अशी ! जसं काही तुला माहीतच नाही. अग, सकाळी केस कापायला गेलो होतो ना, त्या न्हाव्याच्या दुकानात ही चित्रं काचेत भरून लावली होती. घरात लावण्यासाठी म्हणून चार रुपये देऊन विकत घेऊन आलो मी."

ती चित्रं पाहून बाकाबाईची वाचाच बसली होती. स्वत:ला सावरत ती कशीबशी म्हणाली,

"नाही रे रघू, मला यातलं काही माहीत नाही."

रघू गुरव मोठ्यानं हसला. "मांजर डोळे मिटून दूध पितं म्हणून ते दिसल्याखेरीज राहतं का? पण काही म्हण बाकाबाई, आजवर ह्या पोरींचं कुणाला नख दिसू नये म्हणून तुम्ही पंखाखाली झाकून ठेवल्यात. पण आज उघड्यावर आल्याच की नाही? सुगंधाबाईचा काय तो डौल. काय तो चेहरा आणि तिचं..."

बाकाबाई ओरडली, "रघूऽऽ"

"मला कशाला ओरडते? ज्यानं लाखो रुपयांची इस्टेट तुमच्या स्वाधीन केली. उघड्यावर पडू नये म्हणून त्या देवमाणसानं हे सारं केलं, आणि आज तीच बाई बाजारात उघडीनागडी फिरते...'

तिखट बाकाबाईचे शब्द गळ्यात अडले. ती कशीबशी म्हणाली,

"मला मुळातच हे पसंत नव्हतं. पण आता माझं कोण ऐकतं बाबा! ती मालकीण आहे ना या घरची. मी अन्नाला पडले. मी काय करणार?" बाकाबाई डोळे पुसत म्हणाली.

"बाकाबाई, झालं गेलं होऊन गेलं. अजून काही बिघडलं नाही. ती सुगंधा हवं ते करू दे. पण ती कमला. ती थोराड झाली ना! तिचं काय? मी सांगतो ते ऐक."

"काय?"

"आपले माणिकचंद जव्हेरी आहेत ना !"

"बरं, मग?"

"त्यांच्या मनात कमला भरली आहे. ते तिला ठेवायला तयार आहेत. आज ज्या बंगलीत तुम्ही राहता ती बंगली त्यांच्याच मालकीची आहे. ते आनंदानं ही बंगली तुमच्या नावानं करतील आणि कमलाची तरतूदही."

"पण माणिकचंदना लखवा झालाय ना?"

रघू हसला. तो म्हणाला, "लखवा झाला म्हणून काय झालं? त्याची हौस अजून फिटली नाही, नाहीतर काठीचा आधार घेत, नोकराचा हात धरून ते माझ्याकडे आले नसते. मी सांगतो ते ऐक. दुभती गाय असते तोवर धार पिळून घ्यावी. नाहीतर तेलही गेलं, तूपही गेलं आणि हाती धुपाटणं आलं अशी गत होईल."

"लखव्याच्या गळ्यात पोरीला बांधू?"

"बाकाबाई, मला हे सांगतेस? मग आज कशाला ती त्या चितार्‍याच्या दारी जाऊन पडली असती? ती कमला आता लहान नाही. आणखीन काही वर्षं गेली तर कोण जवळही करणार नाही. तू विचार कर आणि मला सांग. पुढचं सारं मी बघेन." आणि एवढं बोलून रघू गुरव उठला.

बाकाबाई म्हणाली, "पान तरी घेऊन जा."

उठलेला रघू परत चटईवर बसला. तो पानं जुळवत होता. त्याच्या चेहर्‍यावर

प्रसन्न भाव प्रकटला होता. बाकाबाईनं अर्धवट गुंफलेले गजरे तसेच तबकात ठेवले आणि तबक उचलून ती आत गेली.

रघू पानाचा आस्वाद घेत सामोरा पडलेल्या कळ्यांच्याकडे पाहात होता.

☯

दोनप्रहरी बाराच्या सुमाराला सुगंधा आणि कमला हसत बग्गीतून उतरल्या. कोचमनकडे न पाहता त्या घरात शिरल्या. आत जाताच बाकाबाईचं दर्शन दोघींना घडलं. सुगंधा हसत म्हणाली,

"मावशे, वाटेत येताना शेवग्याच्या शेंगा घेतल्या. तुला आवडतात म्हणून. इब्राहिमला सांगून खूप घेतल्यात बघ."

बाकाबाई म्हणाली, "त्यापेक्षा विषाची पुडी आणली असतीत तर बरं झालं असतं."

मावशीचा तो रुद्रावतार पाहून कमला हळूच आत निघून गेली. सुगंधाच्या चेहऱ्यावरचं हसू विरलं. ती सरळ जिन्याकडे चालू लागली. सुगंधाच्या त्या वर्तनानं आणखीन संतप्त झालेली बाकाबाई ओरडली,

"चाललीस कुठं?"

सुगंधानं तितक्याच कोरडेपणानं उत्तर दिलं, "माडीवर."

म्हणून ती परत वळली, आणि बाकाबाईची आज्ञा झाली—

"खबरदार पाऊल पुढं टाकशील तर. आजवर फार सोसलं तुमचं. यापुढं सोसणार नाही."

वैतागानं सुगंधा म्हणाली, "झालंय काय तुला मावशे? काय सोसलंय?"

"लाज वाटत नाही विचारायला?" संतापानं सुगंधाकडे हात करत बाकाबाई उसळली.

तरातरा जाऊन कोनाड्यात ठेवलेली सुरळी घेऊन बाकाबाईनं ती सुगंधाच्या तोंडावर फेकली.

"बघ, उघड्या डोळ्यांनी बघ. सांग मला हे माहीतच नाही म्हणून. चित्रं काढतोय. काढू दे. पण असली? आणि त्याच्या समोर नागड्या-उघड्या अंगानं उभी राहताना लाज कशी वाटली नाही? अगं, निदान ज्याचं अन्न खातेस त्याची तरी लाज बाळगायची होतीस!"

"मावशेऽऽ"

"डोळे कुणाला वटारतेस? मला? थोबाड फोडून ठेवीन. तुम्हा दोघींची मेल्यानं असली किती चित्रं काढली कुणास ठाऊक. चित्रं काढून थांबला नाही, ती त्यानं बाजारात मांडली. सकाळी रघू आला होता."

"हलकट मेला."

"तो हलकट नाही. तू आहेस... तू. न्हाव्याच्या दुकानातनं त्यानं ही चित्रं आणून मला दाखवली. का ग भवाने, तो तुझी चित्रं छापत होता, तवा काय झोपली होतीस? मला खुळीला वाटलं, तो एक राजा आहे. त्याच्या संगतीनं पोर राजेराजवाड्यांत फिरते आणि हे धंदे करतो मेला?"

"मावशेऽ, त्यांनी छापखाना काढलाय. मीच त्यांना सांगितलं."

बाकाबाई तरातरा पुढं आली आणि काय होतंय हे समजण्याच्या आत तिनं उपरोधानं सुगंधाच्या गालावरून दोन्ही हाताची बोटं फिरवून आपल्या कानशिलावर नेऊन ती मोडली आणि ती म्हणाली,

"चांगलं केलंस हो बयोऽ चांगलं केलंस ! तुला जे काही थेर करायचे असतील ते कर. मी तुला कोण अडवणार. पण यापुढं त्या पोरीला मी तुझ्याबरोबर जाऊ देणार नाही."

"आणि तिला यायचं झालं तर?"

"लाथ घालून कंबरडं मोडीन तिचं. तिला मागणी आली आहे."

"कुणाची?"

"माणिकचंद शेटजीची."

"त्या लखव्याची?"

"त्याला लखवा भरला असेल पण त्याच्या नशिबाला भरलेला नाही. घर, दार, पैसाअडका सारं आहे त्याच्याजवळ."

"म्हणून पोरीला विकणार?"

"नाहीतर तुझ्या नादानं काय तिला बाजारात बसवू?"

का कुणास ठाऊक पण बाकाबाईला उत्तर देण्याचं सामर्थ्य सुगंधात राहिलं नव्हतं. ती तशीच मंद पावलांनी जिना चढून वर गेली. आपल्या शय्यागृहात येऊन ती विमनस्कपणे अंथरुणावर बराच वेळ बसून होती. दाराशी वाजलेल्या पावलांनी ती भानावर आली. तिनं वर पाहिलं. तो दाराशी कमला उभी होती. रडून आरक्त बनलेल्या तिच्या चेहऱ्याकडे पाहातच सुगंधा बसल्या जागेवरून उद्गारली,

"कमला!"

त्या हाकेबरोबर कमला धावली. आणि सुगंधाच्या मिठीत जाऊन ती अश्रू ढाळू लागली.

☯

सकाळी ठरल्यावेळी सुगंधा रवि वर्म्याच्या रंगशाळेत आली. रंगशाळेत चित्रसोपानावर अर्धवट पूर्ण झालेलं गंगावतरणाचं चित्र उभं होतं. एकटीच सुगंधा आलेली पाहताच रवि वर्म्यानं विचारलं,

"कमला आली नाही?"

"नाही."

"का? तिला बरं नाही?"

सुगंधा काही बोलली नाही. ती खाली मान घालून उभी होती. तिचा म्लान चेहरा आणि तटस्थता पाहून रवि वर्मा तिच्याजवळ गेला.

"काय झालं सुगंधा?"

सुगंधानं सारी हकीकत सांगितली. रवि वर्मा सारं ऐकत होता. सुगंधाचं बोलणं संपताच त्यानं विचारलं,

"आणि यावर तुझा विश्वास बसला? सुगंधा, कुठल्याही वैयक्तिक भावनेनं मी चित्रं काढली नाहीत हे तुला माहीत आहे. आम्ही कलावंत ज्या दृष्टीनं नग्नतेकडे पाहतो त्या दृष्टीनं सामान्य लोक पाहात नाहीत. देवानं घडवलेलं अत्यंत अवघड आणि तितकंच लोभस असं सौंदर्यसंपन्न रूप आम्ही चितारण्याचा प्रयत्न करीत असतो. माझी चित्रं ही स्त्रीत्वाची विटंबना करण्यासाठी मी चितारली नाहीत."

सुगंधानं आपल्या हातातले घडी केलेले कागद रवि वर्म्याच्या हाती दिले ती म्हणाली,

"आपल्याला कदाचित काही वाटत नसेल पण आज ही तुमची चित्रं वाणी, न्हावी यांच्या दुकानापर्यंत पोहोचली आहेत. चित्रं पाहून ते हवे ते बोलताहेत हे तर खोटं नाही ना? ही चित्रं छापली जात होती तर माझ्यापासून का लपवून ठेवलंत?"

त्या आरोपानं रवि वर्मा क्षणभर अबोल झाला. तो व्याकुळ बनला. त्यानं रंगशाळेचा दरवाजा बंद केला, आणि तो सुगंधाजवळ आला.

"सुगंधा, मी माझ्या कुलदैवताचं स्मरण करून सांगतो. मला तुझ्यापासून हे लपविण्याची कधीही इच्छा नव्हती. आपल्या छापखान्यात जी चित्रं छापली गेली त्यातलं एकही चित्रं माझ्या मनाजोगं उतरलं नाही. पण माझे भागीदार माखनजी यांना फक्त आपला धंदा आठवत होता. मी त्या व्यवहारात अडकलो आणि त्यामुळं त्यांच्या आग्रहाखातर मला या चित्रांची बाजारपेठ लौकर उघडावी लागली. तुझ्यापासून हे लपवून ठेवावं असं मला कधीही वाटलं नाही. यावर तू विश्वास ठेव."

"तुम्ही लपवून ठेवलं नाहीत. पण ते बाजारात मांडलं गेलंच ना! मी तुमच्याकडून काय अपेक्षिलं होतं? कुठल्या स्वार्थापोटी मी तुमच्याकडे येत होते? त्याचं प्रायश्चित्त मला दिलंत. आता जगासमोर मी कोणत्या तोंडानं जाऊ?"

"सुगंधा, मला या चित्रांचा परिणाम असा होणार आहे हे माहीत असतं तर मी ही चित्रं छापलीच नसती. झाली चूक पुष्कळ झाली. उद्यापासून नवी चित्रं छापली जाणार नाहीत अशी दखल घेईन."

भयचकित नजरेनं सुगंधा निग्रही रवि वर्म्याच्या चेहऱ्याकडे बघत होती. त्याच्या चेहऱ्यावर पश्चात्तापाचा भाव उमटला होता. ती कळवळून म्हणाली,

"नकोऽऽ"

रवि वर्मा म्हणाला, ''सुगंधा, माझी स्वप्नं फार निराळी होती. नुसती लक्ष्मी, सरस्वती, राम, हनुमान यांचे मुखवटे मला रेखाटायचे नव्हते. जीवनातलं वात्सल्य, प्रेम, वियोग, त्याग या भावना मला चित्रातून दाखवायच्या होत्या. वात्सल्य किती प्रबळ असतं हे शंतनू आणि मत्स्यगंधा या चित्रांतून रेखाटलं. बंधनकारक प्रेम किती मर्यादित असतं हे सांगण्यासाठी मी उर्वशी-पुरूरवा हे चित्र रेखाटलं. मी सांगतो त्यावर विश्वास ठेव. कदाचित आज ही चित्रं वेगळ्या नजरेनं पाहिली जात असली तरी पुढच्या पिढीला त्यांचा अर्थ अधिक समजेल. ती चित्रं अजरामर होतील.''

नकळत सुगंधा रवि वर्म्याजवळ आली. रवि वर्म्यानं तिला जवळ घेतलं. आणि त्याच्या उघड्या बाहुत शिरत ती म्हणाली,

''नाथ!''

रवि वर्म्याच्या विशाल छातीवर सुगंधाचं मस्तक विसावलं होतं. रवि वर्मा म्हणाला,

''सुगंधा!''

''कसं सांगू?'' सुगंधा म्हणाली, ''मी जेव्हा अजाण होते तेव्हा माझ्या मावशीनं मला इथं आणलं. मी मोठी झाले. आणि एके दिवशी एका वयोवृद्ध माणसाच्या गळ्यात मी बांधली गेले. तो माणूस मोठा सज्जन होता. घेतलेली जबाबदारी पेलण्याची त्याची ताकद होती. पुरुष-स्त्रीचं नातं तो जाणत नव्हता. त्यानं मला सर्व देऊनही मी कोरडीच राहिले. आयुष्यात कधी नाथ म्हणून त्यांना हाक मारण्याचं सामर्थ्य मला झालं नाही.''

''ती हाक मला मारतेस? सुगंधा, हा विश्वास मला पेलता येईल का?'' तिला मिठीतून दूर करीत रवि वर्मा म्हणाला, ''नाही सुगंधा, याला एकच उपाय आहे. लोक हवे ते म्हणोत. मला तू हवीस. माझी स्वामिनी म्हणून तू आलीस तर माझ्या आयुष्याची एक पोकळी भरून निघेल.''

सुगंधा हसली. ती म्हणाली,

''आपण फार सरळ मनाचे राजे आहात म्हणून हे बोललात. पण हे कधी होणार नाही.''

''कारण?''

''तुमच्या माझ्यातलं ठेवलेलं आणि समाजानं मानलेलं अंतर. एका माणसानं काही कारण नसता गर्तेत पडलेल्या एका मुलीला सन्मानानं उचललं, तिला आपलं म्हटलं. तेवढं माझ्या नशिबी पुरेसं आहे. तेच पाप एक राजकुलात जन्मलेल्या तुमच्यासारख्या श्रेष्ठ कलाकारानं करावं असं मला वाटत नाही. नाथ, मी तुमचीच आहे... तुमचीच आहे!''

आवेगानं रवि वर्म्यानं सुगंधाला मिठीत घेतलं. तिच्या भावुक डोळ्यांची ओठांची तो चुंबन घेत होता. त्याचे हात तिच्या अंगप्रत्यंगावरून फिरत होते. कासावीस

झालेली सुगंधा त्या मिठीत शांत होत होती.

आणि दोघांना वेळकाळाचं भान राहिलं नव्हतं.

रवि वर्म्याला दिवसेंदिवस प्रेसच्या कामातून उसंत मिळत नव्हती. नव्या-नव्या चित्रांची मागणी वाढत होती. रवि वर्म्याखेरीज धुरंधर, जोशी यांच्यासारखे कलावंत रवि वर्म्याला मदत करीत होते. चित्रांचा वाढता खप पाहून गोवर्धनदास माखनजी खुशीत होते.

सायंकाळच्या वेळी रवि वर्मा थकून बंगलीमागच्या आपल्या निवासात बसला असता तेथे माखनजी आले. मोठ्या आनंदानं त्यांनी रवि वर्म्याच्या हाती मिठाईचा पुडा दिला.

"कसली मिठाई?"

"पयले मुह गोड करेल का नाय? मग सांगते." हसत माखनजी म्हणाले,

नाइलाजानं रवि वर्म्यानं मिठाईचा एक तुकडा तोंडात टाकला आणि तो म्हणाला,

"सांगा."

"सांगा काय ! तुमचा एक बी पिक्चर मार्केटमंदी शिल्लक नाय. समदा खलास."

"बरं झालं." रवि वर्मा शांतपणे म्हणाला.

"बरं झालं काय बाबा; जवा गंगा मैया येते ना तवा हात धुवून घेतला पायजे! प्रेसमध्ये चौकशी केली. चार डझनबी पिक्चर तयार नाय. दिल्लीच्या एका बेपाऱ्यानं पन्नास ग्रोस पिक्चरची मागणी केली हाय. ॲडव्हान्स देऊन."

रवि वर्मा हसला. म्हणाला,

"माखनजी, ही चित्रं एवढी सोपी नाहीत. चित्र तयार झालं की, प्रत्येक चित्र वाळवावं लागतं. मुंबईची दमट हवा. चित्रं लवकर वाळत नाहीत. जेवढं होईल तेवढं सारे काम करतात."

"ते समदा खरं. पण या स्पीडनं तुमचा काम चालले तर धंदा बरकतीत जाईल कसा? मी सांगू?"

"काय!"

"तुम्ही लेबर वाढवा लेबर ! जादा माणसं लावा, माझी काय बी हरकत नाय."

"माखनजी, साधी माणसं घेऊन हे काम होणार नाही. त्याला त्यातली तज्ज्ञ माणसं लागतात."

माखनजी म्हणाले, "पण असा धंदा करेल तर धंदा होणार नाय. राजासाब, माझ्या पार्टनरशिपचा व्याजबी पडत नाय."

"माखनजी, तुम्ही त्याची चिंता करू नका. तुम्हाला तुमचे पैसे अकारण या धंद्यात गुंतले असं वाटत असेल तर केव्हाही सांगा. मी तुमचे पैसे परत करीन आनंदानं."

"राजासाब, तो भरोसा नसता तर फुकाफुकी या धंद्यात आमी पडलो नसतो. पण आमचा एक प्रिन्सिपल. धंदा म्हणजे धंदा. चैन म्हणजे चैन. खासगी बाब सांगते. आमी गाणारीच्या कोठीवर गेले ना, तर रातीला हजार रुपये उधळते. त्याचं आमाला कायबी वाटत नाय. पण धंद्यात पैन् पै आमी गोळा करते. त्यामंदी एक पैचाबी कसूर आमाला चालत नाय. खरं तेच बोलते आमी."

रवि वर्मा म्हणाला, "तुमचं बरोबर आहे. त्यात काही चूक नाही. पण तो व्यवहार करण्याची बुद्धी आम्हाला कधी लाभेल असं वाटत नाही. माखनजी, तुम्ही ह्या व्यवहाराला लावलेला हातभार आम्ही कधी विसरणार नाही. तुमचा निर्णय केव्हाही सांग. आम्ही तो पुरा करू."

माखनजी काही न बोलता आपल्या विचारात निघून गेले.

रवि वर्मा मात्र नव्या चिंतेत पडला होता. शिकागोला पाठवण्याची चित्रं पुरी झाली होती. तेवढं एकच समाधान त्याला वाटत होतं. प्रेसचं भवितव्य त्याला भेडसावत होतं.

पण नव्या स्वप्नांनी प्रेरित होऊन उभ्या केलेल्या छापखान्याबद्दल धीर देणारी माणसंही तेवढीच होती. त्याच्या कलेमुळं त्याच्या भोवती दादाभाई नवरोजी, न्यायमूर्ती रानडे, गोपाळ कृष्ण गोखले यांच्यासारखा मित्रपरिवार जसा होता, तसेच रवि वर्म्याच्या संगतीप्रेमामुळं अनेक गायक, तंतकार, वादकही त्याचे स्नेही बनले होते. दिवसाच्या साऱ्या विवंचना रात्र पडली की, तो विसरून जात असे. त्याच्या निवासस्थानी मैफली झडत असत.

वर्षातले आठ महिने रवि वर्मा मुंबईत असे. पावसाळ्याच्या सुरुवातीला तो आपल्या भावासह किलीमानूरला जाई. या वास्तव्यात रामायण, महाभारत यांचा तो अभ्यास करी. आणि नव्या चित्रकल्पना मनाशी बाळगून तो परत मुंबईला येई.

मुंबईतल्या आपल्या रंगशाळेत रवि वर्मा चित्र काढण्यात मग्न झाला होता. त्याच वेळी राज वर्मा तेथे आला. तो म्हणाला,

"दादाजी, आपली एक सही हवी."

रवि वर्म्यानं वळून पाहिलं. तो नुसता राज वर्माच आलेला नव्हता, त्याच्या बरोबर राम वर्मा, रामय्याही उभे होते. रवि वर्मा म्हणाला,

"माझ्या सर्व पत्रव्यवहारावर सही करण्याचे तुला अधिकार आहेत ना?"

"क्षमा असावी दादासाहेब. पण यावर आपली सही हवी आहे."

"कसलं पत्र आहे?"

"पत्र नाही. नोटीस आहे."

"नोटीस?"

"जी!"

"कसली नोटीस?"

"कोर्टामार्फत आपल्याला नोटीस आलेली आहे."

"कोर्टामार्फत? कशासाठी?" रवि वर्मा क्षणभर गोंधळून गेला होता.

राज वर्मा मान खाली घालून म्हणाला, "दादाजी, आपल्या चित्रसंबंधानं कोर्टात गुन्हा दाखल करण्यात आला आहे."

रवि वर्म्याच्या हातातला कुंचला तसाच राहिला. त्यानं विचारलं,

"काय म्हणून?"

"आपण हिंदूंच्या देवदेवता घराघरातून पोहोचवून त्यांचं पावित्र्य नष्ट केलं आहे, असा एक आरोप आहे दुसरा...." राज वर्मा अडखळला.

उसासा सोडून रवि वर्मा म्हणाला, "दुसरा कोणता?"

चाचरत राज वर्म्यानं सांगितलं, "आपण देवदेवतांची नग्न चित्रं काढून त्यांना बीभत्स रूप दिलं आहे. देवदेवतांची विटंबना केली आहे. हिंदूंच्या धार्मिक भावना दुखावल्या आहेत. असा दुसरा आरोप आहे."

रवि वर्मा राज वर्म्याकडे पाहात होता. पण चिंताग्रस्त झालेला राज वर्मा वर मान करून बघत नव्हता. रवि वर्माही क्षणभर गांगरून गेला होता. स्वत:ला सावरून रवि वर्म्यानं विचारलं,

"फिर्याद कुणी केली आहे?"

"वेद शिरोमणी चिंतामणशास्त्री हे प्रमुख आहेत. ब्रह्मज्ञान मंडळाच्या वतीनं ही फिर्याद दाखल करण्यात आली आहे."

रवि वर्मा खिन्नपणे हसला. हातातला कुंचला त्यानं रंगतबकात ठेवला आणि राज वर्म्याला म्हणाला,

"आण ते इकडं. सही हवी ना?"

राज वर्म्यानं पुढं केलेल्या कागदावर रवि वर्म्यानं सही केली. पण ती पोच घेऊन तेथून कुणीही हललं नाही. सारे रवि वर्म्याकडं पाहात होते. रवि वर्मा शांतपणे वळला होता. रंगानं माखलेला कुंचला त्यानं साफ केला, आणि चित्र-सोपानाकडं पाहात ते मागं वळला. त्या तिघांना तिथंच उभे असलेले पाहून तो म्हणाला,

"तुम्ही उभे का?"

राजा वर्मा म्हणाला, "दादाजी, ही साधी गोष्ट नाही. उद्या वृत्तपत्रातून ही बातमी प्रसिद्ध होईल."

"आणि मग?"

रवि वर्म्याचा मुलगा राम वर्मा म्हणाला,

"आपली अकारण बदनामी होईल."

"आणि मग?"

"तोंड दाखवायला जागा राहणार नाही." रामय्या मान हलवत म्हणाला.

आतापर्यंत सारं शांतपणे ऐकून घेणारा रवि वर्मा स्वाभिमानानं उफळला,

"खामोष ! रामय्या, अरे तुम्ही काय तरी नशा करून तरी आला नाही ना? असं मी कोणतं पाप केलं आहे की, ज्यासाठी मला तोंड दाखवायला लाज वाटावी! मला तसं वाटत नाही; मी कुणाला भीक घालणार नाही."

राम वर्मा म्हणाला, "पण क्षुल्लक गोष्टीसाठी एवढा वैताग का? दादाभाई नवरोजी, जस्टिस रानडे, गोखले, एवढंच नव्हे तर गव्हर्नरसाहेब आपले मित्र आहेत. एका शब्दानं जरी विनंती केलीत तरी ही फिर्याद कचऱ्याच्या टोपलीत टाकली जाईल."

कधी नव्हे तो रवि वर्मा खदखदून हसला. आपल्या डोळ्यांतलं पाणी निपटत तो म्हणाला,

"हे रवि वर्म्याला आव्हान नाही. हे कलेला आव्हान आहे. ते आपण स्वीकारलं पाहिजे. कला केव्हाही भ्रष्ट नसते. व्यभिचारी नसते. ती सदैव पवित्र असते. हे आपण सांगायला हवं ताठ मानेनं. नाहीतर आपण कलावंत ठरणार नाही. रंगारी ठरू. तुम्ही निश्चिंत मनानं जा. कसलीही काळजी करू नका. या राजा रवि वर्म्याचा हात कधी कोणत्याही अनीतित डागळलेला नाही. ती नीति आणि अनीति एकदा पारखून घेण्याची संधी आलेली आहे. त्या परीक्षेला आपण उभं राहिलं पाहिजे."

तिघेही रवि वर्म्याचं एक वेगळंच रूप पाहात होते. काही न बोलता ते जिना उतरून निघून गेले.

रवि वर्म्यानं एक दीर्घ निःश्वास सोडला. रंगसोपानाला लावलेलं तबक त्यानं हाती घेतलं आणि त्यावर रंगाच्या ट्युबा ओतल्या. कुंचला तेलात बुडवला. रंग मनाजोगा होताच समोरच्या फलकावरचं सैरंध्रीचं चित्र तो पुरं करू लागला.

आता त्याच्या नजरेसमोर फक्त पायऱ्या उतरणारी, अपमानित सैरंध्री दिसत होती. कोर्ट, खटला, आरोप यांपैकी त्याला काहीही आठवत नव्हतं. काहीही दिसत नव्हतं.

☯

रवि वर्म्यावर खटला भरला गेला ही बातमी मुंबईत पसरायला फारसा वेळ लागला नाही. दादाभाई नवरोजी, गोपाळ कृष्ण गोखले यांच्यासारख्या अनेक थोर व्यक्तींनी रवि वर्म्यानं हा खटला चालवू नये म्हणून गळ घातली. पण रवि वर्मा

आपल्या निश्चयापासून ढळला नाही.

सायंकाळच्या वेळी रवि वर्मा आपल्या निवासासमोरच्या मोकळ्या जागेत खुर्चीवर बसला असता राज वर्मा त्याच्याजवळ गेला. तो म्हणाला,

"दादाजी, आपल्याला भेटायला बापट नावाचे गृहस्थ आले आहेत."

"काय काम आहे?"

"मी त्यांना विचारलं. पण ते म्हणतात भेटल्यानंतरच सांगेन. काम जरुरीचं आहे."

रवि वर्म्याच्या कपाळी आठ्या पडल्या. क्षणभर विचार करून तो म्हणाला,

"ठीक आहे. त्यांना पाठव."

आणि थोड्याच वेळात मुख्य बंगल्यापासून चालत येणारी ती व्यक्ती रवि वर्म्याच्या नजरेत आली. पायात दुटांगी धोतर, अंगात पांढरा शुभ्र कुडता, आणि मस्तकी काळी टोपी घातलेली ती व्यक्ती रवि वर्म्याकडे येत होती. त्या सावळ्या व्यक्तीच्या घाऱ्या डोळ्यांत एक खोडकर हास्य विलसत होतं. रवि वर्म्याच्या जवळ येऊन त्या व्यक्तीनं नम्रतेनं रवि वर्म्याला नमस्कार केला. रवि वर्म्यानं विचारलं,

"आपण बापट?"

"हो!"

"आपलं काय काम आहे?"

"काही नाही. आपल्या दर्शनासाठी आलो आहे."

त्या बोलण्यानं रवि वर्म्याच्या मनातली शंका दूर झाली. बापट म्हणाले,

"मला आपली चित्रं खूप आवडतात. आपल्या छापखान्यात छापलेली चित्रं मी खरीदली आहेत. आपली चित्रं संग्रही बाळगावीत हा माझा छंद आहे. तो माझाच नाही, भारतातल्या शेकडो लोकांचा आहे."

रवि वर्म्याला काय बोलावं हे सुचेना. त्यानं हसून विचारलं,

"आपल्याला माझी चित्रं आवडली?"

"आवडली नसती तर खरीदली नसती."

"आभारी आहे." रवि वर्मा म्हणाला.

"आपण आभार मानलेत हे ठीक. पण रसिकांच्या मनात सुद्धा कृतज्ञता असते."

"कसली कृतज्ञता?" रवि वर्म्यानं सावध होऊन विचारलं.

निर्विकारपणे बापट म्हणाले, "आपल्यावर खटला भरला गेला आहे हे साऱ्यांना ठाऊक आहे. ज्यांनी खटला भरला ती माणसं परंपरेची, संस्काराची, अडाणीपण बाळगणारी आहेत."

"मग त्याशी तुमचा काय संबंध?"

"म्हटला तर आहे, म्हटला तर नाही. राजेसाहेब, जसा मी तुमच्या कलेचा

भोक्ता आहे तसाच मी माझ्या सामान्य जीवनात एक वकील आहे.''

''वकील !''

''हो ! पण मी तेवढा सामान्य वकील नाही... कायद्याच्या दरबारात मलाही थोडीफार प्रतिष्ठा आहे.''

रवि वर्मा आपल्या खुर्चीवरून उठला. काय बोलावं हे त्याला सुचत नव्हतं. बऱ्याच वेळानं बापटांच्याकडे पाहात रवि वर्म्यानं विचारलं,

''मग मला भेटण्याचं कारण?''

रवि वर्म्याच्या चेहऱ्यावरची रुक्षता पाहून बापट हसले. ते म्हणाले,

''राजेसाहेब, ज्यानं त्यानं आपल्याला जमेल तो व्यवसाय करावा.''

''मतलब!''

''एकच! तुम्ही चित्रं काढा. मी तुमचा खटला चालवतो.''

रवि वर्मा थक्क होऊन त्या व्यक्तीकडे पाहात होता. काही क्षणांत तो मोकळेपणानं हसला. आणि बापटांच्या सामोरा जाऊन म्हणाला,

''आणि तेवढ्यासाठीच तुम्ही आलात?''

''होय !''

''पण बापट, मी हा खटला स्वत:हून चालवण्याचा निर्णय घेतला आहे. मला जरूर तुमची मदत लागेल. कायदा मला माहीत नाही. त्याचं मला फारसं ज्ञान नाही. पण तुम्ही मला मदत केली तर मला पुष्कळ सोईचं होईल.''

''पण हा अट्टाहास कशासाठी?''

''कशासाठी ! माझ्या कलेसाठी ! बापट, एक गोष्ट लक्षात घ्या. माणसानं आयुष्यात कुठंतरी श्रद्धा बाळगून जगावं. त्या श्रद्धेला तडा जातो असं वाटलं तर सर्वस्व पणाला लावावं... ही माझी श्रद्धा आहे. तिला कोणीतरी आव्हान दिलं आहे. ते आव्हान स्वीकारणं हा माझा एकट्याचा धर्म आहे.''

रवि वर्म्याचं बदललेलं रूप पाहून बापट स्तिमित झाले होते. ते म्हणाले,

''राजेसाहेब, मी आपल्याला सर्वतोपरी साहाय्य करीन.''

''पण आपल्याला त्रास...''

बापट म्हणाले, ''तोही माझा धर्म आहे.''

आणि दोघे मनमोकळेपणानं हसले.

त्या दिवसापासून बापटांनी आणून दिलेली पुस्तकं रवि वर्मा रात्रंदिवस चाळत होता. प्रत्येक पुस्तकात खुणेची पानं लावलेली असत. ती उघडत असताना रवि वर्म्याला बापटांची आठवण होत असे.

आता रवि वर्म्याचं लक्ष प्रेस, रंगशाळा यांमध्ये लागत नव्हतं. तो सदैव आपल्या शय्यागृहात बसून राही. पहाटेपर्यंत त्याच्या खोलीतला प्रकाश मंदावत नसे.

खटल्याच्या पहिल्या दिवशी न्यायालयात फिर्यादी पक्षाचे वकील केशवशास्त्री आणि फिर्यादी मंडळी अभिमानानं हजर झाली. रवि वर्मा आपला बंधू राज वर्मा, मुलगा राम वर्मा आणि रामय्या यांच्यासह कोर्टामध्ये आला. न्यायाधीश रिचर्डसाहेब कोर्टामध्ये आले आणि ते येताच सारेजण उठून उभे राहिले. न्यायासनावर रिचर्डसाहेब स्थानापन्न होताच सारे बसले. न्यायाधीशांच्या डाव्या बाजूला न्यायपंच मंडळी बसली होती.

न्यायाधीश रिचर्डसाहेबांनी रवि वर्म्याला आरोप वाचून दाखविला.

''आपण राजा रवि वर्मा. मूळचे राहणार किलीमानूर. सध्या वास्तव्य मुंबई. आपल्यावरती असा आरोप दाखल झाला आहे की, आपल्या चित्रांतून आपण लोकांच्यामध्ये नग्नता आणि अश्लीलतेचा प्रसार करून त्या संदर्भात लोकांच्या नीतिला धक्का देईल अशा विकृत तऱ्हेच्या कल्पनांचा प्रसार करीत आहात. त्याचप्रमाणे हिंदू धर्मामध्ये पवित्र मानल्या गेलेल्या देव-देवतांचा प्रसार करून, त्यांना सवंग बनवून, त्या देवदेवतांच्या पावित्र्याचा भंग करून, धार्मिक लोकांच्या भावना दुखावल्या आहेत. हा गुन्हा आपल्याला कबूल आहे?''

रवि वर्म्यानं उत्तर दिलं, ''मला मान्य नाही.''

रिचर्डसाहेबांनी विचारलं, ''आपल्यातर्फे आपली बाजू सांगायला एकाही व्यक्तीचं वकीलपत्र न्यायासनात दाखल झालं नाही. आपलं वकीलपत्र कोणीच घेऊ शकत नसेल तर, आणि आपण विनंती केलीत तर, आम्ही सरकारतर्फे आपणास वकील देण्याची व्यवस्था करू.''

रवि वर्मा उठून मान झुकवून म्हणाला, ''न्यायाधीश महाराज, हे न्यायासन आहे. इथं न्याय मिळतो यावर माझा विश्वास आहे. योग्य वेळी मला जे सांगायचं असेल ते माझं निवेदन मीच न्यायासनासमोर करीन, ती परवानगी मला मिळावी. माझा कोणी वकील नाही.''

केशवशास्त्री उठले. ताडकन ते म्हणाले,

''बरोबर आहे. यांना वकील मिळणार कुठला? जो खटला स्वच्छ आहे, आणि हार निश्चित आहे त्याचं वकीलपत्र स्वीकारणार कोण?'' छद्मीपणानं हसत केशवशास्त्रांनी विचारलं, ''आपण खटला चालवणार म्हणता. तेवढं आपल्याला कायद्याचं ज्ञान आहे?''

''मला कायद्याचं ज्ञान नाही. मानवी जीवनाचं आहे.'' रवि वर्मा शांतपणे पुढे म्हणाला, ''या न्यायदेवतेसमोर विरुद्ध बाजूचा वकील म्हणून माझ्याबद्दल पूर्वग्रहदूषित मत करून देण्याचा प्रयत्न करीत आहात. परंतु माझी सद्सद्विवेकबुद्धी मला सांगते की, या न्यायदेवतेवर याचा काही परिणाम होणार नाही.''

केशवशास्त्री काहीतरी बोलणार होते. परंतु त्याच वेळी रिचर्डसाहेब म्हणाले, ''आपल्याला जे विचारायचं असेल ते नंतर विचारा.''

रवि वर्मा खाली बसला. रिचर्डसाहेबांनी केशवशास्त्र्यांना सांगितलं,

''तुम्ही आपलं निवेदन कोर्टापुढं सादर करू शकता.''

केशवशास्त्री हसत कोर्टापुढं आले. समोर न्यायाधीशांचं किंचित उंच असं न्यायासन होतं. उजव्या बाजूला पंचमंडळी स्थानापन्न झाली होती. डाव्या बाजूला साक्षीदाराचा पिंजरा होता. त्यावरून नजर टाकीत आपल्या डाव्या हाताची बोटं आपल्या छप्परमिश्यांवरून फिरवीत ते म्हणाले,

''न्यायाधीशमहाराज आणि न्यायपंच मंडळी, आज आपल्यासमोर एक धर्मभ्रष्ट, पापी, स्वच्छंदी, अनाचारी माणसाबद्दलचा खटला आहे.''

कोर्टामध्ये बसलेल्या रघुशेठनं आपल्या मांडीवर हाती घेतलेली टोपी बडवली, आणि नकळत तो उद्गारला,

''अगदी खरं ! असंच होऽ''

शांतता पसरलेल्या कोर्टामध्ये तो आवाज स्पष्टपणे ऐकू आला आणि त्याबरोबर रिचर्डसाहेबांनी आवाजाच्या दिशेनं पाहात शांततेसाठी ठोकळा टेबलावर बडवला. भ्यालेल्या रघुशेठनं तत्परतेनं हातातली टोपी मस्तकावर चढवली. केशवशास्त्र्यांच्या बोलण्यानं संतप्त झालेला राज वर्मा मुठी आवळून बसला होता. रिचर्डसाहेब केशवशास्त्र्यांना म्हणाले,

''आपल्याला न्यायासनासमोर जे सांगायचं असेल तेवढंच सांगा.''

केशवशास्त्री स्मितवदनाने म्हणाले, ''महाराज, तेच मी सांगतो आहे. प्रथम या आरोपीवरचे आरोप मी उच्चारले. आता ते आरोप मी सिद्ध करणार आहे.''

केशवशास्त्र्यांनी क्षणभराची उसंत घेतली. आपल्या अंगातील लांब काळ्या कोटाच्या खिशांत दोन्ही हात घालून ते बोलू लागले.

''आपल्यासमोर जो खटला उभा आहे तो वरवर पाहता जरी सामान्य वाटत असला तरी, एवढा प्रचंड गुन्हा आजवर कधीही या न्यायासनासमोर आला नाही. आजवर न्यायालयाने अनेक गुन्हेगार पाहिले, खुनी पाहिले, फसवणुकी करणारे पाहिले, अशा अनेक स्वरूपांचे गुन्हेगार पाहिले. पण आपल्यासमोर आरोपी म्हणून उभा असलेला आरोपी याचा गुन्हा पाहिला तर त्यानं हे सर्वच, गुन्हे केलेले आहेत असंच म्हणावं लागेल. खून केला तर फाशी दिलं जातं. अनेक खून केले तरी एकदाच फाशी दिलं जातं. ही न्यायालयाची मर्यादा आहे.

''एखाद्या व्यक्तीनं खून केला तर आपण त्याला खुनी म्हणतो. पण एखाद्यानं समाजाच्या संस्कृतीवर, धर्मावर आघात केला तर ते कृत्य खुनापेक्षाही महाभयंकर अशा स्वरूपाचं ठरणार आहे. आपल्यासमोर उभ्या असलेल्या आरोपीनं हा महाभयंकर गुन्हा केलेला आहे.''

बसलेल्या रवि वर्म्याकडे बोट दाखवत केशवशास्त्री कणखरपणे म्हणाले,

''हा आरोपी धर्मभ्रष्ट आहे.''

त्या उद्‌गाराने सारे न्यायालय क्षणभर स्तब्ध झाले. दुसऱ्याच क्षणी कुजबुज वाढली. न्यायासनावरून ठोकळ्याचा आवाज येताच परत शांतता पसरली आणि केशवशास्त्री बोलू लागले.

"आम्ही धर्माचे संरक्षक आहोत. आमच्या मनात आमच्या धर्माबद्दल जाज्वल्य निष्ठा आहेत. किंबहुना आमचा समाज त्या धर्मनिष्ठेवरच जगतो. धर्म हे आमचे मूळ आहे. त्या मुळावरच ह्या स्वच्छंदी माणसानं घाव घातलेला आहे. समाजामध्ये आम्ही देवदेवता मानणारे आहोत. देवदेवता ह्या आम्ही पवित्र म्हणून जपलेल्या आहेत. आणि त्यांचं पावित्र्य नष्ट होऊ नये म्हणून त्या सोवळ्यात ठेवलेल्या आहेत. कोणीही यावं, सरळ मंदिरात घुसावं असं सवंग दर्शन आजवर आम्ही होऊ दिलं नाही. ज्या दक्षिणेतून हे रवि वर्मा आलेले आहेत त्या दक्षिणेत आमच्यापेक्षाही कडक धर्माचरण केलं जातं. तिथल्या कुठल्याही मंदिरात हातपाय धुऊन, सोवळं नेसल्याशिवाय प्रवेश होत नाही. ह्या आरोपीनं हे वर्तन जर त्यांच्या मुलुखात केलं असतं तर समाजानंच त्याला योग्य तो दंड दिला असता. त्यासाठी न्यायालयात उभं राहण्याची गरजच भासली नसती. एवढा महाभयंकर गुन्हा आहे हा."

केशवशास्त्री थांबले. त्यांनी एकवार रवि वर्म्यावर नजर टाकली आणि न्यायाधीशांच्याकडे पाहात रवि वर्म्याकडे बोट दाखवत ते म्हणाले,

"हे आरोपी राजा रवि वर्मा एका कुलसंपन्न घराण्यात जन्मलेले आहेत. राजा ही त्यांची किताबत आहे. राजा आणि रंक हे दोन्हीही न्यायासनासमोर सारखेच असतात. आणि न्याय जो मिळतो, मग तो राजा असो वा रंक असो, तो दोघांनाही सारखाच. त्याच भरोशावर आजचा खटला उभा आहे."

"या देशामध्ये आमची हिंदू संस्कृती हजारो वर्षे मानानं जगते आहे. आमचे वेद, रामायण, महाभारत या धर्मग्रंथांवरती आमची हिंदू संस्कृती आणि समाज आजवर जगत आला आहे, पोसला गेला आहे. एखाद्या माणसाचा खून केला तर एक बळी जातो. एक फाशी जातो. पण त्याचा धक्का समाजाला तितकासा कधी पोहोचत नाही, पण जेव्हा सांस्कृतिकदृष्ट्या भ्रष्टाचार होतो, तेव्हा त्याचा गंभीर आणि घातुक परिणाम साऱ्या समाजावर होत असतो, हे मी न्यायासनाच्या निदर्शनास पुन्हा आणू इच्छितो."

"देव हे देवळातच पुजले गेले पाहिजेत. त्यांचं पावित्र्य सदैव राखलं गेलं पाहिजे. ही आमची धर्मभावना, पण आरोपीनं जी सरस्वती, लक्ष्मी, राम यांची चित्रं काढली, त्या चित्रांच्या लक्षावधी प्रतिकृती आज भारतामध्ये विकल्या गेल्या आहेत, विकल्या जात आहेत आणि घराघरांतून त्या देव्हाऱ्यातच नव्हे तर, जाहिरातीसारख्या, शोभेच्या वस्तू म्हणून मांडल्या जात आहेत. एवढी दैवतं सवंग केव्हापासून झाली? वास्तविक पाहता आरोपी हे दक्षिणेतील आहेत. त्रिवेंद्रम राज्यातले आहेत. कोर्टामध्ये येतानासुद्धा ते भस्माचे पट्टे ओढून येतात. हे आम्ही पाहतो. पण भस्माचे पट्टे

ओढणाऱ्या ह्या माणसाच्या रूपानं भारतीय संस्कृती भस्म करण्यासाठी हा भस्मासूर उजळ माथ्यानं वावरतो आहे. भरघोस पिकामध्ये एखादे वेळी चुकून गांजाचं रोपटं उगवतं. जेव्हा ते फूल दरवळू लागतं. तेव्हा साऱ्या शिवारात त्याचा सुगंध दरवळतो. पण ते फूल अनंताचं नसतं ना चाफ्याचं. ते असतं गांज्याचं. आमच्या हिंदू संस्कृतीमध्ये उगवलेलं हे एक गांजाचं झाड आहे. नशा आणणारं, बेहोष करणारं.

"यानं केलेल्या गुन्ह्याची बरोबरी करायचीच झाली तर, ती दुःशासनाच्या बरोबर करावी लागेल. पण दुःशासनानं एका स्त्रीला विवस्त्र करण्याचा प्रयत्न केला. ह्या पापी माणसानं आमच्या साऱ्याच देवतांना विवस्त्र करण्याचा चंग बांधला. ती अर्धवस्त्रा सीता काय ! ती विवस्त्र उर्वशी काय ! ती दमयंती. ती यशोदा. महाराज किती म्हणून नावं सांगावीत. आणि या गुन्हेगारीचा बचाव त्याला फक्त कलेच्या गोंडस नावाखाली करायचा आहे. मी याला खुनी म्हणणारा नाही; कारण खुनी माणूस फक्त एखाद दुसऱ्या देहाचा अंत करतो. इथं तर सर्व समाजाच्या नीतिमूल्यांचा घात करून, सबंध समाजाचा विध्वंस करण्याचा अश्लाघ्य प्रयत्न चालवला आहे. या दोघांमध्ये फरक असेलच तर तो फक्त हत्यारांचा. कुंचल्यासारखं अत्यंत निरुपद्रवी दिसणारं हत्यार त्यानं महाभयंकर अशा स्वरूपात वापरलं आहे."

"यानं आपल्या लहरीनुसार देवदेवतांचं सवंग प्रदर्शन घडवलं. देवदेवता ह्या देवदेवताच आहेत. त्या सामान्य स्त्रीपुरुष होऊच शकणार नाहीत. त्यांना सामान्य रूप देऊन, स्त्रीपुरूष करून, त्यांच्या देहाचं जे विकृत प्रदर्शन यानं केलं, तिथंच आमच्या धर्माची विटंबना आणि याच्या कलेचा अधःपात झाला आहे. यांना प्रसंग सुचले ते कुठले? विश्वामित्र-मेनका, उर्वशी-पुरुरवा, यशोदा-बालकृष्ण, इंद्रजीत-विजय, सीताहरण, द्रौपदीवस्त्रहरण. किती म्हणून नावं सांगावीत? याला कारण एकच होतं. कामवासनेचा हव्यास आणि नग्न स्त्रीचं चित्र यात यांची मनं रमत होती. आणि त्याला गोंडस नाव दिलं यांनी धर्माचं ! सामान्य माणसांना या चित्रांनी मोहित केलं. या चित्रांच्या लक्षावधी प्रतिकृती बाजारात विकल्या गेल्या. ती सारीच चित्रं धर्मभावनेनं विकत घेतलेली नव्हती. ती का विकली गेली, हे का मी अधिक स्पष्टपणे सांगायला हवं?"

"महाभारत, रामायण, पुराणातले दाखलेच हवे होते आणि प्रसंगच हवे होते तर ते का कमी होते? ते अभंग पावित्र्याचे दाखले यांना का सुचले नाहीत?"

"शंकरानं विषप्राशन केलं."

"यमुना दुभंगली आणि वसुदेवाला तिनं वाट दिली."

"पार्वतीनं जप केला. तिनं शंकराला प्रसन्न करून घेतलं."

"पण असले प्रसंग हे घेतील कशाला? असे शेकडो प्रसंग असतानासुद्धा ते सर्व टाळून, सवंग प्रसंग निवडून, कामोद्दीपक असेच प्रसंग यांनी निवडले आणि पुराणातल्या प्रसंगांचं यांनी चित्रण केलं आहे. यापेक्षा काही नाही."

“असं म्हटलं जातं की, रवि वर्मा हे थोर चित्रकार आहेत. त्यांच्या हाती कुंचल्याचं सामर्थ्य असेलही. पण त्या कुंचल्यातून त्यांनी अशा उदात्त प्रसंगाचं चित्रीकरण केलं असतं तर आम्ही त्यांना थोर चित्रकार मानलं असतं. आणि आजचा खटल्याचा लाजीरवाणा प्रसंग न येता, याच शहरामध्ये कदाचित त्यांचा भव्य सत्कार केला असता.”

क्षणभर केशवशास्त्र्यांनी उसंत घेतली.

“बायबलमधली काढली गेलेली ख्रिस्ताच्या जीवनावरील चित्रं आपण नजरेखाली घाला. त्या चित्रांमध्ये मेरी कधी अर्धवस्त्रं दिसते का? एका पापी बाईला दगडाने ठेचून मारण्याची शिक्षा देण्यात आली. तेव्हा भगवान येशू तिथं गेला. आणि दगड मारणाऱ्या लोकांना थोपवून तो म्हणाला, ‘ज्यानं पाप केलं नसेल त्यानं खुशाल बाईवर दगड मारावेत.’ प्रत्येक माणसाचं पाप तो वाळूवर लिहून दाखवत होता. पण या प्रसंगाची अनेक चित्रं काढली असूनसुद्धा एकाही चित्रकारानं त्या स्त्रीचं विवस्त्र रूप दाखवलं नाही.”

“एवढंच कशाला, तुम्ही कधी पैगंबराचं चित्रं पाहिलं आहे का? कुणी चित्रकारानं ते चित्र काढण्याचं धाडस करावं. त्या गुन्ह्यासाठी त्याला देहान्त प्रायश्चित्तच समाजाकडून भोगावं लागेल. पण आमच्या हिंदू धर्माच्या सहिष्णुतेचा गैरफायदा घेऊन पोटभरू चित्रकारानं आमच्या देवतुल्य स्त्रीपुरुषांची हवी तशी चित्रं काढली त्याचा आम्हांला संताप आहे.”

“हिंदू म्हणून आम्ही हा मानभंग केव्हाही सहन करणार नाही. या चित्रकारानं आपल्या चित्रकलेच्या वेडापायी एवढा अनाचार केला आहे की, त्यासाठी जास्तीत जास्त शिक्षेस रवि वर्मा पात्र आहे हे मी अत्यंत नम्रपणे न्यायसभेस सांगू इच्छितो.”

केशवशास्त्र्यांनी आपलं निवेदन पुरं केलं. आणि मान तुकवून ते आपल्या जागेवर बसले.

रिचर्डसाहेबांनी केशवशास्त्र्यांना विचारलं,

“आपल्याला आरोपींना काही विचारायचं आहे?”

होकारार्थी मान हालवीत केशवशास्त्री म्हणाले,

“आपण परवानगी दिलीत तर.”

रिचर्डसाहेबांनी होकारार्थी मान हलवली.

रवि वर्मा कोर्टाच्या पिंजऱ्यामध्ये उभा राहिला. समोर केलेल्या गीतेवर हात ठेवून सांगितलेली शपथ त्यानं उच्चारली--

“देवाशपथ खरं सांगेन खोटं सांगणार नाही.”

केशवशास्त्री हसत पुढे आले. त्यांच्या हातात रवि वर्म्यानं काढलेल्या चित्रांची छायाचित्रं होती. त्यांपैकी एक छायाचित्र रवि वर्म्यांच्या हाती देत त्यांनी विचारलं,

“हे छायाचित्र आपणच काढलेल्या मूळ चित्राचं आहे ना?”

रवि वर्म्यानं ते चित्र पाहिलं आणि हसून तो म्हणाला,

"हो!"

न्यायाधीशांच्याकडे वळून केशवशास्त्री म्हणाले,

"मला आणखीन काही सांगायचं नाही. विचारायचंही नाही."

रवि वर्म्याच्या हातातील छायाचित्र घेऊन रिचर्डसाहेबांच्या टेबलावर ठेवत केशवशास्त्री म्हणाले,

"ही छायाचित्रं मी याआधीच कोर्टापुढं ठेविली आहेत. ती परत पुराव्यादाखल सादर करीत आहे."

रवि वर्मा साक्षीच्या पिंजऱ्यातून खाली उतरला. आपल्या आसनावर जाऊन बसला.

रिचर्डसाहेबांनी पुढची तारीख दिली. ते उठताच सारे उठले आणि त्या दिवशीचे न्यायालयाचे कामकाज संपले.

थकलेला रवि वर्मा सर्वांसह आपल्या बग्गीत जाऊन बसला.

न्यायालयातून बाहेर पडताना न्यायालयात आलेल्या लोकांच्या नजरेतील हेटाळणी तो विसरू शकत नव्हता.

रवि वर्मा सायंकाळच्या वेळी कोर्टातून परत आला. येताना त्याच्याबरोबर राज वर्मा, रामय्या काहीही बोलले नाहीत. रवि वर्माही आपल्याच विचारात होता. बंगल्यासमोर येताच घोडागाडी थांबली. बंगल्याच्या दाराशी स्लायसर उभा होता. घोडागाडी थांबलेली पाहताच तो तत्परतेनं पुढं झाला. त्यानं विचारलं,

"राजाजी, काय झालं?"

उसन्या अवसानानं रवि वर्मा म्हणाला,

"नुकतीच तर केस सुरू झालीय."

स्लायसर काही बोलला नाही.

रवि वर्मा आपल्या रंगशाळेत जाईल अशी साऱ्यांची अपेक्षा होती. पण तसे न घडता बंगल्याच्या मागच्या आपल्या निवासाकडे तो चालू लागला. पाठोपाठ राज वर्मा चालत होता. बंगल्यात येताच तो आपल्या शय्यागृहाकडे वळला. त्याच वेळी राज वर्मा धीर करून म्हणाला,

"दादाजी !"

रवि वर्मा वळला. थकल्या आवाजात तो म्हणाला,

"काय आहे?"

"दादाजी, आज आपल्याला खूप त्रास झाला. तो शास्त्री हवं ते बोलत होता. कोर्टात जमलेले लोक त्यात आनंद घेत होते. हसत होते."

रवि वर्मा राज वर्म्याजवळ आला. त्याच्या खांद्यावर हात ठेवत तो म्हणाला,

"राजा, ही अग्निपरीक्षेची वेळ आहे. तो दाह आपण सहन करायला हवा."

“पण त्यासाठी हवं ते ऐकून घ्यायचं?”

“त्यालाच दाह म्हणतात.” रवि वर्मा उद्विग्नपणे हसला. “जा राजा. माझी चिंता करू नको. मी फार थकलो आहे. मी थोडी विश्रांती घेतो.”

आणि राज वर्माकडे न बघता रवि वर्मा आपल्या शय्यागृहात गेला. त्यानं शय्यागृहाचं दार लावून घेतलं. तो आता एकटा होता. आपल्या कोटाची बटणं त्यानं काढली. कोट काढून जमिनीवर फेकला. डोईवरचं पागोटं खुंटीला लावलं. त्रस्त मनानं तो पलंगावर बसला.

कोर्टातला सारा प्रकार त्याच्या डोळ्यांसमोर तरळत होता.

केशवशास्त्र्याचं ते आवेशपूर्ण भाषण, त्यानं केलेले आरोप, हे सारं त्याला आठवत होतं.

मी पापी !

मी स्वच्छंदी !

मी धर्मभ्रष्ट !

मी विवेकशून्य !

किती म्हणून आरोप करावेत ! आणि कारण काय ?

तर मी पुराण, महाभारत, रामायण यांतील प्रसंग जिवंत केले हेच ना !

पन्नास प्रवचनं केली तरी शास्त्र्यांना जे अवगत होणार नाही, ते माझ्या एका चित्राचं सामर्थ्य ! ते हे कसं विसरतात?

नाही ! इथं मी जर दोषी ठरलो तर, माझी चित्रकलाच नव्हे तर, भारतीय चित्रकलेलाच मोठा कलंक ठरेल. त्याविरुद्ध लढायला मला सामर्थ्य मिळालं पाहिजे.

हे भगवती ! मला ते बळ मिळेल का?

त्याच वेळी दारावर थाप पडली. रवि वर्म्यानं विचारलं,

“कोण आहे?”

पाचनचा आवाज आला, “मी पाचन !”

“पाचन, मला भूक नाही.”

परत पाचनचा आवाज आला, “स्वामी, बाईसाहेब आल्या आहेत.”

“कोण? सुगंधा !”

“जी !”

रवि वर्म्यानं डोळ्यांत तरळलेले अश्रू टिपले. त्यानं दार उघडलं. पाचनला तो म्हणाला,

“तिला पाठव.”

थोड्याच वेळात दाराशी शुभ्रवस्त्रधारी सुगंधा अवतरली. तिच्या अंगावर कुठलाही अलंकार नव्हता. चेहरा म्लान होता. पाठमोऱ्या रवि वर्म्यानं विचारलं,

“सुगंधा, का आलीस?”

सुगंधा म्हणाली, "चैन पडेना म्हणून. एक विचारू?"

"विचार ना !"

"केस तुम्ही लढवणार?"

"हो ! का?"

"त्यापेक्षा चांगला वकील दिला असता तर?"

"वकील ! तो फक्त कायद्यावर बोट ठेवून बोलला असता."

"मग काय बिघडलं असतं?"

"सुगंधा, ते तुला कळायचं नाही. कायदा अत्यंत रुक्ष असतो. तिथं भावना, आत्मीयता, सौहार्द याला किंमत नसते. आणि नेमकं त्याच भावनेवरती कलेचं प्रांगण उभं असतं. त्याचं समर्थन करणं वकिलाला अशक्य असतं. तिथं फक्त घटना आणि त्यामागचा हेतू एवढंच फक्त जाणलं जातं."

"आणि म्हणून हे तुम्ही करणार?"

"हो ! जरूर करीन. मला ते करावंच लागेल."

"आणि कोर्ट ते मान्य करेल?"

"ते मला माहीत नाही. त्यापायी मला शिक्षा भोगावी लागली तरी मी आनंदानं भोगेन."

सुगंधाचा चेहरा भयचकित झाला. ती म्हणाली,

"काय बोलता आपण?"

"बोलायचं पुष्कळ आहे, पण या क्षणी बोलता यायचं नाही. सुगंधा, यातून काय निर्माण होणार आहे हे या क्षणी मला माहीत नाही. दुर्दैवानं मी शिक्षेला पात्र ठरलो तर भावी पिढी मी पराजित नव्हतो; अपराजितच होतो असंच म्हणेल. तू त्याची चिंता करू नको."

सुगंधाचं अवसान ढळलं होतं. ती धावली. रवि वर्म्याला बिलगत ती म्हणाली,

"काय केलंत हे?"

तिच्या पाठीवरून हात फिरवत, उजव्या हातानं तिची हनुवटी उंचावत, तिच्या अश्रुपूर्ण डोळ्यांचं चुंबन घेत रवि वर्मा म्हणाला,

"वेडे, एवढं भ्यायला काय झालं? आपण निष्पाप मनानं जे केलं त्याला काहीच का अर्थ नाही?"

रवि वर्म्याच्या बोलण्यानं सुगंधाला धीर लाभला नाही. त्याच्या बोलण्यातील रुक्षता, असहाय्यता तिला जाणवत होती. तिनं तोंडाला पदर लावला आणि तिला हुंदका फुटला.

परत सुंगंधाला मिठीत घेण्याचं बळ रवि वर्म्याला राहिलं नव्हतं. त्यानं हाक मारली —

"रामय्याऽ"

काही क्षणांत रामय्या दाराशी आला. रवि वर्म्यानं सांगितलं,

"रामय्या, हिला घरी पोहोचवून ये."

"नको. मी एकटी जाईन." डोळे पुसत सुगंधा म्हणाली.

"रामय्या, हिला घरी पोहोचवून ये."

काही न बोलता रामय्याच्या पाठोपाठ सुगंधा बाहेर पडली. ती दोघं जाताच रवि वर्म्यानं दार लावून घेतलं.

सुगंधाच्या घोडागाडीत रामय्या बसला होता. सुगंधाचं रडणं थांबलं होतं. तरी नासिका आणि चेहरा आरक्त बनला होता. प्रथमच ती रामय्याशी बोलत होती.

"दादाजी, हे काय चाललंय."

रामय्या खिन्नपणे हसला. म्हणाला,

"मी कोण सांगणार ! ते फार शहाणे आहेत. मी मी म्हणणारे वकील दाराशी आले. काही न घेता केस चालवतो म्हणाले. पण सर्वांना यांनी परतवून लावलं. स्वत:च केस चालवतो म्हणाले."

"जिंकतील?"

"ते काय इतकं चित्र काढण्याइतकं सोपं आहे? तुमचीच नव्हे, आम्हा सर्वांचीच झोप गेली आहे."

सुगंधाच्या निवासस्थानी गाडी पोहोचली. दारापाशीच सुगंधाचा निरोप घेत असता रामय्या म्हणाला,

"येतो मी."

"आत या ना."

"नको; मला जायला हवं."

तशाही स्थितीत सुगंधा हसली. म्हणाली,

"घाबरू नका. मी तुम्हाला आग्रह करणार नाही. पण जाताना घोडागाडी घेऊन चला. ही माझी विनंती आहे."

रामय्यानं एकदा सुगंधाकडे पाहिलं. तिचा चेहरा आर्जवी बनला होता. रामय्या म्हणाला,

"ठीक आहे."

आणि तो घोडागाडीपाशी गेला.

घोडागाडी जात होती. हेलकावे बसत होते, पण रामय्याच्या मनातले हेलकावे थांबत नव्हते.

सायंकाळच्या वेळी स्लायसर रवि वर्म्याच्या निवासस्थानी आला. त्याला पाहताच रवि वर्म्यानं आनंदानं विचारलं,

"स्लायसर, काय आहे?"

"नवं चित्र पुरं झालं आहे. आपण येऊन पाहाल तर बरं होईल."

स्लायसर जर्मन असला तरी, संस्कृत भाषेची त्याला आवड होती. तो छापत असलेल्या चित्रांचा अर्थ त्याला कळत होता. रवि वर्मा म्हणाला,

"तुम्ही थांबा. मी आलोच."

रवि वर्मा आपल्या निवासातून अंगात बंडी घालून, खांद्यावर पंचा घेऊन बाहेर पडला. स्लायसर त्याच्या मागोमाग जात होता.

मोठ्या बंगल्याच्या तळमजल्यावर ते दोघे आले. बाल भरताचं छापलेलं चित्र रवि वर्मा पाहात होता. गुहेतून आलेल्या सिंहाच्या छाव्याला दटावणारं ते चित्र होतं. त्या चित्रात उमटलेल्या रंगछटा तो निरखीत होता. प्रसन्नतेनं स्लायसरच्या पाठीवर हात ठेवत रवि वर्मा म्हणाला,

"व्हेरी गुड ! छपाई चालू द्या."

रवि वर्मा वळला. आणि दाराशी उभ्या असलेल्या इब्राहिमकडे त्याचं लक्षं गेलं. त्यानं विचारलं,

"काय झालं इब्राहिम?"

इब्राहिम म्हणाला, "बाईसाहेब आल्या आहेत." आणि इब्राहिमची नजर रंगशाळेच्या जिन्याकडे गेली.

रवि वर्मा वळाला, आणि रंगशाळेकडे गेला.

गुलाबी पातळ परिधान केलेली सुगंधा रंगशाळेतल्या चित्रसोपानाजवळ उभी होती. चित्रसोपानावर लावलेल्या फलकावर सुगंधाला सामोरी ठेवून काढलेलं अरण्यवासी सीतेचं चित्र होतं. त्या अपूर्ण चित्राकडे पाहात सुगंधा उभी होती. मागं वाजलेल्या पावलांच्या आवाजानं ती वळली. सुगंधाच्या चेहऱ्यावरचं सारं तेज हरवलं होतं.

"सुगंधा, केव्हा आलीस?"

"पुष्कळ वेळ झाला !"

"मग मला का नाही कळवलंस?"

"कळवावंसं वाटलं नाही."

"कारण?"

"आज आपण कोर्टात गेला होतात ना ! आपल्याला त्रास झाला असेल."

"त्रास ! नाही सुगंधा. त्रास मुळीच नाही."

"मला फसवता?"

"तुला फसवू कशाला? माणूस जेव्हा एखादा निर्णय घेतो तेव्हा, त्याचं बरं-वाईट सारं फलित त्यानं स्वीकारलेलं असतं. नाहीतर तू माझ्या प्रेमात कशाला पडली असतीस? सुगंधा, तू माझ्या जीवनात स्वामिनी म्हणून अवतरली असलीस तरी खरी जागा कलेची आहे. माझं सारं जीवन त्या कलेनंच व्यापलं आहे. तिला

आपण जपायला हवं. आणि तिला जपणारं आपल्या दोघांशिवाय कोण आहे?''

सुगंधा जवळ आली. निश्चल उभ्या असलेल्या रवि वर्म्याच्या गहिऱ्या डोळ्यांतले तटस्थ अश्रू ती प्रथमच पाहात होती. आपल्या बोटांनी ते अश्रू टिपत सुगंधा म्हणाली,

''राजे !''

आवेगानं सुगंधाला कवटाळीत रवि वर्मा म्हणाला,

''हा सुगंधा, मी राजा आहे. किलीमानूरचा राजा आहे. नको असलेलं बिरुद माझ्यावर लादलं गेलं आहे. ते मला निभावलं पाहिजे. तू चिंता करू नको. जोवर आपण दोघं एकमनानं उभे आहोत ना, तोवर कोणीही आपलं काही करू शकणार नाही. आपला विजयच होईल. सुगंधा, रात्र होत आली. तू जा. काही काळजी करू नको. सारं ठीक होईल.... ठीक होईल...''

रवि वर्म्याच्या मिठीतून सुगंधा दूर झाली. ती दरवाज्यापावेतो गेली आणि पाठीमागून रवि वर्म्याची हाक आली,

''सुगंधा!''

सुगंधा वळली.

रवि वर्मा केव्हा जवळ आला हेही तिला समजलं नाही. सुगंधाला मिठीत घेऊन तिच्या कपाळाचं, तिच्या नेत्राचं आणि ओठांचं दीर्घ चुंबन घेऊन तो व्याकुळ भावानं म्हणाला,

''सुगंधा, जग मला हवं ते म्हणो. पण तू केव्हा चुकूनसुद्धा मी तुला फसवलं असं म्हणू नको.''

त्या घायाळ मुद्रेकडे पाहून सुगंधानं आपले अश्रू टिपले. आणि निग्रही मन करून ती जिन्याच्या पायऱ्या उतरू लागली.

गिरगावातल्या छोट्या न्यायालयाच्या आवारात खूप गर्दी जमली होती. न्यायासनावर रिचर्डसाहेब बसले होते. डाव्या बाजूला न्यायपंच मंडळी उपस्थित होती. रिचर्ड हा युरोपियन असला तरी भारतात अनेक वर्षं राहिला होता. नि:पक्षपाती न्याय देणारा, कडक शिस्तीचा न्यायाधीश म्हणून त्याचा लौकिक होता. आजच्या न्यायालयाला वेगळंच स्वरूप प्राप्त झालं होतं, रवि वर्म्यानं आपला वकील दिला नव्हता. आधीच्या मुदतीत त्यानं न्यायालयाला सांगितलं होतं.

''मी ना वकील, ना वक्ता. मी एक चित्रकार आहे. माझ्या चित्रांच्या बाबतीत हा खटला सुरू आहे. तेव्हा मला न्यायालयात एक फलक, खडू आणि फळा पुसण्याचं साधन मिळावं.''

ही लोकविलक्षण विनंती जेव्हा रवि वर्म्यानं केली, तेव्हा विरोधी पक्षात एकच

हशा उमटला. पण न्यायाधीश रिचर्डनी हातातील ठोकळा मेजावर आपटून शांतता प्रस्थापित केली. रवि वर्म्याची विनंती मान्य केल्याचं त्यांनी जाहीर केलं. आणि पुढची तारीख दिली.

त्या तारखेला परत न्यायालय भरत होतं. न्यायासनाच्या उजव्या बाजूला काळा फळा ठेवलेला होता. त्यावर खडूच्या कांड्या आणि फळा पुसण्यासाठी एक स्वच्छ फडकं ठेवण्यात आलं होतं. रवि वर्म्याकडे पाहात रिचर्डसाहेब म्हणाले,

''मिस्टर रवि वर्मा, तुमच्यावरील आरोप तुम्हाला माहीत आहेत. त्याचबरोबर फिर्यादीच्या वकिलांनी मांडलेली आपली बाजूही तुम्ही ऐकली आहे. तुमच्या बाजूनी जे काही तुम्हाला सांगायचं असेल, ते तुम्ही न्यायासनासमोर मांडावं.''

मान तुकवून रवि वर्मा उभा राहिला. त्याच्या अंगात गुडघ्यापर्यंत गेलेला काळा लांबट कोट होता. मस्तकी पगडी होती. शांत नजरेनं आणि स्थिर पावलांनी तो न्यायालयात ठेवलेल्या फळ्याकडे गेला. विश्वासानं त्यानं खडूची कांडी उचलली आणि त्या फळ्यावर तो चित्र रेखाटू लागला. सारं न्यायालय अत्यंत स्तब्धतेत रवि वर्म्याचं ते चित्रकौशल्य पाहात होतं. पाहता पाहता रेखाटन पुरं झालं. त्या फळ्यावर उषा-अनिरुद्धाचं चित्र रेखाटलं गेलं होतं. झोपलेली उषा आणि तिच्या स्वप्नात आलेला अनिरुद्ध तिथं दिसत होता. त्या रेखाटनाकडे बोट दाखवत रवि वर्म्यानं विचारलं,

''न्यायाधीशमहाराज आणि न्याय-पंच मंडळी, हे चित्र अश्लील आहे का?''

नकळत पंचांच्या नकारार्थी माना हलल्या.

रवि वर्म्यानं फलकाजवळचा कपडा उचलला आणि त्या कपड्यानं फळ्यावरचं अनिरुद्धाचं चित्र पुसून टाकलं. आता त्या फळ्यावर फक्त निद्रिस्त स्त्री दिसत होती. तिकडे बोट दाखवत रवि वर्म्यानं विचारलं,

''हे चित्र अश्लील आहे का?''

आणि कोणत्याही प्रतिक्रियेची अपेक्षा न बाळगता रवि वर्म्यानं त्या चित्रातल्या काही रेषा पुसल्या. त्या फळ्यावर आता निद्रिस्त झालेल्या नग्न स्त्रीचं चित्र दिसत होतं. त्या चित्राकडे बोट दाखवत रवि वम्र्यानं विचारलं.

''महाराज, हे चित्र अश्लील आहे का?''

साऱ्या न्यायालयात शांतता पसरली होती. त्या शांततेचा भंग करीत वादी पक्षाचे वकील केशवशास्त्री उठून उभे राहिले. ते न्यायाधीशांना म्हणाले,

''न्यायाधीशमहाराज, आपली अनुमती असेल तर आरोपीला मी काही प्रश्न विचारू इच्छितो.''

न्यायाधीशांनी त्या विनंतीला मान्यता दिली.

आणि हातात एक कागदाची सुरळी घेतलेले केशवशास्त्री न्यायाधीशांच्या समोर आले. त्यांच्या छप्परमिश्या त्यांच्या ओठावर उतरल्या होत्या. घाऱ्या डोळ्यांत

एक मिस्किल हास्य खेळत होतं. ते म्हणाले,

"न्यायाधीश महाराज, रवि वर्म्यानं आपल्या चित्रकलेचं कसब न्यायासनासमोर सादर केलं आहे. ते जरूर थक्क करणारं आहे. नाहीतर पुराणातल्या एका उदात्त प्रसंगाचं रूपांतर एका नग्न स्त्रीच्या देहामध्ये करून दाखवण्याचं सामर्थ्य दुसऱ्या कुणाला? ते विकृत रूप फक्त एक चित्रकार किंवा जादुगारच करू जाणे !"

न्यायाधीश रिचर्ड त्यांना अडवीत म्हणाले,

"आपल्याला काय विचारायचं असेल तेवढंच विचारा."

"जशी आज्ञा महाराज." आपल्या हातातलं चित्रं उलगडीत केशवशास्त्री म्हणाले. आणि रवि वर्म्याकडं वळून त्यांनी विचारलं,

"चित्रकार महाशय, तुमचं समर्थन ठीक आहे. पण आपलं एक चित्र मी नमुन्यादाखल न्यायासनासमोर आणतो आहे. हे चित्र याआधीच पुराव्यादाखल सादर केलेलं आहे."

रवि वर्मा त्या वकीलाकडे पाहात होता. रवि वर्म्याच्या प्रेसमध्ये छापलं गेलेलं विश्वमित्र-मेनकेचं मोठं चित्र केशवशास्त्र्यांच्या हातात होतं. त्या चित्राकडे बोट दाखवत केशवशास्त्र्यांनी रवि वर्म्याला विचारलं,

"बोला रवि वर्मा, या चित्राबद्दल तुम्हाला काय म्हणायचं आहे?"

रवि वर्मा त्या चित्राकडं पाहात म्हणाला,

"ते चित्र सुंदर आहे. तो प्रसंगही चांगला आहे. ह्याखेरीज मी काय म्हणणार! हा प्रसंग मुळात नाही असं तुम्हाला म्हणता येईल का?"

छद्मीपणानं हसत वकील केशवशास्त्री म्हणाले,

"तो प्रसंग मी अमान्य करीत नाही. पण तुम्ही कलावंत ना! तुम्हाला असलेच प्रसंग आवडणार. आमच्या रामायण-महाभारतात अनेक उदात्त प्रसंग आहेत. पण हाच का निवडलात? विश्वामित्र मेनकेच्या प्रेमात पडतात, तिला गर्भसंभव होतो. आणि ती प्रसूत झाल्यानंतर ती मुलगी घेऊन मेनका विश्वामित्राकडे येते. आणि विश्वामित्र हात झटकून पापकर्मातून मोकळा होतो हेच ना? हीच का लोकांना सवय लावायची?"

रवि वर्मा त्यावर शांतपणे म्हणाला,

"वकीलसाहेब, आपण जसे वकील आहात तसेच शास्त्रीही आहात हे मी जाणतो. ज्ञानसाधना आणि मर्मज्ञान ही ज्ञानीयांची योगसाधनं असतात. मला अत्यंत विनयानं सांगावंसं वाटतं, की मीही एक ज्ञानोक्त, वेदोक्त पंडितांचा मुलगा आहे. तुमच्यापेक्षा विश्वामित्र-मेनका ह्या स्वभावरेखा मला जास्त कळतात. तो अहंकार तुम्ही बाळगू नका."

केशवशास्त्री हसून म्हणाले,

"ही आत्मश्लाघा आहे की आत्मसमर्थन आहे?"

रवि वर्मा निश्चयपूर्वक म्हणाला,

''ह्या दोहोंपैकी काहीही नाही. ते माझं ठेवलेलं चित्र पाहिलंत? परत एकदा निरखून पाहा. या कोर्टामध्ये माझे वाभाडे काढताना एक शास्त्री म्हणून एकच लक्षात ठेवा की, ज्याचा पुरावा तुम्ही देत आहात तो विश्वामित्र तुमचाही कुलगुरूच आहे. त्याच्या आयुष्यात त्याचा तपोभंग करण्यासाठी मेनका ही अप्सरा अवतरली. ती सामान्य स्त्री नव्हती. ना देवकुलातील वेश्या. ती अप्सरा होती. आणि ती देवाज्ञेनं भूतलावर अवतरली होती.''

''या दोन जिवांचं मीलन झालं. आणि मेनका शकुंतलेला घेऊन विश्वामित्राकडे आली. विश्वामित्र हा ऋषी होता. भावनेपोटी, वासनेपोटी त्याच्या हातून चूक घडली होती. त्याच्या जीवनाला बंधनं होती. तो मेनकेसह शकुंतलेचं पोषण करण्यास असमर्थ होता. आणि त्याच वेळेला त्यानं मेनकेला सांगितलं,

''हे मेनके, ही कन्या माझी आहे हे मी नाकारीत नाही. पण माझं जीवन वेगळं. मी एक ऋषी. या अजाण बालिकेसह संसार करणं हे मला जमणार नाही. मी या मुलीचं पोषण करण्यास असमर्थ आहे...'

''प्रतिसृष्टी निर्माण करू पाहणारा हा विश्वामित्र. पण स्वत:चा संसार मांडायला असमर्थ ठरला होता.''

संथपणे बोलणारा रवि वर्मा संतापानं उफाळला.

''शास्त्रीबुवा, माझ्या चित्राकडे जरा डोळे उघडून बघा. त्यात बेजबाबदार प्रेमिक माणूस दिसणार नाही. त्या विश्वामित्राच्या नजरेत एक असहाय्यतेची कणव तुम्हांला दिसेल. एवढंच नव्हे तर, हाती मूल घेऊन उभ्या असलेल्या मेनकेच्या डोळ्यांत वात्सल्याऐवजी विश्वामित्राविषयीचं प्रेमच तुमच्या ध्यानी येईल...''

''विश्वामित्र आणि मेनका हे दोन तप:सिद्ध जीव आहेत. विषयलोलुप म्हणून त्यांची विटंबना करण्याचं धारिष्ट्य निदान तुम्ही तरी करू नका. पण चित्र पाहायला कलादृष्टी लाभावी लागते. दुर्दैवानं ती दृष्टी तुमच्या ठायी नाही. खेद एवढाच वाटतो, शास्त्री असूनही तुम्हांला साधं चित्र पाहायला येत नाही. कदाचित तोच तुम्हाला शाप असावा. सौंदर्य पाहाता येणं, त्याचं मोल जोखणं ही दृष्टी परमेश्वर देतो. मी माझ्या चित्रातले भाव सांगितले आहेत. आता तेच चित्र पाहा. तुमचं भाग्य असलं तर ते तुम्हांला दिसतील. माझ्या चित्रात हे भाव जर दिसले नाहीत, तर त्या दिवशी चित्रकार रवि वर्मा संपला, पराभूत झाला असं समजायला मुळीच हरकत नाही.''

''माझ्यासारख्या चित्रकारावर हा आरोप यावा आणि त्यासाठी मला न्यायालयात उभं केलं जावं हा एक अर्थी मला गौरवच वाटतो. याचं कारण असं की, हे धर्मरक्षक म्हणून आज जे माझ्या विरुद्ध उभे राहिले आहेत ते खऱ्या अर्थानं धर्मरक्षक आहेत का याची मला शंका आहे.''

"यांची परंपरा फार थोर आहे. या धर्ममार्तंडांनी आजवर अनेक मोठमोठ्या संतांच्या जीवनांची होळी करून, आपल्या कपाळावर त्या भस्माचे पट्टे ओढले आहेत. त्याची नोंद इतिहासात आहे. इथं त्याचा पुनरुच्चार करण्याचं काहीच कारण नाही."

"आपल्या महाराष्ट्रातच नव्हे, तर साऱ्या भारतभरच्या संतांची हीच कथा आहे. ज्या ज्ञानेश्वरांनी गीता प्राकृतात आणली, त्याचं फळ त्यांनी आणि त्यांच्या भावंडांनी काय भोगलं? तीच कथा तुकाराम, नरसिंह मेहता, मीराबाई अशा अनेक संतांची. पुरंदरदासही यातून सुटले नाहीत. ही इथलीच नाही, साऱ्या मानवजातीची ही कथा आहे. तो स्वभावच आहे. नाहीतर ख्रिस्ताला सुळी का जावं लागलं असतं? आणि सॉक्रेटिसला विषाचा पेला आपल्या हातानं का प्यावा लागला असता? या साऱ्या धर्ममार्तंडांनी या देवतुल्य संतांची अशीच भलावण केली आणि त्या संतांच्या पश्चात त्यांना संत म्हणवून त्यांच्या ग्रंथांवर आपली उपजीविका चालवली. नावे फक्त टिकली ती या संतांची. पण परंपरा टिकली या धर्ममार्तंडांची. याचंच दु:ख वाटतं."

केशवशास्त्री ताडकन् उठले. त्यांनी विचारलं,

"रवि वर्मा, आपण स्वत:ला संत समजता काय?"

थोडंसंही विचलित न होता रवि वर्मा म्हणाला,

"हा प्रश्न विचारण्याआधी न्यायासनाची परवानगी घेतली असतीत तर फार बरं झालं असतं."

साऱ्या न्यायालयात हास्य उमटलं. रवि वर्मा म्हणाला,

"तुम्ही विचारलंत यात काहीच चूक नाही. संत आणि कलावंत एकच असतात. हे जग मानानं, सौंदर्यानं अधिक नटावं, त्या ईश्वराच्या देण्याचा साक्षात्कार सामान्य माणसांना घडावा, त्यातून त्यांचं जीवन उन्नत व्हावं, हाच एक हेतू संत आणि कलावंत बाळगत असतात."

विस्फारित नेत्रांनी केशवशास्त्री रवि वर्मा आणि न्यायाधीश यांच्याकडे आळीपाळीनं पाहात होते. न्यायाधीशांच्या चेहऱ्यावर हासू उमटलं होतं. साऱ्या न्यायालयात तीच प्रतिक्रिया दिसत होती. अस्वस्थ झालेल्या शास्त्रींनी ते चित्र गुंडाळलं आणि न्यायाधीशांना वंदन करून ते आपल्या जागी बसले.

न्यायासनासमोर फक्त रवि वर्मा उभा होता.

"न्यायाधीशमहाराज, न्यायासनाचे पंचसभासद ! दोन आरोपांखाली हा खटला दाखल करण्यात आला आहे. पहिला आरोप असा की, मी देवदैवतांची चित्रं सामान्य माणसांच्या घराघरातून पोहोचवली, व त्यांचं पावित्र्य नष्ट केलं. या आरोपाबद्दल मला एवढंच म्हणायचं आहे की, परमेश्वर हा कोणाही एका व्यक्तीच्या किंवा जातीच्या मालकीचा नाही. हे सर्वमान्य तत्त्व आहे. या बंधनाखाली ज्या माणसांना जातिरूढींमुळं मंदिरात प्रवेश करून देवदर्शन घेता येत नसेल त्यांना माझ्या चित्रांमध्ये

तो दर्शनलाभ घडला असेल तर, त्यात मला धन्यताच वाटते. त्यामध्ये माझ्या कलेचं आणि माझ्या जीवनाचं सार्थक झालं असंच मी समजतो.''

''प्रभू रामचंद्रानं शबरीची उष्टी बोरं खाल्ली म्हणून का त्यांना धर्मबाह्य ठरवणार?

''भगवान श्रीकृष्णानं नरकासुराचा वध झाल्यानंतर त्याच्या बंदिशाळेतून हजारो स्त्रियांची सुटका केली. त्या पवित्र आहेत हे सांगण्यासाठी त्यांचा स्वीकार केला आणि परत सामान्यजनांमध्ये त्यांना मानाचं स्थान प्राप्त करून दिलं. म्हणून भगवान श्रीकृष्णांना तुम्ही व्यभिचारी म्हणणार आहात काय, हा माझा सवाल आहे.

''माझ्यावर दुसरा आरोप आहे तो-मी देवदैवतांची अश्लील चित्रं काढली आणि देवतांची विटंबना केली. हा आरोप मला मुळीच मान्य नाही. पोथ्या-पुरणांतल्या कृष्णलीलेची वर्णनं मिटक्या मारीत सांगताना या शास्त्र्यांना कधी त्याची लाज वाटली नाही. मनं संकोचली नाहीत. पण यशोदेचं निर्धास्तपणे दुग्धपान करणारा बालकृष्ण पाहताना मात्र या धर्ममार्तंडांना तिथलं वात्सल्य आणि धर्मप्रेम कधीच नजरेत आलं नाही.

''मीही एक संसारी माणूस आहे. मलाही मुलं आहेत. त्यांचा जन्मकाल मला आठवतो. त्या वेळी मी सामोरा आलो असताही, नि:संकोचपणे मुलाला पाजणारी माझी पत्नी मला आठवते. त्या नग्नतेचा तिच्या विवस्त्रतेचा संकोच आम्हा उभयतांच्या मनातही नसे. त्या निरागस अर्भकाकडे पाहात आम्ही दोघं तृप्त झालेलो असत.

''हा अनुभव माझाच नव्हे; प्रत्येक संसारी माणसाच्या आयुष्यात तो येतो. चित्रकलेच्या जगामध्ये श्लील आणि अश्लील असं काहीच नसतं. चित्रकलेच्या जगात नीति-अनीतिला जागा नसते.''

''माणसाच्या शरीराइतकं सुंदर, प्रभावशाली असं दुसरं रूप नाही. आपल्या रेखीव अंग-प्रत्यंगांतून शेकडो भावनांचं दर्शन ते घडवतं. अलिप्तता किंवा वासना यांचा नग्नतेशी काही संबंध नाही. नग्नता सत्याशीच जखडलेली असते. झाकण्यातून, दडवण्यातून कला प्रकटत नसते असं नाही. तोही एक सौंदर्यशोधच असतो. पण झाकलेलं, दडलेलं सौंदर्य सूचित करणं हेही एक कलेचं कार्य असतं. सौंदर्य शोधापेक्षा सत्याचा शोध हा कलेचा हेतू असतो. एखाद्या वयोवृद्ध भिकारणीचं चित्र, त्या जीवाची व्याकुळता, पाणावलेल्या नजरेतील अगतिकता, तो अस्थिपंजर झालेला देह आणि त्या चेहऱ्यावरच्या सुरकुत्या या कलावंताला लावण्यवतीच्या रूपाइतक्याच मोहवतात. एका विराट जीवनाचं सत्य त्याला त्या रूपात दिसत असतं.''

''ज्यांच्या मनात हा ओलावा असतो त्यांनाच हे चित्र सुंदर भासतं. पण भस्माचे पट्टे ओढूनही जे अंधश्रद्ध असतात, त्यांच्या अंध डोळ्यांना ते चित्र अश्लीलच भासणार !''

''ती अश्लीलता चित्रात नसते. ती पाहणाऱ्याच्या मनात लपलेली असते.''

रवि वर्मा थांबला. तो न्यायाधीशांच्याकडे पाहून म्हणाला,

"महाराज, मी आजवर कधी न्यायालयात आलो नाही. सुदैवानं तसा प्रसंग माझ्यावर ओढावला नाही. तेव्हा मी जे बोललो त्यात पाल्हाळ असेल, आणि न्यायालयाचा अवमान होत असेल तर मी माझं सांगणं इथंच थांबवतो."

न्यायाधीश रिचर्ड आपल्या डोळ्यांवरचा चष्मा काढून समोरच्या मेजावर ठेवत म्हणाले,

"नाही रवि वर्मा. तुम्हाला जे सांगायचं असेल ते मनमोकळेपणानं बोला. ते ऐकणं आमचं कर्तव्य आहे."

"आपली मेहरबानी!" रवि वर्मा मान तुकवून म्हणाला, "माझ्यावर जो आरोप केला आहे की, माझ्या चित्रात नग्नता आहे, आणि मी देवादिकांच्या चित्रांचा प्रसार केलेला आहे. हा आरोप मला मान्य आहे."

रवि वर्म्याच्या त्या वाक्यानं न्यायासनच नव्हे तर, सर्व लोक अस्वस्थ झाले. शांतता प्रस्थापित होताच रवि वर्म्याचा कणखर आवाज उमटला.

"फक्त मला आज एवढाच खेद वाटतो की, माझ्या मनातल्या नग्नतेचं जेवढं सुंदर रूप मला दिसलं तेवढं मला चित्रित करता आलं नाही."

"या नग्नतेमध्ये आक्षेपार्ह आहे काय हेच मला कळत नाही. जो जो माणूस मानवी जीवनावर उदंड प्रेम करतो, अपार आनंद शोधतो त्या माणसाला या नग्नतेपासून अलिप्त राहता येणारच नाही. नग्नता नसती तर जीवन निर्मळ झालं नसतं. जीवन हे नुसतं वस्त्र-अलंकारांनी सजलेलं नाही. त्या नग्नतेच्या शोधातूनच जीवनाला जिवंतपणा आलेला आहे. हे जीवन जर सत्य असेल तर त्या सत्याचं चित्रण करणं हा गुन्हा ठरत नाही."

"शंकर नग्न आहे असे शब्द वापरले तर ते धर्म आणि संस्कार यांना ग्राह्य धरलं जातं. पण त्याच शंकराचं नग्न रूप चितारलं तर ते अश्लील का वाटावं याचा मला संभ्रम होतो.

"नग्न हा शब्द उच्चारताच माणसाच्या मनात चलबिचल का होते हे मला कळत नाही. वास्तविक पाहता नग्न हा शब्द इतका सुंदर आहे की, खरोखरच हा शब्द शोधून काढणाऱ्या माणसाचं मला कौतुक वाटतं. 'ग्न' याचा अर्थ चिकटणे असा आहे. जो कशालाही चिकटलेला नाही, किंबहुना जो फक्त आत्म्याशीच एकरूप झालेला आहे त्याला म्हणतात नग्न. आणि जो सर्व चराचराला, वस्तुमानाला चिकटलेला आहे त्याला म्हणतात लग्न."

"मग या नग्नतेच्या रूपाला तुम्ही अभद्र का समजावं?

"एवढंच कशाला? आपल्या देवालयातील मूर्ती पाहा. वेरूळ-अजिंठ्यातल्या लेणी पाहा. महाराज, त्या अजिंठ्यातील शिल्पं आज जगातले उत्कृष्ट शिल्पकलेचे नमुने म्हणून समजले जातात. त्या कैलासामध्ये शिव-पार्वतीची मूर्ती आहे. भगवान शंकराच्या मांडीवर बसलेली पार्वती पुष्कळशी अनावृतच आहे. त्या मूर्तीवर कोणी

अश्लीलतेचा आरोप ठेवल्याचं माझ्या ऐकिवात नाही. चित्रकलेबद्दलच बोलायचं झालं तर, अजिंठ्यातील चित्रं, त्यात अनावृत्त स्त्रियांची अंगप्रत्यंगं दाखविली गेली म्हणून ती का तुम्ही अश्लील ठरविणार आहात? शिल्पकला असो वा चित्रकला असो. ते कलेचं प्रांगण आहे. तिथं कलादृष्टी बाळगूनच जावं लागतं. तरच त्या कलेचं मोजमाप करता येतं. ती कला जर जाणता आली नाही तर असाच आरोप केला जातो. या नग्नतेबद्दल आपल्या पूर्वजांनी भय बाळगलं असतं तर त्यापुढं जाऊन त्यांनी आपल्या मंदिरावरती संभोगचित्रं चितारली नसती. ती शिल्पं या आरोपाखाली नष्ट करणार आहात काय? आणि जर कदाचित हाच निर्णय घेतला तर कलेचा भोक्ता म्हणून मी सांगतो, जो हे कृत्य करील त्याला परमेश्वरही क्षमा करणार नाही.''

''महाराज, मी अत्यंत नम्रतेनं सांगतो, मी कन्याकुमारीपासून या कलेच्या अभ्यासासाठी उत्तरेपर्यंत फिरलो. तिथली देवळं पाहण्याचं भाग्य मला लाभलं आहे. अश्लीलतेची हीच कल्पना असती तर, आपल्या पूर्वजांनी आपली मंदिरं अशा शिल्पांनी नटवली नसती, अश्लीलतेची हीच कल्पना मान्य करायची झाली तर, शिवालयातील शिवलिंगसुद्धा अश्लीलच मानावं लागेल. एवढंच कशाला, जैन धर्माच्या बाहुबलीची प्रचंड मूर्ती... या नग्नतेच्या आरोपाखाली तिलाही वस्त्रधारणा करावी लागेल. किंबहुना तो मूर्तीकार आणि ती मूर्ती भजणारे यांना आपल्यासमोर गुन्हेगार म्हणून उभं करावं लागेल.''

रवि वर्म्याचा आवाज संतप्त झाला होता. तो म्हणाला,

''परकीय आक्रमणाखाली, परधर्माच्या कल्पनेखाली आमच्या ह्या भारतीय शिल्पकलेचा आणि धर्माचा भरपूर विध्वंस झालेला आहे तो या आंधळ्या धर्ममार्तंडांच्या आग्रहानं पुढं चालवणार आहात का? हा कलावंत या नात्यानं या न्यायसभेला माझा सवाल आहे.''

रवि वर्म्यानं क्षणाची उसंत घेतली. न्यायालयातल्या जनसमुदायावर नजर फिरवीत तो म्हणाला,

''अपरिहार्य आणि जरूर तिथं माझ्या चित्रात मी नग्नता जरूर रेखाटली आहे. नुसत्या नग्नतेचं चित्रण हे दूषित असू शकेल. आणि ते दुसऱ्यांच्या भावना भडकावण्याचं, वासना चेतवण्याचं शस्त्र म्हणून वापरलं जात असेल. पण माझ्या चित्राचं उदाहरण द्यायचं झालं तर उर्वशी-पुरुरव्याचं देता येईल. माझ्यावर आरोप करताना प्रामुख्यानं याच चित्राचा उल्लेख केला गेला आहे. रात्रीच्या वेळी एकाच शय्येमध्ये झोपलेली दोघं. मेंढरं पळवून नेली म्हणून हाकाटी उठते. पुरुरवा त्याच नग्नावस्थेत धावत सज्जावर येतो. पाठोपाठ अर्धवस्त्र उर्वशी असते, आणि आकाशात वीज प्रकटते. त्या प्रकाशात उर्वशी पुरुरव्याला नग्नावस्थेत पाहते, आणि ती पुरुरव्याला सोडून स्वर्गाकडे जाऊ लागते. हा पुराणातलाच प्रसंग आहे ना ! महाराज, हा प्रसंग आहे

तसा चितारायचा झाला असता तर, पुरुरवा आणि उर्वशी आदाम आणि इव्हसारखे संपूर्ण नग्नावस्थेत दाखवावे लागले असते. कलेला नग्नतेचं भय नसतं. कलेला सौंदर्याची मर्यादा असावी लागते. कलावंत हा सौंदर्यशोध करीत असतो. ती मर्यादा मी पाळली म्हणून मला इथं गुन्हेगार म्हणून उभं केलं का?''

''न्यायाधीशमहाराज आणि न्यायपंच मंडळी, हा खटला मी माझा अपमान समजत नाही. आपल्या भारतीय संस्कृतीचा, कलेचा अपमान समजतो. यापेक्षा मला अधिक काही सांगायचं नाही. पण मी निर्दोष आहे असं माझी मनोदेवता मला सांगते.''

न्यायाधीश आणि न्यायपंच यांना अभिवादन करून रवि वर्मा आपल्या आसनावर बसला. न्यायाधीश रिचर्डनी एकवार केशवशास्त्र्यांच्याकडे पाहिलं व ते म्हणाले,

''तुम्हाला काही सांगायचं आहे?''

केशवशास्त्री उठत म्हणाले, ''काही नाही महाराज !''

न्यायाधीश रिचर्डनी कोर्ट संपल्याचं जाहीर केलं.

रवि वर्मा कोर्टातून बाहेर पडला. मागून राज वर्मा, रामय्या जात होते. आपल्या घोडेगाडीकडे रवि वर्मा जात असता मागून हाक आली,

''राजाजी !''

रवि वर्मा आपल्या तंद्रीतून जागे होत मागं वळला. गडबडीनं बापट सामोरे आले. रवि वर्म्याला नमस्कार करीत ते म्हणाले,

''राजाजी ! आपण केस जिंकली.''

''जिंकली?'' रवि वर्मा उद्‌गारला.

''निश्चित ! राजेसाहेब, तुम्ही स्वत:च केस चालवणार म्हणालात तेव्हा कोर्टापुढं कायद्याच्या चाकोरीतून बचाव करणं कितपत जमेल याबद्दल मी साशंक होतो. एका आंतरराष्ट्रीय कीर्तीच्या चित्रकारानं आपल्या वेड्या हट्टापायी स्वत:चा घात करून घ्यावा या कल्पनेनं मला धक्का बसला होता. तुम्हाला पटो वा न पटो, पण अनेक दिवस मी त्या बेचैन मन:स्थितीत घालवले.'' बापट आपले घारे, हसरे डोळे रवि वर्म्यावर खिळवीत म्हणाले, ''एक चित्रकार एवढं अभ्यासपूर्ण अर्ग्युमेंट ओघवतीपणानं सांगेल, यावर माझा विश्वास नव्हता.''

नि:श्वास सोडून रवि वर्मा म्हणाला, ''ते तितकंसं खरं नाही.''

''खरं नाही?'' बापट उद्‌गारले.

''बापट !'' रवि वर्मा व्यथित मुद्रेनं म्हणाला, ''निरुपद्रवी मुंगीला डिवचलं तर तीही संतापानं फुलते. इथं माझ्या साऱ्या निष्ठांवर घाव पडले होते. हे बोललं गेलं ते रवि वर्मा बोलला नाही. रवि वर्म्यानं आयुष्यभर ज्या कलेवर निष्ठा ठेवली ती कला बोलत होती. आयुष्यभर जे रक्ता-मांसात जे भिनलं, ते रक्तच उसळून निघालं होतं.''

भान हरपून ऐकणाऱ्या बापटांच्याकडे पाहात रवि वर्मा हसला. म्हणाला,

"बापट, एरव्ही मला बोलायला लावलंत तर मी काही बोलू शकेन यावर माझा विश्वास नाही. माझा माझ्यावरच विश्वास नाही."

"खरं आहे." बापट म्हणाले, "आम्ही ही केस लढवली असती. पण एवढा जीव ओतून बचाव करणं माझ्यासारख्या निष्णात वकिलालाही ते जमलं नसतं. राजाजी, मन पेटल्याशिवाय आत्म्याची तडफ दिसत नाही हेच खरं ! मी आपली तारीफ करीत नाही. पण तुमच्या चित्राइतकंच तुमचं अर्ग्युमेंट अमर राहील यात मला तिळमात्र शंका नाही. आपण थकला असाल. आपण विश्रांती घ्या. आपण परत भेटू !"

आणि नमस्कार करून बापट वळले.

रवि वर्म्याच्या चेहऱ्यावर न कळत स्मित प्रकटलं. बापट दिसेनासे होताच तो वळला आणि आपल्या बग्गीकडे चालू लागला.

सायंकाळच्या वेळी केशर बाजारातून आली. स्वयंपाकघरात सामोरी विळी घेऊन बाकाबाई कांदा चिरत बसली होती. त्या कांद्याच्या दर्पानं तिच्या डोळ्यांत पाणी येत होतं. केशर आलेली पाहताच अधिऱ्या मनानं तिनं विचारलं,

"काय गो ! नुस्ते मेळले?"

"जळला मेला बाजार !" पिशवी खाली ठेवत केशर म्हणाली, "थोडी सुंगटं आणि बांगडे मिळले."

"निसवण, शेवटे गावली नाहीत?"

"नाय बा ! आणि बांगडे तर किती महाग ! पावलीला वीस म्हणाला. पंचवीस करून आणले. बाई, खुब्ब महागाई. आपल्या गोव्यात पावलीला मण आले असते."

"ते गोव्यात गो ! इथं मीठ सुद्धा विकत घेऊक पायजे. आता जास्त बोलू नको. ते सुंगट, बांगडे साफ कर."

आणि त्याच वेळी इब्राहिम आत आला. तो म्हणाला,

"रघूशेठ आलेत."

डोळ्यातलं पाणी टिपून बाकाबाई म्हणाली,

"मेला या वेळेला कशाला उलथला?"

त्याच वेळी आढ्यातली पाल चुकचुकली. तिकडे पाहात बाकाबाई म्हणाली,

"चुकचुकलीस ! कशी चुकशील? माय तू. जळ्ळं मेलीचं लक्षण."

परसदारी जाऊन तिनं कांद्याचे हात धुतले. परसदारी केशर बांगडे साफ करीत होती. तिला ती म्हणाली,

"केशर, बाजार साफ करून ठेव. कांदा चिरून ठेवलाय. मी आले की,

बांगड्याचं झकास हुमण करू.''

केशरनं विचारलं, ''आणि सुगटं?''

''विसरलेच बघ. सुंगटाचं हुमण करू, आणि बांगड्याचं तिखट. खोबरं खिसून ठेव.'' एवढं बोलून पदराला हात पुसत बाकाबाई बाहेर आली.

माजघरात रघूशेठ उभा होता. बाकाबाई हसत म्हणाली,

''रघू, तुमची पण कमाल झाली. हे घर का परकं? पाव्हण्यासारखं उभं बरं ऱ्हायलात? बसा. चहा सांगते.''

''नको चहा. दुकानात खूप चहा झाला.''

हातातलं पुडकं बाकाबाईच्या हाती देत चटईवर बसत तो म्हणाला,

''माणिकचंदाकडे गेलो होतो. येताना कमलानं हे तुमच्यासाठी दिलं.''

अधाशी नजरेनं बाकाबाईनं ते पुडकं सोडलं. त्यात गुलाबी चौकड्याचं जरीकाठाचं नऊवारी भारी लुगडं होतं. कौतुकानं त्या लुगड्याचा पोत बघत बाकाबाई म्हणाली,

''कशाला करती एवढं?''

''तिला काय कमी?''

''ते खरं, पण पोर सुखात आहे ना?''

''नसायला काय झालं?'' डोळे मिचकावत रघू म्हणाला. ''म्हणच आहे ना! म्हातारा नवरा गमतीला... तिच्यासाठी स्वतंत्र बंगला आहे. घरात दास-दासी आहेत. आणि म्हातारा तर सकाळ संध्याकाळ चकरा घालतो.''

''तूच केलंस हे बाबा. नाहीतर त्या पोरीचं काय झालं असतं कोण जाणे!''

''काय झालं असतं ते उद्या कळेल हो !''

''उद्या?''

''हो उद्या. उद्या निकालाची तारीख आहे ना?''

जिन्यावर पावलं वाजली. दोघांची नजर वर गेली. सुगंधा संथ पावलांनी जिना उतरत होती. तिची नजर रघू गुरवावर खिळली होती.

''कसली तारीख रघूशेठ !'' सुगंधानं विचारलं.

''त्या रवि वर्म्याची.'' सुगंधाची नजर टाळत रघू गुरव म्हणाला,

''उद्या खटल्याचा निकाल आहे.''

''काय निकाल लागेल?''

''निकाल!'' रघू गुरव फिदकन हसला, ''तो केव्हाच लागल्यासारखा आहे. अगो सुगंधा, तू भोळी म्हणून त्या माश्याच्या जाळ्यात गावलीस. बाकी हवं ते म्हणा. तो रवि वर्मा कोर्टात बॅलिस्टरसारखा बोलत होता आणि जज्जसाहेब गालातल्या गालात हसत होता. किती केलं तरी साहेब तो साहेबच. तो काय असल्या भाकडकथा ऐकतोय? आपला केशवशास्त्री म्हणजे काय सामान्य वाटला? अग, हायकोर्टात गेला तर, जज्जसाहेब उठून उभा राहतो. उगीच नाही सगळं कसं पाईंटवार बोलणं.

तो बोलत होता तेव्हा, जज्जसाहेब नागासारखा डोलत होता; माहीत आहे?''

"पण असं त्यांनी केलं तरी काय? कोणत्या गुन्ह्यासाठी?''

"कोणत्या गुन्ह्यासाठी? अगो, आपले देव म्हणजे काय पांडवपंचमीत दारासमोर थापलेले पांडवं वाटले? आज पुजले आणि उद्या पाण्यात कालवून सारवणाला वापरले? देवाची विटंबना केली. फळं भोगावी लागणारच. माणसानं कसं धर्मानं जावं.''

सुगंधाचा संयम ढळला. ती म्हणाली,

"फार तर काय, पाच-पन्नास रुपये दंड होईल येवढंच ना?''

रघू गुरव आपली मळकट टोपी मांडीवर आपटत खिक्ककन हसला. दात विचकत तो म्हणाला,

"ऐक बाकाबाई ! पोरीचं शहाणपण ऐक. कोर्ट म्हणजे काय पांजरपोळ वाटला, ते पाच-पन्नास रुपये देऊन जनावर सुटेल? अगो, ही धर्माची बाब. त्या केशवशास्त्र्यांनी कोर्टाला ठणकावून सांगितलं हो ! तो म्हणाला, 'साहेब, हा आमच्या धर्माचा, संस्कृतीचा सवाल आहे. आमचा धर्म राहिला तर आम्ही राहणार.' हे खोटं कशाला बोला. अगदी अस्सा बोलला.''

"काय ग बाई !'' बाकाबाई आश्चर्यानं तोंडावर बोट ठेवत म्हणाली,

"मग काय होईल त्या राजाचं?''

"राजा आज ! उद्या नाही ! बघ तर खरं. नाही हातकड्या घालून त्याला तुरुंगात डांबला, तर विचार.''

"तुरुंगात?''

"हां, तुरुंगात ! साहेब तो साहेब. तो न्याय द्यायला चुकायचा नाही. तुरुंगात गेला म्हणजे त्याला कळेल धर्म काय असतो ते !''

सुगंधाचा संयम ढळला. ती रघू गुरवाकडं पाहात म्हणाली,

"रघूशेठ, मला सांगतोस?... दहा बायका ठेवणारा तू?''

रघू गुरवानं संतापानं आपली टोपी डोक्यावर घातली. उठत तो म्हणाला,

"जरूर ठेवल्या. पण सुगंधा, त्या कधी बाजारात मांडल्या नाहीत, तुझ्या त्या रवि वर्म्यासारख्या. बाकाबाई, जातो मी.''

आणि रघू गुरव उठला.

रघू गुरव जाताच सुगंधा उफाळली, "मेल्याच्या जिभेला हाड नाही.''

बाकाबाई संतापाने सुगंधाकडं वळली. आपले बटबटीत डोळे सुगंधावरून फिरवत ती म्हणाली,

"त्याला कशाला नावं ठेवतेस? त्याच्या जिभेला हाड नसेल. पण तुझ्या थोबाडाला काही लाज? आम्ही कलावंतिणी. एक देव; नाहीतर दुसरा आपला यजमान. याशिवाय कुणाला पुजलं नाही. आणि तू काय केलंस बयो? देवाची सेवा

सोडलीस. अगं, ज्यानं पेजपाण्याची सोय केली तो मेला म्हणून काय लाज विकायची? आम्ही कलावंतिणी गरती बायकांसारखं मालकाचं नाव सांगून जगतो. देवळात जाताना कधी डोकीवरचा पदर ढळणार नाही, की केसात माळलेली वेणी चळणार नाही. असा आमचा लौकिक.''

''मग मी काय केलं?''

''मला विचारतेस तू? तू साऱ्या गोयेकरांच्या तोंडाला चुट्ट लावून मोकळी झालीस हो ! नागडे-उघडे फोटो काढून घेतलेस. मोकळ्या केसानं त्या परपुरुषाच्या समोर उभी राहिलीस.''

स्थूल देहाच्या बाकाबाईला बोलता बोलता धाप लागली. ''आणि शेवटी त्याचंही निसंतान केलीस. अगो, कसा का असेना; पण तो राजा. त्याला कोर्टात उभा केलंस. त्याच्या हातात बेड्या पडल्या म्हणजे समाधान होईल तुझं. ना तुका, ना माका, घाल कुत्र्याक ! असे तुझे झाले गो बायो ! म्हाळशेचा शाप हा. घो कसा टिकेल? देवीची सेवा सोडून त्या राजाला घो मानलास. आणि त्याला मातीत मिळवलंस. तुझ्याजवळ येणाऱ्याचं दुसरं काय होणार? पुण्यवती तू पण या नादानं विषकन्या झालीस बयो, विषकन्या झालीस...''

— आणि बाकाबाई खाली मान घालून रडू लागली.

सुगंधाच्या डोळ्यांत अश्रूंचा थेंबही नव्हता. कोरड्या मनानं आणि कोरड्या नजरेनं ती सारं ऐकत होती. ती तशीच माघारी वळली. आपल्या शय्यागृहात जाऊन तिनं दार लावून घेतलं.

अलमारीजवळ ठेवलेल्या आपल्या तैलचित्राकडं ती पाहात होती.

मी विषकन्या...

सर्वनाश करण्यासाठी जन्मलेली स्त्री ...

मग मला हे देवानं रूप का दिलं?

हे रूप नसतं तर कदाचित, मी सुखी झाले नसते. पण कुणाचं जीवन उद्ध्वस्त करायला कारणीभूत तरी झाले नसते.

कशासाठी केलं हे?

कलेसाठी?

त्यातलं तुला काय माहीत होतं?

मग प्रेमासाठी?

पूर्वीच्या मालकानं दिलं ते काय होतं? नुसता शरीराचा उपभोग?

वासना... शारीरिक वासना. तिनं तर हे घडवलं नसेल ना?

त्या विचारानं एखाद्या ओंगळवाण्या कीटकाचा स्पर्श व्हावा तसं सुगंधाचं मन शहारलं. तिची नजर परत आपल्या तैलचित्राकडं गेली.

ज्याचं मन लहान मुलासारखं निरागस आहे, आपल्या चित्रकलेच्या छंदाखेरीज

ज्याला कुठंही रममाण होता येत नाही, प्रेमभरानं कुशीत लपेटून घेतलं तरी संगतीचं अस्तित्व विसरून फक्त चित्रांच्या स्वप्नातच जो जागा राहात होता... असा रवि वर्मा तिला आठवत होता.

दुर्दैवानं त्या कलावंताच्या हातात बेड्या पडल्या तर?

कुणामुळं?

माझ्यामुळं?

मी काय केलं? कोणता स्वार्थ बाळगून चित्रासाठी उभी राहिले?

सुरुवातीला नसेल. पण नंतर तुला तो हवासा वाटला ना?

हो वाटला !

म्हणून काय झालं? तो काय गुन्हा होता?

कोणत्याही स्त्रीला तेच वाटलं असतं.

पण अती संगत सोडली असतीस तर?

संगत कधी अती नसते. ना कमी. ती एकदा जखडली की कायमची.

मग भोग त्याची फळं !

आनंदानं भोगेन. त्यात मला दु:ख होणार नाही. ना पश्चात्ताप !

हे बोलायला ठीक आहे. पण सोसवेल का?

सुगंधानं आपल्या कानांवर हात ठेवला. धावत जाऊन ती पलंगावर पालथी पडली. आणि मुसमुसून रडू लागली.

आपण का रडतो, कशासाठी, हेही तिला कळत नव्हतं.

तिचं सारं मन अनामिक भीतीनं व्यापलं होतं.

न्यायालयात माणसांना शिरायला वाव नव्हता. रवि वर्मा विरुद्धच्या खटल्याचा निकाल काय लागतो इकडे सर्वांचं लक्ष लागलं होतं. न्यायाधीश रिचर्डसाहेब न्यायासनावर येऊन बसले आणि शांतता पसरली. पंचांनी आपला निर्णय रिचर्डसाहेबांच्या हाती दिला. रिचर्डसाहेबांनी तो निर्णय वाचला, आणि न्यायालयावर त्यांनी एक दृष्टिक्षेप टाकला. केशवशास्त्री आपल्या अशिलांच्यासह मोठ्या दिमाखात बसले होते. डाव्या बाजूच्या बाकावर राज वर्मा, रामय्या आणि रवि वर्मा शांतपणे बसले होते.

रिचर्डसाहेब निकाल देत होते.

"या चालविलेल्या खटल्याबद्दल पंचांनी एकमुखी निर्णय दिला आहे. रवि वर्मा आणि त्याची चित्रकला ही गुन्ह्यास पात्र नसून ते निर्दोष आहेत असं पंचांचं मत आहे. त्या मताशी मी सहमत आहे."

केशवशास्त्री वगैरे मंडळींचे चेहरे उतरले होते. रवि वर्मा समाधानानं निकाल

ऐकत होता.

"... एरव्हीच्या व्यवहारी खटल्यापेक्षा हा खटला वेगळा होता. कलेला नीति-अनितीचं बंधन असू शकत नाही. कला ही सर्वश्रेष्ठ मानाने जगायला हवी हे या खटल्यानं सिद्ध केलं आहे. या कोर्टामध्ये रवि वर्म्यानं आपले कैफियत जी मांडली आहे ती कैफियत न समजता कला आणि जीवन यावर मांडलेला तो सिद्धान्त आहे असं कोर्टाला वाटतं. त्याचमुळं रवि वर्मा यांच्यावरचे दोन्ही आरोप अमान्य करून ते आणि त्यांची चित्रकला निर्दोष आहे असा आम्ही निकाल देतो."

रिचर्डसाहेब उठले. सारे उभे राहिले. रिचर्डसाहेब आपल्या खोलीत निघून गेले. आनंदभरित झालेल्या रामय्यानं रवि वर्म्याचा हात हाती घेतला. राज वर्म्याचा चेहरा तर आनंदानं फुलून गेला होता.

तो रवि वर्म्याला म्हणाला,

"दादाजी, मी एवढ्यात येतो."

"का?"

"मिठाई घेऊन यायला हवी."

"जरूर घेऊन ये. हा माझा विजय नाही. माझ्या कलेचा विजय आहे."

रवि वर्म्याच्या भोवती त्याच्या चाहत्यांचा गराडा पडला होता. आत येणाऱ्या माणसांची रीघ एवढी मोठी होती की, बाहेर जाणं कठीण झालं होतं. रवि वर्म्याचं लक्ष त्या गर्दीतून वाट काढत जाणाऱ्या केशवशास्त्र्यांच्याकडे गेलं.

अभिनंदन करायला आलेल्या गर्दीतून वाट काढीत तो केशवशास्त्र्यांच्याकडे गेला, आणि पाठमोऱ्या केशवशास्त्र्यांच्या खांद्यावर त्यानं हात ठेवला.

शास्त्र्यांनी मागं वळून पाहिलं. रवि वर्म्याला पाहताच ते अवाक् झाले. रवि वर्मा म्हणाला,

"शास्त्रीजी, आपण सुरेख केस लढवलीत. ज्यांच्यासाठी लढवलीत त्यांचीही भावना मी जाणतो. मीही नंबुद्री ब्राह्मण आहे. तुमच्यापेक्षाही आमच्या मुलुखात आमचे विचार अजूनही वेदाइतकेच जुने आणि कर्मठ आहेत. पण हा विजय माझा नाही. हा विजय तुमचाच आहे."

"माझा? राजेसाहेब मला हिणवता?"

प्रेमभरानं त्यांचा हात हाती घेत रवि वर्मा म्हणाला,

"नाही शास्त्रीजी. मी हिणवत नाही. मी चित्रकार. मी यापूर्वी सीताशुद्धी आणि सीता-भूमिप्रवेश ही दोन्ही चित्रं काढली आहेत. पण त्यांचा अर्थ त्यावेळी मला कळला नव्हता. या खटल्यामुळं माझी कला पारखून निघाली. तिला मोल लाभलं. हे श्रेय तुमचंच नाही का? यात पराजित झालो असतो तर, भूमिप्रवेश करणाऱ्या सीतेचंच चित्र मला पाहावं लागलं असतं.

त्या राजाचं ते वेगळं रूप पाहून केशवशास्त्र्यांना काय बोलावं हे सुचलं नाही. त्या गर्दीत ते एकच वाक्य उद्गारले,

"जीवेत शरदः शतम् ।"

आणि रवि वर्म्यानं शास्त्रींच्या पुढं मान तुकवली.

रवि वर्मा कोर्टाच्या बाहेर आला. गाडीशेजारी राज वर्मा, रामय्या त्याची वाट पाहात होते. सारे गाडीत बसले. भर उन्हाची वेळ असूनही तो उकाडा रवि वर्म्याला जाणवत नव्हता. हा खटला चालू झाल्यापासून अनेक रात्री बेचैन मनानं आणि उघड्या डोळ्यांनी त्यानं घालवल्या होत्या. तो सारा भार उतरला होता.

पण तो कोर्टात दोषी ठरला असता तर?

कोणत्या शक्तीनं त्याला वाचवलं असतं?

किलीमानूरला परत जाण्याचं धारिष्ट त्याला झालं असतं का?

ज्या कलेची आयुष्यभर उपासना केली ती कला भ्रष्ट ठरली गेली असती तर, तपश्चर्येला काय अर्थ होता?

रवि वर्म्याची गाडी बंगल्यात येऊन पोहोचली. सारे पटापट उड्या मारून गाडीखाली उतरले. राज वर्मा मिठाईचा पुडा फोडून येणाऱ्या सेवकांना मिठाई देत होता. रवि वर्मा शांतपणे बंगलीमागच्या आपल्या निवासात गेला. आणि देवघरात जाऊन त्यानं देवीपुढं मस्तक टेकलं. आतापर्यंत आवरलेले अश्रू त्याच्या डोळ्यांतून वाहात होते. काही क्षणांत आपले आनंदाश्रू टिपून तो उठला आणि आवारातल्या मोठ्या बंगलीत आला. तिथं स्लायसरसकट साऱ्यांच्या चेहऱ्यावर रवि वर्म्याच्या विजयाचा आनंद दिसत होता. साऱ्यांना भेटून रवि वर्मा आपल्या रंगशाळेकडे जात असता राज वर्म्यानं विचारलं,

"दादाजी, आपण विश्रांती घेणार ना?"

"जरूर घेणार आहे राजा ! पण ज्या चित्रांनी एवढा गहजब केला ती चित्रं परत एकदा पाहाविशी वाटतात."

रवि वर्मा जिना चढून रंगशाळेत आला. रंगशाळेच्या शेवटच्या पायरीवर त्याचे पाय थबकले. शिकागोला पाठवण्यासाठी तयार केलेली सारी तैलचित्रं त्या रंगशाळेत नीटसपणे मांडली होती. चित्रसोपानावर एक कोरा फलक लावलेला होता. वास्तविक पाहता तिथं सुगंधाचं अपूर्ण असं कल्याणी चित्र असायला हवं होतं.

रवि वर्मा पुढं झाला. जळलेल्या उदबत्त्यांचा वास अजूनही त्या रंगशाळेत दरवळत होता. त्याची नजर त्याच्या बसायच्या आरामखुर्चीकडे गेली. त्यावर ताजी चाफ्याची पाच फुलं ठेवलेली होती. त्या चाफ्याच्या फुलांकडे लक्ष जाताच रवि वर्मा जागच्या जागी थिजला. तो ओरडला,

"चेतूऽ अरे चेतूऽ ऽ"

चेतू धावत वरती आला. रवि वर्म्यानं विचारलं,

"चेतू, इथं कोण आलं होतं?"

"आपण गेल्यावर बाईसाहेब आल्या होत्या." चेतू म्हणाला, "त्यांनीच मला ही सारी चित्रं लावायला लावली. ही चित्रं बघत त्या बऱ्याच वेळ होत्या."

"आणि..."

"आणि काही नाही महाराज. त्यानंतर त्या निघून गेल्या. पण जाताना त्या रडत होत्या."

"रडत होती?"

"जी !"

"चेतू असाच पळत जा. घोडे सोडले नसले तर गाडी चटकन घेऊन ये म्हणावं. मला बाहेर जायचं आहे."

"जी." म्हणत चेतू जिना धडधड उतरून निघून गेला.

रवि वर्मा खाली आला तेव्हा रामय्या समोर आला. रवि वर्म्याला उसंत नव्हती. त्यानं विचारलं,

"रामय्या, तुला सुगंधाचं घर माहीत आहे?"

"हो."

"बस गाडीत. आपल्याला तिच्याकडं जायचं आहे." आणि राज वर्म्याकडं पाहून तो म्हणाला,

"राजा, मिठाईचा एक पुडा दे."

राज वर्मा मिठाईचा पुडा पुढं करीत म्हणाला, "मी येऊ?"

"नको." रवि वर्मा म्हणाला.

रामय्याला संगती घेऊन रवि वर्मा घोडागाडीत बसला. रामय्यानं सांगितल्याप्रमाणं घोडागाडी जात होती.

जेव्हा घोडागाडी सुगंधाच्या घरासमोर येऊन उभी राहिली, तेव्हा घरासमोरची गर्दी पाहून रवि वर्म्याच्या मनात धस्स झालं. आपली प्रतिष्ठा, आपला लौकिक... सारं विसरून तो गाडीखाली उतरला. लोकांनी करून दिलेल्या वाटेनं तो सुगंधाच्या घरात गेला.

रवि वर्म्याला पाहताच जिन्यावर उभ्या राहिलेल्या लोकांनी त्याला वाट करून दिली. जिना चढून तो वर गेला.

सुगंधाच्या शय्यागृहात सुगंधा शय्येवर पडली होती. रवि वर्म्याला पाहताच बाकाबाई ओरडली,

"महाराज, पोरीनं इस्कोट केला हो जन्माचा. तुमची बेअब्रू होईल, तुम्हाला शिक्षा होईल म्हणून कार्टीनं विष खाल्लं."

आणि बाकाबाई रडू लागली.

रवि वर्मा पलंगापाशी धावला. शेजारी डॉक्टर उभे होते. रवि वर्म्यानं त्यांच्याकडे पाहिलं. निराशेनं त्यांनी नकारार्थी मान हलवली.

रवि वर्मा पलंगावर बसला. तो सुगंधाकडे पाहात होता.

तोच चेहरा होता... पण त्या गौर वर्णाऐवजी त्यावर एक निळसर छटा पसरत होती.

तेच ओठ होते, की ज्यांच्या चुंबनात दोघांचंही भान हरपत होतं. पण ते ओठ आता गुलाबी राहिले नव्हते. त्यांवर एक श्यामल छाया उमटत होती.

रवि वर्मा ओणवा झाला. सुगंधाच्या गालावर थापट्या मारीत तो म्हणाला,

"सुगंधा, डोळे उघड. मी आलोय."

काही क्षणांत सुगंधाचे डोळे उघडले गेले. दीर्घ श्वास उमटत होता. रवि वर्माला पाहताच त्या थकल्या डोळ्यांतही चैतन्य उमटलं. ती म्हणाली,

"तुम्ही आलात?"

"नुसता आलो नाही सुगंधा. मी कोर्टात निर्दोष सुटलो. आपली चित्रं निर्दोष ठरली हे सांगण्यासाठी मी आलो होतो. पण कसली घाई केलीस तू सुगंधा. मी मिठाई आणली होती."

"खरं?"

"अगदी खरं."

"मला सारं मिळालं." सुगंधाचा आवाज ओढला जात होता. ती म्हणाली,

"माझ्यासाठी एक कराल?"

"सांग सुगंधा. मी हवं ते करीन."

"तुम्हाला ते जमेल?" घोगऱ्या आवाजात तिनं विचारलं.

"सारं जमेल सुगंधा. सांग मला."

"मला तुमची मांडी द्या...."

रवि वर्म्याला अश्रू आवरणं कठीण झालं होतं. काही न बोलता तो तिच्या उशाशी गेला. तिच्या मानेखालची उशी काढून त्यानं आपल्या मांडीवर तिचं मस्तक घेतलं.

सुगंधा एकटक नजरेनं रवि वर्म्याकडे पाहात होती.

"रडता? माझ्यासाठी?" सुगंधाच्या चेहऱ्यावर क्षीण हास्य उमटलं. आपला उजवा हात उंचावत तिनं तो रवि वर्म्याच्या डोळ्यांपाशी नेला. थरथरत्या बोटांनी तिनं त्याचे अश्रू पुसले. सुगंधाचा श्वास वाढला होता. रवि वर्म्यानं विचारलं,

"त्रास होतो का?"

नकारार्थी मान हलवत ती कष्टानं बोलली, "नाही. मला सारं मिळालं."

त्या काळ्याभोर केसांवरून हात फिरवत तो तिच्या हसऱ्या डोळ्यांकडे पाहात

होता. किती वेळ गेला हे त्याला समजलं नाही.

आणि शेजारी उभ्या असलेल्या डॉक्टरांनी सुगंधाच्या पापण्या मिटल्या.

घरात एकच हलकल्लोळ माजला. पण रवि वर्म्याला तो ऐकू येत नव्हता. तो निद्रिस्त सुगंधाकडे पाहात होता. डोळ्यांतल्या अश्रूंचं भान हरपून तो म्हणत होता; स्वत:शीच म्हणत होता...

''हे आत्म्या ! जर कधी काळी पुनर्जन्म असेलच तर जन्माला ये. पण या भारतात येऊ नको... आणि आलीसच तर माझ्यासारख्या दुर्दैवी कलावंताच्या आयुष्यात मुळीच येऊ नको...''

|| || || || || || || || || || || || || || || || || || ||

सायंकाळ टळली होती. रवि वर्मा रामय्यासह बैठकीच्या खोलीत गप्पा मारीत बसला हाता. राज वर्माही त्या संभाषणात सामील झाला होता. तोंडातल्या पानाची पिंक चांदीच्या पिकदाणीत टाकीत रवि वर्म्यानं विचारलं,

"राजा, गोदा कुठं दिसत नाही?"

"तो पुढं गेलाय." राज वर्मा म्हणाला.

"पुढं?"

"हो. आज तेलंगांच्या घरी आपल्याला आमंत्रण आहे."

"अरे हो ! आम्ही विसरलोच होतो. आपल्याला लौकर जायला हवं."

मंगेशराव तेलंग हे संस्कृत पंडित होते. वीणाविशारद म्हणून त्यांची ख्याती. मुंबईत आल्यापासून तेलंगांचा आणि रवि वर्म्याचा स्नेह जडला होता. गोद वर्मा त्यांच्याकडे वीणा शिकायला जात असे.

रात्रीच्या प्रारंभी रवि वर्मा, राज वर्मा व रामय्या आपल्या घोडागाडीतून तेलंगांच्या घरी पोहोचले. दाराशी मंगेशराव तेलंग व गोद वर्मा यांनी रवि वर्म्याचं स्वागत केलं. बैठकीवर बसल्यानंतर तेलंग आणि रवि वर्मा यांच्या गप्पा सुरू झाल्या. बोलता बोलता

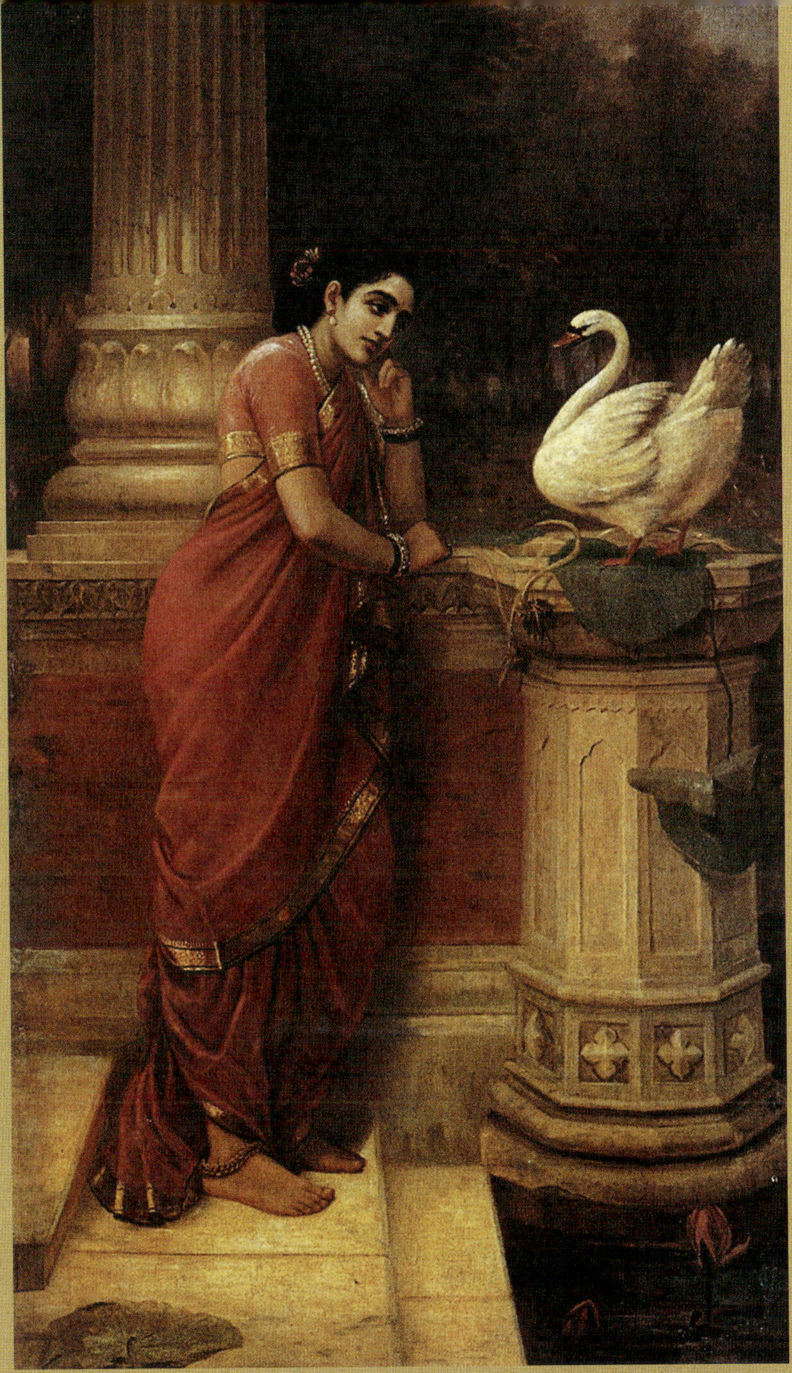

हंस - दमयंती

कॅनव्हासवर तैलरंग
मूळ आकार : ३३ x ५९ इंच
निर्मिती : १८९९

शकुंतला जन्म

कॅनव्हासवर तैलरंग
मूळ आकार : २२ x ३६ इंच
निर्मिती : १८९०

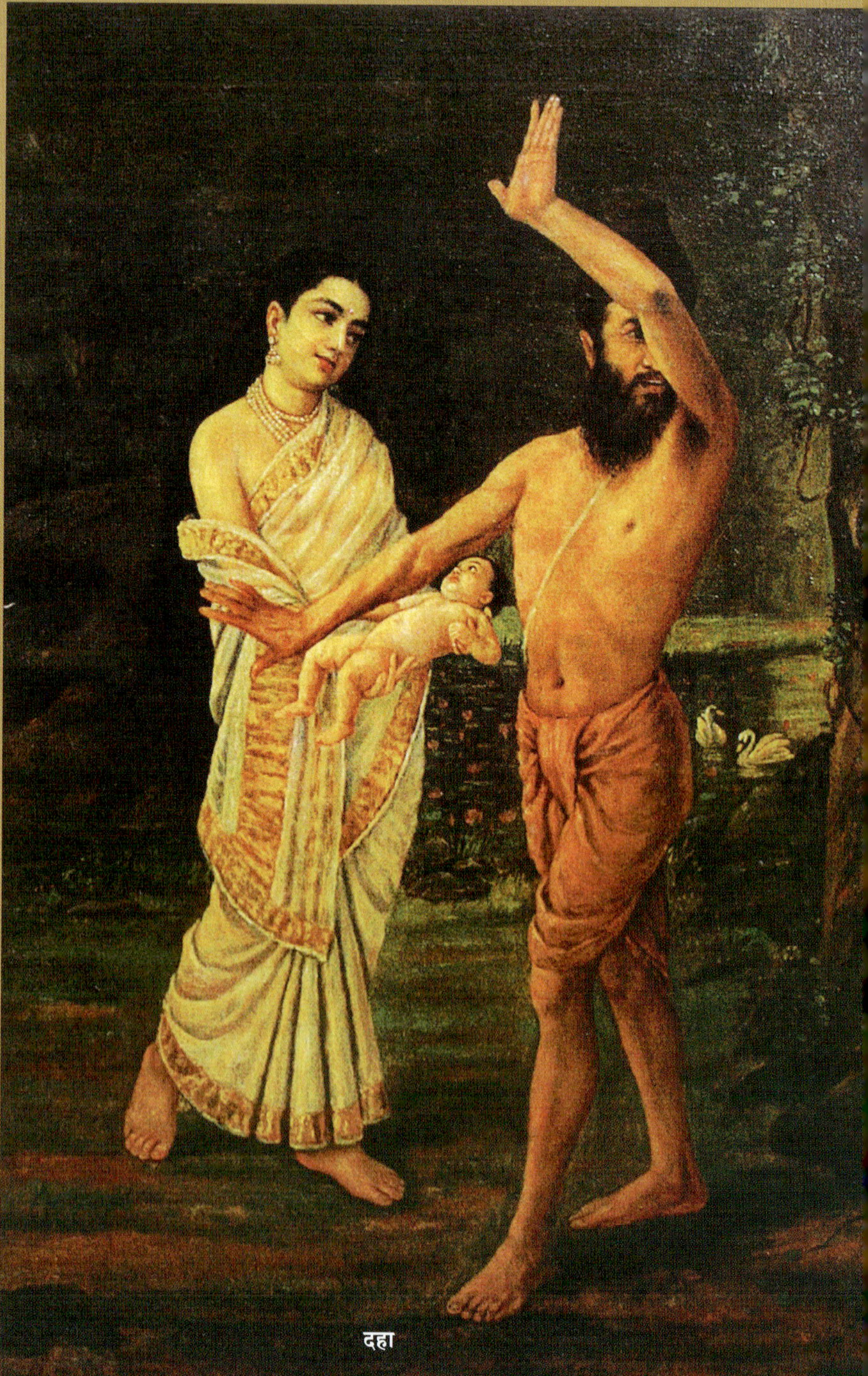

शकुंतला

कॅनव्हासवर तैलरंग
मूळ आकार : ४३ x ७१.६ इंच
निर्मिती : १८९८

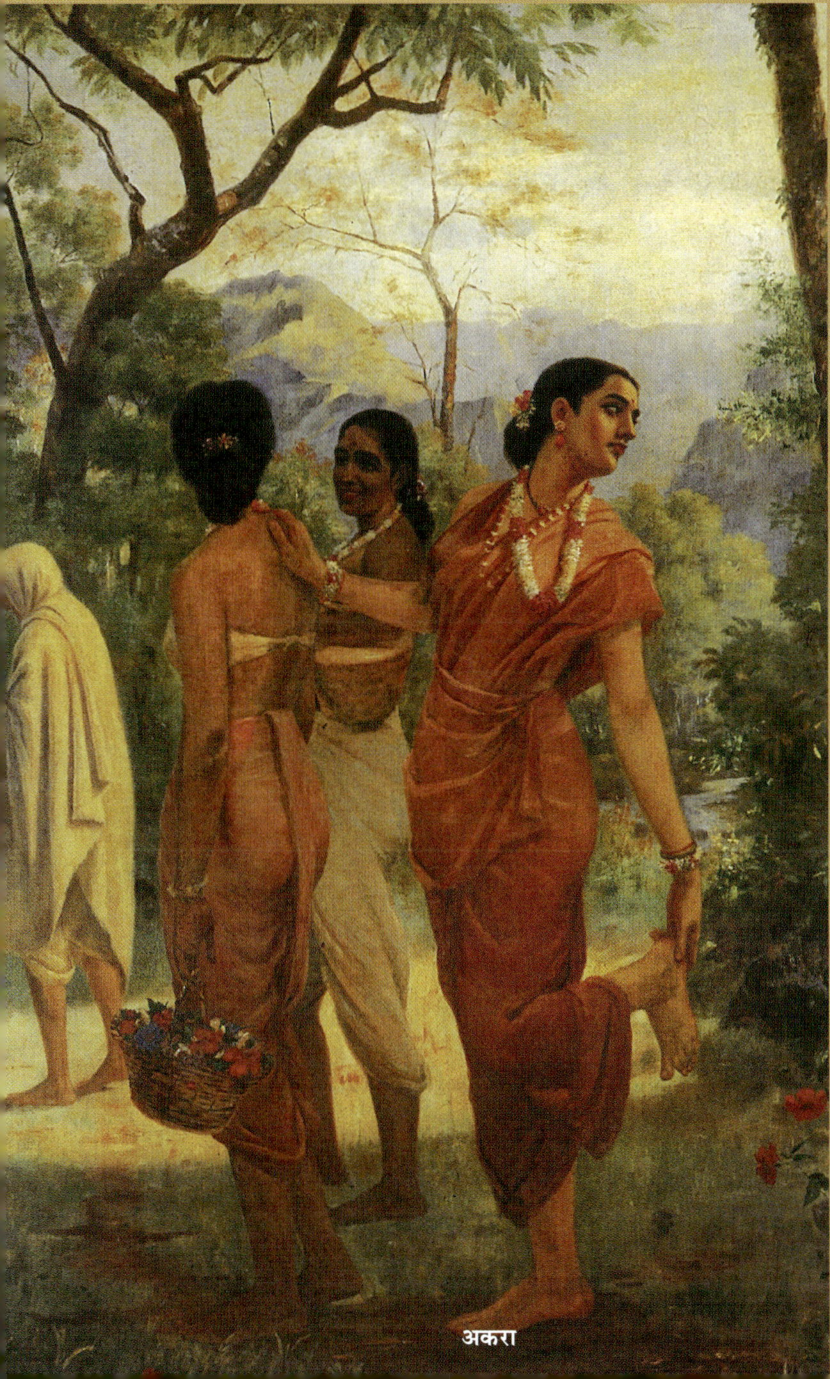

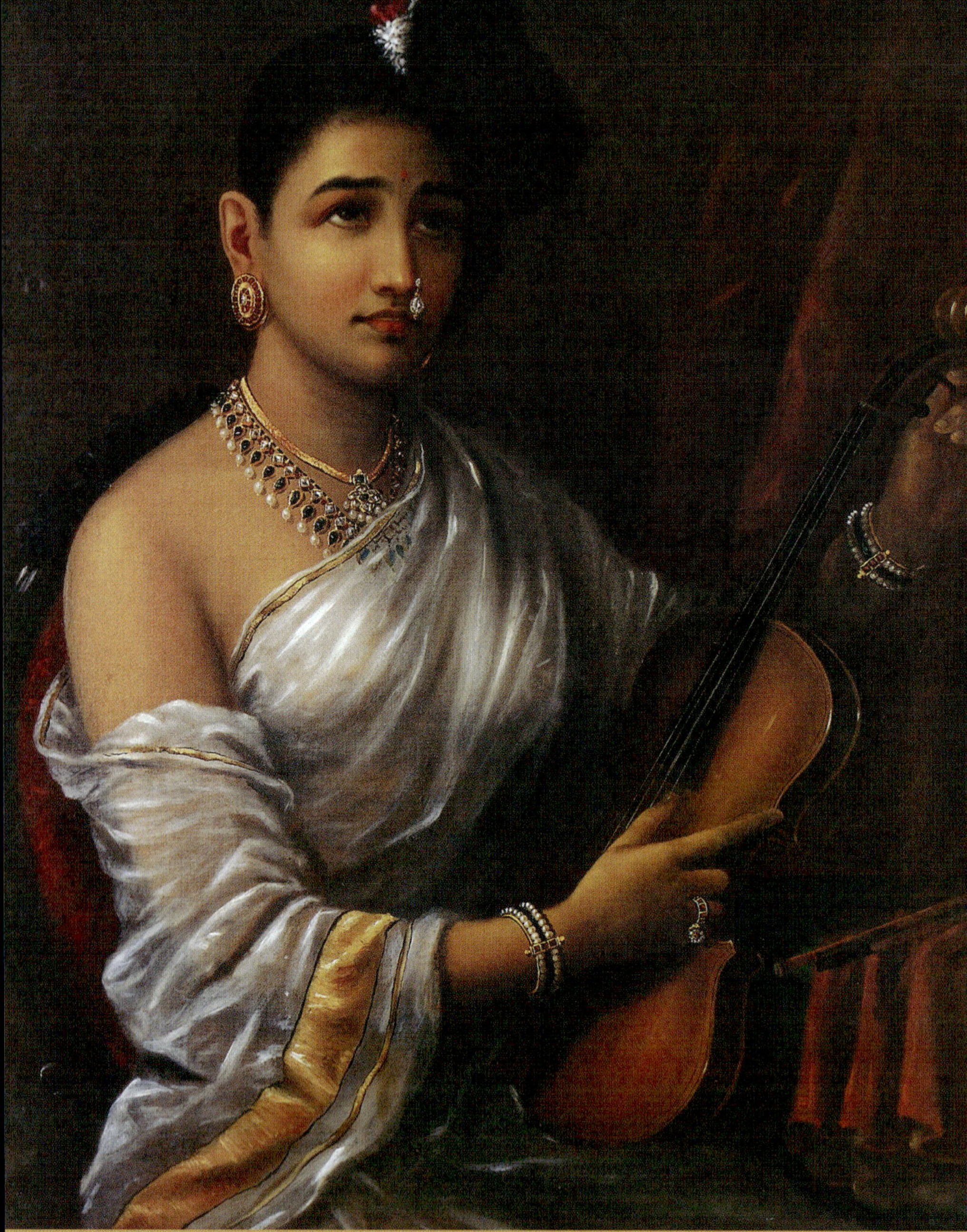

व्हायोलिन वाजवणारी स्त्री

कॅनव्हासवर तैलरंग
मूळ आकार : २४ x ३१ इंच

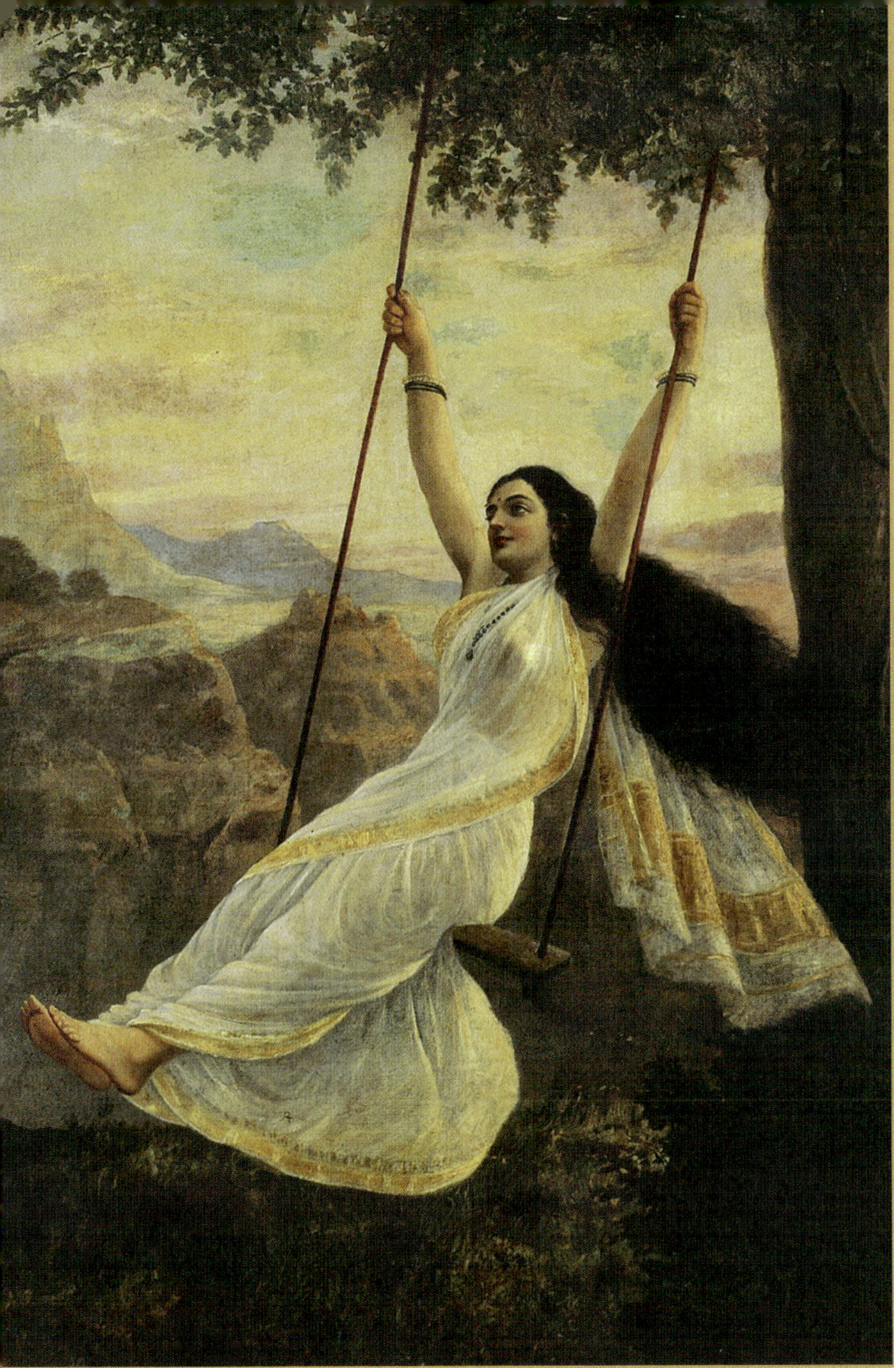

मोहिनी

कॅनव्हासवर तैलरंग
मूळ आकार : ४१ x ५९ इंच
निर्मिती : १८९४

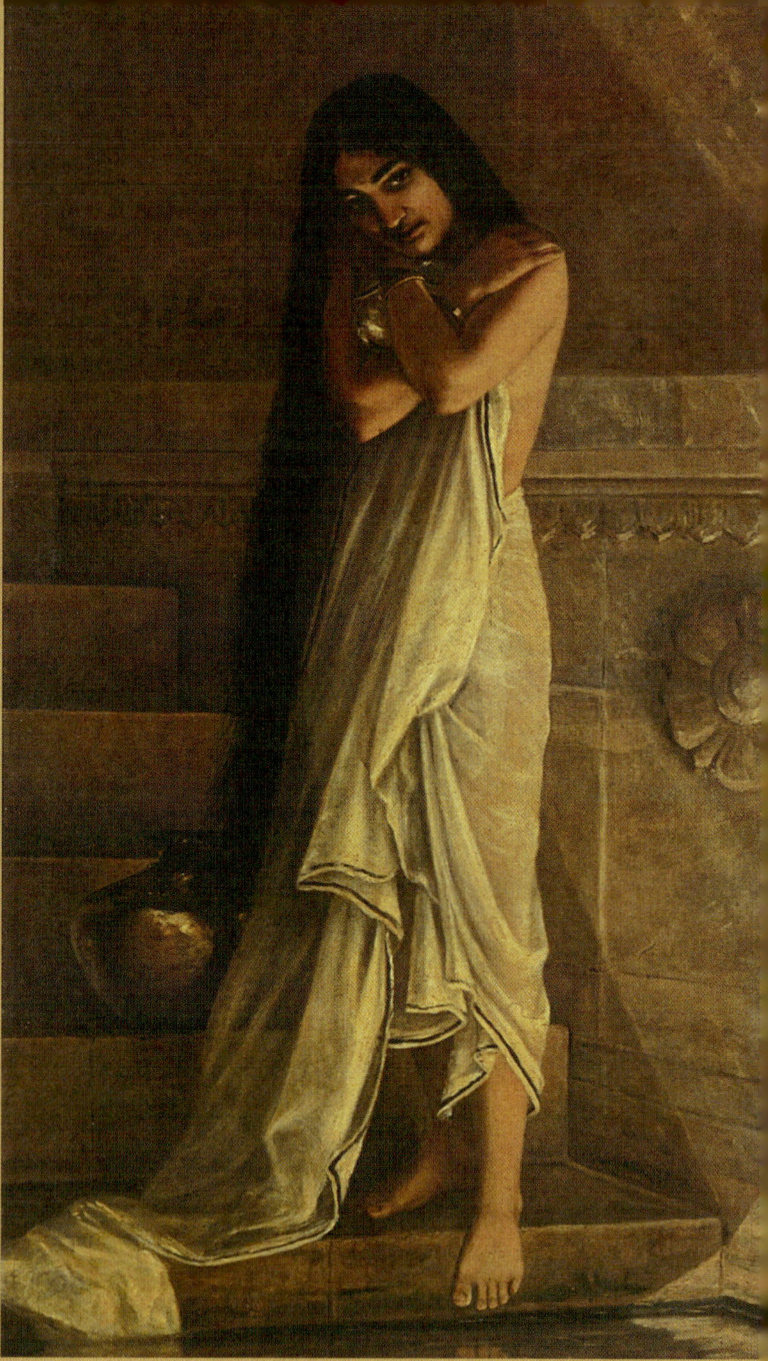

स्नानमग्न
वरसियार युवती

कॅनव्हासवर तैलरंग
मूळ आकार : ३१.६ x ५६ इंच
निर्मिती : १८९०

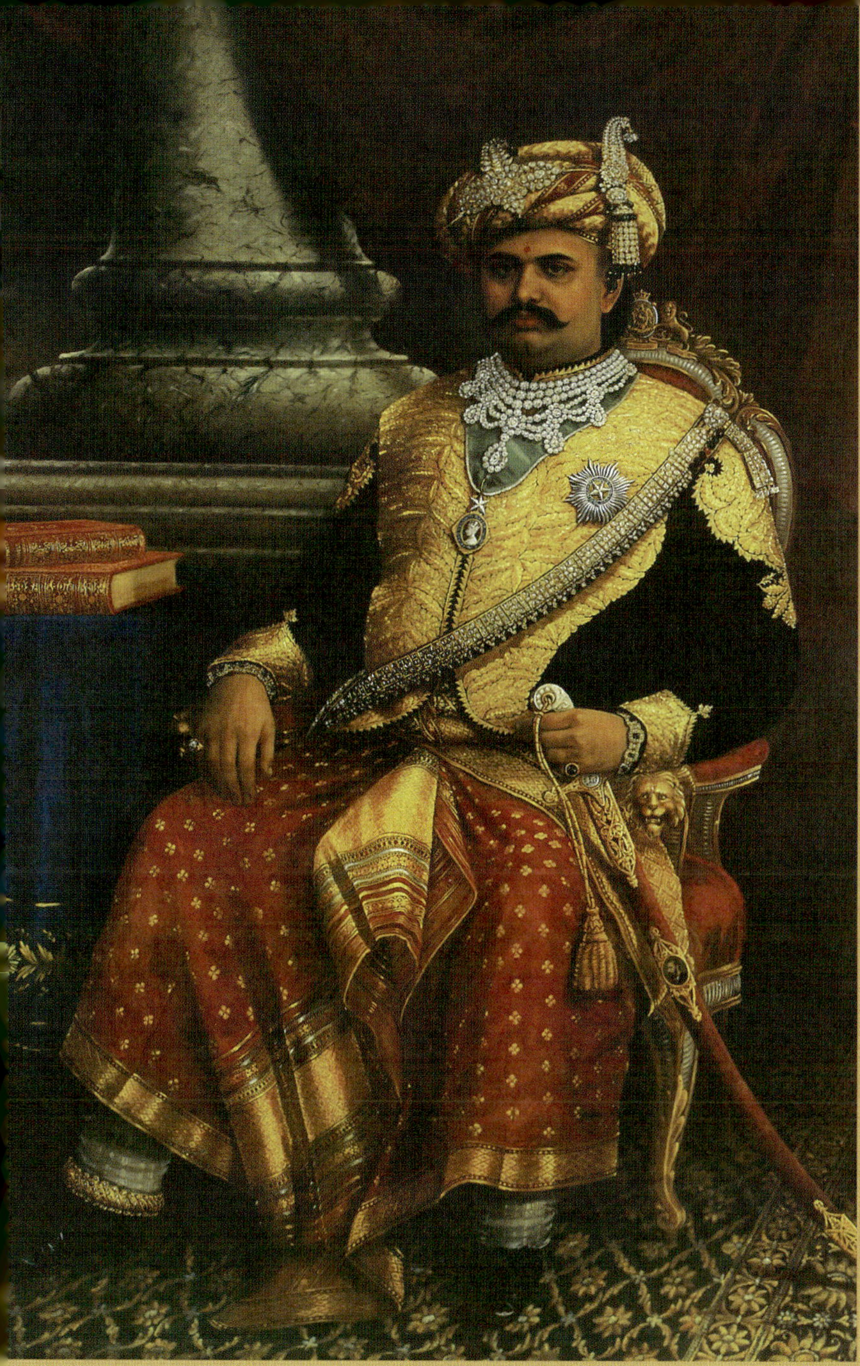

भावनगरचे महाराज
तख्तसिंगजी

कॅनव्हासवर तैलरंग
मूळ आकार : ६५ x ९१ इंच
निर्मिती : १८८१

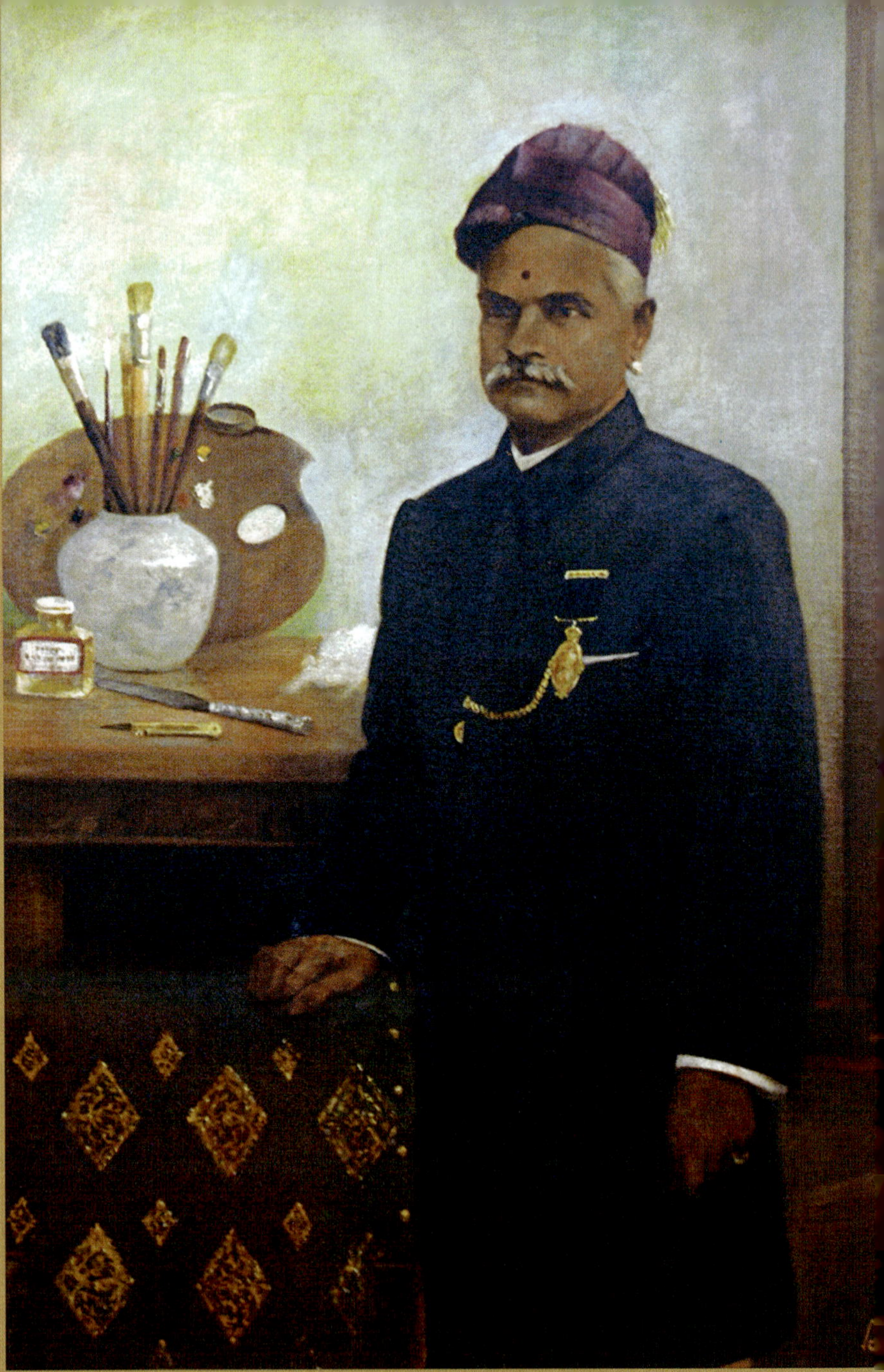

राजा रवि वर्मा

चित्रकार : राम वर्मा
कॅनव्हासवर तैलरंग
मूळ आकार : २५ x ३५.५ इंच
निर्मिती : १९५२

तेलंग म्हणाले,

''राजाजी, आपण महाभारत, रामायण सुंदर चितारलंत. पण त्याचबरोबर कालिदासाच्या मेघदूताकडे आपलं दुर्लक्ष झालेलं दिसतं.''

''असा कोणता प्रसंग आठवला की, त्यामुळं तुम्ही हे म्हणावं?''

''एकच काय? अनेक प्रसंग देता येतील.''

''अनेक नको. एखादा सांगा ना? मीही कालिदास वाचलाय.''

''राजाजी!...

ऱ्हीमूढानां भवति विफलप्रेरणा चूर्णमुष्टि: ॥

हा श्लोक आठवतो?''

रवि वर्म्याच्या चेहऱ्यावर हास्य उमटलं. तो म्हणाला,

''सुरेख प्रसंग ! कोणत्याही कलावंत मनाला मोह पाडील असाच हा प्रसंग! गंधर्व आपल्या पत्नीशी रतिक्रीडेसाठी आतुर झाला. लज्जांकित झालेली त्याची पत्नी समयांच्या प्रकाशात अधिकच प्रकाशमान होणाऱ्या कोपऱ्यातल्या रत्नराशींचा प्रकाश कमी व्हावा म्हणून प्रसाधनसाहित्य मुठीमुठीनं फेकते. पण त्याचा परिणाम योग्य होण्याऐवजी विपरीतच झाला. त्या उठण्यांच्या माऱ्यानं रत्नराशी घरंगळू लागल्या आणि गंधर्वपत्नीचं अनावृत सौंदर्य आणखी उजाळून निघालं.''

रवि वर्मा मोठ्यानं हसला. त्यानं तपकिरीची डबी काढली. तपकिरीची चिमूट नाकाशी नेत तो म्हणाला,

''मंगेशराव, मी असा कोणता गुन्हा केला की, ज्यासाठी मला तुम्ही ही शिक्षा देत आहात?''

''मी समजलो नाही राजाजी !''

''मंगेशराव, तुम्ही सुचविलेला प्रसंग उत्कट आहे. चित्रकाराला आव्हान देणारा आहे. पण हे चित्र जर चितारलं गेलं, तर अश्लील चित्र काढण्याबद्दल मला परत कोर्टात उभं केलं जाईल.'' रवि वर्मा मंगेशरावांच्याकडे पाहात म्हणाला, ''त्या कालिदासाला कलावंताची दृष्टी होती. पण धर्म समजणाऱ्यांना, किंबहुना तो अहंकार बाळगणाऱ्यांना ती दृष्टी कधीच लाभली नाही. हाच शापित गंधर्व त्या मेघाला एका ठिकाणी सांगतो, 'हे मेघा, तू नीलगिरी पर्वतावरून जाताना त्या पर्वताच्या दऱ्या तुला विवस्त्र स्त्रीच्या पायांसारख्याच वाटतील. पण तू मोहवश होऊ नको. तिथं क्षणभरही विसावू नको.' हे निसर्गाचं रूप त्या महाकवी कालिदासानं पाहिलं. खोटी प्रतिष्ठा, खोटी धर्मभावना, खोटी लाज आणि खोट्या रूढी यांखाली आपली संस्कृती, आपले आचार नष्ट होत आहेत, हे कसं कोणाच्या ध्यानी येत नाही?''

मंगेशराव तेलंग काही न बोलता उठले. ते म्हणाले,

''राजाजी, आपण वीणा ऐकायला आला आहात. हा विषय आपण विसरू.''

''ठीक आहे. मैफल सुरू करा.''

मंगेशराव तेलंगांनी गोद वर्माकडं पाहिलं, आणि त्याला उठण्याची इशारत केली. गोद वर्मा उठलेला पाहताच रवि वर्मा म्हणाला,

"मंगेशराव, त्याची वीणा आम्ही नेहमीच ऐकतो. आज तुमची ऐकवा."

"राजाजी, जे आजवर तुम्ही ऐकत होता तो त्याचा रियाज होता. आज त्याची वीणा ऐका."

दोघे जाऊन बैठकीवर बसले. तबलजी आणि साथीदार सावरून बसले. बैठकीवर जुळवून ठेवलेल्या दोन्ही वीणा दोघांनी घेतल्या. रवि वर्म्याला वंदन करून मंगेशरावांनी गोद वर्माकडे पाहिलं.

"चलो बेटा. शुरू हो जायेऽ"

मंगेशराव वीणेवर मालकंसाची आलापी घेत होते. त्यांनी काढलेला तुकडा गोद वर्मा त्याच तोलामोलानं आपल्या वीणेतून काढीत होता. ती गुरुशिष्यांची जुगलबंदी रवि वर्मा तल्लीन होऊन ऐकत होता. जेव्हा गत सुरू झाली, तेव्हा दोन कसलेल्या मल्लांनी एकमेकांना आव्हान द्यावं तशी रंगत आली, आणि त्याच वेळी जिन्यावर पावलं वाजली.

मंगेशरावांनी दरवाज्याकडे पाहिलं. तो दरवाज्यातून औंधचे युवराज येत होते.

मंगेशरावांनी वीणा खाली ठेवली. ते उभे राहिले. मुजरा करून त्यांनी युवराजांचं स्वागत केलं.

युवराज म्हणाले, "आम्हाला थोडा उशीर झाला."

"काही बिघडलं नाही महाराज. घर आपलंच आहे."

रवि वर्म्याकडे बोट दाखवीत ते म्हणाले,

"हे राजा रवि वर्मा."

आणि औंधच्या महाराजांच्याकडे बोट दाखवीत तेलंग म्हणाले,

"हे औंधचे महाराज. चित्रकलेची यांना आवड आहे. कलेच्या प्रेमाबरोबरच संगीताचीही यांना जाणकारी आहे. आपल्याला त्यांना भेटण्याची इच्छा होती. त्यासाठी हा योग जुळवून आणला."

मस्तकी पगडी, अंगात रेशमी पायघोळ अंगरखा, आणि पायांत जरीकाठी पांढरं स्वच्छ धोतर परिधान केलेली उंचीपुरी, धिप्पाड प्रकृतीची मूर्ती रवि वर्मा पाहात होता.

उभ्या राहिलेल्या रवि वर्म्याच्या पायांना औंधच्या युवराजांनी एकदम स्पर्श केला. त्यांना उठवत रवि वर्मा म्हणाला,

"राजेसाहेब, हे काय?"

युवराज उठून उभे राहात म्हणाले,

"आपण नुसते राजे नाही. कलेचे राजे आहात. आपल्याला भेटावं, आपल्याला पाहावं असं फार दिवसांपासून वाटत होतं. ती आमची इच्छा आज पुरी झाली.

आम्ही सध्या मुंबईमध्ये एलएल.बी.चा अभ्यास करीत आहोत. तेलंगांच्यामुळं आपला दर्शनलाभ घडला याचा आम्हाला आनंद वाटतो.''

रवि वर्म्यानं औंधच्या युवराजांचा हात हाती घेतला आणि आपल्याजवळ त्यांना बैठकीवर बसवून घेतलं.

रवि वर्म्यानं मंगेशरावांच्याकडं पाहिलं. त्यांनी आपली वाद्यं उचलली. बिहागडा रागातील एक चीज मंगेशराव छेडत होते. गोद वर्मा त्यांना सुरांचा भरण देत होता.

मध्यरात्रीपर्यंत मैफल चालली होती.

रवि वर्मा जेव्हा स्वगृही परत आला. तेव्हा शय्यागृहाकडे जाताना तो गोद वर्माला म्हणाला,

''गोदा, तू पुष्कळ मिळवलंस. एकाकी जीवाला मनाचं समाधान करण्यासाठी असं एखादं तंतुवाद्य मिळालं असतं तर फार बरं झालं असतं.''

आणि एवढं बोलून रवि वर्मा आपल्या शय्यागृहाकडं निघून गेला.

मंगेशरावांच्या घरी औंधचे युवराज बाळासाहेब यांची आणि रवि वर्म्याची भेट झाली. त्यानंतर नेहमी औंधचे युवराज रवि वर्म्याकडे येत असत.

औंधच्या युवराजांना चित्रकलेची आवड होती. एकदा रवि वर्मा चित्र पुरं करण्यात गढला असताना युवराज रंगशाळेत आले. रवि वर्म्यानं त्यांचं स्वागत केलं, आणि तो चित्र पुरं करण्यात गुंतला. युवराज सारं पाहात होते. चित्रसोपानावरच्या फलकावर हंसदमयंती नावाचं एक चित्र पुरं करण्यात रवि वर्मा गढून गेला होता. त्या चित्राच्या दोन प्रतिकृती रंगशाळेत मांडल्या होत्या. युवराज म्हणाले,

''राजाजी, आपण एका चित्राच्या एवढ्या प्रतिकृती का तयार करता?''

रवि वर्म्यानं हातातला कुंचला खाली ठेवला. चांदीची नक्षीदार डबी उघडून त्यातली तपकिरीची चिमूट आपल्या नाकाशी नेत तो म्हणाला,

''बाळासाहेब, एक चित्र भागानगरच्या महाराजांनी मागितलं ते तिकडं जाईल. दुसरं चित्र छापखान्याकरिता आणि तिसरं माझ्याजवळ राहील.''

''यातलं एक चित्र काही दिवसांसाठी आम्हाला मिळेल का?''

''कशासाठी?''

''ते चित्र पाहून आम्ही त्याची प्रतिकृती करतो.''

नकारार्थी मान हलवत रवि वर्मा म्हणाला,

''ते होणार नाही.''

धीर करून बाळासाहेबांनी विचारलं,

''आम्ही आमचं रंगसाहित्य घेऊन इथं येतो. आपल्याजवळ राहून आम्ही चित्र काढू.''

रवि वर्मा हसला.

"तेही जमणार नाही."

त्या नकारानं बाळासाहेबांचं मन निराश झालं. पण रवि वर्म्यावरची त्यांची निष्ठा कधी कमी झाली नाही. जेव्हा रंगशाळेत मॉडेल नसे तेव्हा बाळासाहेबांना रंगशाळेत प्रवेश असे.

एके दिवशी सायंकाळच्या वेळी बाळासाहेब रंगशाळेत उभे होते. चित्रसोपानावर शकुंतलेचं चित्र होतं. त्या चित्राची पार्श्वभूमी राज वर्मा भरत होता. खुर्चीवर बसून रवि वर्मा ते काम पाहात होता. बाळासाहेबांनी रवि वर्म्याला विचारलं,

"एक शंका विचारू?"

"जरूर विचारा."

"आपण चित्रासाठी महाराष्ट्रीय पोषाख का निवडलात?"

"बाळासाहेब, आपण चांगला प्रश्न केलात. भारतामध्ये मी खूप प्रवास केला. नाना प्रांतांच्या वेशभूषा मी पाहिल्या. पण स्त्रीचं शरीरसौंदर्य महाराष्ट्रीय नऊवारी साडीमध्येच अधिक उठून दिसतं, आणि त्याचमुळं माझ्या पौराणिक चित्रांमध्ये मी त्याच वेशभूषेचा स्वीकार केला."

औंधचे युवराजसाहेब नेहमी रंगशाळेत येत. अनेक प्रश्न विचारून रवि वर्म्याला भंडावत. पण रवि वर्म्यानं कधी नाराजी दाखवली नाही.

एक दिवस रवि वर्मा आणि राज वर्मा रंगशाळेत कामात मग्न असताना रामय्या धावत वर आला. रवि वर्म्यानं विचारलं,

"रामय्या, काय झालं?"

आपल्या चेहऱ्यावरचं हसू लपवीत रामय्या म्हणाला,

"तुमचे राजेसाहेब खाली आले आहेत."

रवि वर्म्यानं सांगितलं, "पाठव त्यांना."

बाळासाहेब रंगशाळेत आले. तेव्हा राज वर्मा सारे कुंचले आणि रंग नीट लावून ठेवत होता. चित्रसोपानावर शकुंतलेचं चित्र पूर्ण झालं होतं. रवि वर्म्यानं पानाचा डबा उघडला. औंधचे युवराज रंगशाळेत नजर फिरवत होते. युवराजांनी पान जुळवत असलेल्या रवि वर्म्याला विचारलं,

"इथली सारी चित्रं काय झाली?"

"शिकागोला पाठवली."

"शिकागो?"

"हो ! ती सयाजीराव महाराजांची इच्छा होती. त्यांनीच ती चित्रं पाठवण्याची व्यवस्था केली."

क्षणभर बाळासाहेब काही बोलले नाहीत. चित्रसोपानावरच्या चित्राकडे ते एकटक पाहात होते. काही वेळानं त्यांनी रवि वर्म्याकडे पाहात विचारलं,

"राजाजी, आमच्या येण्यामुळं आपल्या कामात व्यत्यय तर आला नाही ना?"

रवि वर्मा म्हणाला,

"मुळीच नाही. तसं मला कधीच वाटत नाही. आपल्याखेरीज या रंगशाळेत वेळीअवेळी येण्याची मुभा मी कुठल्याही परकीय माणसाला दिली नाही."

बाळासाहेब पुढं झाले. रवि वर्म्याला वाकून नमस्कार करीत म्हणाले,

"ही आपली कृपा. आपल्याला एक विनंती करावीशी वाटते."

"कसली?"

"आम्ही काढलेली चित्रं बरोबर आणली आहेत. ती आपण पाहावीत असं वाटतं."

जुळलेल्या पानाची पिंक पिकदाणीत टाकीत रवि वर्मा म्हणाला,

"जरूर पाहू."

युवराज तत्परतेनं जिना उतरून खाली गेले. कुंचले साफ करीत असलेल्या राज वर्म्याच्या चेहऱ्यावर एक वेगळंच हसू प्रगटलं होतं.

काही वेळातच बाळासाहेब नोकरांसमवेत वरती आले. नोकरांनी आणलेली चित्रं ते मोठ्या कौतुकानं रवि वर्म्याला दाखवीत होते. पुराणातल्याच प्रसंगांवर काढलेली ती चित्रं रवि वर्मा शांतपणे पाहात होता. राज वर्म्याला आपलं हसू आवरणं कठीण गेलं होतं. ते न दिसावं म्हणून खिडकीपाशी जाऊन पाठमोरा उभा राहिला होता. रवि वर्मा उठला. बाळासाहेबांच्या खांद्यावर हात ठेवून तो म्हणाला,

"बाळासाहेब, आम्ही आपली चित्र पाहिली."

"आवडली?"

"नाही. आपण युवराज आहात. आपल्याला कलादृष्टी आहे. तुमचं चित्रकलेबद्दलचं प्रेम आम्ही जाणतो. चित्रकला जाणणं हा भाग वेगळा. चित्रकार हा जन्मावा लागतो. ते वळण तुमच्या हाती आज तरी नाही."

त्या बोलण्यानं बाळासाहेब खिन्न झाले. ते म्हणाले,

"आपल्याला जशी मॉडेल्स मिळतात तशी आम्हाला मिळत नाहीत. मिळाली तरी त्यांना आमच्या वाड्यामध्ये प्रवेश नसतो. त्यामुळं घरच्या नोकरांना लुगडी नेसवून आम्हाला आमची हौस भागवावी लागते."

रवि वर्मा म्हणाला, "बाळासाहेब, आम्ही आपली अडचण जाणतो. कुणी सांगावं, कदाचित हात घोटण्यातूनसुद्धा तुम्ही कलावंत बनाल. पण राजेसाहेब, मला एक सांगावंसं वाटतं, तुम्ही औंधला परत जाल तेव्हा तिथं एक चित्रशाळा उभी करा. त्यामध्ये चांगली चित्रं लावा. ती लोकांना पाहायला मिळू देत. आज आपल्या देशामध्ये चित्रकारांपेक्षा लोकांना चित्रं पाहायची सवय व्हायला हवी."

"पण अशी चित्रं कोण देईल?"

"मी देईन."

''स्पष्ट बोलतो. माफी असावी. पण ती किंमत आम्हाला परवडणार नाही.''

''किंमत ! बाळासाहेब, मी माझ्या आयुष्यात कुठलंच चित्र पैशाच्या अपेक्षेनं काढलं नाही. तुम्ही द्याल ते मी मान्य करीन. मला त्रिवेंद्रमला हे स्वप्न साकार करता आलं नाही, पण आज बडोदा, म्हैसूरमध्ये चित्रशाळा उभ्या राहिल्या आहेत. प्रत्येक शहरामधून या चित्रशाळा उभ्या राहिल्या पाहिजेत. लोकांनी चित्रं पाहिली पाहिजेत. ती आवड सामान्य मनात निर्माण झाली पाहिजे. तरच भारतात चित्रकलेला वेगळं वळण लागेल. तिला पुढं जाता येईल असं माझं मत आहे.'' रवि वर्मा तपकिरीची चिमूट नाकापाशी नेत म्हणाला, ''बाळासाहेब, वेळ जाण्याचं साधन आणि हौस म्हणून ही आराधना तुम्ही करता आहात याचं मला कौतुक वाटतं.''

बाळासाहेब म्हणाले, ''एक विनंती करू?''

''बोला ना ! संकोच कसला?''

''येथून जवळच लालवाडीमध्ये अंजनीबाई नावाची गायिका आहे. ती नृत्यही जाणते. आपल्याला गाण्याची आवड आहे. आपल्यासाठी आज रात्री तिच्या गाण्याची बैठक आम्ही आपणाला न विचारता ठरवली आहे.''

रवि वर्म्यानं विचारलं, ''मैफलीला कोण कोण येणार आहेत?''

''फारसं कोणी नाही. आपल्याला परिचित असलेले दादासाहेब तेलंग, मी व आपण एवढीच मोजकी माणसं आहेत.''

''ठीक आहे.'' रवि वर्मा म्हणाला, ''तुम्ही आम्हाला न्यायला या.''

युवराज निघून गेले. राज वर्मा रंगशाळेतून जाण्यासाठी वळला. रवि वर्मा बसल्या खुर्चीवरूनच म्हणाला,

''राजा—''

राज वर्मा जवळ आला.

''तू काहीच बोलत नाहीस !''

''काय बोलू दादाजी ! ते युवराज आणि त्यांची ती पेंटिंग्ज. त्यांचं बोलणं! ...आपण कसं सहन करता कुणास ठाऊक !''

''राजा, चुकतोस तू. त्या युवराजाला कदाचित चित्रकला जमणार नाही. पण त्याला चित्रकलेचं ज्ञान भरपूर आहे. त्याच्या ठायी रसिकता आहे. चांगलं चित्र पाहता येणं, त्याचं मर्म ओळखणं ही सामान्य गोष्ट नाही. मी त्या युवराजाच्या प्रथम भेटीतच हा गुण ओळखला आहे. नाहीतर त्या युवराजाची एवढी जवळीक बांधली नसती. आपल्याकडं माधवराव धुरंधर येतात आणि त्याचबरोबर बडोद्याचे कलावंत जोशी येतात. त्या दोघांना मी का स्वीकारलं याचा कधी विचार केलास? ते रावबहाद्दूर आहेत म्हणून त्यांना मी स्वीकारलेलं नाही. ते जन्मजात कलावंत आहेत.

जोशी हे तेवढे जाणकार नसले तरी त्यांना चित्राचं प्रमाण, अंदाज, रंगसंगती कळते. आमच्या ह्या युवराजांना चित्रकलेची सौंदर्यदृष्टी आहे. पण दुर्दैवानं चित्रकाराला आवश्यक असलेल्या गुणांचा फार अभाव आहे.'' रवि वर्मा राज वर्म्याकडे पाहात म्हणाला, ''साधी गोष्ट आहे. एकाच घरात जन्मलेले आपण. तुला चित्रकलेची आवड आहे आणि गोदाला संगीताची. उद्या मी गोदाला चित्रकलेचे धडे देऊ लागलो तर तो चित्रकार होईल का? किंवा तू वीणेचे धडे घेऊ लागलास तर तू वीणावादक बनशील का? तुला संगीताची आवड आहे तशीच गोदाला चित्रकलेची जाणकारी आहे. परमेश्वरानं प्रत्येकाचे पिंड वेगळे निर्मिले आहेत. गोदा हा श्रेष्ठ संगीतकार होईल. तू श्रेष्ठ चित्रकार होशील यात मला तिळमात्र शंका नाही.''

रवि वर्मा खुर्चीवरून उठला. त्यानं एकदा चित्रसोपानाकडं पाहिलं आणि तो म्हणाला,

''राजा, चित्राची पार्श्वभूमी सुरेख बनली आहे. चल आपण खाली जाऊ.'' आणि दोघेही रंगशाळेच्या पायऱ्या उतरू लागले.

☯

सायंकाळ टळली. भोजन आटोपून, कपडे करून रवि वर्मा, राज वर्मा व गोद वर्मा बैठकीच्या खोलीत बसले होते. त्याच वेळी रामय्या आला. तो म्हणाला,

''औंधचे राजेसाहेब आले आहेत.''

रवि वर्मा उठत म्हणाला, ''चला, आपण जाऊ.''

सारे बाहेर आले. रवि वर्मा औंधच्या युवराजांच्या घोडागाडीत बसला. त्या गाडीपाठोपाठ रवि वर्म्याच्या पांढरेशुभ्र घोडे जुंपलेल्या गाडीत बाकी सारे बसले.

लालवाडीतील अंजनीबाईच्या निवासासमोर गाड्या उभ्या राहिल्या. अंजनीबाईंचे धाकटे बंधू स्वागतासाठी बाहेर उभे होते. जेव्हा रवि वर्मा सर्वांसह माडीवर गेला, तेव्हा तेथे प्रशस्त गालिच्यांची बैठक अंथरली होती. रवि वर्मा जाण्याआधीच तेथे मंगेशराव तेलंग, जोशी, धुरंधर ही निकटवर्ती मंडळी हजर होती. युवराज बाळासाहेब यांचे थोरले बंधूही हजर होते. त्या दिवाणखान्यातल्या बैठकीच्या एका बाजूला एक खास बैठक अंथरली होती. त्या बैठकीच्या दोन्ही बाजूला तबलजी, सारंगिया, पेटीवाला यांनी आपापली जागा घेतली. त्या बैठकीसमोर मांडलेल्या लोडाला टेकून रवि वर्म्यानं आपलं स्थान घेतलं. सारे बैठकीवर विराजमान झाले असता आतून एक दासी आली. तिच्या हातात अत्तरदान होतं. रवि वर्म्यानं आपला डावा हात पुढं केला. लावलेलं अत्तर उजव्या हाताच्या पालथ्या मुठीनं घासून त्याचा वास घेत तो प्रसन्नपणे म्हणाला,

''हा तर केवडा दिसतो. अस्सल कनोजी आहे.''

हळूहळू साऱ्या दिवाणखान्यात तो केवडा दरवळत होता. छताला लावलेल्या

झुंबराच्या प्रकाशात आणि कोपऱ्यात ठेवलेल्या चिरागदानांनी सारा महाल उजळला होता. आणि त्याच वेळी आतील पडदा दूर सारून आलेल्या अंजनीबाईंचं दर्शन साऱ्यांना घडलं. ती रवि वर्म्याच्या समोर येताच तिच्या बंधूंनी ओळख करून दिली-

"हे राजे रवि वर्मा !"

अंजनीबाई मान तुकवून म्हणाली,

"आप आये घर हमारे यही मालिककी कुदरत है । कभी हम आपको देखते हैं; कभी आपने गरीब खानेको ।"

त्या रूपसंपन्न अंजनीबाईकडे रवि वर्मा पाहात होता. रवि वर्म्याला वंदन करून अंजनीबाई बैठकीवर जाऊन बसली.

वाद्ये जुळवली जात होती. ती जुळवून होताच अंजनीबाईनं आपल्या डाव्या कानावर हात ठेवून आकार लावला. आणि तिच्या मुलायम गळ्यातून ठुमरीचे सूर उमटले.

"कौन गली गयो शाम..."

अंजनीबाई मन लावून गात होती. एकापाठोपाठ नाना ढंगाच्या ठुमऱ्या ती सादर करीत होती. उंच बांधा असलेली, तारुण्यसुलभ देहाची, रूपसंपन्न अंजनीबाई आदा करून गात होती.

अंजनीबाईचं गाणं संपलं आणि मंगेशराव तेलंग म्हणाले,

"अंजनीबाई, गाणं सुरेख झालं. पण राजेसाहेबांना आपल्या नृत्याचं कसब दाखवा ना !"

अंजनीबाई प्रसन्नपणं हसली. ती म्हणाली,

"मी कपडे बदलून येते. तोवर आपण सर्वांनी कॉफी घ्यावी."

अंजनीबाई उठून आत गेली. बाहेरच्या बैठकीत सर्वांच्या मनमोकळेपणानं गप्पा चालल्या होत्या. कॉफीची तबकं आली. कॉफीपान झालं. त्यापाठोपाठ पानाची तबकं आली. पण रवि वर्म्यानं त्या पानाला स्पर्श केला नाही. तपकिरीचा आस्वाद घेत तो मैफलीचा आनंद भोगत होता.

घुंगुरांचे आवाज येताच साऱ्यांचं लक्ष पडद्याकडं गेलं. पडदा दूर करून अंजनीबाई बाहेर आली. पायी सलवार, अंगात पंजाबी ढंगाचा कुडता, आणि तलम गुलाबी रंगाची ओढणी घेतलेली अंजनीबाई गालिचावर येऊन उभी राहिली. तिच्या पायांमध्ये घुंगरांचे पट्टे बांधले होते. तिनं साथीदारांना इशारत केली. सारंगियानं सारंगीवर गज फिरवला. लेहरा धरला गेला. आणि हात बांधून उभ्या असलेल्या अंजनीबाईनं नृत्याला सुरुवात केली. वाद्यांची लय वाढत होती. आणि त्याबरोबर अंजनीबाईच्या सर्वांगाची गतीही. फिरकी घेताना तिच्या अंगरख्याचं वलय विस्तारित होत होतं. आपल्या मादक नजरेनं आणि सहजसुलभ मुद्रेनं ती हातबतावणी करीत होती.

वाद्यांचा मेळ समेवर येताच ती सम गाठणाऱ्या तिच्या पावलांना सारे दाद देत होते. पण रवि वर्मा शांतपणे ते नृत्य पाहात होतो. नृत्य संपलं आणि बैठकीवर बसत अंजनीबाईनं रवि वर्म्याला नको तो प्रश्न विचारला,

"माझं नृत्य आवडलं?"

"हां ! ठीक आहे."

"मतलब?"

"खरं सांगू? मला तुमचं गाणं आवडलं."

"आणि नृत्य? मी अहमद खाँ साहेबांच्याकडे तालीम घेतली."

निर्विकारपणे रवि वर्मा म्हणाला, "असेल!"

सारी बैठक त्या संवादानं अवाक् बनली होती. आपला संताप आवरत अंजनीबाई म्हणाली,

"आपल्याला काय म्हणायचं आहे?"

"अंजनीबाई, मला कटू बोलायला का लावता? मला खोटं बोलायला जमत नाही. आपल्याला देवानं रूप, लावण्य दिलंय. तारुण्यही आहे. त्यामुळं आपले कुठलेही अंगविक्षेप लोकांना मोहवतील. वेडावाकडा पदन्यास अडाणी माणसांना तालबद्ध वाटेल."

अंजनीबाईंचा उरलासुरला संयम ढळला. भर मैफलीत असा अपमान आजवर झाला नव्हता. ती उफाळून म्हणाली,

"आपण राजे आहात, चित्रकार आहात हे मी जाणते. पण नृत्यकलेबद्दल आपण अधिकार नसताना बोलू शकता?"

आपल्या चेहऱ्यावरचा थोडाही भाव विचलित होऊ न देता रवि वर्मा म्हणाला,

"अंजनीबाई, तुम्ही विसरता; मी केरळातला, त्रिवेंद्रम भागातला माणूस आहे. आमच्या भागात कथ्थकली नृत्याचं ज्ञान घरोघरी पोहोचवलं जातं. एवढंच नव्हे तर, बालपणापासून मी या कथ्थकली नृत्याचे धडे घेतले आहेत. कधी प्रसंग आलाच तर त्याचं प्रात्यक्षिक जरूर मी तुम्हाला दाखवीन. बाईसाहेब, केव्हातरी तो राजडौलाचा पोशाख, बाजूला सारा. कमरेवर विठोबासारखे हात ठेवा. साथीदारांना लेहरा धरायला सांगा. आणि उभ्या जागी तो ताल आणि लय सांभाळण्याचा प्रयत्न करा. म्हणजे तुम्हाला कळेल की, नृत्य किती अवघड असतं ते. हे नाही जमलं तर भावमुद्रा दाखविण्यासाठी मणिपुरीचा अभ्यास करा. मान हलवणं आणि नेत्रांची हालचाल करणं म्हणजे मणिपुरी नव्हे. हाताचं प्रत्येक बोट, मुद्रा ह्या नवीन भाव दर्शवीत असतात. त्यातून नवं काव्य जन्मत असतं. हे तुमच्या जेव्हा ध्यानी येईल तेव्हाच तुम्हाला नृत्यकलेचा अर्थ समजेल."

अंजनीबाईला काय बोलावं हे सुचत नव्हतं.

मध्यरात्र उलटून गेली होती. बैठक संपली आणि रवि वर्म्यानं राज वर्म्याकडं

पाहिलं. राज वर्म्यानं एक लखोटा काढून अंजनीबाईंच्या हाती दिला. त्या लखोट्यात पाचशे रुपये होते.

शांतपणे तो लखोटा राज वर्म्याच्या हाती परत देत अंजनीबाई म्हणाली,

"मी बिदागीसाठी गात नसते."

रवि वर्मा म्हणाला, "मला ते माहीत आहे. मी वयानं तुमच्यापेक्षा मोठा आहे. मानायचंच झालं तर, वडीलभाऊ या नात्यानं माझ्या आशीर्वादासह माझ्या भेटीचा स्वीकार करावा. नाहीतर मी परत कधी आपल्या घरी पाऊल टाकणार नाही."

क्षणभर रवि वर्म्याच्या निग्रही चेहऱ्याकडे पाहून अंजनीबाईनं ते पाकीट स्वीकारलं आणि रवि वर्म्याला लवून नमस्कार केला.

☯

संगीत क्षेत्रामध्ये अंजनीबाईंची खूप कीर्ती होती. बडाबाई या नावानं ती ओळखली जात असे. अनेक राजेरजवाडे, श्रीमंत यांची रीघ तिच्या माडीवर लागलेली असे. पण येणाऱ्या माणसांच्या डोळ्यांतली कलागुणापेक्षा वासनेची वखवखच अंजनीबाईंना अधिक जाणवे. रवि वर्मा असा एकच राजा होता की, जो तिच्याकडे वासनारहित नजरेनं पाहात होता. आपलं गायन, नृत्य आणि लावण्य याबद्दल अहंकार बाळगणारी अंजनीबाई रवि वर्म्यापुढं केव्हा नम्र झाली हेही तिला कळलं नाही. ती रवि वर्म्याच्या रंगशाळेत येत असे. रवि वर्मा तिची चित्रं काढीत असे.

एकदा हसून ती म्हणाली, "राजाजी, आपली अनेक चित्रं मी पाहिली आहेत. पण आपल्या सर्व नायिका फार उंच आणि थोराड वाटत नाहीत का?"

त्या प्रश्नानं रवि वर्मा क्षणभर चकित झाला. त्या रूपसंपन्न, रूपगर्वितेकडं पाहात त्यानं कुंचला खाली ठेवला आणि हसत तो म्हणाला,

"बडाबाई, औंधच्या युवराजांनी तुम्हाला हे सांगितलं वाटतं!"

अंजनीबाई हसली. आपल्या कानातल्या हिऱ्याच्या कुड्यांशी चाळा करीत ती म्हणाली,

"आपल्याला कसं समजलं?"

"त्यात कठीण काहीच नाही. नाहीतर चित्रकलेबद्दलचं एवढं ज्ञान आपल्याला कसं येणार?"

अंजनीबाई त्या उद्गारांनी नाराज झाली. रवि वर्मा म्हणाला,

"बडाबाई, नाराज होऊ नका. मी तुमच्या प्रश्नाचं उत्तर देतो. इटालियन चित्रांवरून मी ह्या स्त्री-चित्ररेखा काढल्या असा माझ्यावर आरोप आहे. कदाचित त्या चित्रांची कल्पना मी उचलली असेन. नाही असं म्हणत नाही. पण कधी तुम्ही आरशात स्वत:ला निरखून पाहिलं आहे का? गाण्याच्या बैठकीच्या वेळेला तुम्ही भरजरी शालू नेसून उभ्या होता. त्या वेळी तुमची उंची कमी भासत होती, पण

नृत्यासाठी सुरवार, खमीज घालून जेव्हा तुम्ही उभ्या राहिलात, तेव्हा तुमच्या रूपातला बदल फक्त चित्रकारच पाहू शकत होता. भारत देशात साऱ्या स्त्रिया खुज्या असतात हा समज चुकीचा आहे. पंजाबातील स्त्री पाहा. किंवा आमच्या कुर्गमधील स्त्रिया पाहा. तुम्हाला त्यांची उंची कमी भासणार नाही. परत कधी युवराज भेटले आणि ही शंका त्यांनी माझ्याजवळ व्यक्त केली तर, मी जरूर त्यांच्या शंकेचं निरसन करू शकेन. आणि त्यांना ते पटेलही.''

अंजनीबाई त्यावर काही बोलली नाही. चित्रकलेसंबंधी ऐकिवातलं बोलून कोठून हा प्रसंग ओढवून घेतला असं अंजनीबाईला झालं होतं. रवि वर्मा म्हणाला,

''आज आपलं काम थांबलं.''

''परत केव्हा यायचं?''

''बडाबाई, मी सध्या किलीमानूरला जाण्याचा विचार करतोय. तिथून आलो की, आपल्याला निरोप पाठवीन त्या वेळी आपण भेटू.''

अंजनीबाईचं मन व्यथित झालं होतं. ती म्हणाली,

''माझ्याकडून काही चुकलं का?''

त्या अहंकारी रूपगर्वितेचं ते घायाळ रूप पाहून तिला मिठीत घ्यावं, तिची समजूत काढावी असं रवि वर्म्याला वाटलं. पण निग्रहानं आपल्या मनाला बंध घालीत तो म्हणाला,

''बडाबाई, तुमचं काही चुकलं नाही. कदाचित कलावंत म्हणून मी काही उणंअधिक बोलून गेलो असेन तर ते विसरून जा. चला, आपल्याला वेळ होईल.''

अंजनीबाई वळली. ज्या डोळ्यांच्यामुळे रवि वर्म्याला तिची चित्रे काढण्याचा मोह झाला होता त्या भावुक डोळ्यांत पाणी तरळलं होतं. डोळ्यांत आर्तता उभी होती. ज्या डोळ्यांच्या कटाक्षानं अनेक राजेरजवाडे अंजनीबाईच्या पायाशी झुकले होते त्या नजरेकडे पाहात रवि वर्मा म्हणाला,

''बडाबाई, मी सांगितलं ना ! माझ्या मनात काही नाही. माझ्या आयुष्यात अनेक स्त्रिया येऊन गेल्या. पण साऱ्यांचाच मी कधी स्वीकार केला नाही. काही माझ्या जीवनात आल्या आणि त्यांनी केव्हा मला जिंकलं हेही मला कळलं नाही. बडाबाई. तुम्ही दिलेला स्नेह आणि विश्वास, तो राखणं हा मी माझा धर्म समजतो. आता इथं थांबण्यात काहीच अर्थ नाही, आपण जाऊ या.'' आणि रवि वर्म्यानं हाक मारली,

''चेतूऽऽ''

चेतू धावत वर आला.

''बाईसाहेबांची गाडी तयार आहे का बघ. त्यांना जायचं आहे.''

चेतूपाठोपाठ अंजनीबाई निघून गेली.

रवि वर्म्यानं पानदान घेतलं. ओल्या फडक्यात गुंडाळलेली पानाची चवड रवि वर्म्यानं मोकळी केली. पिवळा जर्द, मघई नाजूक पानं तो पाहात होता. बदामी आकाराचं एक पिवळं पान निवडून त्यानं ते हातात घेतलं. त्या पानाच्या दुसऱ्या बाजूला टपोऱ्या शिरा उमटल्या होत्या.

अंजनीबाईच्या लांबसडक पालथ्या पंजावर पिवळसर रेषा अशाच उठून दिसत होत्या.

त्या पानावरच्या शिरा आपल्या नाजूक नखानं काढत असताना रवि वर्म्याला अंजनीबाईचा चेहरा आठवत होता. तो गोलसर निमुळता होत गेलेला चेहरा, ते भावुक मादक डोळे, ते कंपमान होणारे नाजूक ओठ, त्या धारदार नासिकेच्या स्फुरण पावणाऱ्या नाकपुड्या, त्या रुंद कपाळावर डवरलेले घर्मबिंदू!

एका आतुरलेल्या जीवाचा स्वीकार करायला काय हरकत होती?

तुलाही तसंच वाटत होतं ना?

होतं!

मग?

संयम!

कशासाठी?

ते लोभस सौंदर्य आपलं करावंसं वाटलं हा काय गुन्हा?

मुळीच नाही.

पण सौंदर्य आणि प्रेम यांत फार फरक असतो.

कदाचित सुगंधापेक्षाही ती सुंदर असेल.

संयम!

तो संयम ढळतो असं तुला वाटलं आणि स्वत:वरचा विश्वास नाहीसा होतो म्हणून चेतूला हाक मारलीस ना?

सुगंधा!

आयुष्यात सुगंधा आली नसती तर फार बरं झालं असतं...

फार बरं झालं असतं!

एक दीर्घ नि:श्वास रवि वर्म्यानं सोडला. हातातलं पान केव्हा चुरगळलं गेलं हेही त्याला समजलं नाही. तो त्या चुरगळलेल्या पानाकडे पाहात होता.

ते मधई पान कमळ उमलावं तसं हातामध्ये परत उलगडत होतं.

रवि वर्मा भान विसरून त्या पानाकडे पाहात होता.

किलीमानूरचं तीन महिन्यांचं वास्तव्य आटोपून रवि वर्मा सर्वांसह मुंबईला आला. दोनप्रहरच्या वेळी स्लायसर आणि गेहार्ट रवि वर्म्याच्या सामोरे आले.

पावसाळ्यातल्या तीन महिन्यांमध्ये छापखान्याची फारशी प्रगती झाली नव्हती. स्लायसर म्हणाला,

"मुंबईची हवा आधीच दमट. त्यात पावसाळा. त्यामुळं चित्र वाळण्यास फार विलंब लागतो."

"पण स्लायसर, अशा वेगानं काम झालं तर आपला छापखाना यशस्वी होणार नाही हीही जाणीव आपण बाळगायला हवी. यासाठी आपण काही तर उपाय शोधायला हवा."

"खरं आहे राजाजी. उपाय शोधणं जरूर आहे."

"ठीक आहे. त्याचा आपण नंतर विचार करू. सध्या आम्हाला प्रवासाला जायचं आहे. आमच्या सोबत त्रावणकोरचे युवराज येणार आहेत. उत्तरेचा प्रवास करून आल्यावर या अडचणीचा विचार करू. तोवर तुम्हीही विचार करा."

या पाच महिन्यांत पूर्वपरिचित अनेक स्थळं युवराजांच्या संगतीत रवि वर्म्यानं पाहिली. कलावंत मनाच्या रसिकाची सोबत नसली की, त्या स्थळांना केवढी रुक्षता लाभते हे रवि वर्म्यानं अनुभवलं. ती तीर्थाटनं, ते अभिषेक, त्या पूजा. केलेल्या पापांच्या क्षालनार्थ माणूस किती धडपडतो हे रवि वर्मा पाहात होता. अनुभवत होता. कधी तो प्रवास संपेल असं त्याला झालं होतं.

पाच महिन्यांचा प्रवास संपवून रवि वर्मा मुंबईला परत आला. एक दिवस रंगशाळेत रवि वर्मा काम करीत असता राज वर्मा तेथे आला. त्याच्या चेहऱ्यावर आनंद होता. रवि वर्म्यानं विचारलं,

"काय आहे राजा?"

राज वर्मा आनंदानं म्हणाला,

"शिकागोच्या प्रदर्शनात आपल्या चित्रांना दोन पदकं आणि सनद मिळालेली आहे. त्या सनदेमध्ये असं म्हटलं आहे की, ह्या प्रदर्शनात मांडलेली ही दहा चित्रं म्हणजे प्रगतीचं द्योतक आहेत. ती वास्तव निसर्ग आणि रंगांशी प्रामाणिक असून, वेशभूषा व चालीरीती यांना प्रामाणिक आहेत."

रवि वर्मा खिन्नपणे हसला. तो म्हणाला,

"राजा, आयुष्यात जेव्हा यश येतं, तेव्हा त्यामध्ये सहभागी कोणीतरी असावं लागतं. तरच त्याचा आनंद वाढतो. मामा होते, तेही गेले. कोणीच राहिलं नाही. निदान सुगंधा तरी हवी होती. जाऊ दे. जे आहे ते आहे म्हणायचं. आणि जे नाही ते विसरून जायचं. निदान तसा प्रयत्न तरी करायचा."

☯

सकाळच्या वेळी स्नानसंध्या, पूजा आटोपून, न्याहरी करून रवि वर्मा बैठकीच्या खोलीत येऊन बसला होता. राज वर्मा, गोद वर्मा यांच्यासह तो बोलत होता. गोद

वर्म्याला तो म्हणाला,

"गोदा, गेले दोन दिवस मी पाहतोय, तू मंगेशरावांच्याकडे गेला नाहीस."

गोद वर्मा म्हणाला, "दादाजी, मंगेशराव पुण्याला गेले आहेत. ते उद्या येतील."

"ठीक आहे. मला एवढंच सांगायचं होतं. कलावंतांनी आपल्या रियाजामध्ये खंड पडू देऊ नये. आम्हा चित्रकारांना आज थोडीफार प्रतिष्ठा लाभली आहे. पण तुम्ही वाद्यकारांना ती प्रतिष्ठा या देशात लाभायला फार वेळ लागेल. कला ही प्रतिष्ठा किंवा मानासाठी शिकायची नसते. तिचा मूळ हेतू आत्मरंजन हाच असतो."

☯

रामय्या धापा टाकीत धावत आला. त्याच्या चेहऱ्यावरून आनंद ओसंडत होता. रवि वर्म्यानं विचारलं,

"काय झालं रामय्या?"

"अरे कोच्चू ! अरे स्वर्गीची गंगा आज तुझ्या दारी अवतरली आहे. स्वामी विवेकानंदमहाराज आपल्या शिष्यांबरोबर तुझं घर शोधत इथं आले आहेत."

रवि वर्मा गडबडीनं उठत म्हणाला, "स्वामीजी ! आणि इथं?"

"हां ! ते इकडंच यायला निघाले आहेत."

रवि वर्म्यानं आपला चांदीचा पानाचा डबा गोद वर्म्याच्या हाती देऊन तो आत न्यायला सांगितला.

रवि वर्मा तसाच बंगलीच्या प्रवेशद्वारी गेला; आणि त्याच वेळी स्वामी विवेकानंदांचं दर्शन त्याला झालं.

उंचे पुरे, गौरकांती लाभलेले विवेकानंद पायीच्या खडावा वाजवत धीम्या पावलांनी येत होते. त्यांच्या मस्तकी भगवा साफा होता. भगवा अंगरखा आणि त्याच रंगाचं पायी धोतर होतं. गोऱ्या कपाळाखाली असलेल्या काळ्याभोर नेत्रांत एक अलौकिक तेज सामावलेलं होतं. त्या तेजस्वी नेत्रांत शांत भाव तरळत होता.

शिष्यांच्या समवेत आलेल्या विवेकानंदांनी आपल्या पायीच्या खडावा प्रवेशद्वाराशी काढल्या. रवि वर्मा त्या तेज:पुंज व्यक्तिमत्त्वाकडे भारल्यासारखा पाहात होता.

रवि वर्म्यानं आनंदभरित अंत:करणानं जमिनीवर गुडघे टेकले, खांद्यावरचं आपलं उपरणं जमिनीवर टाकून गळ्यातलं जानवं हातावर घेतलं. आणि आपलं मस्तक विवेकानंदांच्या गुलाबी चरणकमलांवर ठेवलं. विवेकानंदांनी प्रेमभरानं रवि वर्म्याला उठवलं. ते म्हणाले,

"राजेसाहेब, आम्ही शिकागोहून आलो. आणि त्या दिवसापासून तुमच्या भेटीची उत्कंठा लागली होती."

"स्वामीजी, आपण आज्ञा केली असतीत तर, मी आपल्या सेवेसाठी आलो असतो."

"स्वामीजी प्रसन्नपणे हसले. ते म्हणाले,

"राजे !"

त्यांना थांबवत रवि वर्मा म्हणाला,

"स्वामीजी, आता मला कोणी वडिलधारं उरलं नाही. ती माणसं मला कोच्चू म्हणून हाक मारीत असत. गमावलेली सारी माणसं आपल्या रूपानं मिळाल्यासारखं वाटतं."

"ठीक आहे कोच्चू ! आम्ही कधी आपण होऊन परस्थांच्या घरी अनाहुतपणे जात नाही. तो आमचा स्वभाव नाही. ना तो आमचा धर्म."

"म्हणूनच मी म्हटलं, आपण आज्ञा केली असतीत तर मी आपल्या दर्शनासाठी आलो असतो."

नकारार्थी मान हलवीत स्वामीजी म्हणाले,

"नाही कोच्चू ! तुम्ही चित्रकलेचे खरे राजे आहात. आम्ही हिंदू धर्माबद्दल फार तर या देशात आणि परदेशात व्याख्यानं दिली असतील. पण मी जेव्हा भारतात आलो, तेव्हा तुम्ही आमची दैवतं घरोघरी पोहोचवल्याचं पाहिलं, आणि त्याचमुळं तुमचं कौतुक आणि अभिनंदन करण्यासाठी अनाहुतपणे तुमच्या दारी आलो आहे."

स्वामी विवेकानंदांच्या बोलण्यानं रवि वर्म्याचं भान हरपत होतं. काही न बोलता त्याच्या डोळ्यांतून अश्रू ओघळत होते. शब्दांचं भान त्याला उरलं नव्हतं. ते घायाळ रूप पाहून स्वामीजींनी रवि वर्म्याला मिठीत घेतलं. ते आपल्या मृदू आवाजात म्हणाले,

"कोच्चू ! बेटा, सावध हो. कलावंतानं भावनेच्या आहारी जरूर जावं. पण विवेकाचं भान कधी विसरू नये."

स्वामीजी आसनस्थ झाले. गोद वर्मा, राज वर्मा, रामय्या यांनी पाद्यपूजा केली. हे सर्व चाललं असताना चेतू रवि वर्म्याला आत येण्याबद्दल खुणावत होता. त्रस्त मनानं रवि वर्मा आत गेला. आत जाताच चेतूनं रवि वर्म्याचे पाय धरले. त्याला उठवत संतापानं रवि वर्मा म्हणाला,

"चेतू ! हा काय चावटपणा चाललाय? काय झालं?"

चेतू डोळ्यांतलं पाणी पुसत म्हणाला,

"स्वामी, तुमच्यामुळं देवदर्शन घडलं. त्यांना आज घरात ठेवून घ्या. माझ्या गरिबाच्या हातचे चार घास त्यांनी स्वीकारले तर माझी कुळी उद्धरेल."

चेतूचं सारं शरीर बोलताना गदगदा हालत होतं. त्याचं ते रूप पाहून रवि वर्मा सुद्धा व्याकुळ बनला. तो म्हणाला,

"चल."

आणि चेतूच्या दंडाला धरून बळजबरीनं त्यानं त्याला बैठकीच्या खोलीत आणलं. स्वामीजींच्या पायावर चेतूनं साष्टांग दंडवत घातला. रवि वर्मा म्हणाला,

''हा आमचा चेतू. माझा स्वयंपाकी. त्याचा आग्रह आहे की, आज आपण इथं राहावं. त्यानं केलेल्या भोजनाचा आस्वाद घ्यावा.''

विवेकानंद मुक्तपणे हसले. त्याला उठवण्याचा प्रयत्न करीत ते म्हणाले,

''अरे चेतू ! ऊठ !''

पण विवेकानंदांचे पाय न सोडता चेतू म्हणाला,

''आपण हो म्हटल्याखेरीज हे पाय सोडणार नाही.''

''अरे बाबा ! आम्ही बोलून चालून संन्याशी. कोण आम्हाला ठेवून घेतो. आणि जेवू घालतो? तुझं आमंत्रण आम्ही का नाकारू? आम्ही जरूर इथं राहू. आम्ही फक्त फलाहार घेतो. पण तुझा आग्रह आहे तर, जरूर आम्ही भोजन घेऊ! पण आमची काही पथ्यं आहेत. माझा शिष्य आनंद आहे ना ! तो सारं तुला सांगेल.''

चेतू आनंदानं उठला. त्यानं आपले डोळे टिपले. सारे त्याच्याकडे कौतुकानं पाहात होते. त्या नजरेनं लाजलेला चेतू आतमध्ये निघून गेला.

☯

थोड्याच वेळात केशरी दुधाचे पेले घेऊन चेतू आला. हसतमुखानं स्वामीजींनी तो पेला स्वीकारला. ते म्हणाले,

''कोच्चू, मला तुमचा छापखाना आणि रंगशाळासुद्धा पाहायची आहे.''

रवि वर्मा म्हणाला, ''चलावं स्वामीजी !''

स्वामीजींच्यासह सारे छापखान्याच्या जागी आले. रवि वर्म्यानं स्लायसर, गेहर्ट वगैरे जर्मन तज्ज्ञांची ओळख करून दिली. स्वामीजी छापखान्याची सर्व व्यवस्था बारकाईनं बघत होते. ती पाहून ते रंगशाळेकडे निघाले. माडीवरच्या रंगशाळेत रवि वर्म्यानं त्यांना आरामखुर्चीवर बसवलं, रंगशाळेतल्या चित्रसोपानावर कोरा फलक होता. रवि वर्मा म्हणाला,

''स्वामीजी, माझ्या सुदैवानं आपला लाभ या रंगशाळेला झालेला आहे. आपली आज्ञा असेल तर आपलं चित्र काढण्याची अनुमती मिळावी.''

स्वामीजी हसले. ते म्हणाले,

''आपण जरूर रेखाटा. त्याला माझी ना नाही. किंबहुना मी तो माझा सन्मान समजतो. तुम्ही आंतरराष्ट्रीय कीर्तीचे चित्रकार. तुमच्या हातून माझ्यासारख्या एका संन्याशाचं चित्र रेखाटलं गेलं तर मला अभिमान वाटेल.''

त्या बोलण्यानं रवि वर्म्याचा सारा उत्साह मावळला होता. तो म्हणाला,

''स्वामीजी ! आपलं चित्र काढण्याची माझी योग्यता नाही हे मला माहीत आहे. अनवधानानं मी बोलून गेलो. त्याबद्दल क्षमा असावी.''

स्वामीजी म्हणाली, ''नाही कोच्चू ! दांभिकतेनं बोलणं सामान्य माणसांना

जमतं. आम्हा संन्याशांना तो प्रतिबंध असतो. तो माझ्या समोरचा फलक पाहिला ना? तो पिवळसर झाक असलेला स्वच्छ कपडा आहे. त्याला आतमध्ये लावलेली चौकट आहे. हा फलक आत्म्यासारखा असतो. तो निर्लेप आहे. त्याला ना रंग ना रूप ! ना इच्छा ना अभिलाषा ! जी चौकट आहे ना ती देहासारखी आहे. या देहाच्या चौकटीत बसवलेल्या आत्म्याभोवती तुम्ही रंग भरून जीवन समृद्ध करायचं असेल तर करा. तुम्ही कोणते रंग भरणार ते तुमच्या कुवतीवर अवलंबून राहील. प्रत्येक जन्मलेल्या माणसाला परमेश्वरानं साक्षात्कार दिलेला असतो. त्याची जाणीव त्या माणसाला झाली नाही तर, त्याच्या पदरी अपयशच येईल. पण परमेश्वरानं काय दिलं त्याचा शोध त्याच माणसानं घ्यायचा असतो. हा कोरा फलक तुमच्या सामोरा ठेवलेला असतो. त्यात रंग भरण्यासाठी उदंड निसर्ग आणि जीवन तुमच्यासमोर आहे.

''हा निसर्ग नानाविध रंगांनी भरलेला आहे. प्रत्येक दिवशी त्याचं रूप आणि रंग बदलतं आहे. तो निसर्ग तुम्ही पाहा. एवढंच कशाला ! प्रत्येक मानव हा स्वतंत्र आहे. त्याची प्रतिकृतीही तुम्हाला आढळणार नाही. एका माणसासारखा दुसरा माणूस तुम्हाला दिसणार नाही. हे सामर्थ्य फक्त त्या परमेश्वराचं आहे. त्या परमेश्वरानं निर्मिलेलं रूप आणि रंग यांचं आकलन तुम्हाला झालं, तर कदाचित कुंचला उचलण्याचंही बळ राहणार नाही. हा कोरा फलक चित्रित करायचं सामर्थ्य ज्याच्या त्याच्या कुवतीवर अवलंबून राहील. मग ते देवाचं चित्र काढा किंवा राक्षसाचं. पाण्याचं काढा किंवा अग्नीचं चित्रं काढा. तसा हा कॅनव्हास फलक चित्रापासून अलिप्तच असतो. पण एक लक्षात ठेवा की, या फलकाशिवाय रंग असू शकत नाही. ना चित्र असू शकतं ! मानवी भावनांच्या अनेक रंगच्छटांनी मानवी जीवन रेखाटलं जातं. चित्र जितकं उठावदार तितका तो पुरुषार्थ समजला जातो. त्याच्या कुवतीप्रमाणं आत्म्याच्या फलललाटी भावनांच्या साहाय्यानं चित्र रेखाटत असतो. काम, क्रोध, मद, मत्सर, लोभ, माया, वात्सल्य या मानवी भावनांच्या रंगच्छटा आहेत.

''नुसता प्रेम हा शब्द उच्चारला तरी आईबापाचं प्रेम, पत्नीवरचं प्रेम, मुलांवरचं प्रेम, मित्र, स्नेही-सोबती यांच्यावरचं प्रेम यांत अनेक रंगच्छटा मिसळल्या जातात. राग, लोभ, मत्सर हे विकार नव्हतेच. ते अति झाले की, विकार उद्‌भवतो. पण संयुक्त असले की, त्यांची जीवनात अत्यंत आवश्यकता असते. ते वगळले तर मानवी जीवनात काही राहणार नाही.''

''मी मत्सर करतो त्या ज्ञानेश्वरांचा. एवढ्या लहान वयात त्यानं हे ईप्सित साधलं कसं? मी विचार करतो माझ्या गुरूंचा. मी शिकलेला आहे. ज्ञानी आहे. पण या माणसानं परमेश्वरी सख्य साधलं कसं? कोच्चू ! जीवनात नुसता यशाचा रंग पाहून चालत नाही. पराभवाचाही रंग पाहावा लागतो. त्याच यशाच्या मागं जाणाऱ्या

पायऱ्या असतात हे तू कधी विसरू नको.''

सायंकाळच्या वेळेपर्यंत साऱ्या परिसरात विवेकानंद आल्याची बातमी पसरली. लोकांची गर्दी रवि वर्म्याच्या घरी वाढत होती. रवि वर्मा त्रस्त झाला होता. ते पाहून स्वामीजी म्हणाले,

''कोच्चू ! तुला एक आठवण सांगायची आहे. कलकत्त्यामध्ये माझे गुरू परमहंसांच्या घरी एकदा मी बसलो होतो. त्या वेळी एक ब्रह्मसमाजिस्ट तरुण त्या सभेमध्ये आला, आणि आपले बूट वाजवत तो परमहंसांसमोर उभा राहिला आणि काय होतंय हे समजायच्या आत त्यानं गुरुजींच्या मुखावर थपडा मारल्या. आम्ही सारे अवाक् झालो होतो. मी गुरुजींच्या पायाशी होतो. मी माझ्या हातातली काठी संतापानं उचलली. त्याच वेळी गुरुजींनी माझ्याकडे पाहिलं, आणि उद्गारले, ''थांब.''

मी थांबलो. तो तरुण जसा आला होता तसाच सभेतून निघून गेला. माझा संताप उफाळला. मी गुरुजींना म्हणालो,

''आम्ही असताना चारचौघांमध्ये एक माथेफिरू येतो. तो तुम्हाला तमाचा मारून जातो. आणि तुम्ही सहन करता?''

''माझे गुरू रामकृष्ण परमहंस त्यावर शांतपणे हसले. ते म्हणाले,

''अरे नोरेन् ! सकाळपासून माझ्या गळ्यात हार घालणारी आणि माझी पाद्यपूजा करणारी केवढी माणसं होती? एकाला तरी अडवून तुम्ही सांगितलंत का, की तुला या माणसाची योग्यता माहीत नाही. त्याच्या पाया पडून हार घालू नकोस. ज्या अडाणीपणानं ही माणसं माझी पूजा करतात त्याच अडाणीपणानं एखाद्यानं तमाचा मारला तर त्यात दुःख वाटायचं कारण काय?''

त्या आठवणीनं भारावलेले विवेकानंद म्हणाले, ''ठीक आहे ! जी माणसं येतात त्यांना भेटू दे. त्यांचा अव्हेर करणं योग्य नाही.''

सायंकाळी भोजन झाल्यानंतर स्वामीजी जायला निघाले. चेतूनं त्यांच्या पायावर मस्तक ठेवलं. स्वामीजी म्हणाले,

''चेतू ! आम्ही तुझ्यावर प्रसन्न आहोत. माणूस कल्पनेवर जगत नसतो. तो अन्नावर वाढतो. या तुझ्या मालकाला तू जप. तो या देशाचा ठेवा आहे हे तू कधीही विसरू नकोस.''

विवेकानंद ज्या वेळी निरोप घेत होते, त्या वेळी रवि वर्म्याचं मन भरून आलं होतं. विवेकानंदांचे चरणस्पर्श करून तो जेव्हा उठला, तेव्हा विवेकानंद म्हणाले,

''कोच्चू ! आज मी निरोप घेतो आहे, पण तो निरोप घेताना एक शल्य मनात डाचत आहे.''

''कसलं शल्य महाराज?''

रवि वर्म्याकडे पाहात स्वामीजी म्हणाले, ''मृत्यू हा अटळ आहे. ज्या दिवशी

तो मृत्यू तुम्हाला गाठेल तेव्हा तुम्ही स्वर्गात जाल. त्या वेळी तिथल्या रंभा, उर्वशी तुम्ही पाहाल आणि तुमच्या पदरी निराशा येईल. कारण तुम्ही चितारलेल्या रंभा, उर्वशी नजरेसमोर ठेवून तुम्ही तिथं स्वर्गात वावरणाऱ्या रंभा उर्वशींकडे पाहाल, त्या वेळी तुमच्या ध्यानी येईल की, तुम्ही चितारलेल्या रंभा उर्वशींइतक्या रूपसंपन्न ह्या नाहीत. तुम्ही चितारलेल्या चित्रांपुढे त्या फिक्या पडतील.''

रवि वर्मा विवेकानंदांच्या पाठोपाठ चालत होता. दाराशी पांढऱ्या शुभ्र चार घोड्यांची गाडी जुंपली होती. स्वामीजी आपल्या शिष्यांसह त्या बग्गीमध्ये बसले. रवि वर्म्यानं त्यांच्या पायांवर मस्तक ठेवलं. स्वामीजी उद्गारले,

''विजयी भव !''

गाडी बंगल्याच्या आवारातून दूर जात होती. पण रवि वर्म्याच्या मनातून त्या एक दिवसाच्या सहवासातल्या स्मृती कुठंतरी गुरफटल्या होत्या.

आजवरच्या आयुष्यातला त्याचा तो मोठा आनंदाचा क्षण होता.

मुंबईमध्ये प्लेगची साथ पसरू लागलेली होती. रात्री अपरात्री 'राम बोलो भाई राम' म्हणत टिमकी वाजवत जाणाऱ्या प्रेतयात्रांनी सारे भयभीत होत होते. प्लेगच्या भीतीनं मुंबईतले असंख्य कामगार आपल्या कोकणातल्या गावांकडे जात होते.

रवि वर्म्याच्या छापखान्यातील कामगारांची संख्या अशीच कमी होत होती. एके दिवशी सायंकाळच्या वेळी गोवर्धनदास माखनजी रवि वर्म्याला भेटायला आले. त्यांचा चेहरा गंभीर बनला होता. बोलता बोलता ते म्हणाले,

''राजासाब, आपला प्रेस साफ नुकसानीत चाललाय. याची दखल आपणाला आहे काय?''

रवि वर्मा म्हणाला, ''माखनजी, मी फायद्यासाठी हा प्रेस काढला नाही. त्यामुळे फायदातोटा याचा विचार मी करीत नाही.''

''ते ठीक आहे. आपण राजे आहात. फायदातोटा आपण मानत नसाल. पण आम्ही आपल्या प्रेसमध्ये जी गुंतवणूक केली ती फायदा मिळावा म्हणूनच!''

''ते मला मान्य आहे. आपल्याला काय म्हणायचं आहे?''

''राजासाब, या व्यवहारातून माझी सोडवणूक कराल तर फार बरं होईल. माझे पंचवीस हजार आपण मला आपल्या सवडीनुसार द्या. ते मला आजच दिले पाहिजेत असा माझा आग्रह नाही. पण यापुढं मी छापखान्याशी संबंध ठेवू इच्छित नाही.''

''ठीक आहे माखनजी. आपण घातलेलं भांडवल मी आपल्याला जरूर परत करीन. सवडीनं कशाला? पण त्या आधी आपण किती फायदा घेतला हेही मी आपल्याला विचारू इच्छित नाही. आपण थोडं थांबा.''

रवि वर्मा उठून आपल्या शय्यागृहात गेला. जेव्हा तो परत आला, तेव्हा त्याच्या हातात नोटांची पुडकी होती. तो म्हणाला,

"माखनजी, हे आपले पंचवीस हजार रुपये. आपण माझ्यावर विश्वास ठेवून पंचवीस हजार रुपये माझ्या धंद्यामध्ये गुंतवलेत त्याबद्दल मी आपला आभारी आहे."

माखनजीनं आनंदानं पैसे मोजून घेतले आणि तो समाधानानं निघून गेला. माखनजी जाताच रवि वर्म्यानं राज वर्म्याला हाक मारली. राज वर्मा येताच रवि वर्म्यानं सांगितलं,

"छापखान्यात जा आणि स्लायसरला बोलावून घेऊन ये."

स्लायसर हा नुसता छापखान्यातला तज्ज्ञ नव्हता. त्याला चित्रकला आणि त्यातलं मर्म याचं ज्ञान होतं.

रवि वर्मा आपलं पान जुळवीत असता स्लायसर आला. त्याच्याकडे पाहात रवि वर्मा म्हणाला,

"स्लायसर, तुम्हाला आनंदाची बातमी सांगायची आहे. आता मी एकटा छापखान्याचा मालक राहिलो आहे."

स्लायसर म्हणाला, "राजाजी, ही चांगली बातमी सांगितलीत. आता चित्रांचा तगादा आपल्या मागे लागणार नाही. पण राजाजी, या मुंबईतल्या प्लेगमुळं आपले अनेक सेवक कमी झाले आहेत. बाकीचे फार काळ टिकतील असं वाटत नाही. आपला छापखाना चालवायचा झाला तर हा छापखाना येथून कार्ल्याला हलवणं मला इष्ट वाटेल."

"ठीक आहे. तुम्ही जागा पाहिली आहे. तुमचा निर्णय चुकणार नाही याची मला खात्री आहे. जे योग्य आहे ते आपण करू."

आणि दुसऱ्या दिवशी रवि वर्मा स्लायसर, गेहर्टसह कार्ल्याला गेले. विपुल झाडीमध्ये असलेली जागा स्लायसरनं रवि वर्म्याला दाखविली. समोर कार्ला लेण्याचा डोंगर उभा होता. चौफेर हिरव्या वनश्रीनं नटलेला कोरड्या हवेचा तो मुलूख पाहून रवि वर्म्याचं मन समाधानी बनलं.

कार्ल्याची जागा निश्चित करण्याची त्यानं स्लायसरला आज्ञा दिली.

ज्या वेळी कार्ल्याचा छापखाना उभारला जात होता त्या वेळी, रवि वर्मा आपले बंधू आणि पुत्रासमवेत मेवाडचं आमंत्रण स्वीकारून मेवाडला गेला होता. मेवाडच्या राजघराण्याची चित्रं पुरी करून रवि वर्मा मुंबईला परत आला. त्याच्या बंगलीखालच्या मजल्यावरची सारी यंत्रणा हलवली गेली होती. जमिनीवर पडलेले ते तेलाचे डाग रवि वर्मा पाहात होता.

एके काळी याच जागेवर शकुंतला, उर्वशी-पुरुरवा, नलदमयंती, सीता-स्वयंवर

अशी अनेक चित्रं छापली गेली होती.

☯

जागा बदलली पण जाताना ठेवलेले डाग... ते मात्र कायम राहिले होते.

कार्ला आणि मुंबई यामध्ये रवि वर्म्याची धावपळ चालू होती. कार्ल्याच्या शेजारी गर्द छायेमध्ये उभा केलेला आपला छापखाना तो पाहात होता.

छापखाना उभा राहिला. त्यातून नानाविध रंगांनी बहरलेली रवि वर्म्याची चित्रं छापली जात होती.

त्या चित्रांच्या प्रसारामुळं रवि वर्म्याची किर्ती आसेतुहिमाचल पोहोचली होती.

एके दिवशी रवि वर्मा आपल्या गिरगावातल्या वास्तव्यस्थानी असताना राज वर्म्यानं त्याच्या समोर एक आमंत्रणपत्रिका ठेवली.

''कसली आहे ही?''

राज वर्मा हसून म्हणाला,

''गव्हर्नरसाहेबांनी आपल्याला मेजवानीचं आमंत्रण दिलं आहे. ते स्वीकारायचं आहे का?''

''जरूर स्वीकार.'' रवि वर्मा हसून म्हणाला.

आमंत्रण स्वीकारलं गेलं.

त्या रात्री रवि वर्मा ठीक वेळेनुसार आपल्या बंगलीबाहेर पडला. पण बंगलीच्या दारी घोडागाडी हजर नव्हती. रवि वर्मा तसाच तबेल्यात गेला. कोचमन अडखळत्या पावलांनी घोडागाडीत चढण्याचा प्रयत्न करीत होता. रवि वर्म्यानं त्याला अडवलं. त्याच्या अंगाला हात लावला. तापानं फणफणलेला तो कोचमन पाहताच रवि वर्मा म्हणाला,

''आत झोप.''

कोचमन थरथरत्या पावलांनी उभा राहिला. त्याच्याकडे पाहात वैतागानं रवि वर्मा म्हणाला,

''आत झोप म्हणतो ना !''

त्या आवाजातली जरब ऐकून तो कोचमन आपल्या बैठकीवर जाऊन अंगाचं मुटकुळं करून झोपला.

''राजा, पुढं बैस.'' राज वर्म्याला रवि वर्म्यानं सांगितलं.

''पण दादाजी, आपल्याला वेळ होईल.''

''होऊ दे. बैस पुढं.''

गव्हर्नरच्या पार्टीला जाण्यासाठी सज्ज झालेला, अंगात गुलाबी शेरवानी परिधान केलेला, कानी हिऱ्यांच्या कुड्या आणि मस्तकी गंध रेखलेला पगडीधारी रवि वर्मा गाडीच्या प्रथम भागी येऊन बसला. सोबत राज वर्मा होता. राज वर्म्यानं लगाम हाती

घेतले. आणि घोडागाडी चालू लागली.

गिरगावातल्या आपल्या घरच्या डॉक्टरांच्या बंगलीसमोर गाडी उभी राहिली. रवि वर्म्यानं कोचमनला खाली उतरून घेतलं.

गावात पसरलेल्या प्लेगच्या भीतीनं रवि वर्मा बेचैन बनला होता. त्या कोचमनला डॉक्टरांनी तपासलं. प्लेगची भीती नसल्याचं सांगितलं. त्या रुग्णाची औषधं घेऊन रवि वर्मा परतला तेव्हा मध्यरात्र झाली होती.

कोचमनला आपल्या बंगलीत शय्यासन देऊन रवि वर्मा शांतपणे झोपी गेला.

दुसरे दिवशी सायंकाळच्या वेळी राज वर्मा रंगशाळेत गडबडीनं आला. तो म्हणाला,

"गव्हर्नरसाहेबांच्या सचिवाचं पत्र आलं आहे. आपण मेजवानीचं आमंत्रण स्वीकारूनही का हजर राहिला नाही याचं उत्तर त्यांना हवं आहे."

"त्यांना सांग. म्हणावं, 'माझा नोकर अत्यंत आजारी होता. त्यासाठी त्याला घेऊन डॉक्टरांकडे जाणं भाग पडलं. त्यामुळं मेजवानीला येऊ शकलो नाही."

त्यानंतर चारच दिवसांनी रवि वर्म्याला गव्हर्नरसाहेबांच्या सचिवाचं परत पत्र आलं. त्यात लिहिलं होतं,

"आपल्याला गव्हर्नरच्या आमंत्रणापेक्षा सामान्य सेवकाचा आजार मोठा वाटतो काय?"

ते पत्र वाचून दाखवताच रवि वर्मा हसून म्हणाला,

"याचं उत्तर एकाच शब्दात कळव- 'होय' किंवा 'yes'. समजलं?"

त्या शब्दांनी राज वर्मा भयचकित झाला. तो म्हणाला,

"दादाजी, याचा परिणाम..."

"जो व्हायचा असेल तो होऊ दे. मला त्याची पर्वा नाही. अरे, आपण कलावंत माणसं. जगलो तर मानानं जगू. नाहीतर उपाशी मरू. हा सृष्टिनियमच इतका विलक्षण आहे की, इथं कलावंताला मानानं जगता येत नाही. त्याला उपाशीच मरावं लागतं. कलावंत हा नेहमी उपाशीच मरतो. कला ही सागरापेक्षा खोल आणि आकाशापेक्षा विशाल आहे. त्याला हात घालू पाहणारे फारच थोडे असतात. त्यांची गणना मूर्खात होते. पण ते विलोभन ते टाळू शकत नाहीत. मी ऐश्वर्यसंपन्न राजघराण्यात जन्मलो, पण दोन वेळेचं सुग्रास भोजन आणि सुखशय्या यावर माझ्यासारख्या कलावंताचं मन कधी तृप्त झालं नाही. कलावंतमन कैक वेळा त्याही अवस्थेत उपाशीच राहतं. पण हे कलावंत आपल्या जीवनाची विफलता ध्यानी न घेता त्या कलेचं व्रत स्वीकारतात. त्यांना ते स्वीकारावंच लागतं. कारण ते पछाडलेले असतात. ऐश्वर्य किंवा दारिद्र्य याचं भय त्यांना थोपवू शकत नाही. सुख-दुःखाच्या कल्पना त्यांनी केव्हाच झुगारून दिलेल्या असतात. आपल्या छंदापायी ते आनंदयात्री बनलेले असतात. मग त्यांना मुक्त म्हणा किंवा वेडे म्हणा. राजा, ही अवस्था जेव्हा

प्राप्त होते तेव्हा तो खरा कलावंत होतो, हे विसरू नको. गव्हर्नरसाहेबांच्या आमंत्रणापेक्षाही माझ्या सेवकाचा आजार हा मला मोलाचा वाटला. हा मी गुन्हा केला आहे असं मला वाटत नाही. किंबहुना माझ्या कृतीचं फारसं समर्थन करावं असंही मला वाटत नाही. समर्थन करण्याची माझी मुळीच इच्छा नाही. पण लोकव्यवहार म्हणून उत्तर पाठविणं जरूर आहे. त्यांना 'होय' एवढंच उत्तर पाठव.''

आणि एवढं बोलून रवि वर्मा आपल्या शय्यागृहात निघून गेला.

☯

गिरगावातल्या बंगलीतला प्रेस कार्ल्याला हलवला गेला. परत तो खालचा मजला सजवला जात होता. पण रवि वर्म्याचं वास्तव्य बंगल्यापाठीमागच्या लहान निवासस्थानातच होतं.

सायंकाळच्या वेळी रवि वर्मा बंगल्याकडे निघाला असता राज वर्मा सामोरा आला. त्यानं सांगितलं,

''आपल्या भेटीसाठी कोणी फ्रेनाबाई नावाच्या पारशी बाई आल्या आहेत. त्यांना बंगल्यातल्या दिवाणखान्यातच बसवलं आहे.''

रवि वर्मा परत आपल्या निवासस्थानी गेला. त्यानं अंगामध्ये अंगरखा घातला. पायी, धोतरी, अंगरखा या वेशात रवि वर्मा आपल्या बंगल्यात आला.

☯

रवि वर्मा आपल्या बंगल्याच्या प्रवेशद्वाराशी आला. मंचकावर बसलेली फ्रेना उठून उभी राहिली. तिच्या रूपाकडे रवि वर्मा क्षणभर पाहात राहिला. तिचं रुंद कपाळ, तिनं नेसलेलं झिरझिरीत रेशमी पातळ, निळेगर्द डोळे, त्याखाली उंचावलेले गालांचे उंचवटे, तरतरीत बाकदार नाक, सुकोमल लाल ओठ, चेहऱ्यावर रंग पाहायचाच झाला तर त्या गहिऱ्या डोळ्यांत पाहावा. किंवा त्या नाजूक ओठांच्या गुलाबी स्पर्शात दिसावा. त्या लांबट उभ्या चेहऱ्याला एक वेगळंच सौंदर्य लाभलं होतं. तिचे काळे पिंगट केस खांद्यावर रुळत होते. जणू उघड्या खांद्याशी लाडिक हितगुज करीत होते.

तिनं परिधान केलेली श्वेत रंगाची तलम जांभळी जरीकाठाची, गुजरी पद्धतीची साडी, तिच्या उंच सडसडीत देहयष्टीला अधिकच खुलावट आणत होती. तिच्या गळ्यातील आणि कानांतील हिऱ्याची भूषणं यापेक्षा तिच्या निरागस सौंदर्याकडे रवि वर्म्याचं लक्ष खिळलं होतं. तिच्या गोल मनगटात शोभून दिसणारे गोठ आणि तिच्या गळ्यातले अलंकार याकडे लक्ष न देता रवि वर्मा म्हणाला,

''आपण आमच्या भेटीसाठी आलात?''

फ्रेना उठत म्हणाली, ''हो ! आपलं अभिनंदन करण्यासाठी मी आले आहे.''

“अभिनंदन ! कशासाठी?”

“काही दिवसांपूर्वी मी गव्हर्नरांच्या पार्टीसाठी गेले होते. त्यानंतर तुमचं काय पत्र आलं ते मला समजलं. असं धारिष्ट दाखवणारा कोणी कलावंत असतो यावर माझा विश्वास बसला नाही. तेव्हा तुम्हाला पाहायला आणि अभिनंदन करायला मी आले आहे.”

“अभिनंदन करण्यासारखं मी काही केलं आहे असं मला वाटत नाही.”

“गव्हर्नरसाहेबांचं आमंत्रण आलं असता सुद्धा?” फ्रेनानं विचारलं,

फ्रेनाच्या विस्फारित नेत्रांना शांतपणे उत्तर देत रवि वर्मा म्हणाला,

“बाईसाहेब, ते आमंत्रण गव्हर्नरसाहेबांचं असेल पण माझा कोचमन आजारी होता. त्याला वैद्यकीय उपचार आवश्यक होते. त्या रुग्ण माणसाला सोडून गव्हर्नरसाहेबांच्या मेजवानीला मी कसा जाणार? हे मीच केलं असतं असं नव्हे, तुम्ही जरी माझ्या जागी असता तरी हेच केलं असतं. माणसाचं आयुष्य मला मोलाचं वाटलं तो माझा गुन्हा झाला काय?”

रवि वर्म्याचं बोलणं ऐकून फ्रेनाला आनंद झाला होता. त्या कलावंत माणसाचं हृदय जाणून ती समाधान पावली होती. हसून ती म्हणाली,

“तुमच्या जागी मी असते तर गव्हर्नरसाहेबांचं आमंत्रण नाकारायचं धारिष्ट मला झालं नसतं.”

त्या बोलण्यानं रवि वर्मा मोकळेपणानं हसला.

“का हसलात? हसण्यासारखं काय झालं?”

“बाईसाहेब !” आपलं हसू आवरत रवि वर्मा म्हणाला, “तुम्ही म्हणालात ते खोटं आहे. माझ्या जागी तुम्ही असता तर जे मी केलं तेच तुम्ही केलं असतं.”

“कशावरून?”

“कारण एकच. नाहीतर ओळखदेख नसताना माझ्या कृतीचं कौतुक करायला तुम्ही इथं आलाच नसता.”

फ्रेनाच्या चेहऱ्यावरचे सारे भाव पालटले. ती मोकळेपणानं हसली. म्हणाली,

“राजाजी, तुम्ही भारी मनकवडे आहात. आपल्याला एक विनंती करावीशी वाटते.”

“विनंती ! तुमच्यासारख्या रसिकाची विनंती मी आज्ञा मानीन.”

“आपण माझ्या सामान्य घरी कधी चहापानाला याल? त्यात मला धन्यता वाटेल.”

रवि वर्मा स्मित वदनानं म्हणाला,

“मी जरूर येईन. पण एकच अडचण आहे.”

“कोणती?” फ्रेनानं विचारलं.

“मी कधी चहा घेत नाही. मी कॉफी घेतो.”

"तेही चालेल." फ्रेना म्हणाली, "मी आपल्यासाठी कॉफी करीन. आपण मला दिवस सांगा. त्या दिवशी मी माझी घोडागाडी आपल्या सेवेसाठी पाठवीन."

रवि वर्मा म्हणाला, "घोडागाडी पाठवायची मुळीच गरज नाही. आपण पत्ता सांगून ठेवा. त्या पत्त्यावर ठरल्यावेळी मी जरूर येईन."

शेजारी उभ्या असलेल्या राज वर्म्याकडे फ्रेनानं पत्ता दिला आणि ती निघून गेली.

वाळकेश्वराच्या टेकडीवर फ्रेनाचा बंगला उभा होता. फ्रेना कुमारीच राहिली होती. रवि वर्मा जेव्हा तिच्या आमंत्रणानुसार त्या बंगल्यासमोर आला, तेव्हा त्या बंगल्याच्या पोर्चमध्ये स्वागताला फ्रेना उभी होती. तिचं स्वागत स्वीकारून रवि वर्मा दिवाणखान्यात आला.

त्या दिवाणखान्यात अनेक तैलचित्रं, जलरंगातील चित्रं लावलेली होती. रवि वर्मा ती चित्रं पाहात होता. तो उद्गारला,

"व्वा ! सुरेख !"

फ्रेनानं विचारलं, "का? काय झालं?"

"काही नाही. बाईसाहेब, तुम्हाला एक सांगू? मी सुरुवातीला जे धडे घेतले ते बळू रंगातले. आज कदाचित मी तैलचित्राचा कलाकार झालो असेन. पण जलरंगातील चित्रं मला त्यापेक्षाही भयावह वाटतात."

"कारण?"

"कारण एकच. जलरंग जेव्हा कागदावर अवतरतो तेव्हा त्याच्या ओघवत्या प्रवाहाला योग्य वेळी अडविण्याचं सामर्थ्य चित्रकाराला लागतं. तैलरंगातील दुरुस्ती तिथं चालत नाही. ते सामर्थ्य फक्त त्या चित्रकाराचं असतं."

फ्रेना मिस्किलपणे हसली. ती म्हणाली,

"म्हणजे तैलरंगापेक्षा जलरंग अधिक प्रभावी असंच ना?"

"मुळीच नाही. बाईसाहेब, दोन्ही रंगांना त्यांचं महत्त्व आहे. उलट मी असं म्हणेन, जलरंग ठीक आहेत. पण त्यांना मिजास नाही. खरी मिजास आहे ती कोळशाला. तो अधिक प्रभावी. अधिक वास्तव. पण तो काळा. त्याला रंग येणार कोठून? चित्रामध्ये रंग हे महत्त्वाचे. पण हे सिद्ध कसं करायचं? जलरंगात धावपळ असते. पण तैलरंगाची गती अधिक मंद, अधिक अवघड आणि क्लेशकारक."

"राजाजी ! मी एक विचारू?"

"विचारा ना !"

"आपण कधी परदेशी गेलात काय?"

"का विचारलात हा प्रश्न?"

फ्रेना म्हणाली, "राजाजी, आपण केव्हातरी परदेश आणि तेथील चित्रप्रदर्शनं पाहून यायला हवीत."

"म्हणजे काय होईल?"

"म्हणजे आपल्याला विशाल दृष्टी लाभेल."

"विशाल दृष्टी ! बाईसाहेब, ती दृष्टी माणसाला हवी असेल तर ती दृष्टी माणसाला इथं लाभणार नाही का? आपली भूमी केवढी विशाल आहे. ती सृष्टी केवढी उदंड आहे. या मानवी कलावंत मनातली उलाढाल केवढी प्रचंड आहे. त्यासाठी हा शोध परदेशात जाऊन कशाला घ्यायला हवा? त्यापेक्षा आपल्या जीवनाशी, आपल्या निसर्गाशी प्रामाणिक राहून या चित्रजगतात जगणं हेच अधिक योग्य नाही का?"

फ्रेनाला काही उत्तर सापडलं नाही.

सेवकानं कॉफी आणली. दोघांनी कॉफीपान केलं. बरंच बोलणं झाल्यानंतर रवि वर्मा जायला निघाला. त्याला निरोप देत असता फ्रेनानं रवि वर्म्याच्या हाती बांधलेलं एक पुडकं दिलं.

रवि वर्म्यानं विचारलं, "काय आहे हे?"

"ही माझी आपल्याला भेट आहे. फक्त एक विनंती आहे. आपण घरी गेल्यानंतर हे उघडा."

रवि वर्म्याची घोडागाडी चालू झाली होती. फ्रेनानं दिलेली ती भेट रवि वर्म्याच्या मांडीवर हेलकावे खात होती. रवि वर्म्याच्या संयमाचा बांध सुटला. सायंकाळच्या उजेडात त्यानं मांडीवरची ती भेट उलगडली. त्यामध्ये दोन सुरेख अल्बम होते. पाश्चात्त्य चित्रकारांनी चितारलेल्या चित्रांची छायाचित्रं त्यात होती.

रवि वर्मा भारल्यासारखा ती छायाचित्रं पाहात होता. घर केव्हा आलं, सेवकांनी घोडागाडीचं दार केव्हा उघडलं याचंही त्याला भान राहिलं नव्हतं. जेव्हा कोचमननं त्याला जाणीव दिली, तेव्हा रवि वर्मा ते दोन्ही अल्बम घेऊन आपल्या शय्यागृहात गेला.

☯

झोप येईपर्यंत तो ती चित्रं पाहात होता.

पहाटे रवि वर्मा जागा झाला. पण काल रात्री ज्या चित्रांनी त्याला वेडं केलं होतं ती चित्रं त्याच्या मनातून हलत नव्हती.

रवि वर्म्यानं स्नान आटोपलं. देवपूजा केली. तरीही त्याला त्या चित्रांचं विस्मरण होत नव्हतं. आपल्या बैठकीच्या खोलीत जाताच तिथं राज वर्म्याला पाहून रवि वर्म्यानं विचारलं,

“राजा, तुला फ्रेनाबाईंचा पत्ता माहीत आहे?”

“हो !”

“मग त्यांना आमचं पत्र पाठव. त्यांना लिही, ‘आमच्या आयुष्यात आम्हाला दोनच सुरेख भेटी मिळाल्या. एक सयाजीरावांच्याकडून आणि दुसरी तुमच्याकडून. सयाजीराव महाराजांनी आम्हाला आमच्या ध्यानीमनी नसता पाश्चात्य देशांहून मागवलेले रंग दिले. आणि तुम्ही तुमच्या भेटीनं पाश्चात्य देशांतील कलाकारांच्या श्रेष्ठ कलाकृतींची जाणीव आम्हाला करून दिलीत. आज आमच्या हाती रंग आहेत. आदर्श आहेत. पण ते साकार करण्याचं सामर्थ्य आम्हाला कितपत लाभतं याबद्दल आम्ही साशंक आहोत.’ राजा, हे पत्र बाईंना पाठवून दे.”

रवि वर्मा आपल्या रंगशाळेत काम करीत असता अचानक फ्रेना तिथं आली. तिला पाहून रवि वर्म्याला आश्चर्य वाटलं. तो भाव ओळखून फ्रेना म्हणाली,

“मी यायला नको होतं का?”

रवि वर्मा क्षणभर गोंधळला. स्वत:ला सावरत तो म्हणाला,

“तसं नाही. बाईसाहेब, आपल्याला कुणी अडवलं नाही?”

“अडवलं तर ! न अडवायला काय झालं? मी त्यांना तिथंच थोपवलं.”

“आणि ते थांबले?” फ्रेनाच्या मोकळेपणानं रवि वर्मा सुखावला होता.

“न थांबून सांगतात कुणाला ! ते तुमचे बंधू मला म्हणाले की, तुम्ही कामात आहात. मला कलावंत कामात असतानाच पाहायचं होतं.”

रवि वर्म्याच्या अंगावर फक्त धोतरी होती. त्याची जाणीव त्याला प्रथमच झाली. संकोचानं तो तसाच भिंतीकडे वळला. खुंटीवरचा अंगरखा तो अंगात चढवत असता त्याचं लक्ष फ्रेनाकडे गेलं. फ्रेना चित्र-सोपानावर लावलेल्या कृष्ण शिष्टाईचं चित्र पाहात होती. ती उद्गारली,

“अप्रतिम !”

मागे आलेल्या रवि वर्म्याचं तिला भान नव्हतं. ती ते चित्र बारीक नजरेनं न्याहाळीत होती. त्या कृष्ण शिष्टाईच्या प्रसंगात कृष्ण आसनावर बसला होता. त्याच्या हातावरून तांबडाकंच शेला ओघळला होता. तिकडे पाहत ती उद्गारली,

“अप्रतिम !”

“बाईसाहेब !” पाठीमागून रवि वर्म्याची हाक आली.

त्याच्याकडे न पाहता ती हात उंचावत म्हणाली,

“बोलू नका.”

परत ती चित्र पाहण्यात मग्न झाली. पाठीमागं उभा असलेला रवि वर्मा तिचं ते एकाग्र रूप पाहात होता. एकदम मागं वळून त्या शेल्याकडे बोट दाखवत फ्रेना म्हणाली,

“हा चायनीज रेड ना !”

"हो ! पण त्याखाली क्रिमझन रंग वापरला आहे."

"म्हणजेच गुलबक्षी ना ! त्यामुळं वरच्या तांबड्या रंगाला उठाव मिळाला आहे."

फ्रेना ते चित्र निरखत होती. ती रवि वर्म्याकडे न बघता बोलत होती.

"कृष्णाचा निळा रंग आणि हळदी रंगाचा त्याचा पीतांबर याला त्या शेल्यामुळे मोठा उठाव लाभला आहे. साऱ्या चित्रामध्ये एवढ्या व्यक्तिरेखा असताही कृष्णावरच नजर खिळून राहते. त्यामुळे चित्राचा हेतू साध्य झाला आहे."

फ्रेनानं दीर्घ नि:श्वास सोडला. वाकून चित्र निरखणारी फ्रेना ताठ उभी राहिली. सावकाश वळली. रवि वर्मा तिच्याकडे आश्चर्यचकित होऊन पाहात होता. फ्रेनानं विचारलं,

"काय पाहता?"

"आपल्याकडे."

"का? माझं काही चुकलं का?"

"चुकलं असतं तर आनंद झाला असता. पण बाईसाहेब, आपल्याला अचूक रंगसंगतीचं ज्ञान आलं कुठून?"

फ्रेना हसली नाही. ती म्हणाली,

"मला चित्रं पाहण्याचा नाद आहे. कदाचित त्यातून..."

रवि वर्मा साशंक होऊन म्हणाला,

"बाईसाहेब, हे तेवढं खरं नाही. चित्रं पाहून माणसाला फारतर चित्राचं सौंदर्य कळतं. पण रंगसंगती जाणणं एवढं सोपं नाही."

फ्रेना हसली. म्हणाली,

"आपण म्हणता ते ज्ञान परमेश्वरानं मला दिलं असेल तर मी काय करू?"

त्या हसण्याला साद देत रवि वर्मा खांदे उडवून म्हणाला,

"तेही खरंच. सर्वच गोष्टींना उत्तर असतं असं नव्हे."

रवि वर्म्यानं हाक मारली, "राजा !"

काही वेळात राज वर्मा वर आला. फ्रेनाची ओळख करून देत तो म्हणाला,

"सुरेख कॉफी करून आणायला सांग."

संकोचानं फ्रेना म्हणाली, "आता कशाला?"

तिकडे लक्ष न देता राज वर्मा निघून गेला.

त्या दिवसानंतर रवि वर्मा आणि फ्रेना यांच्यातला संकोच नाहीसा झाला होता. फ्रेना केव्हाही रवि वर्म्याच्या रंगशाळेत येत असे. धुरंधर, जोशी यांच्यासह रंगशाळेत रमत असे.

तिचं रंगशाळेतलं वास्तव्य रवि वर्म्याला आवडत असे.

सायंकाळच्या वेळी वालुकेश्वराचं दर्शन घेऊन रवि वर्मा मंदिराच्या बाहेर आला. बाहेर येताना त्याचे पाय अकारण वालुकेश्वराच्या प्रवेश द्वाराशी थबकले. कमानीपाशी उभा राहून तो मंदिरातून येणाऱ्या-जाणाऱ्या भाविकांच्याकडे पाहात होता.

जे कधी दिसणार नाही त्याची वाट पाहण्यात काय अर्थ आहे?

रवि वर्मा आपल्या बग्गीपाशी आला. बग्गीमध्ये तो बसला. कोचमन गाडी वळवणार तोच रवि वर्म्यानं त्याला सांगितलं,

"गाडी वळवू नको. टेकडीकडे घे."

गाडी चालू लागली. टेकडीच्या माथ्यावर येताच गाडी थांबली. रवि वर्मा उतरला. समोरचा सागर तो पाहात होता. खारा वारा अंगावरून वाहात होता. ते दृश्य त्यानं अनेक वेळा पाहिलं होतं. अनुभवलं होतं, पण आज त्याचं मन त्या दृश्यात रमत नव्हतं. सूर्य अस्ताचलाला गेला. पश्चिम क्षितिजावर आता फक्त नानाविध रंगांची उधळण राहिली होती.

सूर्य मावळल्याखेरीज रंग उमटत नाहीत का?

बेचैन मनानं रवि वर्मा वळला. गाडीत जाऊन बसला. गाडीवानाला म्हणाला,

"घरी."

बग्गी चालत होती. रवि वर्मा आपल्याच विचारात गढला होता. बग्गी जेव्हा बंगल्याच्या आवारात प्रवेश करती झाली, तेव्हा उठणाऱ्या सनईच्या नादानं तो भानावर आला. रवि वर्मा बग्गीतून उतरला. आश्चर्यचकित नजरेनं तो समोरचं दृश्य पाहात होता.

बंगल्याच्या द्वाराशी एका बाजूला सनई-चौघडा झडत होता. सारा बंगला प्रकाशमान झाला होता. दाराशी राज वर्मा, गोद वर्मा, रामय्या आनंदानं उभे होते. राज वर्म्याच्या हाती एक टपोरेदार हार होता. राज वर्मा पुढं झाला. आणि रवि वर्म्याच्या गळ्यात त्यानं हार घालून पायांवर मस्तक टेकलं. संभ्रमात पडलेल्या रवि वर्म्यानं विचारलं,

"राजा, अरे काय चाललंय हे?"

"दादाजी, आपल्या चित्रांना व्हिएन्नाच्या प्रदर्शनात मानाची अनेक पदकं आणि बक्षिसं मिळालीत. खास अभिनंदनाचं गव्हर्नरसाहेबांचं पत्रही आलं आहे."

व्हिएन्नाचं बक्षीस मिळालं !

रवि वर्म्याला काय बोलावं हे सुचत नव्हतं. त्याच्या मुद्रेवर समाधान विखुरलं. भान विसरून तो म्हणाला,

"अरे राजा, हे ऐकायला आईल्यम महाराज, माधवराव, मामा हवे होते. चल आत जाऊ. कोण आलंय?"

"सारे आलेत. ते आपलीच वाट पाहात आहेत."

आतला दिवाणखाना झुंबर आणि चिरागदानांनी प्रकाशमान झाला होता. रवि

वर्म्याची वाट पाहत न्यायमूर्ती गोखले, जोशी, धुरंधर, नाना शंकरशेठ, अंजनीबाई ही सारी मंडळी बसली होती. साऱ्यांच्याच चेहऱ्यांवर रवि वर्म्याच्या विजयाचं समाधान होतं. ही सारी मंडळी रवि वर्म्याची वाट पाहात असतानाच प्रवेशद्वारातून येणारा रवि वर्मा दिसताच सारे उठून उभे राहिले. प्रवेशद्वारीच रवि वर्मा थबकला. जमलेले सारे रवि वर्म्याभोवती गोळा झाले. त्या साऱ्यांचे हार स्वीकारता स्वीकारता रवि वर्म्याचा जीव गुदमरून गेला.

शंकरशेठ पुढे झाले. रवि वर्म्याला मिठीत घेत ते म्हणाले,

"राजाजी, थोर पराक्रम केलात. भारतीय चित्रकलेला आज तुम्ही जागतिक सन्मान मिळवून दिलात."

त्या मिठीतून दूर होत रवि वर्मा म्हणाला,

"हे श्रेय माझं नाही. तो मी स्वामीजींचा आशीर्वाद मानतो."

"हा आपला विनय आहे."

"मुळीच नाही. ते सत्य आहे. या यशाचा आनंद मला तुमच्याइतकाच आहे. जीवन कृतार्थ झाल्यासारखं वाटतं." राज वर्म्याकडे वळून तो म्हणाला,

"राजा, ही चिरागदानं अशीच तेवत ठेव. आज ह्या अत्तराचा, फुलांचा दरवळ असाच राहू दे. आज रात्री या महालात तेलंगांचं वीणावादन, अंजनीबाईचं गाणं होईल. ही माझी इच्छा ते नाकारणार नाहीत याची मला खात्री आहे."

रवि वर्म्याचं ते निराळं रूप सारे आनंदभरित मनानं पाहात होते. रवि वर्मा त्या बैठकीत ताठ मानेनं उभा होता. त्याच्या डोळ्यांत एक वेगळीच चमक प्रकटली होती. तो म्हणाला,

"राजा, आज इथं आलेले कोणीही घरी जाणार नाहीत. त्यांचा भोजन-प्रबंध इथंच होईल. तू या सर्वांच्याकडे लक्ष ठेव."

सर्वांच्याकडे वळून रवि वर्मा म्हणाला.

"मी थोड्याच वेळात परत येईन."

रवि वर्मा वळला. कुणीतरी तबकात ठेवलेल्या सोनचाफ्याकडे त्याचं लक्ष गेलं. मूठभर फूलं उचलून रवि वर्मा रंगशाळेकडे जाऊ लागला. जिन्याच्या प्रथम पायरीवर उभा राहून तो मागून आलेल्या राज वर्म्याला म्हणाला,

"राजा, वरती कोणाला सोडू नको."

☯

खाली दिवाणखान्यात कॉफीपान चालू होतं. मिठाईची तबकं आलेल्या पाहुण्यांच्या मधून फिरत होती, आणि त्याच वेळी फ्रेनानं महालात प्रवेश केला. रामय्या पुढं झाला. फ्रेनाच्या चेहऱ्यावर आनंद ओसंडत होता. ती म्हणाली,

"रामय्या, बातमी समजली आणि तशीच इकडं आले. राजाजी कुठं आहेत?"

रामय्या म्हणाला, "रंगशाळेत."

"रंगशाळेत?"

रामय्या काही बोलला नाही.

फ्रेना शांतपणे रंगशाळेकडे जाऊ लागली. जिन्याच्या प्रथम पायरीशी जाताच मागून हाक आली.

"बाईसाहेब—"

फ्रेनानं वळून पाहिलं. मागून राज वर्मा येत होता. तो नजीक आला आणि म्हणाला,

"बाईसाहेब, वर कुणाला पाठवू नका अशी दादाजींची आज्ञा आहे."

त्या निरोपानं फ्रेनाच्या चेहऱ्यावरचं स्मित ढळलं नाही. ती म्हणाली,

"भैया, हा निरोप इतरांना. मला नव्हे. जेव्हा मोठं यश पदरात येतं, तेव्हा एकाकीपणा भारी कठीण जातो. त्या वेळी कुणीतरी आपलं माणूस त्या आनंदात सहभागी व्हावं असं वाटतं."

फ्रेना राज वर्म्याकडे न पाहता पायऱ्या चढत होती. पण तिला अडवावं असं राज वर्म्याला वाटत नव्हतं.

फ्रेना पायऱ्या चढून वर गेली. रंगशाळेच्या दरवाज्यातच तिची पावलं अडखळली.

रंगशाळेत रवि वर्मा पाठमोरा उभा होता. त्याच्या समोर भिंतीला लागून रवि वर्म्यानं काढलेल्या सर्व चित्रांच्या प्रतिकृती ओळीनं लावून ठेवल्या होत्या. त्यात मत्स्यगंधा होती. उर्वशी-पुरुरवा, मेनका, सैरंध्री अशी अनेक चित्रं दिसत होती. अंगात काळी शेरवानी घातलेला, मस्तकी साफा घातलेला रवि वर्मा ती चित्रं पाहात उभा होता.

त्या पाठमोऱ्या रवि वर्म्याचं रूप पाहून फ्रेना जागीच खिळली. क्षणभर आल्या पावली परत जावं असं तिच्या मनात आलं. पण तो विचार दूर सारून निर्धारानं तिनं रंगशाळेत प्रवेश केला. पावलांचा आवाज न करता ती रवि वर्म्यानजीक गेली आणि तिनं आपला उजवा हात त्याच्या खांद्यावर ठेवला. मागं न पाहता रवि वर्मा म्हणाला,

"कोण? फ्रेना !"

"आपण मला ओळखलंत?"

मागं न पाहता रवि वर्मा म्हणाला,

"नाहीतर हे धारिष्ट्य दुसऱ्या कुणाचं असणार? फ्रेना, आज जीवनात एक वेगळंच समाधान मी भोगतो आहे. परराष्ट्रकीर्ती मला अपरिचित नाही. शिकागो प्रदर्शनात तो मान मला मिळाला आहे. पण या यशाला एक आगळी प्रतिष्ठा आहे. युरोपमध्ये माझ्या चित्रांचा सन्मान झाला. त्या रूपानं भारतीय चित्रकलेचा सन्मान झाला. माझ्या देशाला ते यश प्राप्त करून देण्याचं मी एक साधन बनलो, याचं समाधान वाटतं. पण या वेळी..."

"नको रवि, बोलू नको. आणि इथं थांबूही नको. मी तुला न्यायला आले आहे."

"कुठं?"

"खाली. तिथं तुझे सारे चाहते थांबले आहेत."

"फ्रेना, जे खरे चाहते होते ते केव्हाच निघून गेले."

"तेही मला माहीत आहे."

"मग खाली कशाला यायचं? ती खोटी स्तुती ऐकण्यासाठी? त्याचा मला उबग आहे. या एकाकी जीवनात..."

"ठीक आहे. रवि, तू इथंच राहा. मला माझी किंमत कळली नाही म्हणून चुकून वर आले. जाते मी..."

फ्रेना वळली. रवि वर्मा तिच्या मागं धावला. तिला अडवत तो म्हणाला,

"थांब फ्रेना. निदान आज तरी तू मला अव्हेरू नको. तू जाऊ नको."

फ्रेनाला जवळ घेत रवि वर्मा म्हणाला,

"चल फ्रेना. आपण खाली जाऊ. साऱ्यांच्या आनंदात सामील होऊ. त्यांना तिष्ठत ठेवणं बरं नव्हे."

फ्रेना खळखळून हसली. रवि वर्म्याला बिलगत ती म्हणाली,

"रवि, केव्हा तरी तू चुकून शहाण्यासारखा बोलतोस."

आणि दोघंही हसत जिन्याकडे चालू लागली.

त्या दिवशी पहाटेपर्यंत रवि वर्म्याची बंगली गायन-नृत्याच्या नादात डुंबत होती.

गोवर्धनदास माखनजी यांची भागीदारी संपल्यामुळं प्रेसची सारी जबाबदारी रवि वर्म्यावर पडली होती. स्लायसर, गेहर्ट यांच्यासारख्या चार जर्मन तज्ज्ञांचे पगार आणि व्यवस्था आणि त्याचबरोबर कामगारांचे पगार हा सर्व बोजा रवि वर्म्यावर पडत होता. त्यासाठी रवि वर्मा मेवाड, भावनगर यांसारख्या संस्थानांची आमंत्रणं स्वीकारत होता. मुंबईत आला की, कार्ला आणि मुंबई यांमध्ये त्याची धावपळ वाढत हाती. फ्रेना सारं शांतपणे पाहात होती.

एके दिवशी सायंकाळच्या वेळी रवि वर्मा राज वर्म्यासह कार्ल्याहून थकून मुंबईला आला. त्या वेळी त्याच्या बंगल्यात फ्रेना उभी होती. रवि वर्मा म्हणाला,

"फ्रेना, मी कपडे बदलून येतो."

रवि वर्मा आत गेला. जेव्हा कपडे बदलून बाहेर आला, तेव्हा तो थकलेला दिसत होता. त्यानं मंचकावर अंग टाकून दिलं. फ्रेनाकडे पाहत तो म्हणाला,

"फ्रेना, चार चित्रं चांगली उमटली. पण दोन चित्रांचे रंग खराब निघाले. ती

चित्रं बाद करावी लागली.''

"मग ती परत छापली जाणार?''

तपकिरीची चिमूट आपल्या नाकाशी नेत रवि वर्मा म्हणाला,

"निश्चितपणे ! सीतास्वयंवराचं चित्र आहे.''

"आणि दुसरं?''

"नलदमयंती.''

"राजाजी, मी एक विचारू?''

"विचार ना !''

"या अलीकडच्या दिवसांमध्ये तुम्ही किती चित्रं काढली?''

त्या प्रश्नानं रवि वर्मा अत्यंत अस्वस्थ झाला. तो उठत म्हणाला,

"फ्रेना, तू पाहतेस ना ! या छापखान्याची संपूर्ण जोखीम माझ्यावर आहे. ती पुरी करण्यासाठी फावेल त्या वेळी मी निरनिराळ्या संस्थानांना भेटी देतो; ती चित्रं पुरी करतो आणि परत येताच या छापखान्याच्या कामाला लागतो.''

फ्रेनानं अस्वस्थ होऊन फेऱ्या घालणाऱ्या रवि वर्म्याकडे पाहिलं. ती खळखळून हसली. त्या हसण्यानं रवि वर्मा थांबला. फ्रेनाकडे पाहात त्यानं विचारलं,

"हसायला काय झालं?''

"काय झालं? एवढा हसण्यासारखा प्रसंग मी दुसरा पाहिला नाही.''

"कसला प्रसंग?''

"मी एकच प्रश्न विचारते. आपण चित्रकार आहात का छापखानेवाले?''

"काय?''

"एकच प्रश्न ! आपण चित्रकार आहात का छापखानेवाले?''

"काय म्हणायचं आहे तुला?''

"मला काही म्हणायचं नाही. तो माझा अधिकारही नाही,'' फ्रेना खिन्नपणे हसून म्हणाली, "पण माणसं आपलं कार्य विसरून अन्य ठिकाणी रमतात तेव्हा मला त्यांची कीव वाटते. रवि, तू थोर चित्रकार आहेस. देवानं तुझ्या हाती जी कला दिली, ती विसरून ह्या छापखान्यापायी कशाला गुंतलास?''

"फ्रेना, आता नवी चित्रं काढायला उसंत नाही. हा प्रेसचा उद्योग चालू केला आहे तो नीट चालायला हवा.''

"आणि तो चालला म्हणजे काय होईल?'' फ्रेनाच्या स्वरात मिस्किल छटा होती.

"काय होईल?'' रवि वर्म्याच्या चेहऱ्यावर सूक्ष्म संतापाची छटा उमटून गेली. तो म्हणाला, "आसेतुहिमाचल ही चित्रं घरोघर जातात. राजवाड्यांच्या दालनात बंदिस्त झालेली माझी कला उभ्या भारतवर्षात मुक्तपणानं संचार करील.''

"आणि मग?''

फ्रेनाच्या स्वरातील प्रच्छन्न मिस्किलपणा रवि वर्म्याला बोचला,

"तुला ते कळायचं नाही !" तो उद्गारला "तू वेडी आहेस."

"वेडी मी नाही. वेडे तुम्ही आहात. मी आज तुमचा तो चित्रसोपान, रंगतबक, सारं रंगसाहित्य न्यायला आले आहे. फुकट नाही. मागाल ती किंमत देऊन."

आपला संताप आवरत रवि वर्मा म्हणाला,

"का? चित्रकार बनायची हौस आहे?"

नकारार्थी मान हलवत फ्रेना म्हणाली,

"नाही. ते जमणार नाही. आणि ज्याची आवश्यकता नाही ते मी कधीच करीत नसते. तेवढं शहाणपण मला आहे."

"फ्रेना !"

पण रवि वर्म्याकडे लक्ष न देता फ्रेना बोलत होती.

"कधी तरी, कोणाला तरी वाटेल की, रवि वर्मा नावाचा फार मोठा चित्रकार होऊन गेला. त्याची आठवण म्हणून त्यानं वापरलेले कुंचले, रंगफलक, रंगसाहित्य जतन करून ठेवावंसं वाटेल. त्याला त्या वेळी पुष्कळ मोल येईल. तुमच्या छापखान्याच्या धंद्यापेक्षा ही गुंतवणूक मला मोलाची वाटते."

"काय म्हणायचं आहे तुला?"

"रवि !" रवि वर्म्याच्या संतप्त नजरेला नजर देत फ्रेना खट्याळपणे हसली. म्हणाली, "श्रीमंत राजा रवि वर्मा ! तुला मी राजा म्हणून कधीही ओळखत नाही. ना मला तुझ्या वर्मा घराण्याची माहिती ठाऊक. मी तुला ओळखते तो एक कलावंत म्हणून. ज्याच्या मनात माणुसकीचा पाझर आहे असा माणूस म्हणून. ज्या पालकांनी तुझं नाव ठेवलं ते खरे द्रष्टे. आयुष्यात केव्हातरी एखादा दिवस सूर्याची रूपं पाहात घालव. पहाटेच्या वेळी तो बालसूर्य क्षितीजावर येतो. आपल्या लोभस रूपानं आणि आपल्या नाजूक किरणांनी सारी पृथ्वी प्रकाशमान करतो. पण जसा तो आकाशात चढत जातो तसा त्याचा अहंकार दुणावतो. त्याची तप्तता वाढते. सामान्य माणसाच्या नजरेला ते रूप पाहणंसुद्धा असह्य होतं. त्या दाहात सारी पृथ्वी होरपळून निघते. केव्हातरी एखादा धीट मेघ त्याच्या सामोरा येऊन धरित्रीवर आपली छाया पसरून जातो. पण ते नातं तेवढ्यापुरतं राहतं. ती तेजस्विता, तो अहंकार, त्या सूर्याचं एकाकीपण घालवण्यास असमर्थ बनलेलं असतं. पण सूर्य झाला म्हणून काय झालं? केव्हा ना केव्हा त्याला मध्यान्ह ओलांडून पश्चिम क्षितिजाकडे झुकावं लागतं. आणि आपोआप त्याचं रूप बदलू लागतं. सारा अहंकार नाहीसा होतो. ज्यानं दाह दिला, त्याच सूर्याला कुशीत साठवण्याचं सामर्थ्य फक्त त्या पृथ्वीत असतं. त्याची जाणीव जेव्हा होते, तेव्हा ते तेजरूप नाहीसं होऊन सहस्र रंगच्छटांनी शोभिवंत झालेला तो रवि निर्भयपणानं क्षितिजाकडे धावतो. तो अस्ताचलाला गेला तरी, बराच काळ सारं पश्चिम क्षितिज त्या आठवणींनी मोहरून गेलेलं असतं. नानाविध रंगांच्या आठवणीनं

ते बहरलेलं असतं. यापेक्षा कलावंताचं जीवन काय वेगळं असतं?''

फ्रेनाचं ते बोलणं मंत्रमुग्ध होऊन रवि वर्मा ऐकत होता. भारावलेला रवि वर्मा फ्रेनाजवळ गेला आणि आवेगानं त्यानं तिला मिठीत घेतलं. फ्रेनाची धीट नजर रवि वर्म्यावर खिळली होती. रवि वर्म्याच्या मिठीत बद्ध असतानाच फ्रेनानं विचारलं,

''रवि, हे व्हायलाच हवं का?''

त्या शब्दाबरोबर फ्रेनाभोवती आवळलेली मिठी केव्हा सैल झाली हेही रवि वर्म्याला कळलं नाही. त्या सैल झालेल्या मिठीतून दूर होत फ्रेना म्हणाली,

''रवि, मी आयुष्यात एकदाच प्रेम केलं. पण ते सफल झालं नाही.''

''प्रेम !''

''जाऊ दे ना ! केव्हा तरी सांगेन.'' फ्रेना हसून म्हणाली.

''ठीक आहे. केव्हा सांगावंसं वाटेल तेव्हा सांग.''

''एक स्नेही म्हणून, मित्र म्हणून मी तुझ्यावर प्रेम करते हे मी नाकारीत नाही. पण त्या तुझ्या कलेबद्दल मला फार चिंता वाटते.''

''चिंता? कसली चिंता?''

''रवि, तुला खरं सांगू? मी तुझी सारी चित्रं पाहिली. त्यांचा झालेला, होत असलेला गौरव ऐकते आहे. पण माझ्या मनाला कलावंत म्हणून भिडलास तो तुझ्या नायर स्त्रीनं.''

''म्हणजे?''

''जोपर्यंत ती पुराणं लोकांच्या मनात श्रद्धास्थानं म्हणून वावरतील, तोवर ती चित्रं अमर म्हणून गौरवली जातील. आज भारतामध्ये घरोघरी तुझी चित्रं देव्हाऱ्यात पोहोचली आहेत. पण ते श्रेय फक्त तुझंच आहे का?''

''मग कुणाचं?'' गंभीर होऊन रवि वर्मा म्हणाला.

फ्रेना हसली, ''नाही रवि. ते श्रेय फक्त तुझंच नाही. ते श्रेय आहे परंपरागत पूजलेल्या आदर्शाचं, श्रद्धेचं. तुझी चित्रं रवि वर्म्याची कलाकृती म्हणून पाहात नाहीत. ती लक्ष्मी, ती सरस्वती, ती नलदमयंती, तो राम, ती सीता, ही सारी समाजाची आराध्यदैवतं आहेत. ती मूर्त रूपं डोळ्यांना रुचतील, मनाला पचतील अशी तू दिलीस. त्यांची पूजा ते करीत आहेत. राजघराण्यांतून त्यांच्या आज्ञेप्रमाणं काढलेली चित्रं, त्यांनी बांधलेली चित्रं त्यांच्या जीवंतपणाची स्मारकं आहेत. नाही रवि. तुझी कला पूर्वी राजे-राजवाड्यांतच लक्ष्मीच्या पाशात होती. ती आता बाहेर पडायला हवी. ती तुझी कला आता सवंग लोकप्रियतेच्या मोहात फसली आहे; हे तुझ्या ध्यानी कसं येत नाही?''

''फ्रेना, तुला काय म्हणायचं आहे?''

''संतापू नको. शांतपणे विचार कर रवि. तुझ्या चित्रांना आज जे मोल आहे, जे कौतुक होत आहे ते कशामुळं? तुझी चित्रं ही नाहीत. तू यातनं बाहेर पडायला

हवंस. आठव तुझी नायर स्त्री. ती रस्त्यावर भीक मागणारी भिकारीण ही जीवनातील खऱ्या सुखदु:खाला स्पर्श करणारी चित्रं. जीवनाच्या वेदना बोलक्या करणाऱ्या कलाकृती. ही तुझं खरं सामर्थ्य. त्याचं प्रत्यंतर तुला केव्हातरी यायला हवं.''

रवि वर्मा फ्रेनाच्या बोलण्यानं अवाक् झाला होता. उसंत घेऊन तो म्हणाला,

''फ्रेना, मला हे सारं कळतं. हे का मला कळत नाही? पण मी जे करतो ते सारं कळून, समजून उमजून.''

फ्रेना केवळ हसली.

''तुला आठवतं? पहिल्या भेटीत तू मला परदेशी चित्रकारांच्या चित्रांचे दोन अल्बम दिले होतेस. तो माईकेल इंजालो, टिटॅन. हे काय कमी प्रतीचे चित्रकार होते? मग बायबलवरची चित्रं रंगवीत किंवा ग्रीक पुराणातील कथा सजीव करीत ते का राहिले? याला उत्तर आहे तुझ्याजवळ?''

त्या सवालानं फ्रेना गोंधळली होती. तो भाव तिच्या चेहऱ्यावर दिसत होता. रवि वर्मा हसून म्हणाला,

''अगं, साधं कृष्णयशोदेचं चित्र काढलं. उर्वशी-पुरुरवा उभा केला, तर माझ्यावर आरोप आला अश्लीलतेचा, पुराणांची व श्रद्धास्थानांची विटंबना करीत असल्याचा.''

फ्रेना म्हणाली, ''रवि, हे सारं कलाकारांना सोसावंच लागतं. पण त्यासाठी आपला मूलभूत पिंड कधी कलावंतानं विसरू नये.''

''कसला मूलभूत पिंड?'' रवि वर्मा म्हणाला. ''ती नायर स्त्री आणि भिकारीण मी छापली तर त्यांचे गठ्ठे तसेच पडून आहेत.''

''आज पडून राहतील. पण त्या चित्रांचं मोल उद्या लोकांना कळू लागेल.''

''कळेल. मी नाही म्हणत नाही. पण त्या वेळी मी असणार नाही. अशी पाहतेस काय फ्रेना ! आपल्या लोकांना अजून चित्रं पाहायची सवय नाही. ती लावायला हवी. त्यानंतर त्यांना चित्रकलेचं मर्म, सौंदर्य, कळू लागेल. आज लक्ष्मी, सरस्वती, राम, सीता घरोघरी पोहोचल्या आहेत. त्या चित्रांतून समाजाला कदाचित चित्रं पाहण्याची आवड निर्माण होईल. तेवढं यश जरी मला लाभलं, तरी मी माझ्या आयुष्याची धन्यता मानेन.''

फ्रेनानं रवि वर्म्याच्या खांद्यावर हात ठेवला. ती म्हणाली,

''रवि, कलावंतानं कधी अल्पसंतुष्ट राहू नये, असं मला वाटतं. एकटा रवि वर्मा आपल्या चित्रांच्या किंवा छापखान्यात छापल्या गेलेल्या त्यांच्या प्रतिकृतींनी साऱ्या भारतवर्षाला ही सवय कधी लावू शकणार नाही. तू जशी चित्रं काढतोस तसाच तो वारसा पुढं अनेकांच्या रूपानं चालला पाहिजे. आपल्या चित्रकलेत नानाविध प्रयोग करणारे चित्रकार जन्मले पाहिजेत. तरच हे उद्दिष्ट साध्य होईल.''

रवि वर्मा खिन्नपणे हसला. ''फ्रेना, कलावंत हा कधी तयार करता येत नाही.

तो जन्मावा लागतो. ज्यांच्या ठायी हे सामर्थ्य दिसलं त्यांना मी जवळ केलं. राज वर्मा हा माझा भाऊ. तो उपजतच चित्रकार आहे. माझा मुलगा राम वर्मा. त्यालाही चित्रकलेची आवड आहे. पण कधी मी गोद वर्माला चित्रकलेचा आग्रह केला नाही.''

फ्रेना मिस्किलपणे हसली. ती खोचकपणे म्हणाली,

''यात मोठं ते काय केलंस? ही तुझ्या घराण्याची तरतूद केलीस ना ! शेवटी राजा तो राजा. हुडकणार तो आपला वारसच !''

''नाही फ्रेना ! हा आरोप माझ्यावर करू नको. नाहीतर माझ्या रंगशाळेत धुरंधर यांच्यासारख्या अव्वल जातीचा कलावंत मी आणला नसता. बडोद्याहून जोशीसारख्या कलावंताला मी शोधलं नसतं.''

''नवीन चांगला कलावंत भेटला तर तू स्वीकारशील?''

''जरूर ! का नाही? जेवढं मला येतं ते मुक्त हातानं मी शिकवीन.''

फ्रेना हसली आणि निघून गेली.

सकाळच्या वेळी राज वर्मा, धुरंधर यांच्यासह रवि वर्मा, आपल्या रंगशाळेत काम करीत होता. रंगशाळेत आता तीन चित्रसोपान उभे होते. रवि वर्मा धुरंधरांना सांगत होता,

''माधवराव, पांढरा हा रंग वापरताना अतिशय काळजीपूर्वक वापरावा लागतो.''

''कारण?''

''त्या पांढऱ्या रंगात सर्व रंग सामावलेले असतात. आणि पिवळा रंग हा तर अत्यंत धोकादायक. जसा रागदारीत पंचम. चित्रकाराला नुसती दृष्टी असून चालत नाही. आणि नुसता हेतूही असून चालत नाही. जेव्हा हेतू आणि दृष्टी यांना एक स्वप्न दिसू लागतं तेव्हाच कलाकृती जन्म घेते हे विसरू नका.''

हे बोलत असता गोद वर्मा वरती आला. रवि वर्म्यानं किंचित त्रासिकपणे त्याच्याकडे पाहिलं आणि विचारलं,

''काय झालं?''

''फ्रेनाबाईसाहेब आल्या आहेत.''

''या वेळी?''

''जी.''

रवि वर्म्यानं एक दीर्घ नि:श्वास सोडला. तो म्हणाला,

''ठीक आहे. त्यांना वर पाठव.''

माधवराव धुरंधरांनी विचारलं, ''आम्ही जाऊ?''

''जाण्याचं मुळीच कारण नाही.''

जिन्यावर पावलं वाजली आणि काही क्षणातच अवघड पार्सल सावरीत फ्रेना

वर आली.

"ये फ्रेना."

"माझ्या येण्यामुळं कामात व्यत्यय तर नाही ना आला?"

"मुळीच नाही. फक्त या वेळी येशील अशी अपेक्षा नव्हती."

"आपण कालच मला सांगितलं होतंत की, चांगला कलावंत भेटला तर जरून त्याला शिकवेन म्हणून."

"खरं आहे ते."

"तो कलावंत मी आणलेला आहे."

"बोलव त्याला वर."

फ्रेना हसली. म्हणाली,

"तो कलावंत तुमच्या समोर उभा आहे."

क्षणभर रवि वर्मा तिच्याकडे पाहातच राहिला. गंभीर होत तो म्हणाला,

"फ्रेना ! थट्टा करतेस?"

"मुळीच नाही." म्हणत ती गुडघ्यावर बसली. आणि आपल्या हातातील पार्सल तिनं उघडायला सुरुवात केली.

सारे तिच्याकडे आश्चर्यानं पाहात होते. त्या पार्सलमधून तिनं जलरंगातील अनेक लहानमोठी चित्रं बाहेर काढली. तिघांकडे न पाहता फ्रेना भिंतीलगत ती चित्रं नीट लावत होती. रवि वर्म्याच्या आश्चर्याला पारावार राहिला नव्हता. नकळत तो उद्‌गारला,

"ही चित्रं तू काढलीस?"

"हो !"

"कुणाकडे शिकलीस?"

"लहानपणापासून मला चित्रकलेची आवड आहे. लंडनला एक वर्ष मी स्कूल ऑफ आर्टमध्ये शिकले."

"फक्त जलरंगातच तू चित्रं काढतेस?"

"का? ती चित्रं वाईट असतात?"

"मी तसं म्हटलं नाही." रवि वर्मा म्हणाला.

फ्रेना हसून म्हणाली,

"मी तैलरंगातलीसुद्धा चित्रं काढली आहेत. पण ती बोजड आहेत म्हणून आणली नाहीत."

"म्हणजे... तुझ्या घरी मी आलो होतो तेव्हा..."

"हो!" फ्रेना म्हणाली, "ती चित्रं माझीच होती."

काही वेळ रवि वर्मा ती चित्रं निरखीत होता. त्यांत काही निसर्गचित्रं होती. व्यक्तिचित्रं होती. रेषांची प्रमाणबद्धता आणि कुंचल्याची सफाई त्यात दिसून येत होती.

त्याचबरोबर पहिल्या भेटीत फ्रेनानं दिलेले अल्बम, त्यानंतर तिनं चित्रकलेबद्दल प्रकट केलेली मतं हे सारं त्याला आठवलं.

रवि वर्म्याच्या मुग्धतेनं फ्रेनाच्या चेहऱ्यावरचं हास्य विरलं होतं. ती गंभीर झाली होती. तिनं विचारलं,

''आपल्याला माझी चित्रं आवडली नसतील तर तसं सांगा. मला मुळीच वाईट वाटणार नाही.''

त्या वाक्यानं रवि वर्मा भानावर आला. आणि हसून राज वर्म्याला तो म्हणाला,

''राजा, उद्यापासून इथं चौथा चित्र-सोपान उभा कर. आमची नवी शिष्या फ्रेना उद्यापासून इथं येणार आहे. आणि हे बघ, खाली जाऊन आमच्यासाठी कॉफी सांगून ये.''

चित्रसोपानावर रवि वर्म्यानं काढून दिलेलं एका स्त्रीचं रेखाचित्रं होतं. त्या चित्रानजिक भिंतीला लागून रवि वर्म्यानं पुरं केलेलं चित्र होतं. फ्रेना हातात रंगतबक घेऊन ते चित्र आपल्या फलकावर पुरं करीत होती. रंगशाळेत रवि वर्मा आणि फ्रेना यांखेरीज कुणीही नव्हतं. रवि वर्मा आपल्या चित्रसोपानासमोर उभा होता. त्या करकरीत फलकावर फक्त काही काळ्या रेषा उमटल्या होत्या. त्याचं लक्ष त्या कोऱ्या फलकाकडे गेलं. त्या फलकाकडे पाहता पाहता त्याच्या डोळ्यांसमोर वनवासी सीता तरळत होती. झपाटल्यासारखा त्यानं रंगतबक हाती घेतला, आणि त्यावर रंगट्यूबांतील रंग ओतू लागला. त्या रंगातून तो आपल्या मनातले रंग शोधत होता. क्षणभर त्यानं डोळे मिटले. आणि त्याला सुगंधा आठवली. तिच्या गालांवर पडलेली छाया मानेवर उतरली होती. पृष्ठभाग पारावर विसावल्यानं तिचे नितंब आकारले होते. आणि पारावरून खाली आलेले पाय वस्त्रांकित असूनही नजरेत भरत होते.

पण ते एक स्वप्न होतं. ते स्वप्न साकार करण्यासाठी रवि वर्मा धडपड करीत होता. आता रंगांची तिथं पर्वा नव्हती. सूक्ष्म रंग भरण्याची कला नको होती. तो क्रिमझन आहे, की दुसरा कुठला रंग आहे याचं त्याला भान नव्हतं. रंगतबकात मिसळले जाणारे रंग आता त्याचे होते. फक्त त्याचेच.

आणि समोर चितारली जात होती त्याचीच अरण्यवासी सीता !

त्याची हरवलेली सुगंधा !

तो काम करीत होता. भान विसरून तो काम करीत होता, आणि शेजारची फ्रेना आपलं काम विसरून त्या प्रकटणाऱ्या सीतेच्या चेहऱ्याकडे पाहात होती. त्या चित्रकाराचं कसब पाहून ती आनंदानं मोहरली होती.

पण रवि वर्म्याला फ्रेनाचं अस्तित्व जाणवत नव्हतं. झपाटल्यासारखा तो उरलेलं चित्र पुरं करीत होता. सीतेच्या वस्त्रामध्ये पिवळ्या रंगातल्या अनेक छटा

उमटत होत्या. मध्येच विसाव्यासाठी रवि वर्मा थांबला आणि त्याला फ्रेनाचं अस्तित्व जाणवलं. त्यानं विचारलं,

"फ्रेना, कंटाळलीस?"

"छे ! मुळीच नाही. एक विचारू?"

"विचार ना !"

"ही बाई कोण?"

"सीता ! रामायणातील नायिका."

"पण ही बाई कोण? तुझी मॉडेल होती?"

"हो !"

"नाव काय?"

"सुगंधा."

"तुझ्या बहुतेक चित्रांत हीच आहे ना?"

"हो !" निर्विकारपणे रवि वर्मा म्हणाला.

"ती आता आहे?

"नाही?"

"कशानं मेली?"

"तिनं विष घेतलं."

"का?"

"मला काय माहीत?" तिची नजर चुकवत रवि वर्मा म्हणाला.

"सांगायचं नसेल तर सांगू नको." फ्रेना निःश्वास सोडून म्हणाली.

रवि वर्म्याचे ओठ आवळले गेले. चेहऱ्यावर एक संतापाची सूक्ष्म लाट उठली.

कोण ही बाई !

तिनं एवढं खोलात का शिरावं?

रवि वर्म्याच्या त्या व्यथित चेहऱ्याकडे पाहून फ्रेना संकोचानं म्हणाली,

"क्षमा करा. परत मी नाही विचारणार. तो माझा अधिकार नाही."

फ्रेनाच्या त्या शरमिंद्या चेहऱ्याकडे पाहून रवि वर्मा सावरला. नकळत तो बोलून गेला,

"नाही फ्रेना, तसं काही नाही. सुगंधा माझी मॉडेल होती. तिची मी चित्रं काढली. त्यांना प्रसिद्धीही मिळाली. तीच प्रसिद्धी तिच्या नाशाला कारणीभूत झाली. त्याला जबाबदार मी होतो."

"कोर्टामध्ये..."

पण रवि वर्म्यानं ते वाक्य पुरं होऊ दिलं नाही. उद्वेगानं तो म्हणाला,

"तेच ते ! आणि ज्या दिवशी खटल्याचा निकाल लागला त्याच दिवशी सुगंधानं, मला शिक्षा होईल ते ऐकायला लागू नये या भीतीनं विषप्राशन केलं."

"रविऽ" फ्रेनाच्या डोळ्यांमध्ये अश्रू तरळले होते.

रवि वर्मा म्हणाला,

"या चित्रांनी मला खूप कीर्ती, पैसा मिळवून दिला. पण ती चित्रं मला पाहावीशी वाटत नाहीत. ती शापित आहे असं मला वाटतं. त्या चित्रांपायी मला फार मोठं मोल वेचावं लागलं."

नाही रवि. ते तितकंसं खरं नाही. तू राजा आहेस. चित्रकलेचा राजा आहेस. तुझ्यावरून जीव ओवाळून टाकावा असा एक जीव तुझ्या आयुष्यात आला हे यश का थोडं?"

रवि वर्म्यानं चित्रांवरून दृष्टी वळवली. फ्रेनाकडे पाहात तो म्हणाला,

"एक जीव ! तू माझ्यावर प्रेम करतेस हे का मला कळत नाही?"

"नाही राजा ! तुझ्या सुगंधात आणि माझ्यात खूप फरक. मी तुझ्यावर प्रेम करते हे मी अमान्य करीत नाही. पण माझ्या प्रेमाला फार मर्यादा आहेत. सुगंधानं तुला सर्वस्व अर्पण केलं होतं. मी तुझी फक्त भक्त आहे. एक लक्षात ठेव; स्त्री एकदाच प्रेमात पडते. इतर वेळी उरतो तो फक्त स्नेह. आत्मीयता !"

रवि वर्मा तिच्याकडे पाहात होता. तिच्या दृष्टीतला निर्मळपणा त्याला जाणवत होता. रवि वर्म्याची नजर टाळत फ्रेनानं विचारलं,

"आज राज वर्मा, धुरंधर कुठं आले नाहीत?"

रवि वर्मा हसला. तो म्हणाला,

"राज वर्मा माझा पत्रव्यवहार पाहतो आहे. तो त्या कामात गुंतला आहे."

"आणि माधवराव?"

"आज येणार नाहीत असा त्यांचा निरोप आहे. पण हे तू का विचारलंस?"

रवि वर्म्याची नजर टाळीत फ्रेना म्हणाली,

"काही नाही. सहज."

"खोटं ! साफ खोटं !"

फ्रेनानं दचकून रवि वर्म्याकडे पाहिलं. तिच्या नजरेला नजर देत रवि वर्मा म्हणाला,

"इथल्या एकांतवासाला भ्यालीस ना?"

फ्रेना काही बोलली नाही.

"मी तुला दोष देत नाही. हे स्वाभाविकच आहे. पण फ्रेना, एक लक्षात ठेव. जगात स्त्रीपुरुषांची नानाविध नाती असतात. ती सदैव वासनेत गुरफटलेली असतात असं नव्हे. आई-मुलाचं नातं; बहीण-भावाचं नातं; मित्र-मैत्रिणीचं नातं —अशा अनेक नात्यांनी जीवन समृद्ध बनलेलं असतं."

फ्रेनानं हसून विचारलं,

"मग या नात्यांमध्ये माझं स्थान कोणतं?"

फ्रेनाच्या हसण्याला साथ देत रवि वर्मा म्हणाला,

"ते अजून निश्चित व्हायचं आहे. जिच्या ठायी सौंदर्य आहे, बुद्धी आहे, अशा तुला समजून घेणं कठीण आहे."

"एवढी का मी सुंदर आहे."

"सुंदर हा शब्द फार अपुरा आहे. कोण कुणाला आणि कोणत्या कारणास्तव सुंदर वाटतं हे सांगणं कठीण आहे. फ्रेना, तू लग्न का केलं नाहीस?"

अचानक आलेला प्रश्न फ्रेनाला चाबकाच्या फटकाऱ्यासारखा जाणवला. तिच्या मुद्रेवरची सारी प्रसन्नता नाहीशी झाली होती. भयव्याकुळ नजरेनं ती रवि वर्म्याकडे पाहात होती. रवि वर्म्यानं परत विचारलं,

"फ्रेना, तू लग्न का केलं नाहीस?"

"उगीच !"

"ते खरं नाही. हवं तर सांगू नको. पण फ्रेना, मनातील दुःख साठवून ठेवली की, जीव गुदमरतो. केव्हा ना केव्हा ते शल्य बोलावं, त्यानं मन हलकं होतं. सांग फ्रेना, तू लग्न का केलं नाहीस?"

एरव्ही संयमी असणाऱ्या फ्रेनाच्या डोळ्यांत टचकन पाणी आलं. तिनं आपल्या डोळयांवरचा सोनेरी काड्यांचा चष्मा काढून डोळे पुसले.

"काय झालं फ्रेना ?"

"काही नाही रवि. लंडनमध्ये असताना असाच एक तरुण माझ्यावर प्रेम करीत होता. मला मोकळा वेळ असेल त्या वेळी आम्ही दोघं वस्तुसंग्रहालय, चित्रशाळा पाहात असू. एकदा अशाच रविवारी आम्ही थेम्समध्ये नौकाविहारासाठी गेलो होतो. आमच्या दोघांच्याही अंगात पोहायचे पोशाख होते. कधी नव्हे तो, सुरेख सूर्यप्रकाश फाकला होता. आलटून पालटून आम्ही पाण्यात उतरत होतो. आणि काय झालं कुणास ठाऊक !"

फ्रेनाचा चेहरा भीतीनं ग्रासला. डोळे विस्फारले होते. तिच्या हातातील चष्मा खालच्या गालिचावर सुटला होता.

"काय झालं फ्रेना !"

"ते मला कुठं कळलं? त्यानं एक उडी मारली. पुन्हा तो वर आलाच नाही." आणि एवढं बोलून फ्रेना दोन्ही हातांत तोंड लपवून रडू लागली.

रवि वर्म्यानं तिला मिठीत घेतली. तिच्या केसांवरून तो हात फिरवत होता. तो म्हणाला,

"फ्रेना ! आवर अश्रू. जे दैवात लिहिलं आहे ते सोसावं लागतं. सोसलंच पाहिजे."

रवि वर्म्याच्या मिठीतून फ्रेना जेव्हा बाजूला झाली, तेव्हा तिला जीवनात एक निर्भेळ विश्वास मिळाल्याचा साक्षात्कार झाला होता.

रवि वर्मा कार्ल्याला जाऊन प्रेससाठी नवी चित्रं देऊन आला. पण मूळ रंगातील

चित्रं आणि छापखान्यात छापलं जाणारं चित्र यांतला फरक त्याला जाणवत होता. तो दोष स्लायसर, गेहर्ट ह्यांच्यासारख्या नेमलेल्या तज्ज्ञांचा नव्हता. शिळाप्रेसची तेवढीच कुवत होती हे रवि वर्म्याच्या ध्यानात येत होतं.

काल्यीला जाऊन आल्यापासून रवि वर्मा अस्वस्थ होता. रंगशाळेत त्याचं मन रमत नव्हतं. आधीच फारसा न बोलणारा रवि वर्मा अबोल बनला होता. हा बदल साऱ्यांच्या ध्यानी येत होता. पण त्याला विचारण्याचं धारिष्ट्य कुणाच्या अंगी नव्हतं.

सायंकाळी गोद वर्मा खालच्या दिवाणखान्यात भैरव छेडीत होता. राज वर्मा, रामय्या, राम वर्मा हे सारे वीणा ऐकत होते. रवि वर्मा एकटा रंगशाळेत आपल्या खुर्चीवर बसला होता. विड्याची किंवा तपकिरीची त्याला आठवण येत नव्हती.

केवढ्या मोठ्या स्वप्नानं त्यानं रवि वर्मा प्रेसची स्थापना केली होती.

त्यासाठी स्लायसर, गेहर्ट यांच्यासारखे चार जर्मन कलावंत आणले होते. त्यांनी सात-आठशे पगार दिला जात होता.

दिवस आणि रात्र ती चित्रं त्या शिळांवरून मूळ रंगात कशी उमटतील यासाठी त्यानं हात रंगवून घेतले होते.

कशासाठी?

चित्रांचा व्यापार एवढंच उद्दिष्ट होतं का?

ते तर साधलं होतं.

भारतातच नव्हे तर, भारताबाहेरही त्या चित्रांचा खप झाला होता.

ती गाजली होती.

मग दुःख कसलं?

दुःख कसलं? छापली गेलेली चित्रं माझी होती का?

मूळ चित्रातला टवटवीतपणा केव्हाच गेला होता. त्यातले अनेक रंग नाहीसे झाले होते.

एखाद्या वृद्धपकाळाकडे झुकलेल्या स्त्रीकडे पाहावं आणि तरुणपणी तिचं रूप— लावण्य काय असेल हे आठवावं असा प्रकार होता.

पण सामान्य माणसांना हे कुठं कळतं?

सामान्यांना कळत नसेल. पण कलावंत मनाला कळतं ना?

नाही रवि वर्मा ! ही कलेशी प्रतारणा तर नाही ना?

प्रतारणा ! मी केली?

फ्रेना म्हणाली तेच खरं ! कलावंतानं कलावंत म्हणूनच जगावं.

त्यानं कलेचा व्यापार करू नये.

☯

त्या विचारांनी रवि वर्मा उद्विग्न झाला. तो उठला. आणि रंगशाळेच्या पायऱ्या

उतरून खालच्या दिवाणखान्यात आला.

रवि वर्मा आलेला पाहताच भैरव छेडत असलेल्या गोद वर्मानं आपलं वीणा वादन थांबवलं.

रवि वर्मा म्हणाला, "गोदा, थांबू नको. वाजव."

खाली ठेवलेली वीणा गोदानं जवळ घेतली आणि तो वीणा छेडू लागला. रवि वर्मा ते वीणावादन ऐकत होता. रामय्यानं रंगशाळेत जाऊन रवि वर्म्याचा पानाचा डबा आणि पिकदाणी त्याच्याजवळ आणून ठेवली. रवि वर्म्यानं पान जुळवलं आणि त्या पानाचा आस्वाद घेत तो गोद वर्माचं वीणावादन ऐकू लागला.

वीणावादन संपलं. सारे रवि वर्म्याभोवती गोळा झाले होते. राज वर्म्यानं रवि वर्म्याला सांगितलं,

"दादाजी, किलीमानूरहून पत्र आलं आहे."

"काय आहे?"

"तिथं अनेक अडचणी उभ्या आहेत. एकदा आपण किलीमानूरला जाऊन यायला हवं."

"जाऊ."

रामय्यानं विचारलं, "तुम्ही परत कार्ल्याला केव्हा जाणार?"

"जाणार नाही."

त्या वाक्यानं सारे आश्चर्यचकित झाले. रामय्याच्या तोंडून आश्चर्योद्‌गार बाहेर पडला—

"जाणार नाही?"

"हां रामय्या. आता कार्ला, मुंबई, किलीमानूर ही धावपळ सोसवणार नाही. त्यासाठी आपला प्रेस विकून टाकावा असं वाटतं."

"पण दादाजी," रवि वर्म्याला बोलण्यानं धक्का बसलेला राज वर्मा म्हणाला, "प्रेस तसा तोट्यात नाही. आपल्या हातून ही धावपळ होत नाही हे खरं, पण स्लायसरसारखा माणूस प्रेसची जबाबदारी आनंदानं पेलील."

"राजा, मी फायद्यातोट्याचा विचार केला नाही. तूही चित्रकार आहेस. निदान तुला तरी हे कळायला हवं होतं. पण आता माझं मन त्या प्रेसमध्ये गुंतत नाही. आणि जिथं मन गुंतत नाही तिथं कलावंतानं गुंतू नये."

रामय्या पुढं सरसावला. तो म्हणाला,

"अरे कोच्चू, मला हेच सांगायचं होतं. अलीकडे तुझी तब्येत बरी नसते."

"का? मी औषधं घेत नाही?"

"जरूर घेतोस. पण त्यासाठी लागणारी विश्रांती... ती तुला कुठं मिळते? मधुमेहासारखा आजार. तू जपायला नको का?"

रवि वर्मा हसला. तो म्हणाला,

"रामय्या, मी बोललो ते मरण्याच्या भीतीनं नव्हे. जो माणूस जन्मतो त्याला एक ना एक दिवशी मृत्यू गाठतोच. हे सत्य प्रत्येक माणसाला माहीत असतं. माझा मृत्यू इथं, या क्षणी झाला तरी मला त्याची भीती नाही. कारण एकच. ज्या परमेश्वरानं मला चितारी बनवलं, माझ्या हातून जी चित्रं घडवली ती माझ्या मागंही राहतील. त्याचा मला विश्वास आहे. एका माणसाला तेवढं श्रेय पुष्कळ आहे."

रवि वर्म्याच्या उद्‌गारांनी सारे चिंताक्रांत झाले. ते जाणून रवि वर्मा म्हणाला,

"भिऊ नका. मी मृत्यूचा विचार कधीही करीत नाही. करणारही नाही. तो येणार असेल तेव्हा येवो. मी अखेरपर्यंत त्याची वाट पाहीन. राजा—"

"जी !" राज वर्मा म्हणाला.

"आपला प्रेस विकण्याचा निर्णय मी माझ्या मनाशी घेतला आहे. तो कोण विकत घेतो हे पाहा. नंतर आपण किलीमानूरला जाऊ."

आणि दुसऱ्या दिवसापासून मुंबईमध्ये रवि वर्मा प्रेस विकला जाणार असल्याची बातमी पसरली. मधाच्या पोळ्याभोवती अनेक माश्या घोंगावत याव्यात तसे अनेक व्यापारी रवि वर्म्याच्या दारी येत होते. चाळीस पन्नास हजारापर्यंत मागणी वाढली होती. राज वर्मा, राम वर्मा त्यावर खूष होते.

आणि एक दिवस रवि वर्मा म्हणाला,

"मी एकदा कार्ल्याला जाऊन येतो. मग आपण निर्णय घेऊ."

☯

सकाळच्या वेळी उन्हं चढली असताना रवि वर्मा कार्ल्याला पोहोचला. रवि वर्म्याबरोबर रामय्या होता. रामय्यानं रवि वर्म्याचं सामान उतरून घेतलं. बरोबरचे सेवक जवळ आल्यानंतर ते सामान त्यांच्या डोक्यावर चढवून त्यांना कार्ल्याला जायला सांगितलं.

उन्हं चढत होती. रामय्या म्हणाला,

"कोच्चू ! आपण लवकर कार्ला गाठू या. नाहीतर ऊन फार होईल."

"रामय्या, मी या छापखान्याच्या कामासाठी अनेक वेळेला कार्ल्याला आलो. आणि छापखान्याची कामं आटोपून परत मुंबईला गेलो. पण या शेजारीच असलेली कार्ला लेणी मी कधी पाहिली नाहीत. ती आज पाहावीत असं वाटतं."

"पण आपलं भोजन?"

रवि वर्मा हसला.

"एखाद्या दिवशी उपवास घडला असं समजू."

रवि वर्मा हातातल्या काठीचा आधार घेत कार्ला लेण्याच्या दिशेनं चालत होता. कार्ला लेण्याच्या डोंगरपायथ्याशी दोघं आले. सामोरा खडा कार्ला लेण्याचा डोंगर उभा होता. त्या उंच-सखल पायऱ्यांची चढण चढून दोघे जेव्हा डोंगरमाथ्याशी

आले, तेव्हा त्यांना त्या गुहांचं दर्शन झालं. काही काळ एका वृक्षाच्या छायेत विश्रांती घेत ते बसले असता रवि वर्म्याची नजर त्या डोंगरात कोरलेल्या विवरांच्याकडे जात होती. आणि त्याचबरोबर डोंगराच्या पायथ्याशी दूरवर विसावलेली मळवली, त्याच्या पलीकडे डोंगर उतरणीच्या गर्द छायेत विसावलेली त्याच्या प्रेसची जागा त्याच्या नजरेत येत होती. थोडा विसावा घेऊन रवि वर्मा उठला आणि तो पहिल्या गुहेकडे चालू लागला.

अनेक सुशोभित खांबांनी सजलेलं भव्य सभागृह होतं. समोर गाभाऱ्यात एक बुद्धाची भग्न मूर्ती होती. रवि वर्मा भारल्यासारखा ते सभागृह, त्यातील कोरीव, नक्षीदार खांब पाहात होता. या भग्न मूर्तीवर त्याची दृष्टी वळत होती.

जगाचा आणि भोगाचा त्याग करून एकांत शोधत आलेली ही संन्याशी माणसं त्यांच्या कलासक्त आत्म्यांनी त्यांच्याकडून ह्या भव्य गुंफा कोरून घेतल्या. ह्या भव्य गुंफा, ही भव्यं स्तूपं कोणी पाहावीत, त्यांचं कौतुक करावं म्हणून त्यांनी उभारली नव्हती. त्यांची श्रद्धास्थानं त्यांनी आपल्या आयुष्यात बांधली होती. ती आपल्या कुवतीनुसार डोंगर-दऱ्यांतून त्यांनी पेरली होती. पण काळाच्या ओघात ती टिकली नाहीत.

ही स्वप्नं उभारताना केवढा आनंद होता !

पण सारीच स्वप्नं साकार होत नाहीत.

ह्या मूर्तीसारखी भग्न पावतात ती.

उरतो फक्त चौथरा.

—मागं आठवण म्हणून.

तो धर्म गेला. ते सांप्रदायी गेले.

आणि या वास्तू ओसाड, प्रेक्षणीय स्थळं म्हणून उभी आहेत.

जीवन असंच असतं. पुढं धावणारं. मागं न पाहणारं !

त्याची खंत का करावी?

मोठ्या आकांक्षेने एक छापखाना उभा केला. पण त्याचं फलित काय झालं?

कदाचित देव-देवता रंगांमध्ये बद्ध होणाऱ्या नसतील.

कदाचित त्यांचं रूप दगडासारख्या निश्चिल, निर्जीव माध्यमातून साकारणारं नसेल. तो अट्टाहास मी तरी का बाळगावा?

कला चिरंतन आहे असं आम्ही मानतो. पण ते तरी खरं आहे का?

वेरूळ, अजिंठा, कार्ला, बदामी यांसारखी अनेक सौंदर्यस्थळं, एवढंच काय, पण उत्तरेतली देवालयं का उद्ध्वस्त केली गेली? धर्मभावनेमुळंच ना?

धर्मभावना म्हणजे माणुसकीची भावना म्हणजे सौंदर्य-दृष्टीची भावना. माणसानं माणसासारखं वागावं आणि माणसानं आपलं जीवन उन्नत करून घ्यावं. ही भावना!

ही भावना ज्या ठायी नाही त्याला धर्मभावना म्हणायचं का?

ह्या आंधळ्या धर्मापायी खऱ्या धर्माचा केवढा ऱ्हास होतो याचा विचार कोण करतो?

रवि वर्मा उठला. त्यानं त्या भव्य भग्न बुद्धमूर्तीला वंदन केलं आणि तो बाहेर पडला.

रामय्या सभागृहाच्या बाहेर पायरीवर बसला होता. तो म्हणाला,

"कोच्चू, आपल्याला अजून अनेक गुहा पाहायच्या आहेत."

रवि वर्मा म्हणाला,

"नाही रामय्या. मला काही पाहायचं नाही. आपण कार्ल्याला जाऊ."

आणि रामय्या कार्ला डोंगराच्या पायऱ्या उतरू लागला. झाडावरची काळ्या तोंडाची माकडं त्यांच्याकडे पाहून चीत्कार करीत होती. पण त्यांचं लक्ष त्या माकडांच्याकडे नव्हतं.

उंच-सखल पायऱ्यांवरून आपला तोल सांभाळत ते दोघे उतरत होते.

☯

रवि वर्मा ज्या वेळी कार्ल्याच्या जवळ आला, त्या वेळी त्याची नजर आजूबाजूच्या निसर्गावर फिरत होती. दूर एका बाजूला दिसणारा कार्ल्याचा डोंगर, मधून जाणारी ती रुळांची वाट, त्या पलीकडे खाचरांनी भरलेली ती शेतं. डोंगरालगत असलेला, हिरवागर्द झाडांनी माखलेला तो रम्य परिसर. रवि वर्मा रामय्याला म्हणाला,

"रामय्या, एवढी सुरेख सृष्टीसंपन्न जागा. इथं सुंदर वसाहत उभी होईल तर, त्या लेण्यांना आणि इथल्या सृष्टीला केवढी संपदा मिळेल ! आपण दोघंच त्या कार्ला लेण्याला गेलो. तिथं आणखीन कोणीही नव्हतं. ती लेणी कशी ओसाड, भकास वाटत होती. मंतरलेली, झपाटलेली. केव्हातरी आपल्या माणसांना ही सौंदर्य स्थळं आहेत याची जाणीव व्हायला हवी. नाहीतर ती वटवाघुळांची, घुबडांची, अस्वलांची निवासस्थानं झाली तर त्यात नवल ते काय !"

रवि वर्मा प्रेसजवळ आला. त्या छापखान्याभोवती अनेक सुबक बंगल्या उभारल्या होत्या.

प्रेसच्या दाराशी गेहर्ट स्वागतासाठी आला. त्यानं रवि वर्म्याचं स्वागत केलं. रवि वर्म्यानं विचारलं,

"स्लायसर कुठं आहे?"

"मागं काम करीत आहे. बोलावू?"

"नको. मीच जाईन."

रवि वर्म्यानं प्रेसमध्ये प्रवेश केला. पण कुठंही न पाहता तो सरळ प्रेसच्या मागं मोकळ्या आवारात गेला. त्या आवारात अनेक शिळा विखुरल्या होत्या. काही अर्धवट पुऱ्या झालेल्या. काही निकामी झालेल्या.

क्षणभर रवि वर्म्याला कार्ला लेण्याची आठवण झाली.

त्या पसरलेल्या शिळांच्या पसाऱ्यात एका चौपाईवर बसून तरुण वयाचा स्लायसर समोरच्या शिळेवर काम करीत होता. त्याच्या अंगात फक्त पाटलोण होती. भुऱ्या केसांचा, गौर वर्णाचा स्लायसर तन्मयतेनं कामात गढला होता. रवि वर्मा त्याच्या पाठीशी गेला तरी, स्लायसरला रवि वर्म्याची जाणीव झाली नाही. रवि वर्म्यानं हाक मारली,

"मिस्टर स्लायसर !"

स्लायसरनं मागं वळून पाहिलं. शिळेनजिक असलेल्या तबकात त्यानं आपल्या हातातील छन्नी ठेवली. हातोडा बाजूला ठेवून तो उभा राहिला.

रवि वर्म्यानं विचारलं,

"काय करता?"

"दमयंतीचं चित्र बहुतेक पुरं झालं आहे. थोडं राहिलं आहे."

"छापखाना व्यवस्थित चालू आहे ना?"

"हो ! इंद्रजितविजय छापायला घेतलं आहे. येताना आपण पाहिलंच असेल."

"नाही. माझं तिकडं लक्ष नव्हतं."

रवि वर्मा पुढं झाला. स्लायसर काम करीत असलेल्या शिळेकडं त्याचं लक्ष गेलं. वाकून तो शिळेवरचं खोदकाम पाहात होता.

रवि वर्म्यानं आपल्या अंगातला कोट काढला. तो स्लायसरच्या हातात देत तो म्हणाला,

"कृपा करून हा आत नेऊन ठेवा."

स्लायसर कोट घेऊन आत गेला. रवि वर्मा रामय्याला म्हणाला,

"रामय्या, आमच्या पोटापाण्याची काही व्यवस्था होते का बघ."

स्लायसर जेव्हा परत आला तेव्हा, चकित नजरेनं समोरचं दृश्य तो पाहातच राहिला.

रवि वर्मा एकाग्र चित्तानं त्या शिळेवर काम करीत होता. ते दृश्य पाहून स्लायसरच्या चेहऱ्यावर समाधान प्रकटलं. असा कलावंत त्यानं पाहिला नव्हता.

स्लायसर आल्यानंतर थोड्याच काळात रवि वर्म्यानं दगडावरच्या खोदकामाची कला आत्मसात केली होती. स्लायसरच्या बरोबरीनं अनेक शिळांवर रवि वर्म्यानं काम केलं होतं. रवि वर्म्याची एकाग्रता भंग करण्याचं धारिष्ट्य स्लायसरला झालं नाही.

पण आज रवि वर्म्याचं अचानक येणं, त्याचं तुटक बोलणं. शिळेवर काम करीत बसणं याचा अर्थ स्लायसरला लागत नव्हता.

सायंकाळपर्यंत रवि वर्म्यानं शिळा पुरी केली. ते पाहून स्लायसर म्हणाला,

"सुरेख ! शिळा सुरेख उतरली."

"तुम्हीच तर शिकवलंत."

नकारार्थी मान हलवत स्लायसर म्हणाला, ''राजाजी, शिकवून फार थोडं येतं. आपण चित्रकार आहात. पण हे दगडावरचं काम भारी बिकट. चित्रातले नाजूक भाव दगडावर कोरणं, तेही उरफाट्या पद्धतीनं, एवढं सोपं नाही. ही कला म्हणजे अहिल्योद्धारासारखी आहे. रामाच्या पदस्पर्शानं शिळा बोलकी झाली... तसंच !''

''व्वा स्लायसर ! छान उपमा दिलीत !'' रवि वर्मा हसत म्हणाला.

आणि दोघंही प्रेसकडे जाऊ लागले.

सायंकाळी भोजन झाल्यानंतर रवि वर्मा स्लायसरसह छापखान्याच्या समोर असलेल्या अंगणात आला. स्लायसरला रवि वर्म्याचं आजचं वर्तन वेगळंच वाटत होतं. नेहमी अबोल असलेला रवि वर्मा आज पुष्कळ बोलत होता. भोजनाआधी प्रेसमध्ये छापली जाणारी चित्रं त्यानं निरखून पाहिली होती. आणि भोजनानंतर त्यानं जेव्हा बाहेरच्या अंगणात झोपण्याची इच्छा व्यक्त केली, तेव्हा स्लायसरच्या आश्चर्याला पारावार राहिला नाही. त्यानं विनंती केली,

''काळोखी रात्र आहे; तेव्हा...''

''नको स्लायसर. हे उन्हाळ्याचे दिवस. काळोखी रात्र असली तरी हवेतला गारवा सुखवेल.''

स्लायसरला काही बोलण्याचं धाडस झालं नाही.

छापखान्याच्या मागं असलेल्या आपल्या निवासात त्यानं आधीच रवि वर्म्याची झोपण्याची व्यवस्था केली होती. सेवकांची धावपळ उडाली. दोन पलंग छापखान्याच्या समोरच्या अंगणात आणले गेले. पेटलेल्या गॅसबत्त्या आणल्या गेल्या. आता त्या अंगणात स्लायसर, रामय्या आणि रवि वर्मा एवढेच राहिले होते. रवि वर्मा एका शिळेवर बसला. रामय्यानं पिशवीतून आणलेला पानाचा डबा रवि वर्म्याच्या हाती दिला. रवि वर्मा पान जुळवत म्हणाला,

''स्लायसर, आज मी इथं मुद्दाम वस्तीला आलो आहे. मी हा प्रेस विकण्याचा निर्णय घेतला आहे.''

स्लायसरनं विचारलं, ''माझ्याकडून काही कसूर...''

''मुळीच नाही.''

''प्रेस फायद्यात आहे.''

''तेही मला माहीत आहे. पण मला आता ही दगदग सोसवेल असं वाटत नाही.''

रवि वर्म्याचा गळा भरून आला. त्या गॅसबत्तीच्या उजेडात रवि वर्म्याचा व्यथित चेहरा स्लायसरच्या नजरेतून सुटला नाही. रवि वर्म्याच्या डोळ्यांतील अश्रू बघून स्लायसरचेही डोळे पाणावले. त्यानं प्रेस उभा करण्यापासून आजतागायत रवि वर्म्याची

धावपळ पाहिली होती. आपल्या मुलाला वाढवावं तसा त्यानं हा प्रेस वाढवला होता. प्रेसच्या अनेक अडचणींत खंबीरपणे उभा राहणारा रवि वर्मा त्यानं पाहिला होता. कामगारांचे पगार भागवले होते हेही स्लायसरनं पाहिलं होतं. आणि आज ध्यानीमनी नसता एकदम प्रेस विकण्याचा निर्णय रवि वर्म्यानं घ्यावा!

कदाचित ते म्हणतात तशी दगदग सोसवत नसेल. अलीकडं त्यांची तब्येत तितकीशी ठीक नसते.

पण एका स्वप्नानं झपाटून जो प्रेस रवि वर्म्यानं उभा केला तो प्रेस विकताना त्याला काय यातना होत असतील !

रवि वर्म्याचा चेहराच या यातना स्लायसरला सांगत होता. नि:श्वास सोडून स्लायसर म्हणाला,

"राजाजी, आपल्या डोळ्यांत पाणी?"

आपले अश्रू टिपीत रवि वर्मा म्हणाला,

"नाही स्लायसर, तुम्ही चिंता करू नका. मी उद्या हा प्रेस विकणार आहे. या चित्रांसाठी आपण खूप कष्ट घेतलेत. त्यासाठी खूप धडपड केली. मुंबईत प्रेस काढला. पुढे प्लेग आला. तुमच्या सल्ल्यानं हा प्रेस इथं निसर्गरम्य जागेत उभा केला. तो विकताना मला दु:ख होतं आहे. एकच आठवतं... जे चित्र मी आयुष्यात काढलं नाही... अर्थोहि कन्या परकीय एव !"

स्लायसरसुद्धा संस्कृतचा अभ्यासक होता. त्यानं संस्कृत काव्याचाही अभ्यास केला होता. तो खिन्नपणे हसला. म्हणाला,

"राजाजी, कुणी सांगितलं की, आपला धंदा ही कन्या असते म्हणून ! आपला धंदा म्हणजे आपला मुलगा. आपला वारसच असतो !"

"काही वेळा तसं घडत असेलही. पण आपला उद्योग ही आपली कन्याच ठरली. स्लायसर, आता माझी तब्येत बरी नाही. मला ही धावपळ करणं जमणार नाही. आता कुणावर तरी ही जबाबदारी सोपवून मोकळं व्हावं असं वाटतं. ही इच्छा आहे. स्लायसर, आयुष्यात माणसानं जमणाऱ्या गोष्टी कराव्यात. जेव्हा त्या जमणार नाहीत, तेव्हा त्यांचा अट्टाहास करू नये. म्हणूनच हा प्रेस विकण्याचा निर्णय घेतला."

"कुणाला विकणार?"

"त्याचा निर्णय मी घेतलेला नाही. स्लायसर, तुम्हाला हा प्रेस हवा का?"

स्लायसर त्या प्रश्नानं चकित झाला. तो म्हणाला,

"राजाजी, आपण दिलात तर मी जरूर घेईन. पण त्या प्रेसची किंमत भरणं मला कसं शक्य आहे?"

"स्लायसर, तुम्हाला मी नोकर म्हणून नेमलं. नंतर आपण स्नेही बनलो. या प्रेससाठी दोघांनी अपार कष्ट घेतले. नोकर म्हणून नव्हे, पण स्नेही म्हणून विचारतो;

तुम्हाला हा प्रेस हवा का?''

''राजाजी, आम्हीच हा प्रेस उभारला आहे. तो दुसऱ्या हाती देताना तुमच्याइतकंच मला दुःख आहे. तुम्ही सांगाल ती किंमत मला मान्य आहे.''

''मी सांगेन ती नव्हे. तुम्हाला परवडेल ती किंमत सांगा. परवडली तर हो म्हणेन, नाहीतरी होच म्हणेन.''

''राजाजी, मी सामान्य माणूस. परदेशाहून तुमच्या शब्दाखातर इथं आलेला. मी एकटाच नाही. माझे चार सांगाती... ते सुद्धा माझ्याबरोबर आले आहेत. आज माझी शिल्लक पंचवीस हजारापेक्षा जास्त नाही. तेवढीच माझी कुवत आहे. आणि मी परकीय असल्यामुळं मला कोणी कर्ज देईल असं वाटत नाही.''

रवि वर्मा उठला. स्लायसरच्या खांद्यावर हात ठेवत तो म्हणाला,

''स्लायसर, प्रेस तुझा आहे. मला हा सौदा मान्य आहे.''

त्या वाक्यानं स्लायसर आश्चर्यचकित झाला. त्याच्या कधी स्वप्नातही आलं नव्हतं की, लक्षावधी रुपयांचा हा छापखाना कोणी पंचवीस हजाराला विकेल ! तो आश्चर्यानं उद्‌गारला,

''राजाजी, आपण मला छापखाना दिला. पण मी नंतर छापू काय?''

रवि वर्मा म्हणाला, ''स्लायसर, तुम्हाला काय म्हणायचं आहे ते मला कळतं. पण तुम्ही त्याची काळजी करू नका. अन्य चित्रकारांची तुम्ही चित्रं मिळवा. पुण्या-मुंबईत तसे अनेक चित्रकार आहेत. पण ते जमलंच नाही तर, माझ्या छापल्या गेलेल्या सर्व चित्रांचे हक्क तुमच्याकडे आहेत असं समजा. ते करीत तुम्ही राहा. उद्या तुम्ही मुंबईला या.''

त्या बोलण्यानं स्लायसर गहिवरला होता. तो रवि वर्म्याचे दोन्ही हात हाती घेत म्हणाला,

''राजाजी, आपण फार उदार आहात.''

रवि वर्मा हसून म्हणाला, ''नाही स्लायसर, राजा उदार असला तरी त्याला गुणी याचक भेटावा लागतो.''

☯

रात्रीच्या वेळी रवि वर्मा कार्ल्याच्या त्या शांत वातावरणात झोपला होता. त्या शय्यागृहात गवत घातलेल्या शय्येवर रामय्या निद्राधीन झाला होता. पण रवि वर्म्याला झोप येत नव्हती. त्या नीरव शांततेचा आणि त्या भयाण काळोखाचा नाश करीत, ती पहाट केव्हा उगवेल याचा विचार करीत रवि वर्मा आपल्या शय्येवर तळमळत होता.

जो निर्णय घेतला तो चुकीचा नाही ना?

चुकीचा कसला !

काही डाव आपल्या हातून जिंकले जातात. काही सोबत्याच्या हातून.

मग सोबती जिंकला तर दुःख वाटायचं कारण काय !

किंबहुना सोबती जिंकला याचं समाधान वाटायला नको काय?

स्वार्थ आणि परमार्थ एकाच नाण्याच्या दोन बाजू. पण त्या दोन्ही बाजू पाहण्याचं धारिष्ट्य आपल्याला हवं !

पहाटेचा कोंबडा आरवला. रवि वर्मा स्नान-संध्या आटोपून रामय्यासह कार्ला स्टेशनवर आला, आणि आपल्या सेवकांसह गाडी येण्याची वाट पाहात तो स्थानकावर उभा राहिला. गाडी आली. रवि वर्मा रामय्यासह गाडीत बसला. गाडी निघण्याची वेळ झाली. आपला मालक विसरून स्लायसरनं त्याचे हात हाती घेतले. त्याच्या हातावर हात थोपटत रवि वर्मा म्हणाला,

"स्लायसर, हा व्यवहार जरी झाला तरी, आपली संगत सुटणार नाही हे मी तुम्हाला वचन देतो."

गाडीची शिटी झाली. गाडीला वेग आला. आनंदाश्रूंनी, कृतज्ञतेनं भरलेले स्लायसरचे अश्रू पाहात रवि वर्मा समाधानानं मुंबईकडं प्रवास करीत होता.

☯

सकाळच्या वेळी रवि वर्मा आपल्या बैठकीच्या महालात आला. गेल्या काही दिवसांचं त्याच्या मनावरील मळभ संपलं होतं. तपकिरीचा आस्वाद घेत तो बसला असताना त्याच्या खोलीत राज वर्मा, गोद वर्मा आणि राम वर्मा आले. त्या तिघांनी नेहमीप्रमाणं रवि वर्म्याला वंदन केलं.

राज वर्म्यानं विचारलं, "दादाजी, प्रवास कसा झाला?"

"छान झाला. तुम्ही केव्हा तरी कार्ल्याला जा, तेथून जवळच एक-दोन मैलांवर कार्ल्याची लेणी आहेत, पाहण्यासारखी. प्रत्येक चित्रकारानं एकदा तरी ती लेणी दृष्टीखालून घालावीत. वेरूळ, अजंठा यांच्याइतकी ती संपन्न नसली तरी त्यांची भव्यता मनाला थक्क करून जाते."

"आपण कार्ल्याला गेला होता?"

"हो."

"आणि छापखान्याकडे गेला नाही?"

"गेलो होतो ना ! रात्री मुक्काम छापखान्यातच होता."

"छापखान्याचं काम चालू आहे?"

"हो ! का ?

"दादाजी, आनंदाची बातमी. मुंबईचे श्रेष्ठ कागद व्यापारी नानाजी माणिकभाई आले होते."

"कशासाठी?"

आनंदानं राज वर्मा म्हणाला, "ते आपला प्रेस घ्यायला तयार आहेत. साठ हजार रुपये द्यायला ते तयार आहेत. जरा अधिक ओढून धरलं तर आणखीन वाढवून मिळेल."

"मग तुम्ही ते मान्य केलंत ?" चिंतेच्या सुरात रवि वर्म्यानं विचारलं.

"नाही. आपण आल्यावर आपणास प्रत्यक्ष भेटूनच आपण बोलू असं त्यांना सांगितलं आहे."

रवि वर्म्यानं नि:श्वास सोडला. तो म्हणाला,

"बरं केलंत."

"मग हा व्यवहार ठरवायचा ना?"

"व्यवहार केव्हाच ठरला. मी प्रेस विकून आलोय."

त्या शब्दांनी सारे चकित झाले. राम वर्मा उद्गारला,

"प्रेस विकला? कुणाला?"

रवि वर्मा हसून म्हणाला, "राजा, माझा पानाचा डबा घे."

राज वर्म्यानं तत्परतेनं पानाचा डबा रवि वर्म्याजवळ ठेवला. रवि वर्म्यानं डबा उघडला. दोन पिकल्या पानांच्या शिरा काढीत रवि वर्मा म्हणाला,

"आपला प्रेस मी स्लायसरला विकला आहे."

तिघांना काय बोलावं हे सुचत नव्हतं. त्यांच्या मुद्रेवरचे भाव पाहून रवि वर्म्याच्या चेहऱ्यावर स्मित उमटलं. त्यानं शांतपणे पानाला चुना लावला. अडकित्त्यानं सुपारी कातरीत तो म्हणाला,

"पंचवीस हजाराला !"

"फक्त पंचवीस हजार?"

सुपारीपाठोपाठ काताचा खडा पानामध्ये टाकत रवि वर्म्यानं त्यावर थोडा लवंगेचा तुकडा टाकला. पानाची घडी घालत रवि वर्मा शांतपणे म्हणाला,

"हो ! फक्त पंचवीस हजार ! राजा, उद्या स्लायसर येईल. त्याच्या नावानं प्रेस आणि माझ्या चित्रांचे हक्क त्याला देऊन टाक."

राज वर्म्यानं आपल्या भावाचा तो व्यवहार ऐकून उभ्या जागी आवंढा गिळला. न राहवून तो म्हणाला,

"दादाजी, एवढी घाई कशाला केलीत? एवढ्या श्रमानं आणि एवढा पैसा खर्च करून उभा केलेला हा प्रेस. त्यासाठी अहोरात्र राबून काढलेली चित्रं. हे सारं फक्त पंचवीस हजाराला विकलंत?"

रवि वर्म्यानं पिकदाणी उचलली. त्यात पिंक टाकत तो म्हणाला,

"राजा, मी पैशांसाठी हा धंदा केला नव्हता. कलेसाठी केला. उद्या लाख रुपये मिळतात म्हणून का तो प्रेस मी त्या कागदव्यापाऱ्याला विकू? नाही राजा, मी माझ्या आयुष्यात माझ्या कलेची विक्री केली नाही. स्लायसर हा नुसता छापखान्याचा

तज्ज्ञ नाही. तो अव्वल दर्जाचा कलावंत आहे. तो संस्कृत काव्य जाणतो. त्याच्या हाती प्रेस सुरक्षित राहील. ज्या कल्पनेनं आणि आकांक्षेनं मी छापखाना उभारला, त्या माझ्या आकांक्षा तो पुऱ्या करील.''

''पण सारी चित्रं त्याला का दिलीत?'' राम वर्म्यानं विचारलं.

''राम, अजून तू लहान आहेस. याचं मर्म तुला केव्हातरी कळेल. तो स्लायसर नुसता प्रेस घेऊन काय करणार होता? त्यानं आपल्या आयुष्याची सारी पुंजी पणाला लावली. कुठल्या चित्रकाराकडं तो भीक मागत फिरणार होता? त्यासाठी त्याची अडचण होऊ नये म्हणून त्याला मी माझी चित्रं दिली. एवढंच नव्हे तर, गरज भासलीच तर नवीन चित्रं काढून देण्याचं आश्वासन मी त्याला दिलंय. राजा, उद्या स्लायसर येईल. माझी ही बुद्धी बदलायच्या आत त्याला त्याची कागदपत्रं पुरी करून दे.''

रवि वर्मा आपल्या आसनावरून उठला आणि आश्चर्यानं थक्क झालेल्या त्या तिघांकडे न पाहाता आपल्या रंगशाळेकडे चालू लागला.

रवि वर्म्यानं आपला छापखाना विकल्याची बातमी साऱ्या मुंबईत पसरली होती. रवि वर्म्याचे प्रथम भागीदार गोवर्धनदास माखनजी त्याला भेटायला आले. रवि वर्म्यानं त्यांचं स्वागत केलं. फार दिवसांनी भेटलेल्या गोवर्धनदासांच्या चेहऱ्यावर हसू नव्हतं. त्यांनी सरळ सवाल केला

''राजाजी, आमी काय ऐकला?''

''काय ऐकलंत?''

''तुमी प्रेस विकला... खरा काय?''

''खरं आहे शेठजी. आम्ही तो प्रेस विकला.''

''राजाजी, आमी तुमचा पयला पार्टनर. आमची विचारपूस केला असता, तर आमी तुमचा प्रेस खऱ्या भावानं घेतला असता.''

रवि वर्म्याला वाद वाढवायचा नव्हता. तो हसून म्हणाला,

''जाऊ दे शेठजी. जे व्हायचं ते होऊन गेलं. भावनेच्या भरात आम्ही शब्द दिला. आमचा शब्द आम्ही कधी मोडत नाही.''

''पण किती झाला तर तो जर्मन माणूस. त्याला इतक्या सस्तामधी प्रेस विकला? तुमी राजे लोक ! तुमाला बेपारामधलं काय कळतं?''

त्या माखनजींच्या शब्दांनी रवि वर्म्याचा संताप वाढला होता. तो म्हणाला, ''शेठजी, या प्रेसबद्दल एवढी काळजी होती, तर भागीदारी तोडताना तुम्ही विचार करायला हवा होता. ते तुम्ही केलं असतं, तर कदाचित आजचा प्रसंग गुदरला नसता.''

रवि वर्म्याच्या त्या कठोर शब्दांनी गोवर्धनदास किंचित नरमला. पण किती केलं तरी तो व्यापारीच. त्यानं विचारलं,

"प्रेस विक्रीचा खत झाला काय?"

"नाही. पण होऊन जाईल."

"राजाजी, आमचा ऐका. तुमी वेवहार करू नका. आमी प्रेस घेतो. त्यात तुमचाबी फायदा. आमचाबी फायदा."

रवि वर्मा हसला. तपकिरीची चिमूट आपल्या नाकाशी नेत तो म्हणाला,

"शेठजी, मी तुमचा आभारी आहे. तुम्ही म्हणालात ते खरं आहे. आम्ही कलावंत म्हणजे राजे लोक. आम्ही फायद्याचा कधी विचार करीत नाही. जेव्हा आम्ही शब्द देतो तेव्हा तो पाळतो. त्यात आम्ही फायद्यातोट्याचा विचार करीत नाही. ज्या क्षणी आम्ही स्लायसरला शब्द दिला, त्याच वेळी प्रेस त्याच्या मालकीचा झालेला आहे."

चिकाटीनं गोवर्धनदास म्हणाला, "त्यानं सारा पैसा चोख दिला?"

त्यावर रवि वर्मा खळखळून हसला, "शेठजी, आपण भागीदारी सोडताना सांगितलं होतं... पैसा केव्हाही सवडीनं द्या."

"मग त्याचा काय?"

रवि वर्मा शांतपणे म्हणाला, "आम्ही तुमच्याकडून शिकलो. आम्ही स्लायसरला तेच सांगितलं."

"तुमची मर्जी ! राजासाब, आमची एक विनंती ऐकाल?"

"जरूर ! मान्य करण्यासारखं असेल तर जरूर मान्य करू."

गोवर्धनदास आशेनं म्हणाला, "आपली सारी चित्रं आमाला दिलीत तर, त्याचं आमी सोनं करून दाखवेल. पुण्यामंदी प्रेस आहे. आमी तुमची चित्रं जर्मनीला पाठवील. तिथून प्रिंट करून आणील. यात तुमचा बी फायदा. आमचाबी."

आपलं हसू आवरत रवि वर्मा म्हणाला, "तेही माझ्या हातात राहिलं नाही."

"मग कुणाच्या?"

"स्लायसरच्या ! माझ्या चित्रांच्या सर्व हक्कांसह मी माझा छापखाना स्लायसरला विकला आहे."

"फक्त पंचवीस हजार रुपयामध्ये?"

"हां."

"राजासाब, माफ करा. पण तुमी साफ पागल आहात."

रवि वर्मा शांतपणे म्हणाला, "तेही मला मान्य आहे. शेटजी, आपण जाऊ शकता. याबाबत मला काहीही बोलायचं नाही."

"आपली मर्जी !" म्हणून गोवर्धनदास उठला, आणि रवि वर्म्याचा निरोप घेऊन गेला.

रवि वर्म्याच्या आनंदाला सीमा राहिल्या नव्हत्या. तो तसाच रंगशाळेत गेला. चित्रसोपानावर जटायूवधाचं चित्र उभं होतं. ते पुरं करण्यासाठी त्यानं रंगतबक उचललं. आणि कुंचला उचलून तो ते चित्र पुरं करू लागला. ते चित्र पुरं करीत असताना जिन्यावर पावलं वाजली. त्यानं वळून पाहिलं. रंगशाळेच्या दरवाजात उभी असलेली फ्रेना त्याच्या नजरेत आली. रवि वर्मा म्हणाला,

"ये फ्रेना."

फ्रेनाचा चेहरा आनंदानं मोहरला होता. ती रवि वर्म्याजवळ आली. म्हणाली,

"रवि, हात पुढं कर."

रवि वर्म्यानं हातातला कुंचला खाली ठेवला. आणि आपल्या दोन्ही हातांची ओंजळ पुढे केली.

फ्रेनानं आपल्या हातातल्या रेशमी रुमालाची गाठ सोडली. आणि रवि वर्म्याच्या हातात सोनचाफ्याची फुलं ओघळली. काही क्षण रवि वर्म्यानं ती फुलं निरखली. त्या सोनचाफ्यांचा मंद सुगंध दरवळला होता. त्यानं ती फुलं त्याच हळुवार हातांनी आपल्या बैठकीच्या खुर्चीवर नेऊन ठेवली. आणि तो वळला.

फ्रेना म्हणाली, "राजा, तू खरा चित्रकारांचा राजा आहेस. हाडांचा कलावंत आहेस."

"एवढी स्तुती कशासाठी?"

"तू स्लायसरला तुझ्या चित्रांचा हक्कांसह प्रेस फक्त पंचवीस हजाराला विकलास ना?"

"कुणी सांगितलं तुला?"

"राज वर्म्यांनी ! रवि, राजा म्हणून राजा होत नसतो, ना कलावंत म्हणून कलावंत. ह्या दोघांच्या ठायी जर मनाची श्रीमंती वसत नसेल तर, त्या राजेपणाला वा त्या कलावंताला काहीच अर्थ उरत नाही. रवि, तू श्रीमंत आहेस. खऱ्या अर्थानं श्रीमंत आहेस. याचा मला खूप आनंद झालाय रे."

आनंदानं फुललेल्या फ्रेनाचं लक्ष रवि वर्म्याच्या चेहऱ्याकडे गेलं. रवि वर्म्याचा व्यथित चेहरा बघून क्षणात तिच्या चेहऱ्यावरचे भाव पालटले. तिनं विचारलं,

"काय झालं रवि?"

"काही नाही."

"सांगायचं नसेल तर सांगू नको. पण तूच म्हणाला होतास, मनातल्या व्यथा कुणाजवळ तरी प्रकट कराव्या." फ्रेना दुसरीकडे नजर वळवत म्हणाली.

"दुसऱ्याला सांगणं भारी सोपं असतं..."

स्वत:ला सावरत रवि वर्मा म्हणाला,

"तसं नाही फ्रेना. गैरसमज करून घेऊ नको. पण आज तू फुलं आणलीस आणि त्या फुलांकडे बघून मला ती वेडी पोर आठवली... सुगंधा ! ती यायची

चाफ्याची फुलं घेऊन ! आपल्या जीवनाचा अंत करण्याआधी ती याच रंगशाळेत आली होती. याच खुर्चीवर ती फुलं ठेवून गेली होती. ती सुगंधा याच फुलांसारखी होती. ह्या फुलांचा रंग कोमेजताना सुद्धा गडद होतो. सुगंध तसाच राहतो.''

रवि वर्म्याचं ते व्याकुळ रूप पाहून फ्रेना त्याला बिलगत म्हणाली,

''आय् ॲम् सॉरी !''

पण त्या मिठीतून दूर न होता रवि वर्मा म्हणाला,

''फ्रेना, यात वाईट वाटण्यासारखं काही नाही. उलट ह्या फुलांच्या रूपानं एक आठवण तरळून गेली. आणि तुझ्या हातून घडली त्यात मला समाधान आहे.'' फ्रेनाला बाजूला करीत रवि वर्मा म्हणाला.

''चावट मुली, हे फार झालं. तुझ्या चित्रसोपानावर अजूनही कोरा फलक आहे. तिकडं तुझं लक्ष नाही. तू तिकडं लक्ष दे.''

फ्रेना मुक्तपणे हसली. म्हणाली,

''का? मला भितोस?''

रवि वर्मा हसून म्हणाला, ''खोटं कशाला बोला? जरूर भितो फ्रेना ! आज तुझं डोकं ठिकाणावर नाही. गेल्या काही दिवसांत तू काही कामही केलं नाहीस. आज तुझं अपुरं असलेलं चित्र पुरं केल्याखेरीज जाऊ नको.''

रवि वर्मा वळला. फ्रेना आपल्या चित्रसोपानाकडे जात होती. रवि वर्म्यानं आपल्या आरामखुर्चीवरील ती फुलं उचलली. खुर्चीवर बसून आपल्या हातातली फुलं निरखीत असता त्याची नजर चित्रसोपानावर लावलेल्या जटायूवधाच्या चित्रावर खिळून राहिली.

☯

रवि वर्म्याच्या रंगशाळेत एकच गडबड चालली होती. रंगसाहित्याची बांधाबांध करण्यात माधवराव धुरंधर, जोशी, राम वर्मा गढले होते. तीच धावपळ साऱ्या बंगल्यात चालली होती.

रंगशाळेत रवि वर्म्याची चित्रं नीट बांधली जात असता, रवि वर्म्यानं त्यातली तीन चित्रं निवडली. त्यात सैरंध्री हेही चित्र होतं. ते धुरंधरांना म्हणाले,

''माधवराव, ही चित्रं औंधच्या बाळासाहेबांना पाठवून द्या. आणि ते मेनकेचं चित्र तसंच बाहेर राहू दे. बाकीची सर्व चित्रं बांधली तरी चालतील.''

माधवरावांनी विचारलं, ''म्हणजे राजाजी, आपण परत मुंबईला येणार नाही?''

''येणार तर ! यावंच लागेल. पण आता आम्ही जाऊ तेव्हा, नेहमीसारखं आमचं वास्तव्य अल्पकाळ राहील असं वाटत नाही. किलीमानूरची सर्व व्यवस्था लावून परत यायला किती अवधी लागेल हे सांगता येत नाही.''

''राजाजी, तुम्ही गेल्यावर आम्हाला कोण शिकवणार?''

डोळ्यांत अश्रू उभे असलेले, व्याकुळ नजरेनं पाहणारे धुरंधर रवि वर्मा पाहात होता. तो त्यांच्याजवळ गेला. प्रेमभरानं त्यांच्या खांद्यावर हात ठेवून तो म्हणाला,

"कलावंतानं जरूर भावनाप्रधान व्हावं. पण त्याला मर्यादा हव्यात. माधवराव, तुम्ही उपजत कलावंत. जो उपजत कलावंत आहे त्याला फारसं शिकवावं लागत नाही. मला कुणी शिकवलं? शेवटी ज्याची वाट त्यानंच शोधायची असते."

"म्हणजे गुरूला काहीच का अर्थ नाही?"

"जरूर आहे; नाही कसं ! ह्या मुंबईत एखाद्याचा पत्ता शोधायला तुम्ही बाहेर पडता. त्या मोहल्ल्यात जाताच कुणातरी रस्त्यावरच्या अनोळखी माणसाला तुम्ही पत्ता विचारता. तो तुम्हाला पत्ता सांगतो. आणि निर्धास्तपणे त्या मार्गानं जाता. आणि आपल्याला हवं ते ठिकाण शोधून काढता. तो रस्त्यावर भेटलेला माणूस अनोळखी असतो ना? तेवढंच गुरूचं काम. पुढचा मार्ग तुम्हीच शोधायचा असतो."

माधवराव धुरंधर यावर काही बोलले नाहीत. त्यांच्या खांद्यावरचा हात न काढता रवि वर्मा म्हणाला,

"तुम्ही मला गुरू मानता ना? मग नेहमी मी समोर असलं पाहिजे असं थोडंच आहे? स्नेह असा असावा की, आठवण केली की, भेटीचा आनंद उपभोगता यावा."

त्याच वेळी गोद वर्मा आला. त्याच्याकडे पाहात रवि वर्म्यानं विचारलं,

"काय झालं?"

"बापट आलेत."

"बापट !" रवि वर्मा प्रसन्नतेनं उद्‌गारला, "अरे मग थांबलात कशाला? पाठव त्यांना."

गोद वर्मा खाली गेला आणि थोड्याच वेळात बापट वर आले. त्यांना पाहून रवि वर्मा त्यांच्या समोर जात म्हणाला,

"बापट ! किती दिवसांनी गाठ पडते !"

"राजाजी, कारण नसता..." बापट घोटाळले.

"थांबलात का ! हीच अडचण असेल तर माझ्यावरती अखंड खटले चालू झाले असते तर ते मला अधिक सह्य झालं असतं."

बापट मोकळेपणानं हसले. ते म्हणाले,

"राजाजी, आपल्या संदर्भासाठी दिलेली पुस्तकं मी न्यायला आलो आहे."

रवि वर्म्यानं राज वर्म्याला हाक मारली आणि सांगितलं, "राजा, बापटांची पुस्तकं निवासामध्ये बांधून ठेवली आहेत. त्यावर बापटांचं नाव आहे. तेवढी घेऊन ये."

राज वर्मा गेला. बापट रंगशाळेतील ती बांधाबांध बघत होते. न राहवून त्यांनी विचारलं,

''राजाजी ! काय चाललंय हे?''

''काही नाही. आम्ही आता किलीमानूरला जाणार आहोत. त्याआधी इथली आवराआवर करतो आहे.''

हे बोलत असतानाच राज वर्मा पुस्तकांचा गठ्ठा घेऊन आला. त्यानं तो गठ्ठा बापटांच्या समोर ठेवला. रवि वर्मा म्हणाला,

''बापट, आमच्या खटल्याच्या वेळी तुम्ही खूप साथ दिलीत. आधार दिलात. तुमचा अपमान करावा म्हणून नव्हे, पण रिवाज म्हणून विचारतो, आपल्याला मी काय द्यावं?''

त्या बोलण्यानं बापट चकित झाले. ते म्हणाले,

''राजाजी, कुठल्याही लोभानं मी आपल्याला मदत केली नव्हती. तुम्ही श्रेष्ठ चित्रकार आहात आणि कलाकृतींचा मी लोभी आहे. इतकंच आपलं नातं. ते नातं पाळायचंच झालं तर, आपल्या हातचं एखादं साधं रेखाटन जरी मला दिलंत तरी मी ते आयुष्याचं धन समजून जपेन.''

''रेखाटन कसलं ! ती मेनका आहे ना ! तुम्हाला आवडलं तर ते घेऊन चला. मला ते चित्र आवडलेलं आहे.''

रवि वर्म्याच्या त्या बोलण्यानं बापटांना काय बोलावं हे सुचत नव्हतं. भिंतीशी उभ्या केलेल्या त्या चित्राजवळ ते गेले. थरथरत्या हातांनी त्यांनी ते चित्र हातात धरलं. पाठीमागून आवाज आला,

''बापट ! ते चित्र तुमचंच आहे.''

बापटांनी हातातलं चित्र खाली ठेवलं. ते एखाद्या लहान मुलासारखे मागं आले आणि त्यांनी रवि वर्म्याच्या पायाला स्पर्श केला. त्यांना उठवत रवि वर्मा म्हणाला,

''बापट ! काय करता हे !''

बापटांना रवि वर्म्यानं उठवलं. तो म्हणाला,

''बापट, हे चित्र तुमचं आहे. पण केव्हा? जर स्लायसरनी या चित्राची मागणी केली तर मात्र त्याला हे चित्र छापण्यासाठी जरूर परवानगी द्यावी. काहीही मोल न मागता. बापट, आम्ही मुंबई सोडून जात नाही. आम्ही परत येऊ तेव्हा जरूर तुमची भेट घेऊ. ते चित्र घ्या.''

''राजाजी, मी अनेक वर्षं वकिलीचा धंदा करतो पण आज जो या चित्ररूपानं आशीर्वाद दिलात त्याला तोड नाही.''

बापटांनी ते चित्र उचललं आणि रवि वर्म्याचा निरोप घेऊन ते निघून गेले. रवि वर्म्यानं दीर्घ निःश्वास सोडला. समाधानानं त्यानं राज वर्म्याला सांगितलं,

''माझा पानाचा डबा घे.''

राज वर्म्यानं पानाचा डबा रवि वर्म्याच्या खुर्चीच्या हातावर ठेवला. तो डबा उघडत असता रवि वर्मा म्हणाला,

“राजा, यात पानं नाहीत.”

राज वर्मा खाली धावला. जेव्हा राज वर्मा परत आला, तेव्हा त्याच्या पाठोपाठ फ्रेना होती. डब्यात पानं ठेवून राज वर्मा निघून गेला. रंगशाळेत सगळीकडे नजर फिरवून फ्रेनानं विचारलं,

“हे काय चाललंय?”

रवि वर्म्यानं तिची नजर टाळली. तो आवरलेल्या सामानाकडं पाहात राहिला. फ्रेनानं परत विचारलं,

“प्रवासाची तयारी चालली आहे का?”

“हो !” रवि वर्मा म्हणाला, “नावाचा का असेना मी राजा आहे. त्या किलीमानूरमध्ये आम्ही नसल्यामुळं खूपच गोंधळ उडाला आहे असं ऐकतो. तेव्हा किलीमानूरला जाऊन यायला हवं.”

“हे केव्हा ठरलं?”

“जेव्हा प्रेस विकला तेव्हाच निर्णय घेतला.”

“मग मला का नाही सांगितलं?”

रवि वर्म्यानं धुरंधरांच्याकडे पाहिलं आणि धुरंधर, जोशी, रमा वर्मा रंगशाळेतून निघून गेले. रवि वर्म्यानं त्यांना अडवलं नाही. रवि वर्म्याची नजर फ्रेनाकडे वळली. फ्रेनाचे डोळे पाणावले होते. आपल्या डोळ्यांवरचा चष्मा काढून ती डोळे पुसत होती.

“काय झालं फ्रेना?”

“काही नाही, मनाला येईल तेव्हा तुम्ही कुठंही जाऊ शकता. तुम्हांला अडवायचा मला काय अधिकार?”

तिचे दोन्ही खांदे धरीत रवि वर्मा म्हणाला,

“फ्रेना, गैरसमज होतोय तुझा. किंबहुना तुला कसं सांगायचं हे मला सुचत नव्हतं. अलीकडं या माझ्या आजारामुळं चित्र काढीत असताना माझा हात थरथरत असतो. अकारण थकवा येतो.”

“आणि म्हणून किलीमानूरला जाता? रवि, माझ्याही ते लक्षात आलं होतं. बालिगा नावाचे डॉक्टर लंडनहून आले आहेत, त्यांचा पत्ता मी काढला आहे. आपण त्यांना भेटू.”

“नाही फ्रेना. या डॉक्टरांच्यावर माझा विश्वास नाही. त्रिवेंद्रमला आमचे निष्णात वैद्य आहेत. त्यांचं औषधं मला लागू पडतं. रोगी बरा होतो तो औषधापेक्षा विश्वासानं! हे तरी खरं?”

“ठीक आहे. म्हणजे आपण मुंबई सोडून जाणार?”

“आपण ‘हे शब्द’ कुठून शोधून काढलेस? मुंबई सोडून मी काही जात नाही. हा बंगला मी असाच ठेवणार आहे. जरा बरं वाटलं की, मी परत येईन.”

फ्रेना रुक्षपणे हसली. म्हणाली, "रवि, निर्जीव वस्तूकडे पाहून माणूस कधी जगत नाही. त्याला हवी असते माणसाची सोबत. येते मी !"

आणि फ्रेना रंगशाळेच्या पायऱ्या उतरून निघून गेली.

तिला अडवण्याचं सामर्थ्य रवि वर्म्याच्या ठायी राहिलं नव्हतं.

☯

रवि वर्मा आपल्या बंधू व मुलासह किलीमानूरला आला. आणि त्या वाड्याला चैतन्य प्राप्त झालं. राज वर्मा रंगशाळा लावून घेण्यात गर्क झाला होता. सारे आप्तस्वकीय व गावकरी मंडळी रवि वर्म्याला येऊन भेटत होती. त्या साऱ्यांच्या सहवासात रवि वर्मा सुखावला होता.

सायंकाळच्या वेळी वाड्यासमोरच्या पारावरची बैठक एखाद्या कीर्तनासारखी रंगत असे. त्रिवेंद्रममधील रवि वर्म्याचे खास वैद्य वासुदेवन् उनी हे किलीमानूरला आले. त्यानी रवि वर्म्याची प्रकृती तपासली. चार दिवस किलीमानूरला वास्तव्य करून त्यांनी आपले औषधोपचार सुरू केले. आणि परत त्रिवेंद्रमला निघून गेले. महिनाभरातच रवि वर्म्याच्या प्रकृतीत पुष्कळ सुधारणा झाली होती. मंगला हीही आपल्या मुलांसमवेत किलीमानूरला आली होती. त्यामुळं रवि वर्म्याच्या आनंदात भर पडली होती.

किलीमानूरला आल्यानंतर रवि वर्म्याचा कार्यक्रम खूप बदलला होता. तो पहाटे पाचला नित्याप्रमाणे उठत असे. स्नान, संध्या, पूजा आटोपून तो आपल्या तबेल्यातल्या घोड्यांच्यावर नजर टाकीत असे. जो घोडा पसंत पडेल त्यावर सेवकानं खोगीर चढवलं की, रवि वर्मा एकटाच रपेटीला जात असे. त्यात नारळींच्या बागा, केळींची बनं, त्यातून दिसणारी भाताची शेतं हे पाहात रवि वर्मा सकाळची रपेट टाकून परत येत असे. घोड्यांच्या टापांचा आवाज ऐकला की, सेवक वाड्याबाहेर धावत. कुणीतरी त्या फेसाळलेल्या तोंडाच्या घोड्याची ओठाळी पकडून राही. रवि वर्मा हसत खाली उतरे. त्या घोड्याच्या मस्तकावर तो प्रेमभरानं हात फिरवी. आणि प्रसन्नतेनं वाड्यामध्ये जायला निघे. पण त्या पायऱ्यांवर पाऊल ठेवतानाच पीलखान्यातून हत्तीचा चीत्कार उठे. ते शृंखलाबद्ध झालेले हत्ती सोंड उंचावून चीत्कार करीत. आणि नकळत रवि वर्म्याची पावलं-पीलखान्याकडे वळत. हत्तींच्या निवासासाठी उभारलेल्या त्या भव्य गवताच्या छपरीत पाच हत्ती माना हेलावत आपले सुपासारखे कान फडकावीत ठाणबंद झालेले असत. त्यांच्या लिदीचा आणि मुताचा मिसळलेला एक उग्र दर्प त्या छपरीत रेंगाळलेला असे. नेहमी अत्तरांचा सुवास घेणाऱ्या रवि वर्म्याला तोही वास तेवढाच प्रिय असे.

पीलखान्याच्या कोपऱ्यात ठेवलेल्या कोवळ्या गवताच्या पेंढ्या उचलून तो प्रत्येक हत्तीच्या मुखामध्ये देत असे. त्या देताना विजयलक्ष्मी, राजलक्ष्मी, आरात,

गजेंद्र अशी त्यांची नावं घेऊन त्यांच्या सोंडेवरून प्रेमभरानं हात फिरवीत असे. पीलखान्यातून तो वाड्यात आला की, मंगला त्याची वाट पाहात असे.

न्याहारीला सारी भावंडं, मुलं बसत असत. सारवलेल्या त्या जमिनीवर लांबझोक हिरव्यागार केळीच्या पानांची पंगत मांडलेली असे. आणि मंगला परातीत वाफा येणाऱ्या पांढऱ्या शुभ्र इडल्या घेऊन पंगतीत येत असे. त्यापाठोपाठ राज वर्मा, गोद वर्मा यांच्या स्त्रिया ताजं लोणी आणि सांबार घेऊन त्या पंगतीत अवतरत असत. मांडीवरच्या नातवंडाला भरवत रवि वर्म्याची न्याहारी संपत असे. आणि हे दृश्य पाचन समाधानानं पाहात उभा असे. हे सुख आणि वैभव मुंबईत रवि वर्म्याला पारखं झालेलं होतं. हे तो उपभोगत होता. त्यात त्याला समाधान होतं.

सकाळची रपेट, न्याहारी, त्यानंतर रंगशाळेत राज वर्मा, राम वर्मा यांच्यासह केलेलं काम, दोन प्रहरचं भोजन, थोड्या काळची विश्रांती आणि परत रंगशाळेतलं काम. सायंकाळची पारावरची बैठक. हा नित्याचाच कार्यक्रम ठरलेला होता.

झोपायच्या वेळी एखादंतरी नातवंडं त्याच्या कुशीत असे. रात्रीत ते जरा जरी चाळवलं तरी रवि वर्मा जागा होत असे. त्या मुलाला थोपटून जवळ घेत असे. पण झोपमोड झाल्याचा त्रास त्याला न होता उलट अधिक समाधान वाटत असे.

रवि वर्म्याच्या जीवनात हा अनुभव वेगळा होता.

किलीमानूरचं आठ महिन्यांचं वास्तव्य केव्हा सरलं हेही रवि वर्म्याला समजलं नाही. मद्रास, मेवाड अशा अनेक ठिकाणांची आमंत्रणं आलेली. रवि वर्म्यानं मुंबईला जाण्याचा बेत निश्चित केला. आणि ठरल्या दिवशी साऱ्यांचा निरोप घेऊन राज वर्म्यासह त्याने किलीमानूर सोडलं.

मुंबईला रवि वर्मा आल्याचं कळताच धुरंधर आले. त्यांच्यापाठोपाठ बडोद्याहून जोशी आले. आठ महिने ओसाड दिसणाऱ्या त्या बंगल्यात परत वर्दळ सुरू झाली.

बंगल्याच्या आवारात येणाऱ्या-जाणाऱ्या गाड्यांची वर्दळ, बंगल्यातून उठणारे संगीताचे सूर परत ऐकू येऊ लागले.

गोपाळ कृष्ण गोखले, दादाभाई नवरोजी यांच्यासारख्या मोठ्या माणसांच्या सुसंगतीत रवि वर्म्याचे मुंबईतले दिवस जात होते. मद्रासला गेलेली फ्रेना मात्र मुंबईला परतली नव्हती. तेवढी एकच उणीव रवि वर्म्याला जाणवत होती.

रवि वर्मा आल्याचं कळताच स्लायसर मुद्दामहून मुंबईला आला. आणि आग्रह करून राज वर्मा, रवि वर्मा यांना घेऊन कार्ल्याला गेला.

रवि वर्मा प्रेस पाहात होता. त्या प्रेसमधून उमटलेली चित्रं आता पुष्कळशी समाधानकारक होती. चित्रांचा खपही चांगला होता. रवि वर्म्यानं ते काम पाहून समाधान व्यक्त केलं. राज वर्म्याला तो म्हणाला,

''पाहिलंस राजा, माझा निर्णय किती बरोबर होता ते ! कोणातरी कागदवाल्याला प्रेस मी विकला असता तर प्रेस चालला असता; पण चित्रातली सुबकता यावी म्हणून चाललेली धडपड तिथं दिसली नसती. ते फक्त कलावंतच करू जाणे !''

छापखान्याबाहेर पडत असताना रवि वर्म्यानं छापखान्याची पाटी पाहिली. 'रवि वर्मा चित्रशाळा'' हेच पूर्वीचं नाव त्यावर कायम होतं. त्या पाटीकडे पाहात रवि वर्मा स्लायसरला म्हणाला,

''स्लायसर, आता हे जुनं नाव ठेवण्याचं काहीच प्रयोजन नाही.''

स्लायसर हसला. तो म्हणाला,

''राजाजी, या छापखान्यात हवा तो बदल घडेल. पण नाव तेच राहील. मी मोठा व्यापारी नाही. व्यापारातलं मला फारसं कळत नाही. जे थोडं कळतं त्यातून एवढंच समजलं आहे की, तुमचं नाव काढलं तर हा प्रेस चालू शकणार नाही.''

रवि वर्मा त्यावर काही बोलला नाही. तो नुसता हसला.

मुंबईला येते वेळी त्याच्या मनात समाधान होतं.

मुंबईला आल्यानंतर तो पुन्हा आपल्या रंगशाळेकडे वळला, शेक्सपीयरच्या शॉयलॉकच्या कल्पनांवर आधारित त्यानं एका कंजूष माणसाचं चित्र चितारलं होतं. त्यानंतर चित्रसोपानावर त्यानं निवृत्त सैनिकाचं चित्र चितारायला घेतलं. रवि वर्म्यानं ते चित्र पुरं केलं. रवि वर्म्याच्या मार्गदर्शनाखाली राज वर्म्यानं त्या चित्राची पार्श्वभूमी चितारली. हे सर्व माधवराव धुरंधर पाहात होते. ते म्हणाले,

''राजाजी, एक विचारू?''

''विचारा ना !''

''आता आपलं मन पुराण प्रसंगांत रमत नाही ना?''

''तसं नाही.'' रवि वर्मा म्हणाला, ''मद्रासला प्रदर्शन भरणार आहे. त्या चित्रप्रदर्शनासाठी मी चित्रं पाठवावीत अशी त्यांची विनंती आहे. या वेळी मला पौराणिक चित्रं पाठवायची नाहीत. कलावंत आपल्या कृतींनी जी सवय लोकांना लावतो ती त्यांना जडते. मी पौराणिक चित्रं काढली. त्यांचा प्रसार जगभर झाला आणि मी पौराणिक प्रसंगांचा चित्रकार म्हणून मला प्रसिद्धी लाभली. पण असली बंधनं कलावंतांनी कधी स्वीकारू नयेत. तुमचे चाहते, तुमचे रसिक त्यांच्या प्रेमामुळं आणि आवडीमुळं तुम्हाला कोणत्यातरी कोशामध्ये बद्ध करू पाहतात. त्यातून सुटका करून घेणं हे तुमचं काम. नाहीतर धुळाक्षरं गिरवीत बसलेला मुलगा आणि आम्ही कलावंत यांत काहीच फरक राहणार नाही.''

सायंकाळच्या वेळी रवि वर्मा रंगशाळेत आला. त्या निवृत्त सैनिकाच्या चित्रावरती तो शेवटचा हात फिरवीत होता. आणि त्याच वेळी फ्रेना तिथं आली. रवि वर्मा म्हणाला,

"ये फ्रेना. केव्हा आलीस?"

"आज सकाळीच आले. तुम्ही आल्याचं कळलं-तुमचं पत्रही घरात पडलं होतं."

फ्रेनाचं लक्ष रवि वर्म्याकडं नव्हतं. ती त्या चित्रसोपानावर उभ्या केलेल्या चित्राकडं पाहात होती. ती उद्‌गारली,

"अप्रतिम ! सुरेख !"

"चित्र आवडलं?"

"आवडलं हा शब्द फार अपुरा होईल. रवि, तुझी कधी काळी श्रेष्ठ चित्रकार म्हणून नोंद झालीच तर, या चित्राचा समावेश करावा लागेल."

रवि वर्मा म्हणाला, "अलीकडं मी अनेक नवीन चित्रं काढली आहेत." रंगशाळेच्या कोपऱ्याकडं बोट दाखवीत तो म्हणाला, "तिथं ठेवली आहेत. बघ."

फ्रेना धावली. अधाशासारखी तिनं ती पाठमोरी लावलेली चित्रं सरळ लावली. त्या चित्रांकडं ती कौतुकानं पाहात होती. त्यात कंजूष सावकार, जिप्सी, कापणीवाली स्त्री अशी चित्रं होती. ती सारी चित्रं बघून फ्रेनानं विचारलं,

"ही चित्रं तू मद्रासला पाठविणार आहेस?"

"हो ! पण बक्षिसाच्या हेतूनं नव्हे. त्या चित्रांचं कलाक्षेत्रात काय मोजमाप होतं हे मला पाहायचं आहे."

फ्रेनानं खट्याळपणं विचारलं, "आणि ते मोजमाप कमी भरलं तर?"

"काही बिघडत नाही." निर्विकारपणं रवि वर्मा म्हणाला, "मी भारतातली आणि परदेशातली अनेक सुवर्णपदकं जिंकली आहेत. त्यावर मी तृप्त आहे. कोणताही सन्मान मिळावा म्हणून मी चित्रं पाठवित नाही."

फ्रेनानं आपली चिकाटी सोडली नाही. तिनं मिस्कीलपणे विचारलं,

"मग ही चित्रं पाठविण्यामागचा हेतू कोणता?"

तिच्या त्या रुक्ष प्रश्नानं रवि वर्मा किंचित कठोर बनला. तो म्हणाला,

"हेतू एकच, त्या प्रदर्शनात अनेक पाश्चात्त्य चित्रकार भाग घेत आहेत. त्यामध्ये भारतीय चित्रकाराची उणीव असू नये असं मला वाटतं."

फ्रेना चित्रसोपानावर असलेल्या निवृत्त सैनिकाच्या चित्राजवळ जात होती. त्याच वेळी रवि वर्म्यानं हाक मारली,

"फ्रेना !"

फ्रेना वळली. रवि वर्मा तिच्याकडे पाहात म्हणाला, "फ्रेना, मी पुराणातील चित्रं काढून जगतो असं तुला वाटत होतं ना ! ज्यांचा पुराणकथेशी काही संबंध नाही अशी ही माझी चित्रं काढून, माझ्या हातातल्या कलेची मी परीक्षा घेत आहे."

घायाळ झालेली फ्रेना रवि वर्म्याजवळ येऊन म्हणाली,

"रवि, तुझा गैरसमज होतोय."

"नाही फ्रेना ! माझा गैरसमज नाही. तू म्हणालीस ते योग्यच होतं. ऊठ फ्रेना.

तुझा चित्रसोपान वाट पाहतोय. कामाला सुरुवात कर.''

फ्रेनाकडे न पाहाता रवि वर्मा खुर्चीवर येऊन बसला. जवळच्या मंचकावरचा पानाचा डबा त्यानं उचलला आणि शांतपणे तो पान जुळवू लागला.

मद्रासच्या चित्रप्रदर्शनात रवि वर्म्याच्या चित्रांचं खूप कौतुक झालं. दोन प्रशस्तिपत्रंही मिळाली. बक्षीस मिळण्यापेक्षा लोकांनी चित्रं पाहिली, त्यांचं कौतुक केलं, याचं समाधान रवि वर्म्याला होतं. पण त्याहीपेक्षा राज वर्म्याच्या हुसेनसागर तलाव या चित्राला रजत कीर्तिमुद्रा हे पारितोषिक मिळाल्याचा मोठा आनंद रवि वर्म्याला झाला होता. त्या कौतुकात सारं घर होतं. तो राज वर्म्याला म्हणाला,

''राजा, या पारितोषिकामुळं चित्रकार म्हणून तुला मान्यता मिळाली याचं मला समाधान वाटतं.''

राज वर्मा संकोचानं म्हणाला, ''त्यापेक्षा आपल्या चित्राला...''

त्याला पुढं बोलू न देता रवि वर्मा म्हणाला,

''मी उदंड पारितोषिकं आणि सन्मान मिळवले आहेत. त्यामुळं मला खंत नाही; राजा, मला काही कीर्ती नको आहे. त्रिवेंद्रमचे राजे आईल्यम तिरुनाल यांनी मला वीर शृंखलेचा मान दिला, आणि तिथूनच माझ्या जीवनाची खरी वाट मला सापडली होती. या तुला मिळालेल्या सन्मानानं तुलाही माझ्या कलेची वाटचाल करण्याचं बळ लाभेल.''

रवि वर्म्यानं राज वर्म्याच्या यशाप्रीत्यर्थ सर्व नोकरांना खुशाली वाटली. पाचनला नवी वस्त्रं देऊन भूषित केलं होतं.

सायंकाळच्या वेळी अचानक दादाभाई नवरोजी आल्याचं कळलं. रवि वर्म्यानं त्यांचं स्वागत केलं.

पांढरीशुभ्र दाढी, मस्तकी पारशी थाटाची पगडी परिधान केलेले, गौर वर्णाचे, वार्धक्याकडे झुकलेले दादाभाई हसतमुखानं रवि वर्म्याला मिठी मारीत म्हणाले,

''राजाजी, आपण मोठ्या संकटात कोसळला आहात.''

''का? काय झालं?''

''ब्रिटिश राजसत्तेची मेहेरनजर आपल्याकडं वळली आहे. कैसर-ई-हिंद ही दुर्लभ किताबत तुम्हाला बहाल केली आहे अशी मला विश्वसनीय बातमी आहे. ही पदवी आजवर श्रीमंतांना, संस्थानिकांना मिळत असे. कदाचित हा सन्मान मिळवणारे तुम्ही पहिले चित्रकार असाल.''

रवि वर्मा नुसता हसला.

''का हसलात राजाजी?''

''काही नाही. कदाचित ब्रिटिश राजसत्तेनं मी काढलेली टिळक, शिवाजी,

राणा प्रताप यांची चित्रं पाहिली नसतील. उद्या ती त्यांच्या नजरेत आली तर, कुणास माहीत, हा सन्मान ते काढून देखील घेतील.''

रवि वर्म्याच्या त्या वाक्यावर दोघंही मनमोकळेपणानं हसले.

आणि दोन दिवसांतच दादाभाई नवरोजींनी सांगितलेली बातमी सर्व वृत्तपत्रांतून झळकली.

रवि वर्म्याचं अभिनंदन करण्यासाठी इष्टमित्रांची, कलावंतांची रीघ लागली.

संकटं जशी एकटी येत नाहीत, तसे सन्मानही.

काही महिन्यांतच इंग्रज राजवटीनं रवि वर्म्याला राजा ही सन्माननीय किताबत बहाल केली. त्यावर रवि वर्मा म्हणाला,

''ठीक आहे. आता कुणा राजाच्या मर्जीवर राजा म्हणवून घेण्याची गरज उरली नाही.''

पण त्या किताबाचा आनंद फार काळ टिकला नाही. एके दिवशी सायंकाळी रवि वर्मा आपल्या बैठकीवर बसला असता राज वर्मा अश्रुपूर्ण नजरेनं तिथं धावत आला. कसलीही मर्यादा न पाळता तो रवि वर्म्याकडं धावला आणि त्याच्या मांडीमधे आपला चेहरा लपवून तो मुसमुसून रडू लागला. भयचकित रवि वर्म्यानं विचारलं,

''राजा, काय झालं?''

आणि राज वर्मा रवि वर्म्याच्या मांडीवर ढासळत म्हणाला,

''दादाजी, आपला गोदा गेला.''

''गोदा गेला? कुठं?''

मुसमुसत राज वर्मा म्हणाला, ''देवाघरी गेला.''

थरथरत्या हातानं त्यानं चुरगाळलेली तार उचलली. ती तार हाती घेऊन रवि वर्मा वाचत होता. त्याच्या भकास नजरेला शब्द कळत होते, पण अर्थ कळत नव्हता.

रवि वर्मा सावध झाला. मांडीवर पडलेल्या राज वर्म्याला कवटाळीत तो म्हणाला,

''राजा, रडू नको. मोठ्यांनी मागं राहावं आणि लहानांनी पुढं जावं याचं दुःख मला पुरेसं आहे. तू रडू नको दुःख आवर.''

गोद वर्मा गेला ही बातमी त्याच्या वर्तुळात पसरली. ज्यांनी गोद वर्माला वीणेचे धडे दिले होते, वीणा शिकवली होती ते मंगेशराव तेलंग रवि वर्म्याला भेटायला आले. तेलंगांना पाहताच दोघांच्याही अश्रूंना बंध राहिला नाही. आपले अश्रू पुसत तेलंग म्हणाले,

''राजाजी, गोदा मोठा वीणावादक झाला असता. त्याची सर्व तयारी झाली होती. पण एवढ्या तरुण वयात तो असा अचानक जाईल याची कल्पना नव्हती.''

''तेलंग, कुणास माहीत कदाचित स्वर्गामध्ये वीणावादकाची कमतरता भासली असेल. त्याचमुळं परमेश्वरानं माझ्या गोदाला नेला असेल. जी परमेश्वराची लाडकी

माणसं असतात ना ती आधी जातात. आणि ज्यांचे भोग सरायचे असतात ती मागं उरतात. वाईट एकच वाटतं, मोठ्यांनी मागं राहावं आणि लहानांनी आधी जावं याचं.'' रवि वर्मा खिन्नपणे हसला, तो म्हणाला, ''काही वेळा गोष्टी घडून जातात. आणि नंतर त्याचा पश्चात्ताप माणसांना भोगावा लागतो. मी किलीमानूरहून येताना गोदाला माझ्याबरोबर चल म्हणालो होतो. तर तो म्हणाला—

'दादाजी, मला पुष्कळ रियाज करायचा आहे. मी इथंच राहतो.'

''आणि त्या रात्री गोदानं आपल्या वीणेवर मला भैरवी ऐकवली. पण या मूर्ख भावाला त्याचा अर्थ कळला नाही. मी इकडे आलो. आणि गोदा गेला. ती भैरवी ऐकवण्यासाठीच त्यानं मला बोलावलं होतं का? हा दैवाचा फासा पडला होता का?''

साऱ्या घरामध्ये दुःखाची छाया पसरली होती. राज वर्मा जवळ येत म्हणाला,

''दादाजी, आपल्याला किलीमानूरला जायला हवं.''

उद्वेगानं रवि वर्मा उसळला, ''कशासाठी? ती मोकळी वीणा बघायला? की, त्या पोरीचं पांढरं कपाळ बघायला?''

निःश्वास सोडून रवि वर्मा क्षणभरानं म्हणाला,

''ठीक आहे. जे नशिबात भोगायचं आहे ते भोगलं पाहिजे. त्याला सामोरं जायला हवं. राजा, किलीमानूरला जाण्याची तयारी कर. आम्ही किलीमानूरला जाणार.''

☯

गोद वर्माचं क्रियाकर्म आटोपून रवि वर्मा किलीमानूरला थांबला असताना त्याचे दिवस दुःखद वातावरणात जात होते. आणि एके दिवशी राज वर्मा म्हैसूरच्या आमंत्रणाची तार घेऊन तिथं आला. रवि वर्मा म्हणाला,

''हे आमंत्रण मी नाकारणार कसं? त्यांना आम्ही येत असल्याचं कळव.''

रवि वर्मा आपल्या भावाचं, त्याच्या वियोगाचं सारं दुःख विसरून म्हैसूरला जाण्याची तयारी करीत होता. ते म्हैसूरचं आमंत्रण पाहून त्याला त्याच्या दुःखातून सुटका झाल्यासारखं वाटत होतं.

जेव्हा माणूस एकाकी बनतो, तेव्हा त्याला त्याच्या एकान्तपणापासून दूर नेणारी कुठली तरी गोष्ट हवी असते.

म्हैसूरच्या आमंत्रणानं हीच गोष्ट केली होती.

रवि वर्मा राज वर्म्यासह म्हैसूरला जाण्याच्या तयारीला लागला.

☯

म्हैसूरला राज वर्मा आणि रवि वर्मा यांचं राजेशाही स्वागत केलं गेलं. त्यांच्या निवासासाठी स्वतंत्र हवेली होती. सेवेसाठी दासदासींचा भरणा होता. या व्यतिरिक्त रवि

वर्म्याच्या सेवेसाठी घोडागाड्या सज्ज होत्या. पण त्या साऱ्यांकडे दुर्लक्ष करून, रवि वर्म्यानं त्या महालामध्ये उभारलेल्या रंगशाळेकडे आपलं लक्ष केंद्रित केलं.

सकाळच्या वेळी रवि वर्मा जटायुवधाचं चित्र पुरं करीत होता. आपल्या डाव्या हातामध्ये अधोमुख झालेल्या सीतेला कवेत आवळीत, त्या रावणानं आपल्या तलवारीनं जटायूचा पंख छेदला होता. पाषाणावर रावणाचा किरीट आणि तुटलेला जटायूचा पंख विखुरला होता. तो रावणाचा तांबडा कमरबंध, त्यावर चकाकणारी ती कट्यार, तांबड्याबुंद वस्त्रावर परिधान केलेला तो कटिबंध, त्या कटिबंधावर चमकणारे ते हिरे. त्याच्या मणिबंधात असलेला तो तेजस्वी माणिक. त्या दुशेल्यातून ओघळणारा तो हिरवाकंच रुमाल. त्याच्या पदावर शोभणारा हिरवा जरीकाठ. हे सारं वर्मा रेखाटत होता. त्या चित्रावर तो प्रसन्न झाला होता.

रवि वर्म्यानं रावण-सीतेचं चित्र पुरं केलं. उभ्या फलकावर ते चित्र पुरं झालं होतं. पण अजूनही राज वर्मा तिथं नव्हता. चित्र पुरं झालं की, रवि वर्म्याच्या योजनेनुसार त्या चित्राची पार्श्वभूमी पुरं करण्याचं काम राज वर्मा करीत असे. पण सकाळपासून राज वर्मा रंगशाळेत आला नव्हता. किंचित संतापभरात रवि वर्म्यानं हाक मारली,

"रामय्याऽ"

काही क्षणांत रामय्या रंगशाळेत आला. संतप्त नजरेनं रवि वर्म्यानं विचारलं,

"राजा का आला नाही?"

रामय्या म्हणाला, "कोच्चू, त्याला बरं नाही. त्याच्या पोटात भारी कळ आहे. डॉक्टरांना बोलावणं पाठवलंय."

"मग मला का नाही सांगितलं?"

"तुझ्या कामात व्यत्यय येऊ नये म्हणून..."

पण रामय्याला बोलू न देता रवि वर्मा उफाळला,

"शहाणे आहात—"

रवि वर्म्यानं कुंचला रंगतबकात फेकला आणि तो रामय्यापाठोपाठ खाली धावला.

राज वर्म्याच्या निवासात जेव्हा ते दोघे पोहोचले, तेव्हा तिथं डॉक्टर व त्यांच्याबरोबर आलेली परिचारिका उभी होती. रवि वर्म्यानं आशेनं विचारलं,

"डॉक्टर, हे अपचनामुळं झालं का?"

"नाही राजाजी ! आपण मला ओळखत नसाल, पण मी आपल्याला ओळखतो. हे दुखणं मला साधं वाटत नाही."

रवि वर्म्याच्या खांद्यावर हात ठेवत डॉक्टरांनी त्याला बाहेर नेलं. डॉक्टर म्हणाले,

"राजाजी, माझ्यावर विश्वास ठेवा. तुमचे बंधू हे ट्यूमरचे रोगी असावेत असं मला वाटतं. माझं निदान खोटं ठरलं तर तुमच्याइतकाच मला आनंद होईल."

डॉक्टरांच्या बोलण्यानं रवि वर्मा अवाक् झाला होता. स्वत:ला सावरत तो

म्हणाला,

“डॉक्टरसाहेब, मग काय करावं म्हणता?”

डॉक्टर आपल्या गळ्यातील स्टेथास्कोपशी चाळा करीत म्हणाले,

“हे पाहा मिस्टर रवि वर्मा, मी काही सर्वज्ञ नाही. ना सर्जन-— आपण तुमच्या बंधूंना घेऊन जर मद्रासला गेलात तर, कदाचित त्यांच्यावर योग्य ते उपचार होतील.”

“ठीक आहे डॉक्टर, थँक यू !”

डॉक्टर निघून गेले. पण रवि वर्मा त्याच जागी बराच वेळ उभा होता.

☯

डॉक्टरांच्या त्या बोलण्यानं रवि वर्मा पुरा अस्वस्थ झाला होता. मद्रासला जावं की मुंबईला जावं हे त्याला सुचत नव्हतं. त्याच अस्वस्थ मन:स्थितीत तो म्हैसूरच्या राजवाड्यावर गेला. रवि वर्मा आल्याचं कळताच म्हैसूर महाराजांनी त्याला बोलावून घेतलं. रवि वर्म्याच्या चिंताचूर मुद्रेकडं पाहून महाराजांनी विचारलं,

“काय झालं रवि वर्मा?”

व्याकूळ रवि वर्मा म्हणाला, “महाराज, माझ्या भावाला बरं नाही.”

“ते मला कळलेलं आहे. आमच्या डॉक्टरांनी सांगितलं आहे.”

रवि वर्म्याला आपल्या डोळ्यांतले अश्रू आवरणं कठीण गेलं. त्याच्या जवळ येत, त्याच्या पाठीवर हात ठेवत महाराज म्हणाले,

“राजेसाहेब, धीरानं घ्या. आपण मद्रासला जाणार असला तर, तिथं माझ्या ओळखीचे नामांकित सर्जन आहेत. ते आपल्या श्रमाची पराकाष्ठा करून आपल्या बंधूंवर शस्त्रक्रिया करतील. हे जर तुम्हाला मान्य असेल तर, माझे सेक्रेटरी माझं पत्र घेऊन तुमच्याबरोबर येतील.”

रवि वर्मा म्हणाला, “आपली आज्ञा महाराज.”

म्हैसूरचे महाराज खिन्नपणे हसून म्हणाले, “नाही राजाजी. इथं आज्ञेचा प्रश्न नाही. तुमच्या मनात असेल तसे सांगा. आम्ही तसे वागू.”

“पण आपली चित्रं...”

“त्याचा विचार करू नका. तुम्ही तुमच्या बंधूंना बरं करून घेऊन या, आणि नंतर केव्हाही सवडीनं आपण ती चित्रं पुरी करा. राजाजी, आमच्या दरबारचं दालन केव्हाही चित्रांनी सजवता येईल. पण माणसाची उणीव भरून काढता येत नाही. त्यासाठी दिरंगाई करून चालत नाही.”

रवि वर्म्यानं मद्रासला जाण्याचा निर्णय घेतला. म्हैसूरच्या महाराजांनी आपला खास सचिव आपल्या पत्रासह रवि वर्म्याबरोबर दिला. प्रवासाची सर्व व्यवस्था केली. एवढंच नव्हे तर, मद्रासमधल्या आपल्या निवासामध्ये रवि वर्म्याची सर्व व्यवस्था करवली.

रवि वर्मा राज वर्म्याला घेऊन मद्रासला पोहोचला. प्रत्येक दिवसाबरोबर राज वर्म्याच्या यातना वाढत होत्या. सर्जनसाहेबांनी राज वर्म्याला तपासलं. आणि ते म्हणाले,

"रवि वर्मा, मी सर्जन आहे. देव नाही. तुमच्या भावाच्या पोटामध्ये ट्यूमर आहे. फार दिरंगाई न करता ते ऑपरेशन केलं पाहिजे. पण सांगायला खेद वाटतो, यश फक्त पंचवीस टक्के आहे. पण ती संधी घ्यायची का नाही हे तुम्ही ठरवा. तुम्ही होकार दिला तर, उद्या मी ऑपरेशन करीन."

रवि वर्म्याला ब्रह्मांड आठवलं.

पंचवीस टक्के यशाची खात्री !

संधी पकडली नाही तर...

बरोबर कुणी नाही.

कुणाच्या जीवावर ही जबाबदारी पुरी करायची?

निदान ह्या वेळी पाचन तरी जवळ हवा होता. राम हवा होता.

काय निर्णय घ्यावा?

घे ना ! तुझाच भाऊ आहे. हा निर्णय तू घ्यायचा नाही तर कुणी?

आणि काही विपरीत घडलं तर?

विपरीत...

रवि वर्म्याचं अंग शहारलं. ती कल्पनाही त्याला असह्य झाली. तो तसाच राज वर्म्याच्या खोलीमध्ये गेला.

राज वर्मा पोटातल्या वेदनेनं तळमळत होता. रवि वर्मा त्याच्या उशाशी बसला. त्याच्या कपाळावरून तो हात फिरवू लागला. आपल्या थंडगार हाताची मिठी रवि वर्म्याच्या हाताला घालीत राज वर्मा म्हणाला,

"दादाजी, मला हे सोसवत नाही. मला कुठलं तरी विष आणून द्या."

राज वर्म्याच्या त्या बोलण्यानं रवि वर्म्याला असह्य झालं. तो बाहेर आला आपल्या खोलीमध्ये जाऊन, भिंतीला हात टेकून रडत उभा राहिला.

...एकटा !

सकाळी उठल्याबरोबर रवि वर्म्यानं सर्जनना फोन केला. वेळ ठरली. राज वर्मा सर्जनसाहेबांच्या दवाखान्यात दाखल झाला. दोन दिवस प्राथमिक उपचारामध्ये गेले. त्यानंतर राज वर्म्याला त्यातल्या त्यात बरं वाटत होतं.

ऑपरेशनच्या दिवशी ऑपरेशन थिएटरमध्ये नेत असता राज वर्मा रवि वर्म्याला म्हणाला,

"दादाजी, तुम्ही रडू नका. सगळं ठीक होईल. आपल्याला पुष्कळ चित्रं पुरी करायची आहेत."

राज वर्म्याला ऑपरेशन थिएटरमध्ये नेण्यात आलं.

थरथरत्या पावलानं आणि अधिऱ्या मनानं बाहेर बसलेल्या रवि वर्म्याच्या खांद्यावर सर्जननी येऊन हात ठेवला. ते म्हणाले,

''सॉरी ! मी काही करू शकलो नाही...''

''म्हणजे...''

''आपले बंधू या जगात नाहीत.''

रवि वर्म्यावर ब्रह्मांड कोसळलं.

राज वर्म्याचा अस्थिकलश घेऊन रवि वर्मा किलीमानूरला आला. राज वर्म्याच्या मृत्यूची बातमी पुढं येऊन पोहोचली होती. रवि वर्मा किलीमानूरला उतरताच, वाड्यामध्ये एकच आक्रोश उसळला. रवि वर्म्याचंसुद्धा भान हरपलं होतं. म्हातारा पाचन छाती पिटत सामोरा आला.

वाड्यामध्ये शिरण्याचं सामर्थ्य रवि वर्म्याला राहिलं नव्हतं.

हातात अस्थिकलश घेतलेला रवि वर्मा पायऱ्यांवरच थबकला. पाचन पुढं आला. त्याच्या पाठोपाठ रामय्याही होता. ते दोघे म्हणाले,

''कोच्चू ! स्वत:ला आवर आणि आत चल.''

रवि वर्मा मान हलवत म्हणाला, ''आत ! कुणापुढं? मी मोठा. गोदा गेला. आता राजा गेला. कोणत्या तोंडानं मी आत जाऊ?''

''कोच्चू ! पुरुषानं पुरुषासारखं वागावं. ही वेळ रडण्याची नाही. आता ह्या घराला धीर देण्यासाठी तूच उभा राहिला पाहिजेस. चल पुढं.''

आणि पाचननं रवि वर्म्याच्या दंडाला धरलं. अस्थी असलेला तो तांब्याचा कलश रवि वर्म्याच्या हातात थरथरत होता. रामय्याच्या आधारानं रवि वर्मा वाड्यामध्ये आला.

आपल्या रंगशाळेत येताच त्याने तो अस्थिकलश मध्यभागीच्या मंचकावर ठेवला. वाड्यातला आक्रोश त्याला ऐकू येत नव्हता. ऐकू येत होते ते राज वर्म्याचे शेवटचे शब्द. तो म्हणाला होता,

''दादाजी, रडू नका ! आपल्याला खूप चित्रं पुरी करायची आहेत.'

'अरे राजा ! आता तुझ्या संगती ती चित्रं पुरी करायला मला स्वर्गातच यायला हवं !'

त्या आठवणीनं व्याकूळ झालेला रवि वर्मा उभ्या जागी ढसढसा रडू लागला. रामय्यानं त्याच्या पाठीवरून हात फिरवला. रवि वर्म्यानं चमकून त्याच्याकडे पाहिलं. अश्रुपूर्ण नजरेनं रामय्या म्हणाला,

''कोच्चू, तुला आत जायला हवं.''

उद्वेगानं रवि वर्मा म्हणाला, ''अरे, तुम्हाला काळीज दिलं नाही का रे?

कुठल्या तोंडानं त्या पोरीपुढं जाऊ? आणि तिचं कसं सांत्वन करू? या क्षणी वाटतं, पृथ्वी दुभंग व्हावी आणि तिनं मला पोटात घ्यावं. रामय्या, आयुष्यात पुष्कळ जयपराजय मी सोसले पण हे सोसणं मला कठीण जातं.''

रामय्या सारं ऐकत होता. त्याच्या डोळ्यांतून अश्रू झिरपत होते. पण त्यानं रवि वर्म्याच्या दंडावरची मिठी सैल केली नव्हती. तो म्हणाला,

''कोच्चू ! आपल्याला आत जायला हवं.''

रामय्याचा आधार घेऊन दुसऱ्या चौकातल्या अंतर्गृहात रवि वर्म्यानं प्रवेश केला, अणि त्या दोघांनी प्रवेश करताच तिथल्या स्त्रिया उठून बाहेर गेल्या. अधोमुख होऊन गुडघ्यात मान घालून बसलेल्या, शुभ्रवस्त्रात राज वर्म्याच्या पत्नीनं चेहरा वर केला. रवि वर्म्याला पाहताच ती आक्रोशली,

''दादाजी, मी आता काय करू? काय करू—''

आणि ती पुढं धावली. रवि वर्म्याचे पाय धरून त्यांवर मस्तक ठेवून ती रडू लागली. दोन्ही पायांना पडलेली मिठी इतकी बळकट होती की, त्या जाणिवेनं ती मिठी सोडविण्याचं धारिष्ट्य रवि वर्म्याला उरलं नव्हतं. रामय्याचा आधार घेत तो म्हणाला,

''पोरी, एकानं माझा सूर नेला. राजा गेला आणि त्यानं माझा कुंचला नेला. कदाचित आज राजा गेला असेल, पण जीवंतपणी मी आज मृत्यू भोगतो आहे. आज रवि वर्मा थकला आहे. पोरी, वैधव्य फक्त स्त्रियांनाच येतं असं नव्हे. कैक वेळी ते पुरुषांनाही भोगावं लागतं.''

रवि वर्म्यानं बळजबरीनं पायाशी पडलेल्या राज वर्म्याच्या पत्नीला उठवलं. आणि आपल्या मिठीत घेतलं.

आजूबाजूचे हुंकार त्याला ऐकू येत नव्हते. एकच आवाज त्याच्या कानात घुमत होता,

'दादाजी, आपल्याला खूप चित्रं काढायची आहेत. ती आपण पुरी करू.'

ठीक आहे राजा ! सांगायला सोपं असतं.

प्रत्येक माणसाचं जीवन स्वतंत्र असतं हे खरं !

पण त्याला पार्श्वभूमी लाभली तर ते जीवन संपन्न होतं.

मी उदंड चित्रं काढीन.

पण त्या चित्रांची पार्श्वभूमी तुझ्याविना आता कोण रंगवणार?

नाही राजा, तुझ्याविना माझी चित्रं अपुरी राहतील !

फार फार अपुरी राहतील !

☯

किलीमानूरला राज वर्म्याचं क्रियाकर्म आटोपून एक महिन्याच्या वास्तव्यानंतर,

रवि वर्मा राम वर्मासह म्हैसूरला गेला. आणि म्हैसूरला नऊ चित्रं पुरी करून परत यायला निघाला. त्या वेळी म्हैसूरचे महाराज म्हणाले,

''माझी आपल्याला एक विनंती आहे.''

''विनंती कसली ! आज्ञा करावी महाराज.''

''बादशहा पंचम जॉर्ज म्हैसूरला येत आहेत. त्यांचं आम्ही स्वागत करूच. पण त्यांच्या संगती चार गुणी माणसं असावीत असं आमचं मत आहे. तुम्ही त्यांच्या संगती राहावं असं आम्हाला वाटतं.'

रवि वर्मा म्हणाला, ''महाराज, माझी प्रकृती अलीकडं मला साथ देत नाही. जर तिनं मला साथ दिली, तर मी जरूर आपल्या सेवेला हजर आहे.''

''रवि वर्मा, आमच्या म्हैसूरमध्ये येऊन तुमचा एक बंधू हरवला हे आम्हांला माहीत आहे. कदाचित आमच्या म्हैसूरमध्ये तुम्ही बरे होण्याची नियती या परमेश्वरानं रेखाटली नसेल. कृपा करून तुम्ही तंदुरुस्त असाल तरच या समारंभासाठी या. नाही आलात तर गैरसमज होणार नाही. पण रवि वर्मा, तुम्ही जगलं पाहिजे. तुमच्या हातून होणाऱ्या त्या चित्रकलेनं माणसांना जगण्याचं बळ दिलं. तुम्ही आम्हांला चित्रं सुरेख काढून दिलीत. तुमचा विश्वास बसणार नाही, पण सकाळी पूजा-अर्चा झाल्यानंतर आम्ही त्या सभागृहामध्ये जातो. आणि तुम्ही चितारलेलं जटायुवधाचं चित्र पाहतो. रावण सीतेला घेऊन गेला. पण तिच्या रक्षणार्थ जटायूनं जी धडपड केली ती विसरायची कशी? स्वातंत्र्यासाठी धडपडणाऱ्या ह्या पक्ष्याचे पंख असेच छाटली जातात हे आम्ही पाहतो. आणि कैक वेळा असं वाटतं की, आम्ही रावण आहोत की जटायू! ह्या लक्ष्मीच्या पोटी आम्ही लाचारी का स्वीकारतो हेही आम्हांला समजत नाही.''

रवि वर्मा म्हणाला, ''महाराज, इतकं निराश होण्याइतकं काही नाही.''

''रवि वर्मा, तुम्ही कलावंत आहात. आणि कलावंत माणसं अडाणी असतात असं आमचं प्रामाणिक मत आहे. तुम्हाला आठवतं? तुम्ही आणि तुमचा भाऊ, दोघे मिळून इथं आला होतात. भाऊ आजारी पडला. त्याला घेऊन तुम्ही मद्रासला गेलात. आणि त्यानंतर एकटेच इथं आलात. त्या रंगशाळेतला दुसरा चित्रसोपान मोकळा पाहात असताना, हत्तीवरची अंबारी हरवली असं आम्हांला वाटतं.''

म्हैसूरच्या महाराजांच्या उद्‌गारांनी रवि वर्म्याच्या डोळ्यांत अश्रू तरळले. त्याला राज वर्मा आठवला. रवि वर्मानं आपला चेहरा हातात लपवला आणि तो रडू लागला.

त्याच्या खांद्यावर हात ठेवत महाराज म्हणाले,

''रवि, रडू नका. जे घडतं ते परमेश्वरी इच्छेनं. तो असं का करतो हे कुणी सांगावं?''

रवि वर्म्यानं नंतरच्या दोन महिन्यांच्या अवधीत सारी चित्रं पुरी केली. परत जाताना म्हैसूरचे महाराज म्हणाले,

"राजा रवि वर्मा ! मी तुम्हाला काय भेट देऊ?"

आणि आपल्या बोटातील तीन हिऱ्यांची अंगठी काढून रवि वर्म्याच्या हातात देत ते म्हणाले,

"रवि, आमची आठवण म्हणून तुम्ही ही जतन करा."

नि:श्वास सोडून रवि वर्मा म्हणाला,

"महाराज, ही आपणाजवळ राहू दे."

"का? अंगठी आवडली नाही?" महाराजांनी विचारलं.

"जरूर आवडली. पण महाराज, ह्या अंगठीत तीन हिरे आहेत. त्यांतले दोन मी हरवले आहेत. ही अंगठी पाहताना माझ्या उरलेल्या आयुष्यात त्या हरवलेल्या माणसांची सदैव जाणीव होत राहील. ती मला क्लेशकारक होईल. आणि त्याच भावनेनं मी ही अंगठी आपल्याला परत करीत आहे. त्याबद्दल गैरसमज नसावा."

म्हैसूरच्या महाराजांना रवि वर्म्याचं मनोगत कळलं. त्यांनी प्रेमभरानं त्याच्या पाठीवर हात ठेवला. आणि रवि वर्म्याचा त्यांनी निरोप घेतला.

☯

रवि वर्मा राम वर्मासह किलीमानूरला आला. पण दिवसेंदिवस त्यांची प्रकृती ढासळत होती. वाढता थकवा त्याला जाणवत होता. वैद्यांचं औषध त्याला चालू होतं. त्यांच्या सांगण्यानुसार रवि वर्मा सकाळ-संध्याकाळ उघड्या पायानं शेतातून फिरायला जात होता. किलीमानूरला हा दोन महिन्यांचा काल असाच गेला.

आणि एक दिवस म्हैसूरचं आमंत्रण त्याच्या हाती आलं. पंचम जॉर्ज बादशहा म्हैसूरला येत असल्यानं रवि वर्म्याला ते खास आग्रहाचं आमंत्रण होतं. ते आमंत्रण पाहून रवि वर्मा गोंधळला होता.

त्या आमंत्रणाचा रवि वर्म्यानं स्वीकार केला.

म्हैसूरला महाराजांनी रवि वर्म्याचं स्वागत केलं. ते म्हणाले,

"राजाजी, आपल्याला आम्ही सांगितलं होतं. आमच्या आमंत्रणाचा स्वीकार करून आलात, आम्हाला आनंद झाला."

रवि वर्मा काही बोलला नाही. महाराजांनी विचारलं,

"आपली तब्येत ठीक आहे ना?"

रवि वर्मा हसून म्हणाला, "महाराज, तब्येत चांगली नसती तर मी आलो नसतो."

महाराज समाधानानं म्हणाले, "राजाजी, तुम्हांला माहीत आहे. बादशहाच आमच्या संस्थानात येत आहेत. त्यांच्या संगती निवडक चार माणसं असावी असं वाटलं. आणि त्यात आम्ही तुमची निवड केली."

वास्तविक पाहता, रवि वर्म्याला हा सन्मान वाटायला हवा होता. पण त्याला तो वाटला नाही. तो म्हणाला,

"माझी निवड कशाला?"

राजेसाहेबांनी विचारलं, "बाकीच्यांबरोबर तुमची निवड होते हे तुम्हाला कमीपणाचं वाटतं का?"

रवि वर्मा हसून म्हणाला, "त्यापेक्षा आपली संगत मला मोलाची वाटते."

चामराज वाडियार मुक्तपणे हसले. ते म्हणाले,

"राजाजी, आपण खरेच राजे आहात. नाहीतर येणाऱ्या सम्राटाची सोबत इतक्या सामान्यपणे तोलण्याची ताकद दुसऱ्या कोणाची झाली असती ! पण एक विनंती आहे, आपण आमचा पाहुणचार घ्यावा. सम्राटांना भेटा. कदाचित त्यात तुमच्या कलेला नवा विषय मिळेल. ठीक?"

रवि वर्मा म्हणाला,

"महाराज, आपली आज्ञा मला मान्य आहे."

म्हैसूरच्या निवासस्थानामध्ये वास्तव्य करीत असता पंचम जॉर्ज बादशहाची स्वागताची चाललेली तयारी रवि वर्मा बघत होता. आणि ठरलेल्या दिवशी शेकडो हत्तींच्या मिरवणुकीत सुवर्णरथातून आलेली पंचम जॉर्ज यांची मूर्ती त्यानं पाहिली. देवदुर्लभ असं ते स्वागत होतं. ते तो पाहात होता. दरबाराचा थाट तर अप्रतिम होता. आणि त्यानंतर बादशहांच्यासाठी खेड्डा ठरविण्यात आला.

बादशहांच्या संगती रवि वर्मा जाणार होता. त्याची उत्सुकता वाढली होती. ठरल्या दिवशी जाण्याआधीच तो त्या स्थळी गेला. जेथे खेड्डा होणार होता त्या स्थळी मोठ्या चरी मारल्या होत्या. त्या ठिकाणी शिकवलेले हत्ती सागवानाचे सोट घेऊन येत होते. ते त्या चरीमध्ये एकाला एक लागून पुरले जात होते.

रवि वर्म्यानं विचारलं, "हे जंगली हत्ती या आवारात शिरतील का?"

माहितगारानं सांगितलं, "न शिरायला काय झालं? हे शिकवलेले हत्ती असतात. ते त्यांना घेऊन येतात."

रवि वर्मा काही बोलला नाही.

ठरल्या दिवशी नदीकाठावर, बंदिस्त जागेत रवि वर्मा बाकीच्यांच्या समवेत बसला होता. दोनप्रहर टळत आली. आणि शेकोट्या पेटू लागल्या. चारी बाजूंनी पेटलेले जाळ आणि चारी बाजूंनी उठणारे आवाज यांनी जंगलामध्ये एकच चिलकारी उठली. आणि भयभीत झालेले हत्ती धावत सुटले. त्यांच्या पायाखाली हत्तींची पिलें चेंगरली जात होती. हत्तींचा चीत्कार रानावर उठत होता. हे सारे हत्ती ठरलेल्या खेड्ड्यामध्ये घुसवण्याचा प्रयत्न होत होता. ज्यांचे सुळे चमकत आहेत असे दोन मदोन्मत्त हत्ती आत जायला नाकारत होते. पण सरावलेल्या माद्या त्यांना आत जाण्यासाठी भाग पाडत होत्या.

रे सारं दृश्य रवि वर्मा बघत होता.

हत्ती आत शिरले. मदोन्मत्त हत्ती आपल्या सोंडेनं तो बंदिस्त तट उखडण्याचा प्रयत्न करीत होते. पण त्यांना यश लाभत नव्हतं.

वरून पाहणारे प्रेक्षक टाळ्या वाजवून, एक चांगला प्रसंग पाहिल्याचा आनंद व्यक्त करीत होते.

बादशहा उठले. त्यांच्या पाठोपाठ रवि वर्मा उठला आणि आपल्या निवासस्थानी गेला. पण त्याला झोप येत नव्हती.

जीवनाचा अर्थ काय?

कुठल्यातरी माणसाळलेल्या माद्यांनी गजेंद्रांना मोहवत आणायचं आणि त्यांना पिंजऱ्यात कोंडायचं. एवढंच ना?

आयुष्यात शेवटी परमेश्वरानं हे दृश्य मला का दाखववावं?

कोणत्या कारणास्तव?

शेवटी जीवन हा एक पिंजराच असतो का?

ते गजेंद्र ! ते आपल्या टकरांनी ते कुंपण ढासळू पाहणारे !

ते गजेंद्र ! ते आपल्या सोंडेनं कुंपण उद्ध्वस्त करू पाहणारे !

पण काही जमलं नाही.

काही ढासळलं जात नाही. काही उखडलं जात नाही.

राहतं ते फक्त साधं जीवन !

पण हे कसं कुणाच्या ध्यानी येत नाही?

कुठल्यातरी मोहाच्या पाठीमागे धावत जायचं.

आणि कुठल्यातरी पिंजऱ्यात अडकायचं.

कायमचं !

त्यापुढं त्या बंदिस्त जागेतून सुटका होत नाही हे जेव्हा ध्यानी येतं तेव्हा माहुतांनी सांगितलेली सारी कामं चूपचापपणे करायची !

बळ खर्चायचं ते सागाचे सोट उचलण्यासाठी !

त्या विचारानं रवि वर्मा थकला. त्याला पुरुतार्थी, सुगंधा आठवली.

दोन्ही हातामध्ये चेहरा लपवून तो अश्रू ढाळत होता. पण आपण अश्रू का ढाळतो हे त्यालाही कळत नव्हतं.

☯

रवि वर्मा म्हैसूरहून किलीमानूरला आला. त्याचं उसनं आणलेलं अवसान ढासळत होतं. दिवसेंदिवस त्याची प्रकृती ढासळत होती. तो थकवा शक्यतो चारचौघात दिसू नये यासाठी तो धडपडत होता. आणि एके दिवशी दोन प्रहराच्या वेळेला तो आपल्या रंगशाळेत गेला. रंगशाळेत चित्रसोपान उभा होता. त्यावर कोरा

फलक होता. रवि वर्मानं आपला कुंचला उचलला. पण त्या हातात कंप होता. चित्रसोपानापुढं उभं राहणं त्याला अशक्य वाटत होतं. थरथरत्या पायानं आणि थरथरत्या हातानं ती कोळशाची कांडी त्यानं चित्रसोपानालगत ठेवलेल्या मंचकावर ठेवली. थकलेला रवि वर्मा म्हणाला,

"मला आता आज काम करणं शक्य वाटत नाही."

मागं उभी असलेली मंगला पुढं झाली. तिनं विचारलं,

"दादाजी, काय झालं?"

खांद्यावरच्या उपरणीनं घाम टिपत रवि वर्मा म्हणाला, "मंगला, खूप थकवा वाटतो. मी बसतो."

शेजारच्या आरामखुर्चीवर रवि वर्मा बसला. त्यानं खुर्चीला पाठ टेकली आणि एकदम तो कळवळला.

"आई गऽ"

"काय झालं?" मंगला घाबरून म्हणाली.

खांद्याकडं बोट दाखवत रवि वर्मा म्हणाला, "इथं दुखतं."

मंगलानं पाहिलं, तो दाखवल्याजागी एक गाठ उमटली होती.

मंगलाच्या आधारानं रवि वर्मा उठला. माडीवर जाऊन तो आपल्या शय्येवर झोपला.

रवि वर्मा जागा झाला तो सनई-चौघड्यांच्या आवाजानं. पहाटेच्या वेळी कानावर पडत असलेला तो आवाज ऐकत रवि वर्मा तसाच आपल्या शय्येवर पडून राहिला. आणि काही क्षणांत तो उठून उभा राहिला. आज आपल्या वाड्यातला हा सनई-चौघड्यांचा आवाज कोणत्या मंगलकार्याचा आहे हे रवि वर्म्याला कळत नव्हतं. विचार करीत रवि वर्मा आपल्या शय्यागृहातून बाहेर पडला.

पहाटेचा अंधार कमी झाला होता. हळूहळू पूर्वक्षितीजावर सूर्योदयाची चाहूल लागली होती. रवि वर्म्याची नजर वाड्यातल्या चौकात गेली. तिथूनच सनई चौघड्यांचा आवाज येत होता. माणसांची धावपळ चालली होती.

अजूनही रवि वर्म्याच्या ध्यानी येत नव्हतं. गोंधळलेल्या मनानं रवि वर्मा जिना उतरून खाली आला. आणि चौकाच्या दिशेनं चालत असता, समोरून येणाऱ्या मंगलावर त्याची नजर गेली. हसतमुखानं जवळ येत मंगलानं विचारलं,

"दादाजी, बरं वाटतं ना?"

"हो !" रवि वर्मा म्हणाला, "मंगला, हे काय आहे? हा सनई चौघडा..."

हसत मंगला म्हणाली, "दादाजी, तुम्हाला स्वत:कडे लक्ष द्यायला उसंत असतेच कुठं? तुम्ही विसरालत म्हणून आम्हाला विसरून कसं चालेल?"

"मंगला !" रवि वर्मा उद्‌गारला, "असं कधी झालंय का?"

तेवढ्याच खट्याळपणे मंगला म्हणाली, "हे झालं नसतं तर तुम्हाला ह्या सनई-चौघड्यांचा अर्थ कळला नसता?"

रवि वर्मा गोंधळून मंगलाकडे पाहात होता. त्याचा गोंधळलेला चेहरा पहाटेच्या प्रकाशात मंगलेच्या नजरेतून सुटला नाही. ती रवि वर्म्याच्या नजीक आली. त्याचा हात हाती घेत मंगला म्हणाली,

"दादाजी, आज आपला वाढदिवस. हा आनंदाचा दिवस साजरा करण्याचा बेत आम्ही गेला आठवडाभर करतो आहोत. पण तुमच्या ते ध्यानी आलं नाही."

मंगलाच्या हातून आपला हात सोडवून घेत रवि वर्मा एक दीर्घ निःश्वास सोडून मंगलाकडे पाहात म्हणाला,

"मंगला, राजा हरवला. गोदा गेला. त्यांचे श्राद्धपक्ष करणाऱ्यांनी माझा वाढदिवस त्याच निष्ठेनं करावा..."

मंगला रवि वर्म्याला बिलगली. तिला कुरवाळीत रवि वर्मा म्हणाला,

"माणसं वयानं मोठी होतात. पण जी माणसं गुणानं मोठी होतात त्यांची आठवण करावी. तो राजा, गोदा गुणानं संपन्न होते. आज चित्र काढायचं झालं तर भीती वाटते. मी चित्ररेखा काढीन. पण ती पार्श्वभूमी भरणार कोण? आणि हे करीत असता मला सुरेल नादाचा सहकार देणारा तो गोदा कुठं आहे?"

त्या उद्‌गारानं मंगलाच्या डोळ्यात चटकन् पाणी आलं. आपल्या उपरणीनं तिचे डोळे टिपत रवि वर्मा म्हणाला,

"मंगला, तू शोक करू नको. हे शल्य आपल्या दोघांच्याही मनाला आहे. ते सोसतच जीवन जगायला हवं. त्याला सामोरं जायला हवं. मंगला, आयुष्यातलं आणखीन् एक वर्ष संपल्याची जाणीव करून देण्यासाठी ह्या सनई चौघड्यांची गरज नव्हती."

"दादाजी !" मंगला उद्‌गारली. तिच्या क्षणपूर्वीच्या आवाजातील बदल रवि वर्म्याला जाणवला. थरथरत्या आवाजात ती कशीबशी म्हणाली,

"दादाजी, आज ह्या मंगलप्रसंगी तरी असं बोलू नका."

रवि वर्मा तिच्या व्याकुळ शब्दांनी भानावर आला. मंगलाच्या खांद्यावर हात ठेवत, तिच्याकडे पाहात तो म्हणाला,

"मंगला, वाईट वाटून घेऊ नको. यात अभद्र काही नाही. गेलेल्या दिवसाची जाणीव करून घेणं किंवा देणं ही प्रत्येक जीवाची गरजच आहे. मंगला, हा माझा छपन्नावा वाढदिवस. आयुष्याची इतकी वर्षं गेली, किती राहिलीत याची कल्पना तुला नाही, ना मला. जी राहिलीत त्यात मनाशी असलेली उद्दिष्टं पुरी करता येतील का? हा सावधपणा देणारा क्षण यापेक्षा दुसरा कोणता असू शकेल असं मला वाटत नाही. जाऊ दे मंगला, तुमच्या आनंदात मला नाचलं पाहिजे. चला, तुम्ही सांगाल त्याप्रमाणं आम्ही वागू."

रवि वर्म्याचा वाढदिवस आप्तस्वकीयांनी मोठ्या थाटात साजरा केला. पण रवि वर्म्याचं मन त्यात रमलं नव्हतं.

दुसरे दिवशी सायंकाळी रवि वर्मा आणि मंगला रवि वर्म्याच्या निवासात बोलत

बसली होती. बोलता बोलता रवि वर्मा म्हणाला,

''मंगला ! माझा छपन्नावा वाढदिवस तुम्ही साजरा केला. केव्हातरी माझी साठी पुरी होईल. माझ्या मनात एक स्वप्न आहे.''

''कसलं स्वप्नं?'' मंगलानं विचारलं.

''आता स्वप्न एकच !'' रवि वर्मा दूरवर पाहात म्हणाला, ''एलंजीमध्ये मी एक आश्रम बांधणार आहे.''

''आश्रम ! आश्रम कशासाठी?''

''एवढ्याचसाठी की, उरलेलं आयुष्य मला निवान्तपणे जगायचं आहे. हे रंग, हा फलक हे सारं विसरायचं आहे.''

''विसरायचं?''

''मंगला घाबरू नको ! हा हव्यास पुष्कळ झाला. तुला माहीत आहे? ती चित्रं काढताना काय यातना भोगाव्या लागतात ते? ती कृष्णशिष्टाई, ती उर्वशीपुरुरवा, तो रामराज्य वियोग, ती यशोदा आणि बालकृष्ण... अशी अनेक चित्रं मी काढली. पण ती चित्रं काढताना त्या सुखदु:खांशी चित्रकाराला झगडावं लागतं. ह्या झगड्यानं मी खूप थकलो आहे. आता वाटतं, कुठंतरी निवान्त ठिकाणी राहावं. उरलेलं आयुष्य शांतपणे घालवावं. तिथं ती स्वप्नं नकोत. आकांक्षा नकोत. काही नको. फक्त शुद्ध जीवन जगत राहावं !''

संतापून मंगला म्हणाली, ''ह्या घराण्याला हा शापच आहे का? प्रत्येकानं यावं आणि जीवनाला विटावं ! त्या जीवनाचा त्याग करून संन्यस्त व्हावं ! पण कोणीतरी माणसं तुमच्या आश्रयाखाली, प्रेमाखाली जगतात हे तुम्हाला माहीत नाही का? कधीतरी माणसं म्हणून तम्ही जगाल की नाही? तुम्ही थोर असाल, ज्ञानी असाल. पण त्या माणसांना जगण्याचं बळ तुम्ही द्याल की नाही? की, स्वत:च्याच मिजासीत स्वत:चं जीवन जगणं आणि संपवणं एवढंच तुम्हाला माहीत आहे का? यालाच आम्ही स्वार्थ म्हणतो.''

''स्वार्थ ! खरं आहे. जो माणूस ह्या पृथ्वीतलावर जन्माला येतो ना, तो फक्त स्वत:चंच जीवन पाहात असतो. त्यासाठी त्याची कला, त्याचा अहंकार हा जगाच्या बाजारात तो विकत असतो. केव्हातरी त्या माणसाला मोठेपण लाभतं खरं. पण ते लाभतं, तेव्हा त्याला आयुष्यात एकाकीपणा जाणवू लागतो. तू म्हणतेस ते खरं आहे. माणूस स्वार्थी असतो. तो स्वार्थ हा एकाकी असतो. म्हणूनच मी हे एकाकीपण भोगतो.''

मंगला व्यथित होऊन म्हणाली, ''दादाजी, ही निरवानिरवीची भाषा कशाला?''

''नाही मंगला. ही निरवानिरवीची भाषा नाही. केव्हातरी माणसानं आपल्या सर्व मोहपाशापासून दूर व्हावं. जे आपलं जीवन असेल ते स्वच्छ मनानं पाहावं असं मला वाटतं. आता मी थकलो. मनात असलेली चित्रं काढण्याचं बळ मला राहिलं

आहे असं मला वाटत नाही. आयुष्यभर धावपळ केली. आता कुठंतरी थांबावं, विश्रांती घ्यावी असं वाटतं.''

रवि वर्मा बोलला त्यात काही चुकीचं नव्हतं. त्याची प्रकृती ढासळली होती, हे साऱ्यांच्याच ध्यानी आलं होतं.

एके दिवशी तो आपल्या रंगशाळेत उभा होता. चित्रसोपानावर कोरा फलक लावला होता. त्यावर कोळशाच्या रेघोट्या मारल्या होत्या. हाती रंगसाहित्य घेऊन रवि वर्मा उभा होता. शेजारी राम वर्मा उभा होता.

आणि अचानक रवि वर्म्याच्या हातून कुंचला खाली पडला.

राम वर्मा धावला आणि कुंचला उचलण्यासाठी वाकला.

''राम !'' रवि वर्मा थरथरत्या आवाजात म्हणाला, ''आयुष्यात एकदा कुंचला माझ्या हातून पडला होता. आज परत एकदा पडला. तो निसटलेला कुंचला मला काय सांगतो ते माहीत नाही. थांब राम ! तो कुंचला उचलू नको.''

थरथरत्या हातानं आणि थरथरत्या पावलानं रवि वर्मा माघारी आला. त्यानं आरामखुर्चीवर आपलं अंग झोकून दिलं. पण खुर्चीला पाय टेकताच एक असह्य वेदना उठली. त्या वेदनेच्या जाणिवेनं तो सरळ बसला. त्याचा सारा चेहरा घामानं डवरला होता. अंगाचा कापरा कमी झाला नव्हता.

ती त्याची अवस्था बघून राम वर्मा म्हणाला,

''वैद्यांना बोलावून घेऊ का?''

तशाही परिस्थितीत राम वर्म्याकडे हसून बघत रवि वर्मा म्हणाला,

''आता त्याखेरीज इलाज कुठचा?''

रवि वर्माच्या पाठीच्या दुखण्याचं रहस्य उलगडायला फार दिवस वाट पाहावी लागली नाही.

डाव्या खांद्यावर एक काळा ठिपका उमटत होता.

दिवसागणिक पसरत होता.

त्या काळपुळीच्या दर्शनानं सारे भयभीत बनले होते.

☯

रवि वर्म्याच्या वाढत्या आजाराच्या बातम्या भारतातल्या सर्व वृत्तपत्रांतून पसरत होत्या. मधुमेहाच्या आजारामुळं रवि वर्म्याच्या पाठीवर काळपुळी उमटली होती. रवि वर्म्यासाठी मुंबईहून डॉक्टर भालश्चंद्र कृष्ण आणि मथाई किलीमानूरला येऊन पोहोचले होते. त्रिवेंद्रमचे सर्जन नारायण पिलाई आणि प्रसिद्ध वैद्य चिरत्तमन् मसुद व वासुदेवन् उन्नी यांचेही उपचार रवि वर्म्यावर चालू होते.

रवि वर्म्याच्या प्रकृतीबाबत साऱ्या देशातून विचारणा होत होती. त्यासाठी किलीमानूरला स्वतंत्र टपाल कचेरी उघडण्यात आली होती.

एके दिवशी सर्जननी रवि वर्म्याला सांगितलं, "तुमच्या पाठीवरच्या काळपुळीवर ऑपरेशन करणं आवश्यक आहे."

रवि वर्मा हसून म्हणाला, "ठीक आहे सर्जनसाहेब. तुम्ही जरूर ऑपरेशन करा. पण मला एकच विचारायचं आहे. मी यातून जगेन का?"

सर्जन हसले. ते म्हणाले,

"ते कोण सांगणार !"

"ठीक आहे. सर्जनसाहेब, जगण्यासाठी ऑपरेशन करा असं मी म्हणणार नाही. एकदा मी असंच ऑपरेशन पाहिलं होतं. सर्जननी मला असंच सांगितलं होतं. पण मला काय बघायला मिळालं माहीत आहे? सर्जनसाहेब, माझा भाऊ ऑपरेशन थिएटरमध्ये मस्तकाकडून गेला आणि पायाकडून बाहेर आणला गेला..."

रवि वर्म्याच्या त्या बोलण्यानं सर्जनना काय बोलावं ते कळलं नाही. कसंबसं ते म्हणाले,

"इतकं निराश होण्याचं कारण नाही."

"तसं कारण नसतं तर सर्जनसाहेब, हे उद्‌गार काढलेच नसते. पण सर्जनसाहेब, मी तुम्हाला एक सांगू? मी एक वेदाध्यायी, संस्कृत पंडिताचा मुलगा आहे. जन्ममृत्यूचं नातं त्यांच्या तोंडून मला प्रथमच सांगितलं गेलं आहे. मी अखेरच्या क्लेशांना भीत नाही. भिणारही नाही. जे राजानं सोसलं, जे गोदानं, ते मी आनंदानं भोगेन. फक्त एकच वाटतं, आयुष्याचा शेवट घडत असताना मला कोणी दोषी ठरवू नये. खरं सांगू तुम्हाला? मरताना माणसानं खरं बोलावं. मला आता त्या राजाला, गोदाला, त्या सुगंधाला भेटावंसं वाटतं. आता हे पृथ्वीतल फार मोकळं वाटतं. इथं नकोसं वाटतं. तुम्ही चिंता करू नका. डॉक्टर, तुम्ही माझं ऑपरेशन करा. तुम्ही शक्यतो लवकर माझ्या इच्छा आकांक्षा पुऱ्या करायला मदत करा."

सर्जनच्या डोळ्यांत पाणी उभं राहिलं. ते म्हणाले,

"राजाजी, आम्ही माणसं जगवण्यासाठी प्रयत्न करतो. तुम्ही ह्या कसल्या गोष्टी करता?"

रवि वर्मा हसून म्हणाला, "सर्जनसाहेब, ह्यात दुःख मानून घेण्यासारखं काहीच नाही. ऑपरेशनचा अर्थ केव्हातरी तुम्ही जाणून घ्यायला हवा. एक घटना संपली, दुसरी घटना उपजली हाच त्याचा अर्थ आहे."

रवि वर्म्याच्या पाठीवरच्या काळपुळीवर शस्त्रक्रिया केली गेली. त्यामुळे रवि वर्म्याला काही काळ आराम मिळाला.

पडल्या जागेवरून त्याला वाटत होतं, केव्हातरी अयोध्येतलं रामाचं आगमन हे आपण स्वीकारावं. त्याला वाटत होतं, केव्हातरी शिवाजी महाराजांचं रणांगण आपण चितारावं.

ह्या साऱ्या कल्पना होत्या.

त्या कल्पना चितारण्याचं धारिष्ट्य त्या फ्रेनाला, त्या धुरंधरांना, त्या जोशींना असेल का? ते हे पुरं करू शकतील का?

रवि वर्मा स्वत:शीच हसला.

बोलून चालून तू रंगारी !

ती माणसं फार मोठी आहेत. नव्या पिढीतली ती माणसं. त्यांची स्वप्नं फार वेगळी. फार मोठी.

त्यांच्या विरुद्ध तू कसा झगडणार?

आणि झगडायचं तरी कशासाठी?

हे ओझं त्यांच्यावर लादण्याचा तुला काय अधिकार?

त्या विचारानं रवि वर्मा थकला.

☯

एके दिवशी राम वर्मानं त्याला फ्रेना आल्याची बातमी दिली. किलीमानूरला येणं इतकी सोपी गोष्ट नव्हती. चाळीस मैलांचा बैलगाडीचा प्रवास करून फ्रेना आली होती.

फ्रेना रवि वर्म्याजवळ आली. सोनेरी काडीचा चष्मा लावलेली फ्रेना रवि वर्म्याजवळ उभी होती.

का कुणास ठाऊक, पण फ्रेनाला पाहताच रवि वर्म्याच्या मनाचे बांध फुटले. तिचा हात हाती घेत तो म्हणाला,

"फ्रेना, तुला आठवतं? तू मला सांगितलं होतंस... ही राजेराजवाड्यांची चित्रं, ही पुराणातील चित्रं, ही माझी चित्रं नाहीत. प्रत्येक चित्रामागं चित्रकाराचा पराजय त्याच्या मनात रुजलेला असतो. चित्र पुरं झाल्यानंतर रसिक त्याची स्तुती करतात, पण त्यात त्या चित्रकाराला आनंद वाटत नाही. जे स्वप्न मनाशी रंगवलं होतं, ते मूर्तिमंत साकार झालं नाही याची त्यालाच जाणीव असते."

"पराजय स्वीकारून चित्रकार थकतो. उद्विग्न होतो. स्वत:वर संतापतो. त्याचा संताप, त्याचं मौन, त्याचा एकाकीपणा कोणीतरी जाणणारा त्याला हवा असतो. पण संसारात घडतं ते वेगळंच. त्याच्या वागण्याला घरातून विरोध घडतो. कलावंताचा मन:स्ताप आणि खिन्नपणा वाढतो. जगातल्या सर्व कलावंतांच्या आयुष्यातील शोकान्तिका यातूनच घडतात. मग ते वादक असोत, गायक असोत, लेखक असोत, चित्रकार असोत वा शिल्पकार असोत. त्यांच्या जीवनाची सांगता हीच झालेली असते."

"रवि, हे मला कशाला सांगतोस?

रवि वर्मा भारावलेल्या मुद्रेनं म्हणाला, "फ्रेना, आयुष्यात केव्हातरी पराजय मान्य करण्यातसुद्धा आनंद असतो."

"कसला पराजय रवि?"

''तुला आठवतं? तू मला सांगितलं होतंस की, राजांची चित्रं, ही पुराणातील चित्रं ही माझी नाहीत. अगदी खरं ! त्या राजांचे ते शिरपेच, त्या राण्यांचे कंठे, त्यांची वेशभूषा, हे सारं रंगविण्यात मी थकून जात असे; नाही असं नाही. पण ते मला करावं लागलं. आणि त्यानंतर तू मला बोललीस ना, ते ध्यानी घेऊन मद्रासला माझी चित्रं पाठवली. ती चित्रं राजेराजवाड्यांची नव्हती. ती निसर्गचित्रं होती. ती सामान्य जीवनातील माणसांची चित्रं होती.''

रवि वर्म्याला घाम आला होता. पंचानं तो घाम पुशीत होता. फ्रेना म्हणाली,

''तुला त्रास होतो. तू बोलू नको.''

''नाही फ्रेना ! आता बोलू नको, तर केव्हा बोलू? आणि कुणासमोर? फ्रेना, मी आयुष्यभर ही राजे-राजवाड्यांची आणि पुराणातील चित्रे काढीत आलो. त्यामध्ये माझे हात गोठले होते. नवीन चित्रं काढण्याची ताकद माझ्या हातात राहिली नव्हती. मीच पाडलेल्या चाकोऱ्या इतक्या खोलवर गेल्या होत्या की, त्या ओलांडायचं सामर्थ्य माझ्या हाती राहिलं नव्हतं. तो पराजय उघड्या डोळ्यांनी बघण्याखेरीज मी काय करू शकत होतो.''

''नाही रवि ! तुझा पराजय नाही. तू यशस्वी आहेस हे कसं तुझ्या ध्यानी येत नाही? अरे, ती कांग्रा आर्ट, ती मोगल आर्ट ह्यांचं वळण बदलून तू केव्हा तरी माणसासारखी माणसं निर्मिलीस, त्यांचं जीवनदर्शन घडवलंस हे थोडं आहे का? तुझ्या पश्चात-भारतीच चित्रकलेला वळण लावणारा एक कलावंत होऊन गेला एवढं एक वाक्य जरी लागलं गेलं तरी ते का थोडं झालं? तेवढं यश कलावंताला पुष्कळ आहे. हे यश तुला मिळालेलं आहे. रवि, तू विश्रांती घे. मी खाली जाऊन येते.''

फ्रेना खाली गेली. सगळ्या सर्जन, डॉक्टर्सना भेटली. ते खिन्नपणे म्हणाले,

''आमचे उपचार थकलेले आहेत. रवि वर्म्यावर आम्ही शस्त्रक्रिया केली आहे. त्याचा फारसा उपयोग होईल असं वाटत नाही. त्यांचा अंत केव्हा आणि कसा हे आम्हाला माहीत नाही. पण तो क्लेशकारक नसावा यासाठी आमची धडपड चालू आहे.''

दुसऱ्या दिवशी जाण्याचा निर्णय फ्रेनाने घेतला. राम वर्मा म्हणाला,

''आपण जाऊ नका. तुम्ही राहिलात तर दादाजींना बरं वाटेल.''

फ्रेना खिन्नपणे हसली. म्हणाली,

''राम, रवि वर्मा हा अमर माणूस. त्याच्या कलाकृती अमर आहेत. त्या माणसाला मेलेलं पाहणं हे धारिष्ट्य माझं नाही. त्याला मी जिवंतपणी पाहते ना! तसाच मला तो आठवू दे. ती आठवण घेऊनच मला जाऊ दे.''

दुसरे दिवशी सकाळी फ्रेना रवि वर्म्याजवळ गेली. ती म्हणाली,

''मी जाते.''

रवि वर्मा खिन्नपणे म्हणाला, ''थांब फ्रेना ! तू का जातेस हे मला माहीत आहे.

कलावंताला जीवनाचा उपभोग एवढंच माहीत असतं. जीवनाचा अंत त्याला सहन होत नाही. फ्रेना, आकाशात प्रकटलेलं इंद्रधनुष्य कलावंतानं पाहावं! पण ते मावळत असता क्षणभरही तेथे थांबू नये...''

त्या वाक्यानं फ्रेनाच्या डोळ्यांत खळकन् अश्रू ओघळले. ती म्हणाली,

''रवि !''

तिचा हात हाती घेत रवि वर्मा म्हणाला, ''फ्रेना, तू खरंच निघून जा. चित्र पुरं झाल्यानंतर ते प्रेक्षकांनी पाहायचं असतं. कलावंतानं त्याच्याकडं पाहू नये.''

गालावरून ओघळणाऱ्या अश्रूंचं भान फ्रेनाला राहिलं नाही. ती नकळत खाली वाकली आणि तिनं रवि वर्म्याच्या मस्तकाचं चुंबन घेतलं.

''येते !'' ती म्हणाली.

पाठमोऱ्या त्या फ्रेनाचं दर्शन रवि वर्म्याला होत होतं. ती पायऱ्या उतरून जात होती. तो आवाजही त्याला ऐकू येत होता.

रवि वर्म्याचा दीर्घ श्वास वाढला होता.

काही वेळानं बैलगाड्यांच्या घुंगरांचा आवाज त्याच्या कानावर येत होता.

एक प्रवास चालला होता.

एक प्रवास संपला होता.